"आदिकालापासून मानवजातीला कथांमार्फत मिळत आलेलं जीवनाचं सार, पिढ्यान्‌पिढ्या पुढे-पुढे चालत आलंय. या भागातील कथासंग्रहही तुम्हा सर्वांना कल्पनातित प्रेरणा, स्फूर्ती देईल."

ऑरवेल रे विल्सन, सीएसपी
सहलेखक – 'गुरिला सेलिंग'

"चिकन सूप फॉर द सोल'मधील सर्व कथा अविश्वासनिय असे विषय हाताळून तुमच्यासाठी त्यांची विश्वासार्हता वाढवतात; कारण या सर्व सत्यकथा आहेत म्हणूनच."

डॉना नेल्सन
अध्यक्ष, ३N अँड असोशिएटस
आणि इंटरनॅशनल स्पीकर

"चिकन सूप फॉर द सोल'चा सहावा कप वाचताना तुमच्या चेहऱ्यावर स्मितहास्य पसरेल. तसंच डोळ्यांमध्ये अश्रूही दाटतील आणि जीवनाकडे बघण्याचा तुमचा दृष्टीकोनही खात्रीनं बदलून टाकेल. या पुस्तकाचं वाचन करताना तुमच्या मनात नक्कीच सुविचार घोळू लागतील. दुसऱ्यास मदत करण्याची प्रवृत्ती तुमच्यात अधिक बळावेल. त्याचप्रमाणे मनुष्य शारीरिक वा मानसिकरित्या कितीही कमकुवत वाटला, तरी तो तेवढाच कणखरही असतो, याचीही प्रचिती येईल. प्रत्येकाच्या जीवनाचा दर्जा सुधारणारा असा हा संमिश्र भावभावनांचा उत्कृष्ठ कथासंग्रह आहे."

गॉर्डन पेडर्सन, पीएच.डी
संचालक , इन्स्टिट्यूट ऑफ
अल्टरनेटिव्ह मेडिसिन

'चिकन सूप फॉर द सोल' या पुस्तकातून अख्ख्या मनुष्यजातीच्या आत्म्याचं

दर्शन होतंय. या जबरदस्त कथा वाचून आपल्या मनाची खात्री पटते, की सांस्कृतिक, राष्ट्रीय व धार्मिक बंधनं, मर्यादा या गोष्टी सर्वार्थानं केवळ काल्पनिकच असतात. कथांमुळे तर अवघं जग जवळ येत चाललंय आणि नजिकच्या काळात उदयास येणारा अध्यात्मवाद या पृथ्वीनामक ग्रहाला कसा झपाटून टाकणार आहे, याची मनाला जाणीव होते.''

क्रिस्तोफर नॉटन

पीबीएसच्या 'न्यू वर्ल्ड विथ क्रिस्तोफर नॉटन'च्या सूत्रसंचालक
व एनपीआरच्या 'न्यू वर्ल्ड रेडिओ'चे सादरकर्ते

''माझ्याप्रमाणेच तुम्हालादेखील या पुस्तकातील सर्व कथा वाचून प्रेरणा मिळेल, जीवनातील आव्हानांना सामोरं जाण्याची शक्ती मिळेल.''

रे पेलेटियर,

सीएसपी, सीपीएई 'स्पीकर हॉल ऑफ फेम'
लेखक – 'पर्मिशन टू विन'

''अप्रतिम! केवळ अप्रतिम!! चिकन सूप फॉर द सोलचा सहावा कप हे पुस्तक अतिशय वाचनीय असं आहे आणि ते वाचण्यासाठी प्रत्येक व्यक्तीला उद्युक्त करावं, अशा उत्कृष्ट दर्जाचं आहे. आजच तुमची प्रत विकत घ्या!''

टॉम हार्केन

वाङ्मयप्रेमी चळवळकर्ते 'कॅसा ओले' चे मालक आणि
'होरॅशिओ अल्गर अॅवॉर्डचे मानकरी

माझ्या खाजगी ग्रंथसंग्रहात 'चिकन सूप'च्या पुस्तकांनी अग्रस्थान पटकावलंय

या सर्व पुस्तकांतील सुंदर कथांमधून कौटुंबिक, घरगुती जिव्हाळा लपलेला आढळून येतो. त्या कथा वाचून प्रत्येक व्यक्तीस प्रेरणा, स्फूर्ती लाभतेच.''

बॉब प्रॉक्टर
लेखक - 'यू वेअर बॉर्न रिच' व
इंटरनॅशनल पब्लिक स्पीकर

''चिकन सूप फॉर द सोलचा सहावा कप' म्हणजे अनेक स्फूर्तिदायक पुस्तकांतून चमकणारा असली मोतीच आहे. हे पुस्तक वाचल्यावर तुमचं आयुष्यच बदलून जाऊ शकतं. प्रत्येकानं आवर्जून वाचण्यासारखं आहे हे पुस्तक!''

एल. डब्ल्यू. पॅक्सन
चेअरमन, पॅक्सन कम्युनिकेशन कॉर्पोरेशन

''कधी कधी अगदी साध्या, सोप्या कथादेखील मानवी स्वभावाची गुंतागुंत वर्णन करून सांगतात. 'चिकन सूप'ची मालिका वाचकांवर एकाचवेळी हास्य, अश्रू आणि भविष्यकाळासाठी आवश्यक असलेली उमेद, आशावादाची उधळण करत असते. खरं सांगायचं तर, या मालिकेचं वाचन म्हणजे जणू एकाच दिवशी असंख्य जीवनसत्वयुक्त अशी गोळी घेण्यासारखं आहे.''

एडविन एल. ग्रिफिन (ज्युनि.) CAE
प्रेसिडेंट / सी ई ओ मिटिंग
प्रोफेशनल्स इंटरनॅशनल

''मी, माझी पत्नी व माझी मुलंही केवळ 'चिकन सूप फॉर द सोल' हीच पुस्तकं वाचतो व त्यांच्यावरच चर्चा करत असतो.''

मार्टी कॉयनी
डायरेक्टर ऑफ डेव्हलपमेंट, रोनाल्ड मॅक्डोनल्ड हाऊस

"ही पुस्तकं वाचून आम्ही वाचक इतके अश्रू ढाळतो की, मोठ्ठा पूरच येण्याची काळजी वाटत राहते."

बार्बरा डॉघेर्टी
लाईफस्टाइल्स रिपोर्टर,
'द व्हॅली न्यूज डिस्पॅच'

आपल्या स्नेहीजनांना पुस्तके भेट द्या

अंत:करणाला भिडणाऱ्या आणि भावना जागवणाऱ्या कथा

चिकन सूप फॉर द सोल

भाग ६

लेखक व संकलन
जॅक कॅनफिल्ड / मार्क व्हिक्टर हॅन्सन

अनुवाद
उषा महाजन

मेहता पब्लिशिंग हाऊस

A 6TH BOWL OF CHICKEN SOUP FOR THE SOUL
by JACK CANFIELD, MARK VICTOR HANSEN

Published Under Agreement with Health Communications Inc.,
Deerfield Beach, Florida, U.S.A.
Marathi Language Translation

Copyright © 2011 By Mehta Publishing House, Pune

Translated into Marathi Language by Usha Mahajan

चिकन सूप फॉर द सोल – भाग ६

अनुवाद : उषा महाजन

मराठी अनुवादाचे व प्रकाशनाचे हक्क : मेहता पब्लिशिंग हाऊस, पुणे.

प्रकाशक : सुनील अनिल मेहता, मेहता पब्लिशिंग हाऊस,
१९४१, सदाशिव पेठ, माडीवाले कॉलनी, पुणे ३०.

अक्षरजुळणी : स्वाती एंटरप्रायझेस, पुणे ९.

मुद्रक : ट्रिनिटी अ‍ॅकॅडमी फॉर कॉर्पोरेट ट्रेनिंग लिमिटेड

मुखपृष्ठ : चंद्रमोहन कुलकर्णी

आतील चित्रे : घनश्याम देशमुख

प्रथमावृत्ती : ऑक्टोबर, २०११

किंमत : ₹ २५०

P Book ISBN 9788184982862

---

* पायरेटेड पुस्तकांची खरेदी-विक्री हा कायद्याने गुन्हा आहे आणि अशा गुन्ह्याविरोधात कायदेशीर कारवाई होऊ शकते.

आजवर तीन कोटी ऐंशी लाख लोकांनी 'चिकन सूप फॉर द सोल'च्या
एकवीस पुस्तकांची खरेदी केली आहे; त्यांचं वाचन केलंय.
आपले कुटुंबीय, मित्र-मैत्रिणी, व्यावसायिक सहकारी, विद्यार्थी
अशा अनेकांसहित त्यांचा आनंद लुटलाय, परिषदांमध्ये त्यांच्यावर
चर्चा केलीय, त्याचप्रमाणे जवळजवळ पाच हजार वाचकांनी
त्यांच्या अनुभवांच्या तसंच संग्रहित कथा, कविता, हास्यचित्र व
सुविचार या 'चिकन सूप फॉर द सोल'च्या सहाव्या कपासाठी पाठवलेत,
त्या सर्वांना आम्ही हे पुस्तक प्रेम व आदरपूर्वक अर्पण करत आहोत.
अर्थात तुम्ही पाठवलेली प्रत्येक गोष्ट आम्ही छापू शकलो नसलो,
तरी तुमचे अनुभव आम्ही व आमच्या वाचकांपर्यंत पोहोचवण्यासाठी
तुमची तळमळ व मनापासूनची इच्छा बघून आम्ही खूपच भारावून गेलो होतो.
सर्व वाचकांना अनेक हार्दिक शुभेच्छांसहित!

अनुवादकाचे मनोगत

'चिकन सूप फॉर द सोल' या जगप्रसिद्ध इंग्रजी पुस्तकाच्या भाग एक, तीन, चार व पाच यांचा मराठी अनुवाद वाचकांना अर्पण करून, आता हा सहावा भाग सादर करताना मला मनापासून आनंद होत आहे.

झपाट्याने बदलत जाणाऱ्या आजच्या या युगामध्ये आपल्या प्रत्येकाच्या मनावरती कशा ना कशा प्रकारचे ताण-तणाव सातत्याने असतातच; प्रदूषणाचा ताण, ट्रॅफिकचा ताण, कामाच्या ठिकाणी स्वत:ला सतत सिद्ध करून दाखवण्याचा मनावरचा ताण, मंदीच्या लाटेच्या सावटाचा ताण, भेसळयुक्त कदान्न खाऊन आरोग्यहानीच्या शक्यतेचा ताण आणि सर्वांत महत्त्वाचं म्हणजे दहशतवादाच्या सततच्या टांगत्या तलवारीमुळे मनाला वाटणाऱ्या असुरक्षिततेचा ताण! अशा प्रचंड तणावपूर्ण वातावरणात माणसानं जगावं तरी कसं, असं प्रत्येकाला वाटणं साहजिकच आहे. पण असा नकारात्मक विचार करून कसं बरं चालेल?

जगाकडे जरा आणखी नीट निरखून बघितलं तर लक्षात येईल, की आपल्या भोवताली खूप काही चांगल्या, मनाला भावणाऱ्या अशा अनेक घटनाही घडत असतात. माणुसकी, प्रेम, माया अशा भावनांचे झरे कुठे ना कुठे वाहत असतातच. अनेक दिव्यांना, अडीअडचणींना तोंड देऊन, संकटांवर मात करीत, कधी जिवावर बेतलेलं असतानाही, सामान्य माणसंदेखील केवळ प्रचंड इच्छाशक्ती व अथक प्रयत्नांती त्यातूनही यशस्वीपणे तरून जातातच, हो ना? वाईटातून चांगलं शोधण्याची कला माणसं हस्तगत करतात अन् जीवन सुंदर बनवितात. मला खात्री आहे की, या भागातील नव्या कथा वाचून, तुम्हाला मानसिक बळ, उमेद, सामर्थ्य, स्फूर्ती, मार्गदर्शन मिळेल व तुम्हाला खूप फायदा होईल यात शंकाच नाही.

आजवरच्या आधीच्या भागांबद्दल आपल्यासारख्या सुजाण वाचकांकडून जो नऊ काही भरभरून प्रतिसाद मला मिळालाय, त्याला तोड नाही. असंख्य वाचकांकडून येणारे फोन, त्यावर त्यांच्याशी मोकळेपणानं मारलेल्या गप्पा, मेलबॉक्समध्ये येणाऱ्या वाचकांच्या ई-मेल्स, ते सगळं वाचून माझ्या मनाला खूप समाधान वाटतं.

प्रत्येक ई-मेलला न चुकता उत्तर देता-देता आता माझंही नेटवर्क विस्तारत चाललंय. काही परदेशस्थित मराठी वाचकांनी तिकडे ही पुस्तकं मागवून घेतली आहेत व ती वाचून त्यांनी आपला अभिप्राय कळवलाय. वाचकांच्या हातून माझ्या पाठीवर पडलेली अशी कौतुकाची थापच माझी लेखनाची ऊर्मी अधिकच वाढवत जाते.

एक गोष्ट आवर्जून सांगाविशी वाटतेय, की महाराष्ट्रातील दूरदूरच्या लहानसहान गावांतूनही वाचकांनी पत्रं पाठवली आहेत. काही शिक्षक या पुस्तकांमधल्या गोष्टी वर्गातल्या विद्यार्थ्यांना वाचून दाखवून त्यांच्या वाढीच्या वयात त्यांच्यामध्ये सकारात्मक बदल घडवून आणण्याचा प्रयत्न करताहेत – हे ही नसे थोडके! समाजसेवेच्या क्षेत्रातील माझ्या हातून नकळत घडणारा हा खारीचा चिमुकला वाटा असं मी मानते.

मालिकेतल्या एकूण पाच पुस्तकांच्या अनुवादाच्या या वाटचालीत मेहता पब्लिशिंग हाऊसचे श्री. सुनील मेहता यांनी भरपूर प्रोत्साहन दिले व राजश्रीच्या संपूर्ण सहकार्याबद्दल मी आभारी आहे. त्याचप्रमाणे अनुवाद करीत असताना एखादा पर्यायी, समर्पक मराठी शब्द सुचत नसताना वरचेवर माझ्या मदतीला येणारे माझे पती डॉ. अरुण, यांचाही आवर्जून उल्लेख करायला हवा.

सहाव्या भागातील या नवीन कथाही आपणा सर्वांना नक्कीच खूप भावतील अशी आशा आहे व 'चिकन सूप फॉर द सोल'चा हा सहावा कप पिऊन वाचकांना अद्वितीय मन:शांती, समाधान व स्फूर्ती लाभो हीच मनीषा!

उषा महाजन

अनुक्रमणिका

प्रेमाविषयी

पालकत्वाविषयी

मृत्यूची चाहूल व प्रत्यक्ष मृत्यूविषयी

शिकवणे व शिकणे

अडचणींवर मात

स्वप्नपूर्ती

दूरदृष्टी

वाईटातून चांगलं शोधण्याची कला

All rights reserved. No part of this publication may be reproduced, stored in a retrieval system or transmitted, in any form or by any means, without the prior written consent of the Publisher and the licence holder. Please contact us at
Mehta Publishing House, Pune 411030.
© +91 020-24476924 / 24460313 / Mob. No. 9545000513
Email : production@mehtapublishinghouse.com
Website : www.mehtapublishinghouse.com
◆ *या पुस्तकातील लेखकाची मते, घटना, वर्णने ही त्या लेखकाची असून त्याच्याशी प्रकाशक सहमत असतीलच असे नाही.*

१

प्रेमाविषयी

'दुसऱ्यावर केलेल्या प्रेमाच्या वर्षावातला अंश आपल्या मनात शिल्लक उरतोच.'

एल्बर्ट हबार्ड

मायेच्या फुंकरीमधलं सामर्थ्य

आम्हा सर्वांच्या मनात, जवळ आलेल्या नाताळच्या सणाबद्दल एक प्रकारची अनामिक भीती दाटून येत होती. ते १९४४ चं साल होतं अन् आमच्या कुटुंबासाठी मात्र, युद्धसमाप्ती (दुसरं जागतिक महायुद्ध) जणू कधी होणारच नव्हती.

ऑगस्ट महिन्यात आमच्याकडे तार आली होती. त्यानंतर बॉबच्या काही वैयक्तिक वस्तू – त्याच्या शवपेटिकेवर लावलेला राष्ट्रध्वज, फिलिपाईन्सच्या बेटावर होणाऱ्या त्याच्या अंत्यविधीचा पूर्ण आराखडा व सन्मानीय फ्लाईंग क्रॉस (मरणोत्तर बहाल केलं जाणारं पदक) अशा एकेक वस्तू – पार्सलने येत होत्या अन् आमच्या दुःखात भर पडत होती.

अमेरिकेमधल्या मध्य-पश्चिम भागातल्या माळरानावर जन्मलेला माझा हा भाऊ घोड्यावरून शाळेत जात असे; पण ज्या दिवशी त्याने पहिल्यांदाच विमान उडताना पाहिलं, त्याच दिवशी त्याने विमान उडवण्यास शिकण्याचा पक्का निर्धारच करून टाकला होता. तो वयाने एकवीस वर्षांचा झाला, तेव्हा आम्ही वॉशिंग्टन राज्यातील सिॲटल या शहरात वास्तव्य करत होतो. जेव्हा दुसऱ्या जागतिक महायुद्धाला तोंड लागलं, तेव्हा बॉब शहराजवळच्या वायुदलाच्या भरती केंद्रात गेला होता, पण वडिलांसारखा काटकुळा, बेताचीच शरीरयष्टी लाभले या बॉबचं वजन आवश्यक वजनापेक्षा दहा पौंडाने कमी भरलं होतं.

मात्र निराश न होता त्याने आईचं मन वळवलं व रोजच्या आहारात विशेष स्निग्ध पदार्थांचा भरणा करण्यास सांगितलं. सकाळी उठल्याउठल्या, नंतर दोन जेवणांच्या मध्ये, परत जेवण झाल्यावरही असं तिन्हीत्रिकाळ त्याचं खाणं सुरू झालं. आम्ही त्याची चेष्टामस्करी करत त्याला 'खादाडखाऊ' म्हणत असू.

नंतर नौदल सैनिकांच्या ऑफिसमध्ये जाऊन वजनाच्या काट्यावर उभा राहून त्यानं वजन मोजून बघितलं, तर अजून तीन पौंडानी त्याचं वजन वाढायला हवं होतं. त्या वेळी तो निराश झाला. कारण त्याचे एकेक मित्र सैन्यात भरती होऊन निघून जात होते. त्याचा सर्वांत जवळचा मित्र मरीन एअर

कोअरमध्ये (नौदल-वायुदल मिश्रण) आधीच दाखलही झाला होता. मग एके दिवशी त्याने सकाळीच अर्धा किलो चिकन, सहा अंडी, पाच मोठी केळी फस्त केली व वरून दोन गॅलन दूधही प्यायला. पाहता-पाहता त्याचं पोट फुग्याप्रमाणे टम्म झालं. तसाच रखडत-रखडत तो परत भरती केन्द्रात गेला व तिथल्या वजनाच्या काट्यावर उभा राहिला. केवळ आठ औंसांनीच त्याचं वजन कमी पडलं होतं, पण तरी तो त्या चाचणीत अखेरीस उत्तीर्ण झाला.

वॉशिंग्टन राज्यामधील पॅस्को गावातील प्राथमिक स्कूलचा 'हॉट पायलट' म्हणून त्याची नियुक्ती झाली होती. पण तरी त्याने नाखुशीनेच कॅलिफोर्निया राज्यातल्या सेंटमेरी या गावी 'कॅटरपिलर क्लब' (इंजिनात बिघाड झाल्यावर विमानातून खाली उडी मारण्याचं प्रशिक्षण) मध्ये नाव नोंदवलं. ती बातमी कळल्यावर आम्ही काळजीतच पडलो होतो. आई तर परमेश्वराची आळवणी करू लागली.

बॉब जन्मतःच अतिशय निर्भय प्रवृत्तीचा होता याची आईला पूर्ण कल्पना होती. वायुदलाच्या शिक्षणक्रमातली पदवी प्राप्त करण्यापूर्वीच त्याने फ्लॉरिडा राज्यातल्या पेनासॅकोला या गावातल्या मरीन एअर कोअरमध्ये बदली करवून घेण्यासाठी विनंतीअर्ज केला होता. त्यानंतर, आकाशातून पाणबुडीवर क्षेपणाधींचा मारा करण्याचं शिक्षण संपल्यावर, त्याची बदली एका परकीय देशात केली गेली होती.

न्यू गिनी या देशात शत्रूराष्ट्राच्या सैन्याकडून होणाऱ्या गोळीबारात त्याला त्याच्या विमानामध्येच मृत्यू आला असं आम्हाला कळवण्यात आलं होतं. जे विमान चालवण्याचा त्याने ध्यास घेतला होता, तेच त्याचं अखेरचं विमानोड्डाण ठरलं.

मी मात्र बॉबसाठी कधीही अश्रू ढाळले नाही. सदैव हसतमुख असणारा असा माझा मोठा भाऊ ढगांमधून विमान चालवत निघालाय, त्याचं सर्वांत आवडीचं काम तो करतोय आणि जीवनाचा आनंद लुटत, त्याचे निळे डोळे चमकतायत असंच त्याचं चित्र मी सतत माझ्या मनःपटलावर बघत असे. परंतु माझ्या आईवडिलांच्या डोळ्यांमधून कधीच नाहीसं न झालेलं ते तीव्र दुःख बघून मात्र मनोमनी कष्टी होऊन मलाही कधीकधी रडू आवरेनासं होत असे.

आई तिच्या श्रद्धाळू स्वभावामुळे थोडीफार तरी सावरली होती, पण माझे बाबा आमच्या डोळ्यांदेखत खचत चालले होते. चर्चमधून पाद्री आमच्या घरी येऊन बाबांना उपदेश करीत. तो ते शांतपणे ऐकून घेत असेल, तरी आम्हाला कळत होतं की त्यांच्या मनात कडवटपणा साठायला लागला होता. उसनं अवसान आणून ते रोज कामावर जायचे खरं, पण त्यांना कशातच रस

वाटेनासा झाला होता. अगदी त्यांच्या आवडत्या 'मेसॉनिक क्लब'च्या बाबतीतही ते उदास राहत. त्या क्लबचं प्रतीक म्हणून 'मेसॉनिक रिंग' (अंगठी) विकत घेण्याची एके काळी त्यांना खूप इच्छा होती आणि आईच्या सांगण्यावरून त्यांनी अंगठीसाठी पैशांची बचत करण्यास सुरुवातही केली होती. पण बॉबच्या अकाली मृत्यूमुळे ते सगळंच थांबलं होतं.

जसजसा नाताळचा सण जवळ येऊ लागला, तसतसं माझं मन खूप सैरभैर होऊ लागलं होतं. बॉबला हा सण मनापासून साजरा करण्याची हौस असायची. त्याच्या उत्साहाचं लोण साऱ्या घरभर पसरत असे. घरातल्या सर्वांना तो छानछान भेटवस्तू देऊन आश्चर्यचकित करून सोडत असे. शाळेतून माझ्यासाठी बाहुल्यांचं घर बनवून आणणं, धाकट्या भावासाठी कुत्र्याचं गोजिरवाणं पिल्लू आणून ते घरात कुठेतरी लपवून ठेवणं, तसंच त्याच्या अर्धवेळ नोकरीच्या पहिल्या पगारातून आईसाठी महागडा ड्रेस आणणं! त्याची अशी प्रत्येक कृती म्हणजे दुसऱ्याला आश्चर्यचकित करून सोडणारी असे.

आता बॉबशिवाय नाताळ कसा काय पार पडणार होता? विशेष असं काहीच घडणार नव्हतं. काका, काकू, आजी सगळे आमच्याच घरी एकत्र जमणार होते. म्हणून आम्ही सगळ्यांनी नावाला म्हणून सहभागी होण्याचं ठरवलं, पण खरं म्हणजे आम्हा कोणाचंच कशातही मन लागत नव्हतं. बाबा

तासन्तास खिडकीजवळ बसून एकटक बाहेर बघत राहत. त्यांच्या काळजीने आईचं मन परत परत भरून येई.

डिसेंबर महिन्याच्या तेवीस तारखेला घरी एक पार्सल आलं. ते पार्सल

उघडून आतमधला बॉबचा निळ्या रंगाचा गणवेश आई बाहेर काढत असताना बाबा थिजल्या नजरेने बघत होते. 'आता इतक्या दिवसांनंतर... का बरं त्या लोकांनी... त्या निनावी लोकांनी... त्याचा गणवेश पाठवलाय?' मी कडवटपणे विचार केला. घरामध्ये विचित्र शांतता पसरली होती. तो गणवेश आतमध्ये जपून ठेवण्यासाठी म्हणून आई त्याची परत नीट घडी घालू लागली, त्याआधी तिने दु:खी मनाने नेहमीच्या सवयीनुसार प्रत्येक खिसा तपासून बघण्यास सुरुवात केली.

जाकिटाच्या आतल्या बाजूच्या एका छोट्या खिशामध्ये तिला एक पन्नास डॉलरची नोट आणि बॉबच्या हस्ताक्षरातली एक लहानशी चिठ्ठी मिळाली. चिठ्ठीवर लिहिलेलं होतं, 'बाबांच्या 'मेसॉनिक रिंग'साठी नाताळची भेट!'

त्या वेळेला बाबांच्या चेहऱ्यावर उमटलेले भाव मी आयुष्यात कधीही विसरू शकणार नाही. जणू एक अद्‌भुत घडलं होतं – थोडं आश्चर्य, अल्प आनंदाचा आभास अन् मन:शांती मिळाल्याची एक ओझरती झलक – अशा संमिश्र भावनांचा तो एक अनोखा नजाराच होता! ओऽ हो! प्रेमाच्या एका फुंकरीमधल्या सामर्थ्याचा आविष्कार होता तो! हातात धरलेली ती चिठ्ठी व पन्नास डॉलरची नोट याकडे ते अनिमिष नेत्रांनी बघत जागीच खिळून उभे होते. कितीतरी वेळ त्याच अवस्थेत उभं राहून मग ते भानावर आले आणि भिंतीवर लावलेल्या बॉबच्या फोटोजवळ जाऊन, समोर उभं राहून त्यांनी बॉबला सॅल्यूट ठोकला. प्रेमभराने त्याला मानवंदनाच दिली.

"माझ्या राजा, तुला नाताळच्या खूप खूप शुभेच्छा!" ते पुटपुटले आणि नाताळचं स्वागत करण्यासाठी आमच्या दिशेला वळले.

मेरी शर्मन हिलबर्ट

The Healing Power of Love

हृदयात दडलेलं प्रेम

"छोट्याछोट्या गोष्टी? लहानसहान क्षण?
छे, छे! ते कधीच लहानसहान वा क्षुल्लक नसतात!"

ज्योन कॅबट-झिन

फेब्रुवारी महिन्यातल्या पावसानं गारठलेल्या एका सकाळी माझी आई, मी व माझे चार भाऊ मिळून बाबांच्या घराची आवराआवर करत होतो. आजपावेतो आम्ही हजारो ठिकाणांना भेट दिलेली असेल. पण त्या दिवशी मात्र आम्ही सगळे एकत्र आल्यामुळे आम्हाला बाहेरचं जग खूप दूर भासत होतं. जणू आम्हाला जगाचा विसरच पडून गेला होता. दुसऱ्या दिवशी बाबांचा अंत्यविधी होणार होता. कोणत्या तरी कामात सतत स्वतःला गुंतवून ठेवत, बाबांना आलेल्या हृदय विकाराच्या झटक्याच्या संकटातून मी स्वतःला सावरणाचा प्रयत्न करत होतो. घरातल्या प्रत्येक वैयक्तिक वस्तूवर माझी नजर पडत होती. ते तसे भोगवादी स्वभावाचे नव्हते, परंतु तरीही घरातली त्यांची प्रत्येक वस्तू अनमोल भासत होती. त्यांनी स्वतः काढलेल्या असंख्य चित्रांनी सगळ्या खोल्या व्यापून टाकल्या होत्या. हॉस्पिटलमध्ये दाखल असताना छोट्याशा वहीमध्ये काढलेल्या रेखाचित्रांतून त्यांच्या व्यक्तिमत्त्वाचीच ओळख होत होती. मोडकळीला आलेली त्यांची मोटार व जुनाट फर्निचर बघून माझ्या मनातल्या त्यांच्या यशस्वी प्रतिमेवर काहीही फरक पडत नव्हता.

आलेला दिवस साजरा करण्याकडे त्यांचा कल असे. कोणतीही गोष्ट ते फार गांभीर्याने घेत नसत. एक प्रकारे हा त्यांचा सर्वोत्तम गुण होता... आणि सर्वांत वाईट सवयही होती असं म्हटलं तरी चालेल. जीवनातल्या लहान-सहान गोष्टींचं भरपूर मूल्य ओळखत मी त्यांच्याप्रमाणेच गेली सदतीस वर्षं घडत गेलो होतो.

त्यांची आठवण देणाऱ्या वस्तू एकत्र करत मी प्रत्येक खोलीत फिरत होतो. घरातला काही पसारा, अडगळ काढून टाकण्यास त्यांना वेळच मिळाला नसावा,

म्हणून मी सर्व कचरा काढून स्वच्छता करीत होतो. मी त्यांच्या झोपण्याच्या खोलीत शिरलो व त्यांच्या लेखी अतिशय मौल्यवान असलेल्या अशा गोष्टीवर माझी नजर पडली. आठ वर्षांच्या माझ्या पुतण्याने आजोबांना लिहिलेलं पत्र होतं ते. आजोबांवर त्याचं किती गाढ प्रेम आहे, त्यांच्याबरोबर मासे पकडण्यास जाताना किती मजा येते व ते कधीच देवाघरी जाणार नाहीत, अशी आशा बाळगणाऱ्या नातवाने आजोबांवरच्या त्यांच्या प्रेमाची प्रांजळ कबुलीच दिली होती पत्राद्वारे! बाबा जेव्हाजेव्हा त्या पत्राबद्दल बोलत तेव्हातेव्हा त्याचं हृदय हेलावून जात असे; त्यांच्या डोळ्यात आसवं तरळत असत. मोठ्या अभिमानाने त्यांनी ते टेबलावर दर्शनी भागातच ठेवलं होतं. घरी येणाऱ्या-जाणाऱ्यांना आनंदाने ते वाचायला देत असत. घरातला गोळा केलेला कचरा, नको असलेलं सामान बाहेर घेऊन जाण्यास आलेल्या कामगारांना मी ते पत्र शेवटचं वाचण्यासाठी म्हणून दिलं. त्या पत्राची योग्य जागा कोणती होती, ते आम्हा सर्वांना बरोबर उमजलं होतं. अर्थातच बाबांबरोबरच ते पत्र चिरंतन काळासाठी राहणार होतं.

एकदा मलाही बाबांना तशा प्रकारचं पत्रं लिहिण्याची इच्छा झाली होती. त्यांच्या आठवणी मनात दाटून आल्या होत्या. एक वर्षापूर्वीच मी एकदा पत्र लिहायलाही घेतलं होतं. बाबांनी केलेले संस्कार व शिकवलेल्या जीवनमूल्यांच्या वाटणाऱ्या आदराबद्दल पूर्ण पान भरून लिहिण्यासाठी माझं हृदय आसुसलं होतं. पण एक अक्षरही कागदावर उमटायच्या आतच माझ्या बुद्धीने भावनांवर मात केली. मला असं वाटायला लागलं, की बाबा असलं पत्र गुपचुप फक्त त्यांच्याजवळच ठेवणार नाहीत. माझ्या भावांना ते न दाखवण्याचं जरी त्यांनी कबूल केलं, तरी मला खात्री होती, की कधी ना कधी चांगल्याच हेतूने, अभिमानाने ते त्या पत्राचा गौप्यस्फोट करतीलच. आता या वयात मनातल्या भावना व्यक्त केलेल्या इतरांना कळल्यावर मला खूपच लाज वाटली असती. मी विचार केला की शब्दांपेक्षा माझ्या कृतीतून, वागण्यामधूनच त्यांच्याबद्दलच्या माझ्या भावना जास्त समर्थपणे उघड होत असतात. त्यामुळे शेवटी मी काहीच लिहिलं नाही. बाबा कायम आपल्याजवळ राहणार, ते आम्हाला सोडून कधीच जाणार नाहीत, अशी भाबडी कल्पना करून, कधीतरी संधी आली की पत्र लिहू या, असा विचार मी करी!

पाहता पाहता अनेक वर्षं लोटली आणि मी कधीच तसं पत्रं लिहू शकलो नव्हतो. त्याबद्दल आता मला खेद वाटू लागला. माझी आईदेखील आता काही तरुण होत जाणार नव्हती आणि आजपर्यंतच्या आयुष्यात तिने माझ्यासाठी किती केलं होतं, त्याबद्दल मी तिचे कधी साधे आभारही मानलेले नव्हते, असे विचार माझ्या मनात डोकावू लागले. या वेळी मात्र लाज वाटण्याऐवजी मी

माझ्या योजनेत माझ्या इतर भावांनाही सामील करून घेण्याचं ठरवलं. नाताळच्या सणाला एक माहिनाच उरलेला होता आणि आजवर कधीही न लिहिलेल्या मनातल्या भावना पत्राद्वारे लिहून तिचे आभार मानले, तर यापेक्षा खरोखरच आणखी कोणती भेटवस्तू तिच्यासाठी जास्त मौल्यवान ठरली असती?त्यासाठी आम्हा भावांपैकी मात्र प्रत्येकाने काहीतरी लिहिणं आवश्यक होतं. कारण एकाने जरी नकार दिला असता, तर तिच्या मनात प्रामुख्याने तेवढा एकच विचार येत राहिला असता की, त्या एकानेच का बरं काही लिहिलं नाही?

अर्थातच, सगळ्या भावांना पत्रं लिहिण्यास राजी करणं, हे काही तसं सोपं नव्हतंच मुळी. योजना नीट बनवणं मला भागच होतं.

सगळ्यात लीलया कोणाला पटवता येईल व कोणाला समजावण्यात सर्वांत जास्त प्रयास पडतील त्या क्रमानुसार मी माझ्या चार भावांच्या नावाची यादीच केली. माझी योजना बॉब सहज समजून घेईल याची मला खात्री होती, कारण त्याचं आईशी खूप चांगलं पटत असे. गॅरी दुसऱ्या क्रमांकावर ठेवला, कारण दर वर्षी मातृदिनाच्या निमित्ताने आठवणीने तो आईला शुभेच्छाकार्ड पाठवत असे. त्यानंतर होता मार्क, गेले सहा महिने त्याने एकदाही आईला साधा फोनही केलेला नव्हता. भरीसभर म्हणजे त्याची चार मुलं कधीच आजीला भेटायला येत नसत आणि तिला त्यांची किती आठवण येत असेल, याची मला पूर्ण कल्पना होती. रिक रॉचेस्टरला राहात होता. एक कर्तव्य म्हणून, काही प्रसंगीनिमित्तच, तो तास-दीड तासासाठीच बफेलो राज्यात राहणाऱ्या आईला भेटून जात असे. त्याचा व आईचा फक्त तेवढाच संबंध उरलेला होता.

आईशी सतत संपर्कात न राहण्याबद्दल आम्हा प्रत्येकाकडे भरपूर सबबी

होत्या. अर्थात आम्ही काही हेतुपुर:सर आईशी संबंध कमी केले होते असं नव्हतं, पण मुद्दाम जाणीपूर्वक तिच्या संपर्कात राहण्याचा प्रयत्नही केला नव्हता. तेही तेवढंच खरं! सतत फक्त त्याग करत जगणारी – एवढीच तिची प्रतिमा आमच्या मनात ठसलेली होती आणि तिची रागीट अधिकारवाणी कधीकधी आम्हाला इतका वैताग आणे की, त्यामुळे चिडून आमच्या वागण्याने ती किती दुखावली जात असावी, ते कधी आम्ही समजूनच घेतलं नव्हतं.

विचार करण्यात गढून जाऊन मी फोनजवळ स्तब्ध बसून होतो. मला काहीच ठरवता येत नव्हतं. कदाचित माझ्या मनाप्रमाणे घडणारही होतं. का माझ्या भावांनाही या कल्पनेत सहभागी करून घेऊन मी काही तरी लज्जास्पद काम करायचं ठरवत होतो? ते काही केल्या मला ठरवता येत नव्हतं.

एकूण काय? तर मी... थोडा साशंक... थोडा डळमळीत... अन् असुरक्षिततेची भावना मनात जोपासून बाबांना पत्र लिहिता लिहिता तसाच राहून गेलेलो होतो. 'समजा असं झालं तर किंवा तसं झालं तर' असल्या शंकाकुशंकांमुळे फोन करण्यास माझा हात तेवढ्या वेगाने पुढे येत नव्हता. पण नाही. या वेळी मात्र मी अगदी ठामपणेच निर्णय घेतला पाहिजे. मग पुढे काहीही झालं तरी चालेल. यश मिळेल किंवा मानहानी पत्करावी लागेल वा माझं हसू होईल, पण त्या सगळ्याला तोंड देण्यास मी पूर्णपणे सज्ज होतो.

शेवटी मी बॉबला फोन केलाच! मला काय करावंसं वाटतंय ते त्याला समजावून सांगितलं. त्यामागचं कारणही स्पष्ट केलं आणि माझी योजना कशा प्रकारे अमलात आणायची तेही अगदी सविस्तररित्या त्याच्या कानावर घातलं. माझ्या मते, बॉबला काही अडचण नव्हती. तो तयार होणार होता. एकदा का सगळी योजना लक्षात आली, की त्याच्यासाठी सगळं सुकर होणार होतं. माझं दोन मिनिटांचं एकतर्फी बोलणं संपल्यावर फोनच्या दुसऱ्या बाजूला एकदम शांतता पसरली आणि मग काही क्षणांनी तो म्हणाला, "तुझं म्हणणं ठीक आहे, पण यापेक्षा आपण बाबांनाच पत्र लिहिलं असतं ना, तर सगळं फार सोपं गेलं असतं!" जरा परखडपणेच त्यानं उत्तर दिलं होतं.

शी! काय पण उत्तर होतं ते? मी विचार केला. त्या भावाबद्दल मला शंभर टक्के खात्री होती. तो इतर एखादा प्रसंग असता, तर कदाचित मीही त्याच्याशी सहमत होऊन माझा विचारही ढासळला असता. पण मी तसा मार्ग स्वीकारण्याचं ठरवलेचं नव्हतं. म्हणून मी परत पहिल्यापासून बोलायला सुरुवात केली आणि मग म्हणालो, "हे बघ, ते आता जाऊ दे. मला सांग, एखाद्या गोष्टीसाठी आईचेही आभार मानायचं राहून गेलंय, अशा एखाद्या प्रसंगाचा विचार करून बघशील का तू?"

"हो, हो. नक्कीच." तो म्हणाला.

"चल तर मग, नाताळच्या पूर्वसंध्येला आपण सगळे जेव्हा आईच्या घरी भेटू, तेव्हा तू आईला लिहिलेलं पत्र माझ्या हवाली करायचंय, चालेल ना?"

"ठीक आहे. मी करीन तसं." उगाचच जास्त आढेवेढे न घेता तो म्हणाला. मी फोन खाली ठेवला व माझ्या मनात पहिला विचार आला. 'वा, हे मात्र छान झालं. माझ्या खात्यात एक नाव तर जमा झालं म्हणायचं!' पहिलाच चांगला प्रतिसाद मिळाल्यावर लगेहाथ मी एकापाठोपाठ एक असं करत दोन, तीन व चार नंबरच्या भावांना फोन केला. भली मोठी योजना होती ती. बॉब मला सुरुवातीला विरोध करेल अशी माझी अपेक्षा नव्हती. त्यामुळे इतर भावांना पटवणं सोपं जाणार नव्हतं हे निश्चित! दुसरा नंबर होता गॅरीचा. त्याने आपुलकी व कळकळीच्या सुरात मला उत्तर दिलं आणि तो तसंच वागेल असं माझं मन मला आधीपासूनच सांगत होतं. "किती मोठं पत्रं लिहावं लागेल आणि काय मजकूर लिहायचा त्यात?"

त्यानंतर मी मार्कला फोन लावला. फोन लावण्याआधी मला थोडी धाकधूकच वाटत होती. एक तर गेल्या कित्येक महिन्यांत तो फोनवरूनही आईशी बोललेला नव्हता. तो आईवर खूप चिडलेला होता ते मला माहिती होतं. मी ठरवलेल्या बेताबद्दल त्याला सांगितलं आणि बॉब व गॅरी माझ्याशी सहमत झाले होते, ते ही बोललो. मार्कला तयार करणं ते माझ्यासाठी महाकठीण कर्म होतं.

पण पुढच्याच क्षणी जे काही घडलं ते मी कधीही विसरू शकणार नाही.

माझं बोलणं झाल्यावर त्याने त्याची कहाणी सुरू केली. "मला आजही आठवतंय की तेव्हा मी माध्यमिक शाळेत होतो आणि माझ्या हातून काहीच चूक घडलेली नसताना मला शाळेतून तात्पुरतं काढून टाकण्यात आलं होतं. घरी आल्यावर साहजिकच आईनं मला विचारलं, 'तू खरंच काही चुकीचं वागला होतास का?' मी म्हणालो, 'नाही, अजिबात नाही!' मला बरोबर घेऊन ती तडक शाळेतल्या श्वाफर सरांना भेटण्यास निघाली. अतिशय कडक स्वभावाच्या त्या सरांसारखे इतर दुसरे कोणी शिक्षक क्वचितच विद्यार्थ्यांना लाभले असतील. त्या सरांच्या ऑफिसमध्ये जाऊन आम्ही दोघं धडकलोच आणि मला काही कळायच्या आतच आईने त्यांच्यावर तोंडसुख घेण्यास सुरुवात केली. 'जर माझा मुलगा म्हणतोय, की त्याने काही केलं नव्हतं, तर त्याचा अर्थ त्याने खरंच शंभर टक्के काही चूक केलेली नसणारच.' अशा भाषेत त्यांना ती बराच वेळ बोलत होती; ती शांत होईपर्यंत ते तर घाबरून टेबलाखालीच सरकले होते. व नंतर त्यांच्या घोडचुकीबद्दल त्यांनी परत परत आईची क्षमाही मागितली होती."

तो प्रसंग जणू कालच घडलाय अशा पद्धतीनं मार्क सांगत होता. ते ऐकून मलाही धक्काच बसला. कारण मी त्या प्रसंगाबद्दल कधीही ऐकलेलं नव्हतं आणि आश्चर्य म्हणजे मार्कला सगळं किती सविस्तररित्या आठवत होतं!

नंतर होती रिकची पाळी. मार्कप्रमाणेच त्यालाही माध्यमिक शाळेत असतानाचीच एक चांगली गोष्ट आठवत होती. बॉब, गॅरी व मार्क माझ्या योजनेत स्वेच्छेनं भाग घेण्यास तयार झालेच होते. त्यामुळे आता आखणीप्रमाणे सर्व सुरळीतपणे पार पडणार, अशी लक्षणं दिसत होती. माझ्या सगळ्या भावांच्या मनात आईबद्दलच्या गतकाळातल्या स्मृती परत जागृत झाल्या होत्या. ती जणू आमच्यापासून दूर झालीच नव्हती; अशा प्रकारे मी त्या आठवणी एकत्रित करणार होतो, अशी आशा माझ्या मनात पालवू लागली. चला, माझ्या खात्यात चौघा भावांची भर पडली शेवटी!

नाताळच्या पूर्वसंध्येच्या आधी दोन दिवस मी परत चारही भावांना फोन केला. तेव्हा पत्रलेखनाचं त्यांचं काम पूर्ण झाल्याचं मला कळलं. मी एक अखेरची सूचना त्यांना केली की, आईकडे येताना त्यांनी न विसरता आपापलं पत्रं आठवणीनं घेऊन यावं. कारण मी नंतर सगळ्यांची पत्रं बुटांच्या एका रिकाम्या डब्यात ठेवून, तो डबा रंगीत कागदाच्या वेष्टनानं सजवून नाताळची भेट म्हणून आईला देणार होतो.

आणि नाताळची पूर्वसंध्या अवतरली. मी आईच्या हातात तो डबा दिला आणि म्हणालो, "आम्हा सर्वांतर्फे तुला ही भेट. उद्या सकाळपर्यंत मात्र उघडून बघू नकोस प्लीज." तिच्या चेहऱ्यावर प्रश्नचिन्ह उमटलं, आमच्या मनात काय असावं अशा कोड्यात पडल्यासारखे भाव तिच्या चेहऱ्यावर दिसले. पण सकाळपर्यंत वाट बघण्यास ती तयार झाली व म्हणाली, "खूप खूप आभारी आहे मी तुम्हा सर्वांची."

दर वर्षी नाताळच्या आदल्या दिवशी आईकडे जमल्यावर खूप मजा येत असे. पण या वर्षी माझ्यासाठी तो खास नाताळ होता. सगळं मनासारखं पार पडू शकेल, अशी मी कल्पनाही केली नव्हती. माझे भाऊ व त्यांचे कुटुंबीय सगळे एकत्र जमून स्वतःची भेटवस्तू उघडून बघत होते. पण या वर्षी तेही सारं कसं वेगळंच भासत होतं... एकमेकांबद्दल जवळीक, ओलावा, प्रेमाची ऊब!

त्या रात्री घरी परत जात असताना माझ्या मनाला इच्छापूर्तीचं समाधान लाभलं होतं. आदल्या रात्री आई सगळ्या नातवंडांच्या घोळक्यात बसून किती आनंदाने गप्पा मारत होती, हसत होती ते सगळं मला परत परत आठवत होतं. कदाचित आम्हा सर्वांसाठीच ती एक 'खास रात्र' बनली होती. आम्हाला सगळ्यांना आईबद्दल परत एकदा त्या रात्री खूप आपुलकी वाटू लागली होती,

असं भासत होतं. किंवा कदाचित मीच एकटा आशा करत होतो, की परत एकदा आम्ही नव्याने एकमेकांच्या जवळ आलो होतो.

नाताळच्या सुप्रभाती माझा फोन वाजला. आईचाच फोन होता तो. ती मला मोकळेपणानं म्हणाली, की सकाळ होईपर्यंत भेटवस्तूचा तो डबा उघडण्यासाठी ती थांबू शकली नव्हती. डब्यामधल्या प्रत्येक पत्राचं तिने तीनतीन वेळा पारायण केलं व नंतर आनंदाश्रू ढाळतढाळत ती झोपी गेली होती. पुढे ती असंही म्हणाली, "मला खात्री आहे की हे सगळं घडवून आणण्यामागे तूच होतास आणि खरंच सगळं छान प्रकारे पार पडलं बरं का!" मी तिला म्हणालो की समारंभ पार पाडण्यासाठी सगळ्यांनीच जबाबदारी घेतली होती आणि खरं म्हणजे हे फार पूर्वीच करायला हवं होतं.

माझ्या भावांनी त्यांच्या पत्रात काय काय लिहिलं होतं, ते सगळं मला कधीच कळलं नाही. मी माझ्या पत्रात एका जुन्या प्रसंगाबद्दल आवर्जून लिहिलं होतं. मी तेव्हा साधारणपणे दहा वर्षांचा असेन आणि एकदा मला खेळांच्या स्पर्धेमध्ये भाग घेण्यास मैदानावर जाण्याची खूप इच्छा होत होती. तेव्हा नक्की काय संवाद घडला होता, हे त्याच शब्दात मला आता आठवणं शक्य नाहीये, पण असंच काहीतरी बोलणं झालं होतं.

'घरात इतर कोणाच्याच मते मी भाग घेण्याला जास्त काही महत्त्व वाटत नव्हतं. पण तुला एकटीलाच माझ्या डोळ्यातले निराशेचे भाव टिपता आले होते आणि तू म्हणाली होतीस. 'चल, मी घेऊन चलते तुला.' मी माझ्या परीने शर्थ करत बक्षीस मिळवण्याचा प्रयत्न करत होतो व तू मात्र तासाभरापेक्षा अधिक वेळ केवळ माझ्यासाठी म्हणून पावसात भिजत उघड्या मैदानावर बसून राहिली होतीस. मला नाही वाटत मी तुझे त्यासाठी कधी आभार मानले होते. पण माझ्या लेखी मात्र ती खूपखूप मोठी गोष्ट होती.'

तुम्हा दोघांत आम्हाला बाबा जास्त जवळचे वाटत. जरा जास्तच आवडत आणि अशा पाच मुलग्यांना लहानाचं मोठं करताना तिला ते किती त्रासदायक झालं असेल, याबद्दलही मी पत्रात लिहिलं होतं. 'छान, प्रेमळ बाबा या प्रतिमेची सोपी भूमिका बाबांच्या वाट्याला आली होती आणि आम्हाला शिस्त लावणारी, चुकलो की रागावणारी अशी भूमिका तुला वठवावी लागली होती. योग्य-अयोग्य, खरं-खोटं, चूक-बरोबर हे ओळखण्यास व चूक झाल्यास माफी मागण्यास तूच आम्हाला शिकवलं होतंस. आई, तू तुझं कर्तव्य चोखपणे बजावलंस. त्याबद्दल मी सदैव तुझा ऋणी राहीन.'

असे कौतुकाचे शब्द अनुभवण्यासाठी आई कितीतरी वर्षं आसुसलेली होती. मनातून आम्हाला नेहमीच ती जाणीव असे, पण शब्दरूपाने ती तिच्यापर्यंत

कधी पोहोचवली नव्हती. 'थँक्स-गिव्हिंग' समारंभाच्या दिवशी मेजवानीचा खास स्वयंपाक करून, रात्री जेवण झाल्यावर दर वर्षी तिला मी रडताना बघत असे. दिवसभर राबराबून ती किती सुंदर, चविष्ट स्वयंपाक बनवत असे. आणि बाबा, मी व माझे भाऊ मिळून त्यांच्या फडशा पाडत असू आणि जेवणानंतर लगेच बाहेरच्या खोलीत जाऊन आपापल्या व्यापात दंग होऊन जात असू.

मला माझ्यामध्ये आई-बाबांचं खूप साम्य आढळतं आणि त्यामुळे मी स्वत:वर खूप खूश असतो. आईसाठी काहीतरी खास करावं व आम्हाला तिच्याबद्दल किती वाटतं, ते तिला दाखवून द्यावं अशी इच्छा मलाच झाली होती. ती कशी सतत आमच्याबरोबरच होती, हे तिला कौतुकाचे चार शब्द लिहून आम्हाला सांगता आलं होतं.

मागे वळून बघताना असं वाटतंय, की हे सर्व मी माझ्या स्वत:च्या आणि बॉब, गॅरी, मार्क व रिक यांच्या आनंदासाठीच केलं होतं.

हिमकणांच्या वर्षावात न्हाऊन निघालेल्या त्या नाताळच्या प्रसन्न सकाळी मी समाधानाने फोनचा रिसिव्हर खाली ठेवला, आरामात सोफ्यावर रेलून बसलो. वरती आकाशाकडे नजर टाकत कल्पना करू लागलो, की तिथे दूर बाबा त्यांच्या डोळ्यातले आनंदाश्रू टिपत असावेत.

खरोखरच त्या वर्षीच्या नाताळच्या सणाला आम्हा प्रत्येकालाच काही ना काही अनमोल असा ठेवा प्राप्त झाला होता.

जिम श्नीगोल्ड

"How Much Love Can You Fit in a Shoebox?"

अविस्मरणीय नाताळ

ही गोष्ट आहे, एका वर्षीच्या नाताळ सणाची व सणानिमित्त नाताळच्या झाडाखाली ठेवलेल्या भेटवस्तूच्या एका डब्याची – जो डबा; पूर्ण सायकल मावण्याइतका नक्कीच मोठा नव्हता. तो डबा छानशा निळ्या रंगाच्या चकचकीत कागदाच्या वेष्टनात ठेवलेला होता व वरती एक कार्ड लावलेलं होतं – 'प्रिय टेरी, नाताळच्या हार्दिक शुभेच्छा व खूपखूप प्रेम. आईबाबांकडून सप्रेम भेट.' त्या डब्यानं पटकन माझं लक्ष वेधून घेतलं होतं, कारण त्यात मला हवी असलेली भेटवस्तू असणार हे मला माहिती होतं. खरं म्हणजे मला हवी होती, एक सायकल. अशीतशी साधीसुधी सायकल नाही बरं का! तर 'हिल' या भागातल्या जॉनस्टन हार्डवेअर स्टोअरमध्ये मी पाहिलेली निळ्याशार रंगाची सुंदर सायकल!

सजवलेल्या त्या झाडाच्या दुसऱ्या बाजूला अजून एक डबा होता. तो लाल रंगाच्या कागदात गुंडाळून ठेवलेला होता व वरती लावलेल्या कार्डावर, 'प्रिय स्टीव्ह, नाताळच्या शुभेच्छा व खूप खूप प्रेम. आईबाबांकडून सप्रेम भेट.' असा मजकूर दिसत होता. स्टीव्ह हा माझा धाकटा भाऊ. वय वर्षं नऊ. त्याला विजेवर चालणारी आगगाडी हवी होती आणि त्या डब्यात ती गाडीच असणार, याची त्याला पक्की खात्री होती.

१९५८ चं वर्ष होतं ते. मला अकरावं वर्ष चालू होतं. तेव्हा आम्ही 'सेडार फॉल्स' या एका छोट्या शहरात राहत होतो. पण त्या शहराशी माझी फारशी ओळख झालीच नाही, कारण पुढच्या वर्षीच, पानगळीच्या दिवसांत आम्ही आयोवा सिटीमध्ये राहण्यास गेलो होतो.

आमचं घर म्हणजे शेतावरचं; खास कमी उंचीचं नवं कोरं घर होतं. बाहेरच्या बाजूला त्याला हिरवा रंग दिलेला होता. घरासमोरचा रस्ता नुकताच बनवलेला होता. शेजारी-पाजारी अजून अनोळखीच वाटत होते. रस्त्यावरची बहुतेक घरं श्रीमंती थाटाची वाटत.

शहराचा 'हिल' हा भाग आमच्या घरापासून सहा चौक ओलांडून गेल्यावर

येत असे. तिथे जाऊन तऱ्हेतऱ्हेची खरेदी करण्याचं आम्हाला कोण कौतुक वाटे. ती जागा अजून एका कारणाने आम्हाला जास्त महत्त्वाची वाटे, की आमची सतरा वर्षांची लिंडा पुढच्या वर्षी तिथल्या कॉलेजमध्ये शिकायला जाणार होती.

नाताळच्या आधीच्या सोमवारी मी व स्टीव्ह दोघं मिळून नाताळसाठी खास खरेदी करण्यास 'हिल'ला गेलो होतो. थंडीने कुडकुडत मी दोन्ही हात खिशात खुपसून चालत होतो. आकाश राखाडी रंगाचं होऊन गेलेलं होतं व बोचऱ्या वाऱ्यामुळे निष्पर्ण झाडांच्या फांद्या जोरजोरात हलत होत्या व ते बघूनच थंडी पार माझ्या हाडांपर्यंत जाऊन पोहोचली होती.

"चल लवकर लवकर स्टीव्ह." मी अधीर होऊन भावाला ओरडलो. "घाई केली नाहीतर आपण तिथपर्यंत कधीच पोहोचणार नाही."

"चल, शर्यत लावू या धावण्याची." तो म्हणाला.

लगेचच आम्ही दोघांनी धावायला सुरुवात केली. खरं म्हणजे मीच त्याच्यापेक्षा जास्त वेगाने धावत होतो, पण मधेमधे तोही पठ्ठ्या मला मागे टाकून पुढे जात होता. मग मी दातओठ खाऊन शर्थीने त्याला गाठायचा प्रयत्न करत होतो.

कोपऱ्यावर पोहोचल्यावर तो थांबला व तोंडातून वाफा सोडत म्हणाला, "मीच जिंकलो, मीच जिंकलो." शर्यत जिंकल्याच्या आनंदाने त्याचा लाल झालेला चेहरा चमकत होता आणि तो जोरजोरात धापा टाकत होता.

दुसरा एखादा दिवस असता, तर मी त्याच्यावर लबाडी केल्याचा आरोप केला असता. पण तो दिवस 'स्पेशल' होता, म्हणून मग मी जिंकण्याचा आनंद त्याला लुटू देण्याचं ठरवलं. 'हिल'चा भाग दिसू लागला होता. तिथल्या

रस्त्यावरच्या दिव्यांच्या खांबांना छानपैकी सजवलेलं होतं. मी व स्टीव्ह त्या चढावरून ('हिल' या नावाप्रमाणेच तो भाग चढावर होता.) रखडत रखडत चाललो होतो. वाटेत आइस्क्रीमचं दुकान लागलं. उन्हाळ्यात कधीकधी आम्ही तिथे आइस्क्रीम खात असू. नंतर पाळीव प्राण्यांच्या दुकानावरून जाताना तिथले पोपट, कासवं कुतूहलाने बघत होतो. नाताळच्या खरेदीसाठी आम्ही दोघंच असे प्रथमच तिथल्या 'फाइव्ह अँड डाइम' या दुकानात जात होतो.

माझ्या भावाने स्वत: साठवलेले पैसे (पिगी बँक) हातात घट्ट धरून आणले होते. माझ्या खिशात होते एकूण चार डॉलर. त्यातले थोडे पैसे शेजाऱ्यांच्या अंगणामधला पालापाचोळा झाडण्याचं काम करून मिळवलेले होते.

डाइम दुकानाच्या बाहेरच्या खिडकीत ठेवलेल्या वस्तू आम्ही डोळे भरून बघत उभे राहिलो. चॉकलेटपासून बनवलेला सान्ताक्लॉज, लांबसडक केस असलेल्या बाहुल्या, लालचुटुक रंगाचे आगीचे बंब (त्यांना एक नळी जोडलेली होती व त्यातून पाण्याचा फवाराही उडवता येत असे) अशा छानछान वस्तूंचं भांडारच होतं ते!

''ए स्टीव्ह, तू ते भेटवस्तू म्हणून विकत घे ना माझ्यासाठी,'' कृत्रिम बर्फाच्या ढिगावरून घसरणाऱ्या एका गोल, निळ्या तबकडीकडे बघत मी भावाला म्हणालो. ''तुला पण खेळू देईन मी.''

''माझ्याकडे फक्त पासष्ट सेंट, एवढेच पैसे आहेत बरं का,'' त्याने मला आठवण करून दिली.

नंतर आम्ही दुकानात शिरलो. एका जागी रंगीबेरंगी कंगवे ठेवलेले होते. तिथे स्टीव्ह थबकला. माझ्याकडे कटाक्ष टाकत त्याने विचारलं, ''का रे, तुला तुझी खरेदी करायची नाहीये वाटतं?''

मग मी एकटा जवळच्या एका शेल्फकडे वळलो. तिथे कागदी लिफाफे, वह्या, पेन्सिली, रबरं असं सगळं सामान ठेवलेलं होतं. आमच्या बहिणीला लवकरच आम्हाला पत्रं लिहिण्याची गरज पडेल असा विचार माझ्या मनात आला. तिच्यासाठी ती अगदी योग्य भेट ठरली असती. वडिलांसाठी एक छानशी वही घ्यावी की नाही याचा विचार मी करत होतो, कारण आयोवा सिटीमध्ये राहायला गेल्यावर बाबा, चक्क वयाच्या पंचेचाळिसाव्या वर्षी कॉलेजमध्ये नाव घालणार होते. त्यांना तशी वही उपयोगी पडली असती. 'पण छे, ती फारच मामुली भेट होईल.' मी मनात म्हणालो. बाबांना मला खास वस्तू द्यायची होती. त्यांच्या काही मित्रांजवळ असलेल्या हिरव्या रंगाच्या वैशिष्ट्यपूर्ण टोपीसारखं काहीतरी!

माझा भाऊ परत येऊन तिथल्या पेन्सिली बघू लागला. मी माझं निवडलेलं

सामान घेऊन पैसे देण्यासाठी काऊंटरपाशी गेलो. आईसाठी पाय शेकण्याकरता वापरण्याचे हॉट-पॅड्स मी स्वत: हाताने बनवून तयार केले होते. पण जोडीला अजून काहीतरी तिला द्यावंसं वाटत होतं आणि अचानक मला एक अगदी सुयोग्य अशीच वस्तू दिसली. फिक्कट निळ्या रंगाचे कानात घालायचे लोलक. ते तिच्या नव्या ड्रेसवर खूप शोभूनही दिसले असते.

बेसबॉल कार्ड, बबलगम आणि स्टीव्हसाठी एक छोटीशी विजेरी (टॉर्च) घेण्याइतके पैसे माझ्याजवळ शिल्लक उरले होते. सगळी खरेदी करून बिलं भरून दुकानाच्या बाहेर येऊन मी स्टीव्ह येण्याची वाट बघत उभा राहिलो.

लवकरच तोही दुकानातून बाहेर आला. एका हातात सगळं सामान ठेवलेली एक छोटी पिशवी व दुसऱ्या हातात निकेलचं एक नाणं घेऊन तो हसून मला म्हणाला, "चल चल, या वस्तू बांधण्यासाठी आपण छान रंगीत कागदही विकत घेऊन टाकू या."

घरी परत जाताना मी मुद्दामच त्या हार्डवेअरच्या दुकानावरून जाणारा रस्ता पकडला. कारण त्यामुळे तिथे असलेल्या त्या 'माझ्या' सायकलचं दर्शन होऊ शकलं असतं. म्हणजे खरं म्हटलं तर ती काही 'माझी' सायकल नव्हती, पण ती विकत घेण्यासाठी मी पैसे वाचवून ते बाजूला टाकत होतो. त्या सायकलखेरीज जगातली दुसरी कोणतीही गोष्ट मला नको होती. छान निळ्या रंगाची कशी सुबक व नेटकी इटालियन सायकल होती ती! इतकी मस्त सायकल मी त्याआधी कधीच पाहिली नव्हती. त्या सायकलवर बसून शाळेत जायचं, आइस्क्रीमच्या दुकानात जायचं असे माझे बेतही ठरले होते. तसंच माझी मैत्रीण कॅथी जरी आमच्या घराजवळच राहत होती, तरी तिच्याकडे माझ्या सायकलवरून ऐटीत जाण्याचं स्वप्न मी रंगवत असे आणि पुढच्या वर्षी आयोवा शहरभर मी त्या सायकलने मनसोक्त भटकणार होतो.

त्या हार्डवेअरच्या दुकानात बरीच गर्दी दिसत होती आणि दुकानाचे मालक, जॉनस्टन ग्राहकांशी बोलत होते. गप्पा करण्यासाठी आज त्यांना वेळ मिळणार नव्हता. मी पटकन माझ्या सायकलचं दर्शन घेऊन मगच तिथून घराचा रस्ता घेण्याचं ठरवलं. दुकानातलं खेळाचं सामान बघण्यात माझा भाऊ मग्न होता आणि मी दुकानाच्या मागच्या बाजूला, जिथे सायकली ठेवल्या होत्या तिथे गेलो. तिथेच अगदी शेवटच्या बाजूला 'माझी' आकाशासारखी निळीशार सायकल तिला कोणीतरी चालवावं अशा प्रतीक्षेत, थाटात उभी होती. सायकलच्या निळ्या-पांढऱ्या सीटला हात लावून बघण्यासाठी म्हणून मी जवळ गेलो आणि माझ्या काळजाचा ठोकाच चुकला. तिच्या हँडलला एक कार्ड अडकवलेलं होतं व त्यावर मोठ्या अक्षरात लिहिलेलं होतं. SOLD! (विक्री झालेली आहे.)

ते बघितल्यावर दगडी पुतळ्यासारखा मी निश्चल होऊन गेलो. तीन महिन्यांपूर्वी मी जेव्हा तिला पहिल्यांदा पाहिलं होतं, तेव्हापासूनच ती निळीशार सायकल विकत घेण्यासाठी मी पैशाची बचत करण्यात सुरुवात केली होती.

डोळ्यांतून घळाघळा वाहणारे अश्रू आवरत मी झटक्यात तिथून बाहेर पडलो. आता दुसरंच कोणीतरी माझ्या सायकलवर बसून कॉलेज स्ट्रीटवरती हिंडणार तर! कदाचित माझ्या ओळखीतलीच कोणी व्यक्ती असेल ती किंवा जर कोणी अनोळखी व्यक्ती निघाली तर, हे देवा! आणि त्याने वा तिने ती सायकल नीट न वापरता पावसात, बर्फात उघड्यावरच ठेवली, तर ती गंजून जाणार, तुटून जाणार, जुनाट होणार!

घरी परत जाताना मी व स्टीव्ह खूप सावकाश चालत होतो. माझं तर थंडीकडेही लक्ष जात नव्हतं. स्टीव्हला माझ्याशी गप्पा कराव्याश्या वाटत होत्या, पण माझ्या डोक्यात मात्र सायकल एके सायकलचाच विचार चालू होता. इतके दिवस ती तिथे होती आणि आता ती तिथे नसणार! एक गोष्ट मात्र नक्की होती की मी आता माझी मातीची बँक (पैसे साठवलेली) फोडू शकणार होतो. इतक्या कष्टाने साठवलेले ते बारा डॉलर आता काही कामाचे नव्हते, ते खर्च करून काय विकत घेता येईल याचा मी विचार करू लागलो होतो.

सेडार फॉल्समधला आमचा हा शेवटचा नाताळचा सण होता व तो खरंच आमच्या दृष्टीने ब्लू ख्रिसमस (दुःखी नाताळ) ठरणार होता. पुढच्या वर्षी आम्ही आमच्या या प्रशस्त घरात, दोन दोन शेकोट्यांच्या उबेत राहणार नव्हतो. त्याऐवजी आमच्या वाट्याला आता दुसऱ्या जागतिक युद्धानंतर रिकाम्या पडलेल्या बराकीच येणार होत्या. सेडार फॉलमधल्या आमच्या घरातल्या माझ्या एकट्याच्या खोलीपेक्षाही ती जागा लहान असणार होती. शेकोटीऐवजी तिथे तेलावर जळणारा स्टोव्ह वापरावा लागणार होता. सेडार फॉल्सच्या घराला मोठी खिडकी होती. जिथून समोरची हिरवीगार हिरवळ दृष्टीस पडत असे. बराकीत खिडकीतून ना आम्ही बाहेर बघू शकणार होतो, ना तिथे आसपास हिरवळ दिसणार होती. माझी आई सतत ऐकवत असे, की आता आम्हाला खर्च कमी करून पैशाची बचत करावी लागणार होती. माझे वडील महाविद्यालयीन शिक्षण पूर्ण करणार म्हटल्यावर, तिकडे गेल्यावर आईने नोकरी शोधण्याचं ठरवलेलं होतं.

काटकसर करण्यास व हे गाव सोडून जाण्यास मी मुळीच उत्सुक नव्हतो. मला माझं सेडार फॉल्स गाव, 'हिल' भागातली दुकानं, माझी शाळा आणि माझी जवळची मैत्रीण कॅथी हेच सगळं आवडत असे. पण शिक्षणाचं महत्त्वही मला समजत होतं. त्यामुळेच तर आम्ही या उतारावरच्या घरात राहण्यास आलो होतो – समोर भलीमोठी हिरवळ, रशियन ऑलिव्ह व वीपिंग विलोची झाडं

असलेलं आमचं सुंदर घर! माझे आईवडील त्यांच्या लहानपणी, धूर ओकणाऱ्या कारखान्यांजवळ असणाऱ्या ज्या अंधाऱ्या, काडीपेटीसारख्या घाणेरड्या घरात वाढले होते, तशा घरांपासून आमचं हे घर मैलोन्‌मैल दूर होतं आणि आता तर पुढचं शिक्षण घेण्यास या गावातून दुसऱ्या शहरामध्ये राहण्यास जाण्यामुळे माझ्या बाबांना पीएच.डी पदवी मिळवणं शक्य होणार होतं व नंतर एखाद्या मोठ्या शहरातल्या विद्यापीठात प्रोफेसर म्हणून नोकरीही मिळण्याची शक्यता होती.

मला जर ती निळी सायकल मिळाली, तर मग मलाही दुसऱ्या गावी जाऊन राहण्यास आवडलं असतं, असा मी विचार केला. पण बाबांना त्यांच्या बालपणी किती कमी गोष्टी मिळाल्या होत्या हे मला आठवलं, मग मी सायकलबद्दलचे विचार मनातून काढण्याचं ठरवलं. विचार करण्यासाठी नाताळचा सण, भेटवस्तू वेष्टनात गुंडाळण्याचं काम अशा कितीतरी गोष्टी होत्याच की! मी व माझा भाऊ घरी पोहोचेपर्यंत माझी कळी चांगलीच खुलली होती. आम्ही धावतच घरात घुसलो व लगेच जाकीट, हॅट काढून भिरकावून देऊन मोकळे झालो. घरात रेकॉर्ड प्लेअरवर (फोनो) बिंग क्रॉस्बीचं 'व्हाईट ख्रिसमस' हे गाणं चालू होतं. त्याचा अर्थ आम्ही बाजारात गेलेलो असताना बाबांनी त्यांचा ख्रिसमसच्या गाण्यांच्या रेकॉर्डचा संच माळ्यावरून खाली काढला होता. शेकोटीजवळ बसून ते वाचन करताना दिसत होते. शेकोटीमधली लाकडं चांगलीच पेटलेली होती अन्‌ वाचता वाचता मध्येच ते त्यांचा जाडाभरडा आवाज क्रॉस्बीच्या आवाजात मिसळवत होते.

स्वयंपाकघरात आई गाणी गुणगुणत केक, बिस्किटं ओव्हनमध्ये बेक (भाजत) करत होती. हरिण, घंटा अशा वेगवेगळ्या आकाराची बिस्किटं बनवून त्यावर तिने लाल-हिरवी पिठीसाखर भुरभुरली होती. मी व माझ्या भावाने टेबलाजवळ बसून ओव्हनमधून काढलेली दोन-दोन गरमागरम बिस्किटं मटकावली. तयार बिस्किटांचा घरभर मस्त गोड, खमंग वास दरवळत होता. वातावरणातही छान ऊब आली होती. एकीकडे क्रॉस्बीचं गाणं चालू होतं आणि त्या तालावर मी सगळ्या भेटवस्तू रंगीत वेष्टनात बांधून ठेवल्या. त्या घेऊन मी नाताळसाठी सजवलेल्या झाडाजवळ गेलो, तर तिथे माझ्या भावाने पण त्याच्या भेटवस्तू रंगीत कागदात बांधून ठेवलेल्या दिसल्या.

त्यातल्या एका भेटवस्तूवर लिहिलेलं होतं, 'टेरी, नाताळच्या हार्दिक शुभेच्छा आणि आताच उघडून बघायचं नाहीस बरं का!'

झाडावरची एक चांदणी (शोभेची) खाली पडली होती, ती उचलून मी परत झाडावर अडकवली व खुशीत झाडाचं सौंदर्य न्याहाळत उभा राहिलो.

झाडाला सजवणं हा आमच्या घरातल्या प्रत्येकाचा आवडीचा उद्योग असे. जपून ठेवलेल्या चांदण्या, फुलं अशा सजावटीच्या गोष्टी आम्ही दर वर्षी बाहेर काढून नीट तपासून घेत असू. एका डब्यात मेणबत्तीच्या आकाराचे व आतमध्ये रंगीत पाणी भरलेले दिवे ठेवलेले असत. ते लावले की आतल्या पाण्यात बुडबुडे येत असत. तसंच रंगीत झिरमिळ्या, कागदाच्या झालरी अशा अनेक वस्तू आम्ही सजावटीसाठी वापरत असू व नाताळ संपल्यानंतर सावकाशपणे झाडावरून काढून पुन्हा ठेवून देत असू.

त्या रात्री जेव्हा बाहेरच्या खोलीतले बाकीचे दिवे बंद करून केवळ नाताळच्या झाडावर लावलेले दिवे लुकलुकू लागत, तेव्हा ती खोली निळसर प्रकाशात छान उजळलेली दिसायची. जणू ते झाड म्हणजे साऱ्या विश्वाचा केन्द्रबिंदू असून त्या खोलीत पूर्ण जगाच्या आशा सामावल्या गेल्या आहेत, अशा तऱ्हेचं वातावरण तिथे निर्माण होत असे. ते झाड म्हणजे सुख, शांती, सुरक्षा, प्रेम व मायेचं प्रतीकच बनून जात असे.

"अरे बघ, बघ. हिमवर्षावाला सुरुवात झालीय बाहेर," आई मला म्हणाली.

दिवसभर झाकोळून आलेल्या आकाशाने आता मुक्तहस्ताने पिसासारख्या हलक्या-फुलक्या हिमकणांचा वर्षाव करण्यास सुरुवात केली होती. बघता बघता बाहेरच्या पायऱ्या, अंगण, पाईनच्या झाडांची शिखरं पांढऱ्याशुभ्र बर्फाने आच्छादून गेली. आसमंतात एक प्रकारची अद्‌भुत नीरवता साठली होती. आता प्रत्येक घराच्या खिडकीच्या काचेतून नाताळच्या झाडावरचे चमचमणारे रंगीत दिवेच तेवढे दिसत होते. रस्त्यावर सजवलेल्या झाडांवरच्या दिव्यांचा निळा प्रकाश बर्फावर पडून बर्फ निळसर चंदेरी दिसत होतं.

रात्रीची खास मेजवानी उरकल्यावर बाबा आम्हाला त्यांच्या बालपणीच्या नाताळच्या गोष्टी सांगू लागले. त्या काळी पोटभर जेवण, भेटवस्तूंची देवाणघेवाण यासाठीदेखील लोकांकडे पुरेसा पैसा नसायचा. ते दृष्टीआडचं जग मला अशा कहाण्यांमधूनच समजत असे. अर्थात बाबा ज्या घरात लहानाचे मोठे झाले होते, तशा प्रकारच्या पडझड झालेल्या घरांचे भग्नावशेष तेवढे मी बघितले होते. पण तरी भुकेल्या पोटी झोपी जाणं, भेटवस्तू न देता-घेता घालवावा लागणारा नाताळचा सण व त्यामुळे होणाऱ्या वेदनांच्या सत्यतेबद्दल विचार करणंही माझ्या बालमनाला फार क्लेशदायक ठरत असे.

काही मोजक्याच वर्षी नाताळचा सण बाबांनी आनंदात घालवला होता आणि त्या प्रसंगाबद्दलच मला सर्वांत जास्त ऐकायला आवडत असे. एका वर्षी त्यांना व त्यांच्या भावाला नाताळच्या सकाळी बर्फावर खेळता खेळता अचानक, बर्फावरून घसरणारी एक लाकडी गाडी कशी सापडली होती, त्याबद्दलची

कहाणी ऐकताना तर मला खूप मजा येत असे. माझे बाबा त्या गाडीत बसून कसे उतारावरून वेगाने घसरले असतील, त्यांच्या तोंडावर बर्फ पडून मध्येच त्यांना काही दिसेनासं झालं असेल व मग ते कसे आनंदाने जोरजोरात खिदळले असतील, त्याचं चित्र डोळ्यासमोर आणून मी त्या कल्पनासाम्राज्यात रमून जात असे.

पण तरी भुकेल्या पोटी राहणं, ही कल्पना काही केल्या माझा पिच्छा सोडत नसे. खजुराची बिस्किटं न खाता किंवा माझ्या मोज्यांमध्ये आई जशी दर वर्षी संत्री भरून ठेवते अशा गमतीजमतीविना येणाऱ्या त्यांच्या नाताळबद्दल मला कधीही जास्त काही कळूच नये, असं मला मनापासून वाटे.

बाबांना नाताळची काय भेटवस्तू द्यावी त्याची अचानक मला कल्पना सुचली – हो, मी सायकल घेण्यासाठी साठवलेले पैसे होते की माझ्याकडे. मी धावतच माझ्या खोलीत गेलो आणि एक कागद घेऊन त्यावर लिहिलं, 'प्रिय बाबा, हे पुढील शिक्षणासाठी.' त्या कागदाची काळजीपूर्वक घडी करून त्यात मी ते पैसे ठेवले. उणेपुरे बारा डॉलर. एकेक डॉलरच्या बारा नोटा. मग मी तो घडी केलेला कागद बुटांच्या रिकाम्या डब्यात ठेवला. त्या डब्यात इतक्या कमी वजनाची कोणती भेटवस्तू ठेवली असावी याचा वरून अंदाज करणं बाबांना शक्य होणार नव्हतं. मी तो डबा रंगीत वेष्टनात बांधून झाडाखाली ठेवून दिला.

आणि मग नाताळची सकाळ उगवली! मी व माझा भाऊ सकाळी लवकरच उठलो आणि आईबाबांनाही अंथरुणातून उठवण्याचा प्रयत्न करू लागलो. आई उठून कधी एकदा स्वयंपाकघरात जाऊन कॉफी बनवतेय. याची आम्ही अधीरतेने प्रतीक्षा करत होतो. मग आम्ही दोघांनी झाडाजवळ जाऊन भेटवस्तूंच्या डब्यांना बोटाने चेपून आतमध्ये काय असेल त्याचा अंदाज घेण्याचा प्रयत्न केला. तिथे टांगून ठेवलेल्या आमच्या मोज्यांच्या तोंडावरच्या रंगीत रिबिनी सोडून मोजे उलटे करून आतल्या गमती-जमती खाली ओतल्या, संत्री, सफरचंदं, गोळ्या, चॉकलेटं, गळ्यात घालण्याच्या साखळ्या अशा अनेक वस्तू बाहेर पडल्या. 'आईला जरा लवकर लवकर आटोपता येत नव्हतं का? या मोठ्या लोकांना सकाळी उठून कॉफी का प्यायची असते कोण जाणे?' आमची बालमनं कुरकुरत होती.

आणि अखेरीस तो अनमोल क्षण जवळ येऊन ठेपला! घरातले आम्ही सगळे मिळून झाडापाशी एकत्र जमलो. आमची उत्सुकता तर आता अगदी शिगेला पोहोचली होती. मला सायकल मिळणार नव्हती हे मी आता गृहीत धरलेलंच होतं, पण झाडाखाली असलेल्या माझ्या नावाच्या त्या मोठ्या डब्यामध्ये नक्कीच काहीतरी मस्त वस्तू असणार याची मला पूर्ण कल्पना होती. नंतर

प्रत्येक जण आपल्या नावाच्या वस्तू उघडून बघू लागलो. माझ्या आजीने माझ्याकरिता झोपताना घालण्याचा नाईट सूट पाठवला होता. तिने माझ्या बहिणीसाठी भरतकाम केलेले उशांचे अभ्रे पाठवले होते. बहिणीने बाबांसाठी कॉफी पिण्याचा भलामोठा कप आणला होता. माझ्या भावाला फुटबॉल मिळताच तो आनंदाने किंचाळला.

मग मी माझ्या नावाचा मोठा डबा हातात घेतला व हलवून पाहिला तर आतून काहीच आवाज आला नाही.

"ओळख बरं, काय असेल डब्यात?" आई मला म्हणाली. काही केल्या मला ओळखता येईना. शेवटी भराभर वरचं वेष्टन फाडून काढून आतमध्ये पाहिलं तर भलीमोठी निळी तबकडी, जी 'फाईव्ह अँड डाइम' या दुकानात मी बघितलेली होती. चला. अनायसे बाहेर बर्फ पडलेलं होतंच. बहिणीने शिवलेला फ्लॅनेलचा लाल शर्ट बाबांनी उघडून पाहिला. तसंच भावाने आईसाठी आणलेला कंगवा तिला मिळाला. कौतुकाने तिने लगेच प्रेमाने केसात फिरवूनही पाहिला. "थँक यू, माझ्या राजा," ती स्टीव्हला म्हणाली. मी आणलेलं लेखनसाहित्य बहिणीने उघडून पाहिलं व हसतच ती म्हणाली, "हं, म्हणजे मला माहितेय की आता मला पत्रं लिहावं लागणार," आणि तिने प्रेमाने मला मिठी मारली.

सगळ्यात शेवटी माझ्या भावाने त्याच्या नावाच्या डबा हातात घेतला. तो पुटपुटू लागला, "एक तबकडी..." आणि काही तरी हलल्यासारखा डब्यातून आवाज आला. त्याचे डोळे विस्फारले. कागद नीट उलगडून, न फाडता तो जपून ठेवण्यासाठी आईनं त्याला सांगितल्यावर त्याने काळजीपूर्वक डबा उघडला. आतमध्ये होती विजेवर चालणारी आगगाडी, जोडीला जनावरांना वाहून नेणारा डबा व रेल्वेकामगारांचा खास पिवळ्या रंगाचा डबा.

"ही तर हुबेहूब इलिनॉय सेंट्रलच्या गाडीसारखीच आहे."

त्यानंतर मी बाजूला वळून बघितलं तर बुटांचा डबा हातात घेऊन बाबा त्याच्याकडे आश्चर्यचकित नजरेनं बघत होते. वर बांधलेली रिबिन त्यांनी अलगदपणे सोडली आणि डबा उघडून आतली चिठ्ठी बाहेर काढली. सुरुवातीला लगेच ते काहीच बोलले नाहीत. मी लिहिलेला चिठ्ठीतला मजकूर वाचल्यावर त्यांनी माझ्याकडे पाहिलं व नंतर आईकडे बघून एक कटाक्ष टाकला. त्यांच्या डोळ्यात पाणी तरळलं होतं.

मी ऐन नाताळच्या दिवशी त्यांना दुखवलं होतं की काय? आम्ही सगळे चुपचाप उभे राहून त्यांच्याकडे बघत होतो. हातातली ती चिठ्ठी आईला देऊन, भेट म्हणून मिळालेला नवा शर्ट त्यांनी अंगावर चढवला. नवा नवा कंगवा एका खिशात ठेवला आणि पैसे दुसऱ्या खिशात ठेवले, "चला, मी तर छान तयार

झालोय. कॉलेजमध्ये जाण्यासाठी एकदम रेडी!'' ते हसत म्हणाले.

त्यांच्या चेहऱ्यावरील भाव एकदम बदलून गेले व आम्हा सगळ्यांकडे नजर टाकत ते म्हणाले, ''इतकी सुंदर नाताळची भेट मला प्रथमच मिळालीय! मला खात्री आहे तुला पण छान भेटी मिळाल्यात, हो नं?'' आईकडे बघून त्यांनी हळूच डोळा मारला.

मी आईला दिलेल्या हॉट पॅड्सवर ती प्रेमाने हात फिरवत होती. तिने कानात ते निळे लोळक अडकवले. माझ्याकडे बघून ती इतकी गोड हसली, की मला कळलं ती खूप खूश झाली होती.

माझे बाबा तो रिकामा कप तोंडाला लावून कॉफी पिण्याचं नाटक करत होते. मी भावाचं काळ्या कुळकुळीत रंगाच्या आगगाडीचं इंजीन हातात घेऊन म्हणालो, ''काय मस्त आहे नाही?''

तो हळूच कुजबुजला. ''तुला आता वाढदिवसाला सायकल मिळणार असेल कदाचित.''

''हं, असेलही.'' मी त्याला उत्तर दिलं. माझ्या वाढदिवसाला अजून पुरे अकरा महिने अवकाश होता. म्हणजे आता सध्या आम्ही जिथे राहत होतो, त्या भागात मी सायकल चालवण्याचा प्रश्नच येणार नव्हता.

भावाने मला भेट म्हणून दिलेल्या निळ्या रंगाच्या पेन्सिली मी हातात घेऊन बघत असताना माझ्या मनाला अचानक साक्षात्कार झाला. भेटवस्तूंच्या देवघेवीपेक्षा नाताळचा सण जास्त महत्त्वाचा होता.

माझ्या भावाने सर्वांकरता भेटवस्तू आणण्यासाठी म्हणून त्याला हातखर्चास मिळणाऱ्या पैशातून बचत केलेली होती. तसंच आईवरच्या प्रेमापोटी मी माझ्या हाताने कष्ट करून ती हॉट पॅड्स बनवली होती. पुढच्या वर्षी कॉलेजसाठी परगावी जाणारी माझी बहीण या वर्षी नाताळसाठी आमच्याबरोबर होती. आईची स्वयंपाकघरात लगबग चालू होती व एकीकडे ती 'सायलेंट नाईट' हे गाणं गुणगुणताना ऐकू येत होतं, तर बाबांनी सालाबादप्रमाणे त्यांच्या आवडीचा बिंग क्रॉस्बीच्या गाण्यांच्या रेकॉर्डचा संच माळ्यावरून कितव्यांदा खाली काढला होता कोण जाणे! छोट्याशा गावातल्या आमच्या कुटुंबाने एकत्रित घालवलेली ती सकाळची प्रसन्न वेळ, घरात केक, बिस्किटांचा सुगंध दरवळलेला, चमचमणारे रंगीबेरंगी दिवे लागलेले. नाताळाच्या गाण्याचे मधुर सूर कानावर पडत असताना व बाहेर भरपूर बर्फ पडून गेलेलं असं ते किती सुंदर वातावरणात होतं. सगळं कसं अनाकलनीय भासत होतं. गतकाळाच्या कडू-गोड स्मृती, पाळत आलेल्या परंपरा, येणाऱ्या भविष्यकालाबद्दलची आशा... क्षणभरासाठी जणू तो असीम शांतीचा अनुभव येत होता.

आईच्या बोलण्यानं माझी विचारांची तंद्री भंगली. "टेरी, जरा आत जाऊन कॉफी उकळलीय का तेवढं बघतोस का राजा?"

आज्ञाधारकपणे मी स्वयंपाकघरात गेलो तर काय, दालचिनीची पावडर घालून केलेला केक ओव्हनमध्ये तयार होत होता. माझ्या तोंडाला पाणी सुटलं. "अगं आई, तयार झालीय कॉफी." मी ओरडत आईला सांगितलं आणि कॉफीसाठी दोन कप खाली काढले. अंगणात नाश्ता करण्यासाठी टेबलावर (प्लेट) मांडून ठेवलेल्या होत्या का ते मी वळून पाहिलं.

आणि अहो आश्चर्यम्! माझा माझ्याच डोळ्यांवर विश्वास बसेना. अंगणातल्या टेबलाजवळ तीच ती हार्डवेअरच्या दुकानातील सायकल उभी करून ठेवलेली माझ्या नजरेस पडली होती. त्यापूर्वी ती मला इतकी गुळगुळीत, इतकी चकचकीत आणि इतक्या निळ्याशार रंगाची कधीच भासली नव्हती. एखादं अद्‌भुत स्वप्नच बघतोय असं मला वाटत होतं. आनंदाने खोलवर श्वास घेऊन मी त्या सायकलीला, तिच्या लेदरच्या सीटला, टायरना स्पर्श करण्यासाठी धावत सुटले.

एका बाजूने घरातल्या बाहेरच्या खोलीतून बिंग क्रॉस्बीच्या 'व्हाईट ख्रिसमस' या गाण्याचे मंद, मधुर स्वर कानावर पडत होते. माझ्या चेहऱ्यावर हसू फुललं. जणू खरोखरच तो 'पांढराशुभ्र ख्रिसमस' होता. समोर पांढऱ्याशुभ्र झालेल्या हिरवळीवर हिरव्यागार झाडांची हिमाच्छादित शिखरं होती, शिवाय सारा आसमंत पांढराशुभ्र दिसत होता. पण माझ्या एकट्यासाठी मात्र तो ब्लू (निळा) ख्रिसमस होता. निळा रंग हा पुढच्या वर्षात येणाऱ्या आशादायी काळाचं आणि तसंच माझ्या आयुष्यातल्या नव्या मार्गाचं, विशेषत: त्या नव्या सायकलीवरून मार्गक्रमण करण्याचं द्योतक होता. डोंगराच्या माथ्यावर, माझ्या मागून येणाऱ्या वाऱ्यात, मला मिळालेल्या नव्या स्वातंत्र्यात सगळीकडे मला फक्त निळाच रंग दिसत होता. मी ऐटीत सायकलचा स्टँड वरती करून ढांग मारली, आणि पुढच्या दाराच्या दिशेने निघालो.

टेरी अँड्र्यूज
Blue Christmas

डेझीची भटकंती

रंग उडालेल्या आमच्या निळ्या ट्रकमध्ये समोरच्या सीटवर डेझी एबच्या मांडीवर आरामात उभी होती. तिने प्रेमाने त्यांचा पूर्ण चेहरा चाटून काढला होता. तिच्या मानेवरच्या केसांमध्ये त्यांची बोटं रुतलेली होती.

"मी बाबांना इतक्या खुशीत कधीच बघितलं नव्हतं." एब गलानचा मुलगा पीटर गलान मनात म्हणाला. "आई गेल्यापासून ही डेझीच त्यांचा जीव की प्राण झालीय अगदी."

आणि सत्य परिस्थिती तशीच होती. डेझीचाही बाबांवर प्रचंड जीव होता. दहा वर्षांची डेझी म्हणजे मॉडेस्टोच्या 'द इनक्रेडिबल जर्नी'चं तंतोतंत उदाहरण होती. श्वानतज्ज्ञांच्या दृष्टीने ती म्हणजे एक अद्‌भुत आश्चर्यच होती. रस्ता शोधून काढण्याचं तिचं कसब खूपच वाखाणण्याजोगं होतं.

चार मैल लांब गेलेल्या आपल्या मालकाला ती बरोबर शोधून काढत असे. आणि गंमत म्हणजे ती स्वत: त्या मार्गाने आधी कधी गेलेली नसली तरी आणि तिचा मालकही त्यापूर्वी कधीही त्या रस्तावरून गेलेला नसला तरीदेखील! इथे तर्कशार्धं फार थिटं पडत असे. पण त्याचा अर्थ असा नव्हता, की एखादा कुत्रा इतका हुशार असूच शकत नाही.

नेहमी जोरजोरात भुंकण्याची डेझीची सवय आहे. ती दोन जातींचं संमिश्रण आहे. ती अर्धी चिहाउहा जातीची आहे. तार स्वरात ओरडणं म्हणजे डेझीचा आवडीचा उद्योग असतो.

मागच्या शुक्रवारचीच गोष्ट. जेव्हा एबची मुलं तिच्या मालकाला (एबला) गाडीने कुठेतरी लांब घेऊन जाताना डेझी मूकपणे बघत उभी होती. ते एबला घेऊन मेमोरिअल मेडिकल सेंटरला जाण्यास निघाले होते व तिथे त्यांच्यावर कॅन्सरची शर्धक्रिया होणार होती.

दुसरी एक मोटार येऊन डेझीला घेऊन, एबची मुलगी रॅशेल जिथे राहत होती, त्या घरी गेली. एब हॉस्पिटलमध्ये असेपर्यंत डेझीला रॅशेलच्या बरोबर राहावं लागणार होतं.

सगळी व्यवस्था करताना डेझीच्या मनाचा विचार कोणीच केला नव्हता.

पहिल्या रात्री तर ती अजिबात झोपलीच नाही. रात्रभर कूंऽ कूं आवाज करत. ती जमिनीवर फेऱ्या घालत राहिली होती.

दुसऱ्या रात्री रॅशेलनं तिला मागच्या अंगणात झोपण्यास पाठवलं, तर रात्रभर ती जमीनच उकरत बसली होती. पहाटेपर्यंत जमीन उकरून त्यातून तयार केलेल्या बोगद्यातून ती घराबाहेर पडून नाहीशीसुद्धा झाली होती.

सकाळी साडेसहा वाजता रॅशेलनं सगळ्या भावाबहिणींना फोन करून सांगितलं, "अरे देवा, कसं सांगू? आपली डेझी घरातून पळून गेलीय."

गलान कुटुंबातले सगळे सदस्य रॅशेलच्या घरी जमले व सैनिकांच्या थाटात डेझीला शोधण्यास चारी दिशांनी बाहेर पडले."

शेजारी-पाजारी, आजूबाजूला संपूर्ण भाग त्यांनी पिंजून काढला. खांबा-खांबावरती तिची पोस्टर्स लावली. त्यांचे वडील ज्या भागात राहत असत तिथल्या रस्त्यावरदेखील शोधून पाहिलं. त्यांची लाडकी डेझी अशा प्रकारे हरवून गेली, तर तो धक्का असह्य होऊन बाबांचा प्राणसुद्धा जाऊ शकत होता, ह्याची त्या सर्वांना पूर्ण जाणीव होती.

बघता बघता दिवस मावळला. अंधार पडला. पण डेझीचा तरीही कुठेच पत्ता नव्हता. तिकडे मेमोरिअल हॉस्पिटलमधले कर्मचारी एका अनोळखी, बेवारशी कुत्रीला तिथे बघून आश्चर्यचकित झाले होते. आपद्कालीन विभागाच्या प्रवेशद्वारापाशी डेझी चुपचाप बसून होती आणि दर वेळी कोणी दार उघडलं की ती लगेच आतमध्ये प्रवेश करत होती. ते बघून कोणीतरी तिला बाहेर काढत असे. पण लगेच झटक्यात पळून ती परत आतमध्ये शिरत असे. पहाटे तिथे जाऊन पोहोचल्यावर अनेक तास तिचा हाच उद्योग चालू राहिला होता.

बेवारशी प्राण्यांना पिंजऱ्यात पकडून पांजरपोळात नेऊन सोडण्याचं काम करणाऱ्या संस्थेला फोन करावा, असा विचारही तिथल्या कर्मचाऱ्यांनी केला. पण डेझीची गोष्टच वेगळी होती. ती नक्कीच कोणाला तरी शोधत होती हे स्पष्ट दिसत होतं. ती आतल्या व्हरांड्यापर्यंत पोहोचून प्रत्येक दाराशी थबकून हुंगत होती.

निना टॉरेस या नर्सनं शेवटी तिला उचलून घेऊन आपली सहकारी लो मेंटन व तिचा मित्र लावोंडा बार्करच्या हाती सुपूर्त केलं. त्यांनी तिला चुचकारून, थोपटून शांत केलं. तिच्या अंगावर ब्लँकेट टाकलं आणि खाण्यासाठी हॅम्बर्गर दिला. तो खाऊन, अंगाचं मुटकुळं करून ती झोपून गेली.

नंतर हॉस्पिटलमध्ये एक घोषणा केली गेली, "फिक्कट तपकिरी रंगाच्या एका कुत्रीच्या मालकाने हॉस्पिटलच्या सुरक्षाविभाबात ताबडतोब यावं."

त्या संध्याकाळी साडेसहा वाजता एबची दुसरी मुलगी, क्रिस हॅकलर ही चालत चालत त्या मेमोरिअल हॉस्पिटलमध्ये आली. तिला बाबांना डेझीबद्दलची दुःखद बातमी द्यावीच लागणार होती.

एबला दुसऱ्या दिवशी हॉस्पिटलमधून घरी जाण्याची परवानगी मिळणार होती. त्या आधीच त्यांना डेझीबद्दल सांगणं आवश्यक होतं. जेव्हा तिने त्यांना हळुवारपणे ती बातमी दिली, तेव्हा ऐकून ते तर वेडेपिसेच होऊन गेले. तिला शोधून काढण्यासाठी म्हणून पलंगावरून उठण्याचाही त्यांनी प्रयत्न केला होता.

क्रिस उठून खोलीतून बाहेर येऊन स्वतःला सावरण्याचा प्रयत्न करू लागली व तिच्या नेहमीच्या बडबड्या स्वभावानुसार घडलेला प्रकार येणाऱ्या-जाणाऱ्याला सांगू लागली. सुदैवाने त्या वेळी एका बाईच्या कानावर तिचं बोलणं पडलं व ती म्हणाली, ''अहो, एका हरवलेल्या कुत्रीसाठी दिवसभर तिकडे घोषणा करताहेत.''

सुरक्षा विभागात फोन करण्यासाठी ती बाई आपणाहून क्रिसबरोबर निघाली. तिथून त्यांनी डेझीला जिथे ठेवलं होतं तिथे फोन केला व ओळख पटावी म्हणून फोनच्या रिसिव्हरमधून जोरात 'डेझी' अशी तिच्या नावाने हाक मारली.

तिकडे हाक ऐकून डेझीनं लगेच कान टवकारले.

सुरक्षा कर्मचाऱ्याने क्रिसला सांगितलं की, ती कुत्रीला बरोबर घेऊन हॉस्पिटलमध्ये येऊ शकत नाही. ती पुढे असंही म्हणाली, ''पण कुत्रीला घेऊन आत येताना तर मी तुला पाहिलेलं नाही. त्यामुळे मी या बाबतीत तुझी मदत करू शकणार नाही.''

शेवटी डेझीला ब्लँकेटमध्ये नीट गुंडाळून घेऊन, लहान बाळासारखं

हातात उचलून घेऊन क्रिस लिफ्टने वर येऊ लागली, तेव्हा लिफ्टमधल्या एका गृहस्थाने तिच्या खांद्यावर थापटी मारून तिला सांगितलं, "अहो, मला क्षमा करा, पण सांगितल्याखेरीज राहवत नाहीये, की तुमच्या बाळाची शेपटी ब्लँकेटमधून बाहेर दिसतेय बरं का!"

लिफ्टमधल्या सगळ्यांना तेवढ्यात क्रिसने डेझीची अनोखी कहाणी ऐकवली. लिफ्ट त्या मजल्यावर थांबल्यावर सगळे जण मुद्दामच क्रिसबरोबर बाहेर पडले. कारण डेझी व एबच्या भेटीचा अनोखा सोहळा याची डोळा बघण्यास सगळेच आतुर झालेले होते.

क्रिसने एबच्या हातात जेव्हा ते गाठोडं दिलं तेव्हा आजूबाजूला वीस एक लोकं तरी उत्सुकतेने बघत उभे होते. "बाबा, तुमच्यासाठी म्हणून मी हे काहीतरी आणलंय बघा."

आणि ब्लँकेटमधून मुसंडी मारत एखाद्या मॉडेलच्या थाटात डेझी बाहेर पडली.

एबनं मोठ्याने किंचाळीच मारली व डेझी अत्यानंदाने भुंकू लागली. बाकीचे सगळे बघे लोक लहान मुलांप्रमाणे रडू लागले.

घरी परत जाण्याइतकी एबची तब्येत सुधारल्यावर डेझीचं नवं मित्रमंडळ त्या दोघांना निरोप देण्यासाठी परत एकत्र जमलं होतं. "हॉस्पिटलमध्ये एखाद्या घटनेचा, एखाद्या प्रसंगाचा गोड शेवट झाला, की आम्हाला खूप आनंद होत असतो." टॉरेस नर्स डेझीच्या ओल्या नाकावर ओठ टेकवत आनंदाने म्हणाली.

बाहेर ट्रकपाशी उभं राहून एबने सर्वांकडे बघून हात केला. डेझीनं तिच्यासमोर ठेवलेले मांसाचे तुकडे आवडीने चावायला सुरुवात केली. ज्याप्रमाणे पक्ष्यांनी उडायलाच पाहिजे, माशांनी पाण्यात पोहायला पाहिजेच, त्याचप्रमाणे डेझीनं तिच्या मालकाला शोधून काढायलाच हवं होतं व तिने ते शोधून काढलंही होतं!

डायनी नेल्सन

Daisy's Trip

दरीमधली लिलीची फुलं

त्या टेबलावरती अंदाजे पन्नास तरी इवल्या-इवल्या आकाराच्या चिनी मातीच्या शोभेच्या चपला मांडून ठेवलेल्या दिसत होत्या. विविध रंगांच्या त्या चपलांमध्ये काही फिकट रंगाच्या तर काही गुलबक्षी रंगाच्या होत्या. त्यातल्या लाल चुटुक रंगाच्या काही चपला तर फारच उठून दिसत होत्या. चपलांवरती छान नाजूक लेसचे तुकडे, छोटी छोटी नकली फुलं, गुलाबाच्या कळ्या, लिलीची, व्हॉयलेटची निळी फुलं असं काही काही लावून त्या सुशोभित केलेल्या होत्या. जुन्या काळातल्या खास वस्तूंची विक्री करण्याचा त्या मॉलमधल्या 'तो विशेष आठवडा' होता.

टेबलाच्या मागच्या बाजूला उभ्या असलेल्या विक्रेत्याला उद्देशून एलन म्हणाली, "ह्या सगळ्या विविध प्रकारांच्या चपलांचा संग्रह फारच अप्रतिम दिसतोय."

"मी या चपला एका घरातल्या जुन्या वस्तूंमधून विकत घेऊन आता इथे परत विकायला ठेवल्या आहेत." त्याने उत्तर दिलं. "एक वृद्ध, विधवा स्त्री तिच्या शेतावरच्या घरातल्या सर्व वस्तू विकून टाकत होती, कारण ते राहतं घर विकून तिचा शहरामध्ये जाऊन वास्तव्य करण्याचा विचार होता. तिनं मला सांगितलं, की या सगळ्या चपलांमधली सर्वांत पहिली चप्पल तिच्या वयाच्या विसाव्या वर्षापासून तिच्याजवळ होती. त्या शतकाच्या अखेरच्या काही काळात अशा छोट्याछोट्या चपलांचा संग्रह करण्याची फॅशनच होती आणि आजही अशा खरेदीसाठी माझ्याकडे गिऱ्हाइकं येत असतात. खरं तर अशा चपलांचीच जास्त विक्री होत असते."

एलन विचार करू लागली की, त्या विधवा वृद्धेनं कोणत्या तरी खास निमित्तानं त्या चपला विकत घेतल्या असाव्या, की तिला कोणी भेट म्हणून त्या दिलेल्या असाव्यात. कदाचित लग्नाचा वाढदिवस किंवा तिचा वाढदिवस असेल म्हणून तिला मिळाली असेल. कदाचित तिच्या नातवंडांनी तिला नाताळसाठी म्हणून भेट दिली असेल!

एलन स्वत:च्या मनाशीच बोलत म्हणाली, की त्या चपलांना जर बोलता आलं असतं तर... तर त्या नक्की त्या धींबद्दल, तिच्या आयुष्यातल्या आनंदी, दु:खी प्रसंगांबद्दल, तिच्या कुटुंबीयांबद्दल कितीतरी आठवणी उलगडून सांगू शकतील. ही परंपरागत साठवलेली संपत्ती, हा खजिना तिनं तिच्या मुला-नातवंडांत का बरं वाटून टाकला नसावा?

सामानाची जड पिशवी एवढा वेळ हातातच धरून उभी असल्यामुळे एलन थकली होती. पण तिचा उत्साह मात्र शाबूत होता. दुकानात पलीकडे तिला एक बाक दिसला. तिकडे जाऊन हुश्शऽ करत ती बाकावर बसली. हातातली पिशवी तिने तिच्या व एका लहान चणीच्या, पांढरेशुभ्र केस असलेल्या बाईच्या मध्ये ठेवली. त्या बाईकडे बघत एलन म्हणाली, "तुम्हालाही जुन्या वस्तू खरेदी करण्याची आवड आहे का?" त्या वृद्धेचे डोळे भरून आले, बाहेर पडणारे अश्रू तिने तिच्या सुरकुतलेल्या हाताने पुसले.

"अं... का बरं? हो, हो. मलाही फार आवड होती याची." ती स्त्री उद्गारली. "तो पलीकडचा विक्रेता दिसतोय का तुला? अगं त्यानं नुकताच माझ्याजवळचा छोट्या छोट्या शोभेच्या चपलांचा पूर्ण संग्रह विकत घेतलाय."

एलन त्या स्त्रीकडे वळत, सहानुभूतीदर्शक आवाजात म्हणाली, "काय झालं ते सांगा ना मला."

"सगळं सगळं होत्याचं नव्हतं झालं बघा."

एलनने मान डोलावली. त्या स्त्रीला जुने दिवस आठवले. तिच्या आजीला तिचं राहतं घर विकण्याची पाळी कशी आली होती व ती कशी लहानशा घरात राहायला गेली होती. मग तिला उन्हाळ्याच्या दिवसात सहलींना जाणं, सुटीच्या दिवशी केक बनवणं असल्या गोष्टी करता येईनाशा झाल्या. आता ती शांतपणे आरामखुर्चीत बसून डुलत राहते व सोबतीला तिचा एक प्रामाणिक कुत्रा तिच्या पायाशी बसून असतो.

त्या स्त्रीने दोन्ही हात एकमेकात गुंफून पुढे बोलायला सुरुवात केली. "माझ्या नवऱ्याची तब्येत बरीच बिघडली होती. त्यामुळे मी सुरुवातीस आमच्या विस्तृत जमिनीतून अनेक एकरांची जमीन विकून त्या पैशांतून त्याच्या उपचाराचा खर्च काढला. पण जेव्हा डॉक्टर म्हणाले, की त्याच्या जगण्याची काही शाश्वती उरलेली नाही, तेव्हा मी हॉस्पिटलमधून त्याला घरीच घेऊन आले. शांतपणे त्याला मृत्यू येईपर्यंत त्याची मनोभावे सेवा केली. त्यानंतर मुलांवर माझं ओझं पडावं अशी इच्छा नसल्यामुळे मी आमचं शेतावरचं घर विकून टाकलं व त्याबरोबर घरामधलं बरचसं फर्निचर व माझ्या स्वत:च्या अशा काही वस्तूही विकून टाकल्या. या मॉलच्या जवळच मी एक बेडरूमचा छोटासा फ्लॅट विकत घेतला.

महिनाभराचं सामान, औषधं आणायला मी पायीपायीच इथे येऊ शकते. मोटार चालवण्याचा आनंद मात्र आता मी फार दिवस घेऊ शकेन असं वाटत नाहीये.'' ती दु:खी स्वरात म्हणाली. ''अधूनमधून मी सहजच आपली मॉलला चक्कर टाकायला म्हणून येत असते. इथे येऊन शांतपणे एका जागी बसून आजूबाजूची गंमत बघत राहते. आता तू जशी बसली आहेस ना तशीच!''

एलनला हसू फुटलं. ''त्या शोभेच्या चपलांमधली तुमची सर्वांत आवडती कोणती होती, जी तुमच्यासाठी खूप अनमोल होती, ते सांगता मला?''

''आमच्या दोघांचा जेव्हा साखरपुडा झाला होता ना, तेव्हा माझ्या होणाऱ्या नवऱ्याने मला मोत्यांसारखा पांढऱ्याशुभ्र रंगाचा एक छोटासा बूट (शोभेचा) दिला होता. त्यांच्यावर किनई, दऱ्याखोऱ्यात फुलणारी छोटी छोटी लिलीची फुलं चिकटवलेली होती. माझ्या संग्रहातील तो बूट म्हणजे माझ्यासाठी अगदी अमूल्य ठेवा वगैरे नव्हे, पण त्या रात्रीची ती एक सुखद आठवण होती. माझ्यावरच्या त्याच्या प्रेमाचं प्रतीक होतं.'' ती जुन्या स्मृती उजळत म्हणाली.

एलन उठून उभी राहिली व म्हणाली, ''माझ्या या सामानाच्या पिशवीकडे जरा बघाल का तुम्ही? ही मी आलेच लवकर परत.'' त्या स्त्रीने संमतीदर्शक मान हलवली.

समोरच्या टेबलापलीकडे उभ्या असलेल्या विक्रेत्याजवळ जाऊन एलन त्याच्याशी बोलू लागली. त्याने वाकून एक वस्तू उचलून ती पांढऱ्या कागदामध्ये लपेटून तिच्या हाती दिली.

परत बाकापाशी येऊन एलनने खरेदी केलेली ती वस्तू त्या वृद्धेच्या हातात दिली व हसत हसत तिला म्हणाली. ''तुम्हाला बघून मला माझ्या लाडक्या आजीची आठवण येतेय. ही एक गंमत आणलीय मी तुमच्यासाठी.''

ती एलनकडे चमकून बघायला लागली. ''काय बोलावं ते मला काही सुचतच नाहीये.''

''अं हं! काहीही बोलू नका. फक्त उघडून तर बघा नं!'' एलन लटक्या रागाने म्हणाली.

त्या स्त्रीने कागदातून ती वस्तू बाहेर काढली. कित्येक वर्षांपूर्वी तिला भेट म्हणून मिळालेला तो मोत्यासारखा पांढराशुभ्र इवलासा बूट तिने ओळखल्यावर तिच्या सुरकुतलेल्या गालावरून आनंदाश्रू ओघळले.

जॅकलिन मॉफेट

Lilies of the Valley

लॉस एंजेलिस शहर अन् जखमी कुत्रा

"प्रत्येकाने थोडासा भार जरी उचलला, तर जड वजनाचा *विशेष त्रास जाणवत नाही."*

साय वाईज

मी एक व्यावसायिक बातमीदार.

त्या दिवशी मला दुर्दैवाने एकही चांगली, सनसनाटी बातमी हाती लागलेली नव्हती. कोणाचं तरी नाव, एखाद्याच्या नोकरीचा मोठा हुद्दा, वय, कोणाचा तरी फोन नंबर, कोणतीही माहिती मला मिळाली नव्हती.

रस्त्यावरच्या फास्ट लेनमधून (अति वेगाची पट्टी) जात असताना दुर्दैवाने तो अपघात दृष्टीस पडल्यावर रक्ताचं थारोळं, वेदना, भीती हे सर्व बाजूला सारून त्या क्षणी फक्त त्वरित निर्णय घेण्याचीच ती वेळ होती.

लॉस एंजेलिस या भव्य शहरामधील हॉलीवुड फ्री वे वरून मी मोटारीने दक्षिणेच्या दिशेने प्रवास करत होतो आणि अचानक त्या चौपदरी रस्त्यावरून भरधाव वेगानं जाणाऱ्या एका मोटारीने मध्येच रस्त्यावर आलेल्या एका भल्या मोठ्या कुत्र्याला जोरदार धडक दिली. तो कुत्रा हवेत उंच फेकला जाऊन, वेडावाकडा होत माझ्या पुढे असलेल्या दोन गाड्यांच्या पुढ्यात जाऊन पडला.

अरे देवा! बाजूच्या तिन्ही लेनमधील सगळ्या गाड्यांचे ब्रेक कचाकचा दाबले गेले, आणि प्रत्येक जण काळजीग्रस्त चेहऱ्यानं बाहेर बघू लागला. पाच-सहा गाड्यांच्या चालकांनी तर तेवढ्यात मधल्या मोकळ्या जागेमधून, दुसऱ्या गाड्यांना धक्काही न लावता शिताफीने गाड्या काढल्या व ते निघूनही गेले होते. माझ्या पुढे असलेल्या दोन्ही गाड्याही शेजारच्या लेनमध्ये घुसून पसार झाल्यामुळे साहजिकच माझ्या गाडीच्या पुढ्यातच तो कुत्रा पडलेला मी पाहिला. मी गाडीचा ब्रेक दाबून गाडी अशा प्रकारे तिरकी उभी केली की, मागून येणाऱ्या वाहनांपासून त्याला आडोसा निर्माण होईल. गाडीमध्ये सीटवरच उकिडवा बसून मी पुटपुटायला लागलो – "जर पुढील चार-पाच सेकंदात मागून येणारी

गाडी माझ्या गाडीवर येऊन आदळली नाही आणि माझ्या या अनमोल शरीराचे काही अवयव तुटले-फुटले नाहीत, तर मग आम्ही तिथे काही मदत करू शकू.'' आणि खरंच तसं काही अघटित घडलंही नाही.

सोनेरी रंगाचा तो कुत्रा कदाचित संमिश्र जातीचा असावा, पण खूपच देखणा वाटत होता. बिचारा अर्धमेला झालेला होता. त्याचं डोकं वेदनेनं हलत होतं आणि डोळ्यांत जिवंतपणाचं पूर्ण लक्षण दिसत होतं. पण त्याचा पार्श्वभाग व मागच्या दोन पायांत विशेष हालचाल होत नव्हती.

काही चांगली लक्षणंही होती. त्याच्या एका कानातून थोडंसंच रक्त वाहून ते थांबूनही गेलं होतं. शरीरावरची त्वचा फाटून हाड बाहेर आल्याचं दिसत नव्हतं. आश्चर्य म्हणजे त्यानं मला त्याच्या डोक्यावर आंजारू-गोंजारू दिलं होतं, कुठे अजून काही जखम झालीय का ते बघू दिलं होतं आणि तेही न दात काढता की न गुरगुरता!

रस्त्यावर थांबून राहिलेल्या गाड्यांमधली माणसं मात्र माझ्याशी सहमत नव्हती. फास्ट लेनमध्ये थांबवलेल्या माझ्या होंडा ॲकॉर्ड गाडीमुळे बाकीचे चालक वैतागले होते. अडकून पडल्यामुळे त्यांनी रागाने माझ्यावर भरपूर तोंडसुख घेतलं होतं. इतकं की गोळीबार करायचाच तेवढा राहिला होता. ट्रकवाल्यांनी निषेध व्यक्त करण्यासाठी जोरजोरात हॉर्न वाजवले. माझ्या बुद्धिमत्तेवर शंका घेतली. आईबहिणीवरून अर्वाच्य शब्द वापरले. लॉस एंजेलिस शहरावर प्रेम करण्यासाठी हे असं सहन करावंच लागत!

मी ९११ या आणीबाणीच्या नंबरवर फोन लावला व सांगितलं, की मी हॉलीवुड फ्रीवेवर फास्ट लेनमध्ये थांबून एका जखमी कुत्र्याला संरक्षण देत उभा आहे. परंतु फोनवरून बोलणाऱ्या बाईला मी एक बातमीदार आहे, हे सांगूनही तिच्यावर काहीही परिणाम झाला नाही.

''सर, तुम्ही फास्ट-लेनमध्ये थांबून असा सगळ्यांचा खोळंबा करू शकत नाही.''

''पण आता या क्षणी, फास्ट लेन अडवून मी वाहतूक थोपवल्यामुळेच एका जखमी कुत्र्याचं पुरं धिरडं होण्याचं वाचलंय बरं का!'' मी म्हणालो.

''सर, तुम्ही फास्ट-लेनमधून ताबडतोब गाडी बाजूला घ्यायलाच हवी.''

''सॉरी, माफ करा मला.'' मी म्हणातो. ''आणि खरंच सांगू का, फास्टलेनमधून जाणाऱ्या वाहतुकीला वेग उरलेलाच नाहीये आता, कारण जवळजवळ सगळी वाहतूक थांबलेलीच आहे.''

''सर, अशामुळे तुम्ही इतरांचा जीव धोक्यात घालताय. तुम्हाला तिथून हलायलाच हवं.''

"अजिबात नाही. या भल्या मोठ्या कुत्र्याला धक्का न लागता इथून उचलण्यात मला काही मदत मिळेपर्यंत तरी मी मुळीच हलणार नाही. हं, हे माझं नाव अन् सेलफोन नंबर लिहून घ्या. माझ्याशी परत संपर्क साधण्यासाठी गरज पडेल."

नंतर मी KFWB या रेडिओ स्टेशनला फोन केला.

"मी अमूक-अमूक वर्तमानापत्राचा बातमीदार बोलतोय," मी म्हणालो. "तुम्हाला जर आता १०१ नंबरच्या रस्त्यावर झालेल्या ट्रॅफिक जॅम (वाहतुकीची कोंडी) बद्दल बातमी मिळाली असेल, तर तुम्हाला मला सांगायचंय, की इथली परिस्थिती काबूत आणण्यासाठी मीच प्रयत्न करतोय आणि एका जखमी कुत्र्याला जाणाऱ्या वाहनांपासून मी वाचवू बघत आहे. तुम्ही जर इथल्या जमावाला थोडी दमबाजी ध्वनिक्षेपित केलीत तर उपकार होतील माझ्यावर."

थोड्याच वेळात मदतीची कुमक येऊन पोहोचली.

मला समजत नव्हतं की, योगायोगाने का ९११ नंबरवर फोन केल्यामुळे, का तिथल्या थांबलेल्या गाड्यांमधल्या रेडिओवरून KFWB मार्फत ऐकवली जाणारी घोषणा ऐकून, पण जेफ बॉट हा जेटकॉप्टर ९८ घेऊन आला होता. तसंच मेट्रो फ्रीवे सर्व्हिस पेट्रोल (गस्त घालणारे)चे नारंगी गणवेशातले कर्मचारी टो-ट्रक (दुसरं वाहन ओढून घेऊन जाणारे) घेऊन हजरही झाले होते.

एकंदरीत सगळी यंत्रणा त्वरित व कार्यक्षमतेनं पार पडत होती.

त्यांनी आमच्याभोवती कोंडाळं केलं आणि भराभर चौकशी सुरू झाली. त्या पाठोपाठ हुकूम सुटत गेले. माझ्या गाडीच्या मागच्या सीटवरती कुत्र्याला ठेवा. आधी समोरच्या सीटखालच्या मॅट्स मागच्या सीटवर टाका, म्हणजे त्याच्या शरीरातून दााव बाहेर आला, तर तो टिपला जाईल. कर्मचाऱ्यांपैकी एकजण जाडजूड हातमोजे घालून (समजा कुत्रा अचानक चावला तर) त्याच्याजवळ बसेल. आता सगळे मिळून उचला कुत्र्याला आणि निघा.

पण आता कुठे?

"जनावरांच्या दवाखान्यात." एका ड्रायव्हरनं मला सांगितलं. त्याचं नावही मला कधीच कळणार नव्हतं. "माझा दुसरा एक सहकारी इथली थांबलेली वाहतूक सुरळीत मार्गी लावेल. तू तुझी गाडी माझ्या गाडीच्या मागे मागेच ठेवून राहा म्हणजे झालं."

पूर्वेच्या बाजूने जाणाऱ्या वाहतुकीमधून त्याने पासाडेनाच्या फ्रीवेवरून गाडी काढून २६ व्या ॲव्हेन्युवरचा नॉर्थ सेंट्रल शेल्टरकडे भरधाव सोडली होती. माझी गाडी त्याच्या पाठीमागेच होती. त्या जखमी झालेल्या कुत्र्याने डोकं उंचावलं नसतं किंवा तो कण्हला नसता, तर पंचाईत होणार होती. तो वेदनांमुळे

विव्हळतानादेखील दिसत नव्हता.

त्या शेल्टरला पोहोचल्यावर ड्रायव्हरला लगेच दुसरीकडून तातडीचं बोलावणं आल्यामुळे तो मला तिथेच सोडून निघून गेला. शेल्टरमधल्या एका कर्मचाऱ्यानं पुढे होऊन हलकेच त्या कुत्र्याला उचलून, गाडीतून बाहेर घेऊन चाकाच्या स्ट्रेचरवर ठेवलं आणि उपचारासाठी आतमध्ये तो घेऊनही गेला.

मी त्याला बोलून दाखवलं होतं, की उपचारावर होणारा खर्च मी करेन व फ्रीवेवरती उपचार होऊन वाचलेला फ्रेडी (मी त्याचं नामकरणही करून टाकलं) पूर्ण बरा झाला की मीच त्याला माझ्या घरी ठेवून घेईन.

पण दैवगती वेगळीच होती.

शस्त्रक्रिया चालू असतानाच अंत:दााव होऊन फ्रेडीचा मृत्यू झाला.

परंतु तरीही त्या दु:खद घटनेलाही एक अल्पशी का होईना, पण सकारात्मव बाजू होती. काही क्षणांसाठी तरी जरा वेगळं असं काहीतरी घडलं होतं. एका सकाळी आमच्या त्या गजबजलेल्या, गैरव्यवस्था असलेल्या, ताणतणावाने भरलेल्या गतिमान शहरात योग्य अशाच व्यक्ती एकत्र येऊन, त्यांनी अतिशय काळजीपूर्वक आपलं कर्तव्य बजावलं होतं व आमच्यासाठी सर्व यंत्रणा सुरळीतपणे काम करू शकली होती.

पॉल डीन

प्रेषक : विली मॅक्नामारा

Los Angeles Gets It Together

इंद्रियदानातून जीवदान

मागच्या वर्षीच्या सप्टेंबर महिन्यात जेव्हा आमचं कुटुंब – मी, माझी पत्नी मॅगी व आमची चार वर्षांची कन्या एलेनॉर – सिसिलीमधल्या मेसिना या गावातून बसने आमच्या हॉटेलकडे परत जात होतो, त्या वेळी त्या गावाइतकी उदास व दुःखी जागा मला कधीच आढळली नव्हती. त्या नवख्या ठिकाणी आमच्या ओळखीची एकही व्यक्ती नव्हती. रस्ते ओस पडलेले दिसत होते. कोमामध्ये गेलेल्या सात वर्षांच्या आमच्या मुलाला हॉस्पिटलमध्ये ठेवून आम्ही परत जात होतो.

आमचा मुलगा निकोलस हा खूप गंभीररित्या जखमी झाला होता. त्याची शुश्रूषा करण्यासाठी, तो ज्या संकटातून गेला होता त्यातून त्याला बाहेर काढण्यासाठी, त्याचा हात हातात घेऊन त्याला जवळ घेण्यासाठी व त्याला घेऊन आमच्या मायदेशी परतण्याची आम्हाला तीव्र इच्छा होत होती.

आमच्या आयुष्यातली ती एक भयावह, काळीकुट्ट रात्र ठरली होती.

दुसऱ्या दिवशी सकाळी परत प्रवास करून आम्ही हॉस्पिटलला येऊन पोहोचलो. त्याची तब्येत जास्त ढासळली नसली तरी सुधारणाही दिसत नव्हती. आम्हाला संभाषण करण्यासाठी मदतीला एक दुभाषी दिलेला होता. तो म्हणाला, "खरं सांगू का, कधीकधी चमत्कारही घडू शकतो." परंतु डॉक्टरांचे चेहरे मात्र अतिशय गंभीर भासत होते. काही तासांपूर्वीच आमच्या जीवनात आनंद, हास्य, प्रेम, माया ओसंडून वाहत होतं आणि आता अचानक जणू एक अनामिक भयंकर पोकळी निर्माण झाली होती.

काही दिवसांतच आमचा तो वैयक्तिक क्लेशकारक अनुभव, त्या घटनेची बातमी जगभरात पसरली होती. वर्तमानपत्रं व टीव्हीवरून सविस्तर माहिती सांगितली जात होती. गाडीतून येऊन गुंडांनी आमच्यावर अचानक केलेला हल्ला, गोळीबार, त्यानं निकोलस जखमी होऊन हॉस्पिटमध्ये त्याला आलेला मृत्यू व त्याच्या देहातल्या इंद्रियांचं दान करण्याचा आमचा निर्णय. ते कळल्यावर तिथे इटलीमध्ये शाळा, हॉस्पिटल, रस्त्यांना त्याचं नाव दिलं जाऊ लागलं.

त्याच्या नावाने शिष्यवृत्त्या जाहीर केल्या गेल्या. राष्ट्राध्यक्ष, राजेमहाराजे या लोकांना जे सन्मान दिले जातात किंवा धर्मगुरू, (उदा. मदर तेरेसा) संतांना ज्या सन्मानाने विभूषित केलं जातं, असे सन्मान आमच्या पदरात पडले. तिकडे आमच्या अमेरिकेत केनेडींसारख्या मोठमोठ्या व्यक्तींनी आम्हाला फोन करून शोकसंदेश कळवले होते, तर त्या गावामधल्या अनोळखी लोकांनीही मुद्दाम भेटून त्यांच्या संवेदना, दुःख आमच्यापर्यंत पोहोचवलं होतं.

जगभरातून जवळजवळ हजार लोकांनी आम्हाला पत्रं पाठवून त्यांना झालेलं दुःख वर्णन करून आमचं सांत्वन केलं होतं. एक चाळीस वर्षांचा अमेरिकन माणूस, ज्याने नुकतीच दृष्टी गमावलेली होती, तो तर असं म्हणाला की आमच्यावर कोसळलेल्या परिस्थितीच्या त्या कहाणीबद्दल कळल्यावर त्याला स्वतःचं नैराश्य झटकून टाकण्याचं बळ मिळालं. एक माणूस मृत्युशय्येवर खितपत पडलेला होता. पण निकोलसच्या इंद्रियांचं दान केल्याची बातमी ऐकून एका तिसऱ्याच अज्ञात इसमाचं हृदय हेलावून जाऊन त्याने त्या माणसाला फुप्फुसाचं दान केलं होतं. एका बाईची चार वर्षांची मुलगी वारली होती. तिची मुलगी व आमचा निकोलस आता या हिंसाचारी दुनियेपासून दूर सुरक्षित जागी खेळत आहेत, अशी कल्पना करून ती स्वतःला सावरू लागली होती.

आम्ही घेतलेल्या केवळ त्या एका निर्णयामुळेच हे सर्व घडत होतं, हे माझ्या लक्षात येत होतं. पण तो निर्णय आम्हा दोघांपैकी नक्की कोणी सुचवला होता तेही आम्ही विसरून गेलो होतो.

मला अजूनही आठवतंय की नीरव शांतता पसरलेल्या त्या खोलीत उभे असलेले डॉक्टर, इंद्रियदानाबद्दल सुचवण्यास कां-कूं करत होते आणि मग आम्हीच बोलायला सुरुवात करून त्यांच्या मनावरचा ताण हलका केला होता. आम्ही दोघांनी एकमेकांकडे कटाक्ष टाकला. "आता तो मृत्यू पावलाय म्हटल्यावर आपण त्याच्या शरीरातली इंद्रियं दान करणं आवश्यक आहे. नाही का?" दोघांपैकी एकाने विचारलं. "हो, अर्थातच!" दुसऱ्यानं दुजोरा दिला आणि त्या क्षणीच सगळं ठरलं.

योग्य वैद्यकीय मदत मिळाली नव्हती का, असला काही विचारही आमच्या मनात आला नव्हता. निकोलसला वाचवण्याचा त्यांनी आटोकाट प्रयत्न केला होता, याबद्दल आमची पुरेपूर खात्री पटलेली होती. केवळ मनाची एक खात्री करून घेण्यासाठी आम्ही डॉक्टरांना विचारलं, की त्याचा मेंदू खरंच मृत झाला होता हे त्यांना कसं समजलं होतं? त्यांनी साध्या सरळ भाषेत ती अवघड माहिती आम्हाला स्पष्ट करून सांगितली. त्यामुळे आमच्या मनाचं समाधान झालं. त्याहीपेक्षा, त्याचा जीव वाचवण्यासाठी शेवटच्या क्षणापर्यंत त्यांनी

प्रयत्नात तसूभरही कसर सोडलेली नव्हती, याबद्दल आम्हाला वाटणारा त्यांच्याबद्दलचा विश्वास हा फार महत्त्वाचा होता.

तरीही आम्हाला असंख्य वेळा एकच प्रश्न विचारला गेला. कसं काय तुम्ही असा निर्णय घेऊ शकलात? आम्हीसुद्धा प्रत्येक वेळी योग्य शब्दात प्रत्येकाला समजावून सांगितलं होतं, की आम्ही घेतलेला निर्णय पूर्णपणे योग्य व पारदर्शी होता. निकोलसचा मृत्यू झाला, पण शांतपणे झोपी गेलेल्या लहान मुलासारखा तो दिसत नव्हता. त्याच्या शरीरातल्या इंद्रियांचं दान करून आम्ही त्याला वेदना देत नव्हतो, तर उलट दुसऱ्यांना मदत करू बघत होतो.

आमच्या हृदयात, आमच्या स्मृतीत तर निकोलस कायमच अजरामर राहणार आहे, पण त्या शरीरात मात्र तो उरलेला नव्हता.

त्याची सर्व खेळणी अजूनही घरात ठेवलेली आहेत. लाकडी किल्ल्यावर त्याने लावलेला झेंडा, आम्ही घरी आल्यावर अर्ध्यावर उतरवला होता आणि आजही तो तसाच आहे. त्याचे सगळे फोटो आम्ही एकत्रित केले आहेत. तो जन्मल्यावर लगेचच मी काढलेले त्याचे काही फोटोही आहेत. आता कॅलिफोर्निया राज्यातल्या एका चर्चच्या आवारात, निळ्या रंगाचा ब्लेझर (कोट), त्याच्या आवडीची पँट व 'गूफी' या कार्टूनचं चित्रं असलेला टाय लावून तो शांतपणे चिरनिद्रा घेत पहुडला आहे.

त्यांच्या इंद्रियांचं दान केल्याची कृती म्हणजे काही फार मोठं विशेष दिलदारपणाचं काम नव्हतं. पण दान न करण्यामुळे मात्र आमच्या मनाच्या कोतेपणाचंच प्रदर्शन झालं असतं व त्या वृत्तीबद्दलच्या आठवणीनेही आम्हाला दर वेळी लाजेनं मान खाली घालाविशी वाटली असती. एका उमलत्या फुलाचं आयुष्य खुडलं गेलं होतं. आमच्यापासून ते फूल हिरावून घेतलं गेलं होतं हे खरं होतं; पण त्याच्या वाट्याचं उज्ज्वल भविष्य दुसऱ्या कोणाला तरी लाभावं हे जास्त महत्त्वाचं होतं.

पुढे जाऊन कळलं, की खरंच एकूण सात व्यक्तींचं भविष्य घडवलं गेलं होतं. त्यातले बहुतेक तरुण व खूप गंभीरपणे व्याधीग्रस्त होते. एक एकोणीस वर्षांची मुलगी अठ्ठेचाळीस तासांच्या आत (डॉक्टरांनी तिच्या जगण्याची पूर्ण आशा सोडून दिली होती, असं नंतर मला समजलं.) अतिशय आवश्यक इंद्रियरोपण झाल्यामुळे आज एक सौंदर्यवती तरुणी म्हणून आनंदात जीवन जगत आहे. पंधरा वर्षांच्या, साठ पौंड वजन असलेल्या एका लहान मुलाला निकोलसचं हृदय बसवून मिळालं. आज तो सळसळत्या उत्साही तब्येतीचा मुलगा बनलाय. त्यापूर्वी त्याचं अर्धं आयुष्य हॉस्पिटलमध्येच गेलेलं होतं. एका मुलाची शर्धक्रिया होण्यापूर्वी डॉक्टरांनी त्याला सांगितलं होतं, की त्याने

काहीतरी चांगला विचार मनामध्ये आणावा. त्यावर तो म्हणाला, "मी खरोखरच एक छान विचार आणलाय मनात. मी किनई, निकोलसबद्दल विचार करतोय." काही दिवसांपूर्वीच मी त्याला भेटून आलोय; कोणत्याही वडिलांना अभिमान वाटेल असा तो एक मस्त मुलगा आहे. मी हे ही कबूल करतो, की त्याला बघून माझी छातीदेखील अभिमानाने फुगली होती. दुसऱ्या एका माणसाला निकोलसच्या नेत्रदानाचा फायदा होऊन एका डोळ्याला दृष्टी लाभल्यावर तो आम्हाला म्हणाला होता, की एके काळी तो त्याच्या मुलांना बघू शकत नसे. पण आता, तो त्याच्या मुलाला रग्बी (खेळ) खेळताना व मुलीला दांडपट्ट्यांचा खेळ खेळताना बघू शकतो.

या घटनाक्रमाला जी अमाप प्रसिद्धी मिळाली, त्यामुळे आम्हाला समाधानच लाभत गेलं. कारण त्यामुळे मरणोत्तर इंद्रियदानाच्या कल्पनेचा जनतेमध्ये भरपूर प्रसारही झाला. खरं म्हणजे जगभरात आतापर्यंत असे हजारो पालक व लहान मुलांनी दूरदूरच्या हॉस्पिटलमध्ये एकाकी बसून अशाच प्रकारचा निर्णय कधीतरी पूर्वी घेतलेलाही असेल, आमच्या हानीइतकीच त्यांचीही झालेली हानी तेवढीच तीव्र असणार आहे. पण त्यांनी अशा प्रकारे स्वच्छेने निर्णय घेण्याचं जे धाडस दाखवलं असेल, ते मात्र समाजापासून लपलेलंच राहून गेलेलं असणार. अर्थहीन झालेल्या गोष्टींना कवटाळून बसण्यापेक्षा त्या दुसऱ्यांच्या कामी येण्यासाठी धडपडणारे ते असंख्य लोक प्रसिद्धीचा प्रकाशझोतात आले नाहीत, याचा माझ्या मनाला खरंच खेद वाटतो.

मला कल्पना आहे की आमच्याप्रमाणेच, त्यांच्याही आयुष्यात ती पोकळी कायमच राहणार आहे. मॅगी व मी यापुढे पूर्णत्वाने आनंदी राहू शकू यावर माझा विश्वास नाहीये; अगदी आमच्या कोणत्याही सुखाच्या क्षणाला आता दुःखाची झालर ही असणारच आहे. परंतु मरणाच्या दारात उभ्या असणाऱ्या, आयुष्य उद्ध्वस्त होण्याची शक्यता असणाऱ्या रुग्णांना आमच्या या इंद्रियरोपणाच्या निर्णयामुळे जीवदान मिळालेलं बघून, त्यांच्या कुटुंबीयांच्या चेहऱ्यावर पसरलेला आनंद, समाधान बघून आम्हाला मिळणारा आनंद आज आमच्या दुःखाची भरपाई करत आहे. नाहीतर कदाचित एका अघोरी प्रकारामुळे झालेला मृत्यू एवढंच आमच्या लेखी त्या घटनेचं महत्त्व उरलं असतं.

रेग ग्रीन

A simple Act

बाबांकडून मिळालेली भेट

दीर्घ काळ लांबलेला हिवाळा व एकाकीपण कोणालाही अगदी नकोसं होतं आणि त्यातून एखाद्या पंचाहत्तरी पूर्ण केलेल्या वृद्ध गृहस्थाला तर त्याची तीव्रता फारच जाणवत असते. त्यामुळेच मॉंटाना राज्यात राहणाऱ्या माझ्या बाबांना मी आठवड्यातून अनेक वेळा फोन करून त्यांची विचारपूस करत असे, शिवाय त्यांच्यावर प्रश्नांचा नुसता भडिमार करत असे – हवा कशी आहे तिकडे? रात्री जेवायला काय केलं आहे? तुम्ही इकडे टक्सनला कधी येणार आहात? त्यावर त्यांची ठरावीक उत्तरं असत, ज्यात क्वचितच फरक पडत असे. 'खूप थंड आहे हवा सध्या,' 'गाईचं मटण केलंय आज,' 'लवकरच येईन टक्सनला.'

बरेच आठवडे उलटल्यावर एकदा फेब्रुवारी महिन्यात त्यांनी मला फोन करून सांगितलं, की आमच्याकडे येण्यासाठी त्यांनी विमानाच्या तिकीटाचं रिझर्वेशन करून ठेवलंय. "पण मला घ्यायला वगैरे येऊ नकोस बरं का! मीच विमानतळावरून टॅक्सी करून येईन तुझ्या घरी." ते म्हणाले.

मी त्यांच्याशी कधीच वाद घालू शकत नाही, कारण त्यांना नेहमी त्यांचंच म्हणणं खरं करून दाखवण्याची सवय आहे. समजा कधी माझा पाय मोडला किंवा माझा प्रेमभंग झाला असला, तरी ते कडक, गरमागरम कॉफी बनवून तो कप माझ्यापुढे धरणार व जोडीला तितकीच कडक समज किंवा सल्लाही देणार याची मला पूर्ण खात्री असते. खरं तर त्या दोन्ही गोष्टी मला नको असतात, पण मी कशाबशा त्या घशाखाली उतरवते खरं!

ते येण्याच्या दिवशी तरी मी विमानतळावर गेलेच. मी पोहोचेपर्यंत सगळे प्रवासी विमानातून उतरून आपल्या प्रेमाच्या माणसांच्या मिठीत विसावतही होते. माझ्या आठवणीतले पूर्वीचे बाबा डोक्यावरची हॅट डोळ्यापर्यंत खाली ओढून, ऐटीत त्यांच्या घोड्यावर आरुढ होऊन, हाताने लगाम गच्च पकडून मोठ्या थाटात बुल माऊंटनवर चढायचे. अगदी त्याच ऐटीत बाबा कोणत्याही क्षणी दारातून बाहेर पडतील अशी माझी अपेक्षा होती. गर्दी ओसरत गेली, पण बाबांचा पत्ता नाही बघून बेत बदलला? पण तेवढ्यात मला बाबा दारातून बाहेर

येताना दिसले.

"बाऽऽऽबा," मी हात उंच करत ओरडले. डोळ्यांवर सूर्यप्रकाश पडल्यामुळे त्यांनी डोळे किलकिले केले होते. "बाबा," मी परत हाक मारून त्यांच्याजवळ जाऊन पोहोचले. त्यांना हाताने स्पर्श करून म्हणाले. "बाबा, मी आहे."

माझ्याभोवती हातांची घट्ट मिठी घालत (जणू समुद्री वादळामध्ये आधारासाठी सापडलेला मी एखादा ओंडका होते!) ते म्हणाले, "अगं राणी, तू आलेली बघून किती छान वाटलं मला!"

"मग, अर्थातच मी येणारच होते," आता मी त्यांना मिठी मारत म्हणाले. माझ्या हाताच्या स्पर्शाने त्यांच्यामध्ये झालेला बदल, डोळे भरून त्यांच्याकडे बघण्याआधीच, मला समजला.

मागच्या उन्हाळ्यामध्ये त्यांना पाहिल्यानंतर आता ते बरेच हडकुळे वाटत होते. जाड्या-भरड्या लोकरीचं लाल रंगाचं त्यांचं स्वेटर, आमच्या इथल्या वाळवंटी उष्ण हवेत खूपच जाडजाड वाटत होतं; ते त्यांचं कृश शरीर झाकू बघत होतं. त्यांची नेहमीची विशेष अशी काऊबॉय (गुराखी) हॅट व उंच बूट घालण्याऐवजी त्यांनी आयरिश ट्विडची कॅप डोक्यावर चढवली होती व धावताना घालण्याचे काळ्या रंगाचे बूट घातलेले दिसत होते.

आम्ही पूर्वेकडच्या डोंगरपायथ्याच्या दिशेने सरळ कॅटालिनाजच्या रस्त्याला लागलो. वाळवंटाचा प्रदेश त्यांच्यासाठी नवखाच होता, पण आम्ही जसजसे डोंगराच्या जवळ पोहोचू लागलो, तसे ते जरा आरामातच बसले. कारण त्यांना मनात आपणहूनच जाणीव झाली, की घर जवळ आलेलं होतं. घराच्या अंगणातून

गाडी आत जात असताना बाजूच्या भिंतीवर फुललेली बोगनवेल बघून ते मान डोलवत म्हणाले, "तुझी आई तर या जागेच्या प्रेमातच पडली असती."

माझा नवरा घरी आल्यावर त्याने स्टेक हा पदार्थ भाजून तयार केला. जेवणं करून आम्ही अंगणात बसलो असताना बाबांनी सिगार शिलगावली. त्या वेळी आमच्या अवांतर विषयावर गप्पा चालू होत्या. आईबद्दल मात्र आम्ही कोणीच विषय काढला नाही. नंतर भांडी घासून टाकण्याचा बाबांनी हट्ट धरला. भांडी धुण्याच्या मशिनमध्ये त्यांनी वेड्यावाकड्या तऱ्हेने भांडी रचली, ती नीटपणे पुन्हा रचण्याचा मोह मी मुद्दामच आवरला.

दुसऱ्या दिवशी सकाळी मी कॉफी करत असताना बाथरूममधून त्यांची शीळ ऐकली.

"आज घोड्यांच्या शर्यती (रेसेस) आहेत का गं?" जिन्यावरून खाली उतरत त्यांनी मला प्रश्न केला, "चल, जाऊ या आपण घोडे बघायला."

वर्तमानपत्रातून माहिती काढून त्याप्रमाणे आम्ही दक्षिण टक्सनच्या दिशेने फेअरग्राऊंडकडे गाडी काढली. वाटेत गहाण वस्तू विक्रीचं एक दुकान दिसल्यावर बाबांनी मला गाडी थांबवण्यास सांगितलं. दुकानाच्या खिडक्यादारांवर स्टीलचे गज लावलेले बघून लहान गावातल्या एखाद्या तुरुंगाचीच आठवण येत होती. त्यांनी दुकानाचं दार आत ढकललं व आम्ही आतमध्ये शिरलो. दुकानाच्या एका भिंतीवर सगळीकडे बंदुका, पिस्तुलं अडकवून ठेवलेली दिसली. इतक्या संख्येत शस्त्र मी पहिल्यांदाच बघत होते व इतकी सगळी सेकंडहँड (आधी वापरलेली) शस्त्रास्त्रं बघून मी मनातून जरा कावरीबावरीच होऊन गेले होते.

"बाबा," मी हळूच पुटपुटले, "चला, जाऊ या आपण इथून."

"थांब गं बाई. अशी घाई नको करूस." माझ्या खांद्याभोवती हात टाकत ते म्हणाले.

तेवढ्यात बुलेटप्रुफ (अभेद्य) अर्धं जाकीट घातलेला एक माणूस आमच्याजवळ आला. त्याच्या सिगारेटचा व दारूगोळ्याचा वास त्या थंड हवेत साठून राहिला होता. "तुमच्या दुकानातल्या हिऱ्यांच्या अंगठ्या दाखवता का जरा मला?" बाबा म्हणाले.

मी जागीच थबकले व बाबांना विचारलं, "हिऱ्यांच्या अंगठ्या?" बाबांना एखादी मैत्रीण भेटलीय, की काय असा मी मनात स्वत:लाच प्रश्न केला. पण त्यांनी कधी कोणाच्या नावाचा उल्लेख केलेला मला तर आठवत नव्हतं.

"माझ्या मुलीसाठी हवीय." माझ्याकडे निर्देश करत ते पुढे म्हणाले

"माझ्यासाठी?"

"काय झालं त्यात?" ते आग्रही सुरात म्हणाले. "मला तुझ्यासाठी हिऱ्यांची

अंगठी विकत घ्यायची आहे.'' समोरच्या काऊंटरवर वाकत कोपर रेलून उभं राहून ते मला म्हणाले. अशा ऐटीत की जणू वरचेवर मूल्यवान हिरे विकत घेण्याची त्यांना सवयच होती!

तेवढ्यात दुकानदाराने काळ्या मखमली कपड्यावर मांडलेल्या अंगठ्यांचा ट्रेच काऊंटरवर ठेवला.

''मला नकोय बरं का अंगठी-बिंगठी,'' मी त्यांना म्हणाले.

माझ्या प्रतिक्रियेकडे सोयिस्कर दुर्लक्ष करत एका अंगठीकडे निर्देश करत ते म्हणाले.

''ही छान आहे नाही?''

त्या ट्रेमधल्या ओळीने मांडलेल्या, चमचमणाऱ्या अनेक अंगठ्यांकडे मी बघतच राहिले. विवाह झाल्याची खूण असलेल्या पण विवाह मोडल्यामुळे, स्वप्नांचा चुराडा झाल्यामुळे, घरस्फोट झाल्यामुळे अशा अनेक कारणांनी विकून टाकायची पाळी आलेल्या त्यातल्या काही अंगठ्या बंदुकीच्या गोळीएवढ्या भल्यामोठ्या आकाराच्या होत्या, तर काही थेंबाच्या आकृतीच्या दिसत होत्या. त्या सगळ्यांमधून शोधून अखेरीस मी एक अंगठी बोटात चढवली व पंजा उंचावून निरखायला लागले. अशा तऱ्हेनं बोटातली अंगठी मिरवण्याची ती सवय मी आईकडून उचलली होती. माझी आई येता जाता दिमाखात हात वर करून तिच्या बोटातली लग्नाची अंगठी, त्यातले मौल्यवान हिरे, खडे निरखून बघायची. ''मला घालून बघू दे ना प्लीज!'' काय उत्तर मिळणार हे माहिती असूनही मी हट्ट करत असे. ती अंगठी बोटातून एकदाही काढताना मी तिला बघितलं नव्हतं.

ती मृत्युशय्येवर असताना एके दिवशी तिच्या पाचही मुलांना जवळ बोलावून तिने प्रत्येकाला यादी करायला सांगितलं होतं. तिच्या वस्तूंपैकी आम्हा प्रत्येकाला काय काय हवं होतं ते लिहायला सांगितलं. ती जे काही करायला सांगायची तसंच मी नेहमी करत असे. पण त्या वेळेला मात्र मी तिचं ऐकलं नाही. मला तिचा काच सामानाचा भारी सेट नको होता की मोत्यांच्या माळा नको होत्या. मला हवी होती फक्त माझी आई!

''अगं, तुला हवी ती अंगठी उचलं बरं.'' मला वडिलांनी सांगितलं.

दुसऱ्या कोणत्या तरी अनोळखी बाईची अंगठी माझ्या बोटात बसून हसत होती.

''तुम्ही नका देऊ मला हिऱ्याची अंगठी.'' मी त्यांना म्हणाले.

''पण मला द्यायचीच आहे तुला.'' ते म्हणाले.

''चला, आपण इथून बाहेर पडून कुठेतरी बसून जेवण करू या आणि मग

खाता खाता याच्यावर विचार करू या.'' मी पुटपुटले. ''आम्ही येतो परत,'' मागे वळून बघत मी त्या दुकानदाराला म्हणाले.

नंतर मग आम्ही खात असताना, गाणी ऐकता ऐकता बाबांनी खाकरून घसा साफ केला व म्हणाले, ''आईची अंगठी मी शीलाला देऊन टाकलीय.''

ती खरेदी करण्याच्या घाईमागचं कारण क्षणात माझ्या लक्षात आलं. शीला म्हणजे माझी धाकटी बहीण – एकुलती एक बहीण. आई स्वर्गवासी होण्याआधी शीलाने मला सांगितलं होतं की तिला आईची अंगठी हवी होती. ती अंगठी म्हणजे तिच्यासाठी मातृप्रेमाची खूण होती. असं सांगताना ती खूप रडली होती.

ज्याप्रमाणे माझ्या वडिलांच्या आशा कधी मावळल्या नव्हत्या, त्याचप्रमाणे माझी आईदेखील त्या दोघांनी जमवलेल्या वस्तू वाटून देऊ शकली नव्हती. माझे भाऊ काळजीत पडले होते की तिच्या नावे असलेल्या मालमत्तेचं कसं वाटप करायचं. तेव्हा माझ्या बर्न मावशीने एक सुचवलं की आईची अंगठी मला मिळावी. ''तू तिची मोठी मुलगी आहेस, म्हणून तूच अंगठी मिळण्यासाठी आग्रह धरला पाहिजेस,'' तिने मला परत आठवण करून दिली होती.

झालं! माझ्या डोक्यात किडाच शिरला व काही काळापुरती मला पण खूप हाव सुटली होती. पण काही दिवसांनी तिच्या सांगण्यातला विरोधाभास माझ्या लक्षात येऊ लागला. बर्न ही माझ्या आईची सर्वांत धाकटी बहीण. ती कायम उघडपणे तक्रार करायची की तिची आई (आमची आजी) तिच्या सगळ्या मोठ्या मुलींवरच खूप प्रेम करत असे. आता आईची अंगठी माझ्या बोटात आहे, अशी मी नुसती कल्पना केली, तरी माझ्या धाकट्या बहिणीचा चेहरा माझ्या डोळ्यासमोर येई व तो हलायचं नावच घेत नसे. ती पाच भावंडांमध्ये बरोबर मधली होती. मला लहान झालेले कपडे घालतच ती लहानाची मोठी झाली. त्याचप्रमाणे शाळेतदेखील मला शिकवणाऱ्या शिक्षिकाच तिलाही पुढे शिकवत असत. त्यामुळे त्या नकळत माझ्याच नावाने तिला हाक मारत असत.

''काय गं, तुला वाईट वाटतंय का?'' बाबांनी विचारलं.

''नाही, तसं काही नाही. ठीक आहे. पण शीलानं आपणहून मला हे सगळं सांगितलं असतं, तर बरं वाटलं असतं.'' मी बोलून गेले.

दोन मुली, एकच अंगठी – शक्यताही दोन. किंवा मग आम्हा दोघींपैकी एकीलाही ती मिळणार नव्हती. ती अंगठी विकून टाकून मिळालेले पैसे दोघींमध्ये वाटून दिले गेले असते. मला परत त्या दुकानात पाहिलेल्या, गहाण ठेवलेल्या अंगठ्या आठवल्या. मागच्या भिंतीवरच्या बंदुका आणि समोर चमचमणाऱ्या अंगठ्या – छे छे! अगदीच काहीतरी विचित्र दृश्य! अश्रू ओघळू नयेत म्हणून मी डोळेच घट्ट बंद करून घेतले. तरीदेखील बंद डोळ्यांमधून सूर्यप्रकाश

डोळ्यात शिरलाच व डोळ्यांसमोर हिऱ्यांसारखा चमचमाट झाला. मी मनातल्या मनात आईला कायमचा निरोप दिला. तिची अंगठी अशा एखाद्या ट्रेमध्ये असण्यापेक्षा माझ्या धाकट्या बहिणीच्या बोटात सुरक्षित आहे याचा आनंद मानला व मी समाधान पावले.

वारसा हक्कानुसार आईकडून मुलीकडे जाणाऱ्या गोष्टींबद्दल मी विचार करू लागले. अशा काही गोष्टी, ज्या कधी विभागून द्याव्या लागत नाहीत. उदाहरणार्थ, ॲपल पाय हा पदार्थ बनल्यावर तो नीट बेक (भाजला) झालाय की नाही हे तपासून बघण्यासाठी ती एका ठरावीक पद्धतीने वरच्या थराला बोटांनी हलकासा चिमटा काढून बघायची. रानटी ॲस्पॅरगसची भाजी कुठे सापडेल त्याचा ती कसा शोध घेत असे, चित्र रंगवताना ब्रश हातात पकडण्याची तिची खास शैली. तिच्या अपत्यांमधली मी पहिल्या क्रमांकाची. जन्म घेऊन मी तिला माता बनवलं. तिनेही तिच्या मातृप्रेमाचा माझ्यावर मनसोक्त वर्षाव केला. शीला ही पाच अपत्यांमधली बरोबर मधली. त्यामुळे तिला तिने हृदयाच्या केन्द्रस्थानी ठेवलं होतं. माझ्या लक्षात आलं की आईला आमच्यामधून कोणा एकाकडे झुकतं माप द्यायला आवडत नसे. तिचं सर्वांवर समान प्रेम होतं. बाबांनी मात्र आम्हा सर्व भावंडांतून शीलाचीच निवड करून तिला हवं असलेलं आईच्या प्रेमाचं ते प्रतीक दिलं होतं. आता मलाही एक अंगठी विकत घेऊन त्यांना सिद्ध करून दाखवावंसं वाटत होतं, की मी पण त्यांची तेवढीच लाडकी आहे.

कच्च्या रस्त्यावरची माती उडवत उडवत आम्ही गाडीतळाकडे जात असताना माझी नजर रस्त्यावर खिळली होती. "हे काय, तुम्ही तुमचे नेहमीचे बूट घातलेले नाहीयेत." मी बाबांना टोकलं. तिकडे मॉंटानामध्ये माझे वडील रोज घोड्यावरून रपेट करतात. "ते बूट माझ्या पायांना चावतात," त्यांनी कबूल केलं.

अचानक माझ्या डोक्यात एक कल्पना आली. तिथून काही चौक ओलांडून स्टुअर्ट बूट्स या छोट्याशा दुकानासमोर मी गाडी थांबवली. तिथे उत्कृष्ट दर्जाचे, मऊ, नरम असे गुराख्यांचे (काऊबॉय) खास बूट मिळत असत. वेगवेगळ्या डिझाइनचे, आकाराचे बूट फळ्यांवर मांडून ठेवलेले दिसत होते. त्या सर्वांवर नजर टाकून मग बाबांनी लहान मुलांप्रमाणे पायातले बूट काढून, निमुळत्या आकाराचा काऊबॉय बुटांचा जोड उचलून त्यात पाय सरकवले. "छे, छे, हे तर फारच घट्ट आहेत माझ्या पायांसाठी," बाबा म्हणाले.

दुकानदार व्हिक्टरने बाबांचा पाय बारकाईने पाहिला व जरा मोठ्या साईजचे बूट घालून बघा असं सुचवलं. अक्रोडच्या झाडाच्या बुंध्याच्या सालाच्या रंगाचे

बूट घालून थोड्या वेळाने बाबा ताठ उभे राहिलेले दिसले. ते बूट. पिढ्यान्‌पिढ्या बूट बनवण्याच्या कलेत निष्णात असलेल्या वयोवृद्ध कामगारांनी बनवलेले होते. त्या वृद्धांनीही ती कला त्यांच्या वाडवडिलांकडूनच शिकलेली असणार.

"तू पण तुझ्यासाठी निवड ना एखादा चांगलासा जोड." बाबांनी मला सुचवलं. याच दुकानामधून पूर्वी विकत घेतलेला एक जोड माझ्याकडे घरी होता. पण त्या दिवशी, त्या वेळी मला बाबांचा आग्रह मोडायचा नव्हता. आरशासमोर आम्ही दोघं जवळ जवळ उभे राहून बघत होतो. आमच्यापैकी एक जण वृद्ध होता, तर एक आता फारशी तरुण न राहिलेली! मी विचार करत होते, आमच्यात असणाऱ्या अदृश्य, अतूट बंधाचा. आपली कुटुंबाची व्याख्या, आपलं ठरावीक स्थानाबद्दलचं प्रेम, आर्कषण, आपला प्रामाणिकपणा या सर्वांचा. माझ्या शेजारी उभी असलेली व्यक्ती ताठ उभी होती. नेहमी सावकाश, जपून चालणारी, हृदयात अनेक भावना उचंबळून आल्या तरी मितभाषी राहणं पसंत करणारी!

"तू हे बूट घ्यावेस अशी माझी मनापासून इच्छा आहे," बाबा हसत-हसत म्हणाले, मीही त्यांच्याकडे बघून हसले. त्यांनी आतापर्यंत मला ज्या काही गोष्टी दिलेल्या होत्या त्याबद्दल मी विचार करत होते. अशा काही गोष्टी, अनमोल भेटी, ज्या मी हातात घेऊ शकत नाही, बोटात घालू शकत नाही, पण हृदयात मात्र जपून साठवून ठेवू शकते. ते जेव्हा या जगात नसतील – म्हणजे एक ना एक दिवस ते आम्हाला सोडून कायमचे जाणार याची मला जाणीव आहे – तेव्हा त्यांच्या माझ्यावरच्या प्रेमाचं प्रतीक म्हणून हे बूट माझ्याजवळ असतील. आणि जेव्हा त्यांनी प्रामाणिकपणे सर्व गोष्टी मार्गी लावल्या होत्या, त्या दिवसाच्या स्मृती कायम माझ्या मनात रेंगाळत असतील.

मिशेल मॉरिस

My Father's Gift

स्प्राईट

दोन रात्रींपूर्वी जन्मलेलं ते शिंगरू छोट्याशा तबेल्याच्या एका कोपऱ्यामध्ये अंगाची गुंडाळी करून चुपचाप पडून होतं. ते बघून मी अगदी वैतागले होते व हताशही झाले होते. त्या घोडीसाठी बाळंतपण फारच कठीण गेलं होतं आणि पिल्लाला जन्म देऊन बिचारी आई खूप रक्तस्राव होऊन मरण पावली होती.

आईविना पोरकं पिल्लू माझ्या मनाला चटका लावत होतं. किती एकाकी वाटत होतं ते! घोडा म्हणून जगण्याचं ज्ञान पुरवण्यास त्याची आई जिवंत नव्हती. जन्मल्यानंतर तीन दिवस होऊन गेले तरी ते शिंगरू, आपणहून उठून बाहेरच्या जगात डोकावण्यास मुळीच तयार नव्हतं. पशूतज्ज्ञांनी त्याला तपासल्यावरती त्याच्यात काहीही शारीरिक दोष आढळला नव्हता, पण तरी ते त्या शिंगराला जागेवरून उठून उभं राहण्यासाठी प्रोत्साहित करू शकले नाहीत.

मी तिचं नाव 'स्प्राईट' असं ठेवलं. उद्देश हाच की ते आपल्या नावाला एक ना एक दिवस जागेल. (Sprite चा अर्थ 'परी' असा असतो.) पण तरी दिवसेंदिवस ती उदास होऊनच बसून राहात होती. मधूनच ती आईचा गंध शोधू बघत होती. पोट भरण्यासाठी म्हणून ती खात होती. पण जनावर वाढताना त्याच्या अंगी जी स्फूर्ती आढळते, तशी मला स्प्राईटमध्ये दिसत नव्हती. जणू काही स्प्राईटने स्वत:ला दु:खीच ठेवण्याचा निर्णय घेतला होता.

आमच्या अश्वपैदास केंद्रावरती इतर घोडे व शिंगरूही होते. स्प्राईटला कधी कधी बळजबरीने उठवून आम्ही बाहेर मैदानावरती आणत असू, तेव्हा ती उत्कट नजरेने इतर घोड्यांकडे बघे. मग मोठा नि:श्वास टाकून केविलवाणं फुरफुरे. मान फिरवून उभी राहात असे. तिला परत तबेल्यापर्यंत नेईपर्यंत ती कोणाकडेही बघणं टाळत असे.

काही आठवडे उलटून गेले, पण शिंगराच्या वागण्यात मात्र कोणताही फरक नव्हता. खाऊन-पिऊन ती सुस्तावून पडून राहात असे आणि रोजची ठरलेली जबरदस्तीची चक्कर मारून आणण्यास तेवढी फक्त उठत असे. पण इतर घोडे जसे जोरात धावत, सुरांवर नाचत व जीवनाचा आनंद लुटत, तसं

काही करण्यात तिला कसलाही रस वाटत नसे.

आणि एके दिवशी, एक मोठा बदल घडला. स्प्राईटमध्ये नव्हे, तर माझ्यातच बदल झाला होता. उन्हाळ्यातल्या प्रचंड उकाड्याच्या एका दिवशी मी उन्हापासून बचाव करण्यासाठी आमच्या घरातल्या थंड हवेत विश्रांती घेत होते. सूर्य क्षितिजाखाली अस्त पावून हवेतला उष्मा कमी होईपर्यंत मधल्या रिकाम्या वेळात काय करावं ते मला कळत नव्हतं, मग मी घरातला फोटोंचा एक अल्बम बघत बसले. नंतर दुसराही बघितला. त्यातले फोटो पिवळे पडून जीर्ण झालेले वाटत होते.

त्या फोटोंमध्ये माझ्या आईचे बरेच फोटो मिळाले. माझ्या बाबांनी त्यांच्या मृत्यूच्या काही वर्षांपूर्वी ते फोटो माझ्या हवाली केले होते. त्या फोटोमधली ती स्त्री माझ्या फारशा ओळखीची झालीच नव्हती, पण तिने माझ्यावर खूप प्रेम केलं असावं, अशी मी कल्पना करत असे. माझ्या बालपणीच तिचा मृत्यू झाला होता. त्यामुळे जे नातं अत्यंत गरजेचं व जिव्हाळ्याचं असतं, ते मी कधीच अनुभवू शकले नव्हते.

मला आठवू लागलं, की लहानपणी शाळेच्या सहलीला गेल्यावर मी इतर मुलं-मुली व त्यांच्या आईकडे टक लावून बघत बसत असे. ते बघून दुःखाने माझं हृदय पिळवटून उठत असे व मी मान फिरवून दुसरीकडे बघू लागे. पण मग जेव्हा आमची एक शिक्षिका आपणहून माझी मैत्रीण बनून हळूहळू माझ्याशी माझ्या आईसारखी वागू लागली, तेव्हा कुठे मी फुलू लागले. त्यानंतर माझी वाढही झपाट्याने झाली. मी अभ्यासातही प्रगती करू लागले व जीवनाचा आनंद लुटू लागून खऱ्या अर्थाने सुखावून गेले.

आता मला त्या सगळ्याची जाणीव झाली.

त्या क्षणी नव्याने निश्चय करून तळपत्या उन्हात भर दुपारी मी तबेल्याच्या दिशेने निघाले. मला कसलीही तमा नव्हती. मनापासून प्रयत्न करून बघणं एवढंच ध्येय होतं, माझ्या नजरेसमोर!

पुढच्या काही दिवसांसाठी मी स्प्राईटबरोबर त्या जागेतच मुक्काम ठोकला. चार भिंतींआडची ती जागा म्हणजे स्प्राईटसाठी जगापासून दूर सुरक्षित अशी जागा होती. जवळच राहणाऱ्या एका तरुण मुलावर मी माझी रोजची कामं सोपवून दिली होती आणि नवऱ्याला मोबाइलवर फोन करून रोजच्या जीवनावश्यक वस्तू मला आणून देण्याच्या सूचना देऊन ठेवल्या होत्या.

त्या पूर्ण काळात मी त्या दुःखी, एकाकी, मुक्या जनावराशी सतत बोलत बसत असे. माझ्याबद्दल, त्याच्या आईबद्दल आणि मनात जे काही येई त्याबद्दल! बोलून बोलून घसा कोरडा पडला, की मग तिचं पांढऱ्या रंगाचं तोंड प्रेमाने

चोळत असे. तिच्या अंगावरचे लालसर केस ब्रशने विंचरून खरारा करत असे आणि मग आम्ही दोघीही झोपून जात असू.

चवथ्या दिवशीच्या सकाळपर्यंत माझ्याही अंगाला घोड्यांचाच दर्प येऊ लागला होता. सकाळी मी उठले व समोर एक मनोहारी दृश्य दिसलं. स्प्राईट आपणहून उठून तिच्या लांब, सडसडीत पायांवर उभी होती व नाकाने मला हलकीशी ढुशी देऊन उठण्यास सांगत होती.

काहीही न बोलता मी तबेल्याचं दार उघडलं आणि तिच्या जन्मानंतर प्रथमच तिनेच पुढे होऊन मला बाहेरच्या मोकळ्या हवेत नेलं. बाहेर आल्यावरती ती उड्या मारू लागली, लाथा झाडू लागली आणि खऱ्याखुऱ्या लहान शिंगराप्रमाणे मस्तीही करू लागली.

तिच्या डोळ्यांमधले भावही बदलले. त्यांच्यात वेगळीच चमक निर्माण झाली होती व जिवंतपणाचं पुरेपूर लक्षण भरलेलं दिसत होतं. आतापावेतो रितं असलेलं तिचं हृदय जणू आता आनंदाने आणि जगण्याच्या नव्या उमेदीने ओतप्रोत वाहत होतं.

इतके दिवस जे उपभोगणं राहून गेलं होतं, त्याची ती नंतर पूर्णरित्या भरपाई करू लागली. स्प्राईटने आता कुठे जगायची खरी सुरुवात केली होती. पंख फुटल्यासारखी ती वेगात पळू लागली. मोठी झाल्यावर हळुवारपणे मला तिच्या पाठीवर स्वार होऊ देऊ लागली. इतर जनावरांमध्ये इतका हळुवारपणा मला क्वचितच आढळला होता. दररोज सकाळी ती मला आमच्या दोघींमधल्या विशेष नात्याची आठवण करून देत असे. अर्थात नंतर मी काही तिच्या तबेल्यात झोपत नव्हते – माझ्या नवऱ्यानेही सुटकेचा निःश्वास टाकला होता त्यामुळे! – पण स्प्राईट मात्र रोज सकाळी लगामातून सुटका करवून घेऊन माझ्या खोलीच्या खिडकीबाहेर येऊन उभी राहत असे आणि मी उठून कधी एकदा तिची दखल घेते याची वाट पाहात प्रतीक्षा करत असे.

डॅर्सी होसॅक

Sprite

कामाचा पहिला दिवस

"वारसा हक्काने कायमच्या अशा दोनच गोष्टी आपण आपल्या मुलांना देऊन जाऊ शकतो. पहिली म्हणजे मुळं व दुसरी गोष्ट पंख!"

हॉडिंग कार्टर

माझ्या वडिलांचा एक छोटासा व्यवसाय होता. त्यांच्या हाताखाली एका वेळी पंधरा कामगार असत. आम्ही दररोज अनेक गवळ्यांकडून दूध विकत घेऊन त्याचं एकत्रीकरण व निर्जंतुकीकरण करून नंतर बाटल्यांमध्ये भरून घरगुती व हॉटेलच्या वापराच्या विक्रीसाठी तयार करायचो. त्याचप्रमाणे शाळेत जाणाऱ्या मुलांसाठी छोट्या छोट्या डब्यात दूध भरून द्यायचो व जोडीला छानपैकी घरगुती आइस्क्रीमदेखील बनवायचो.

दुधाचे हे सर्व पदार्थ आणि इतर अजून काही गोष्टी आम्ही आमच्या डेअरीच्या इमारतीत दर्शनी भागामध्ये विकायलाही ठेवायचो. तिथे अजून काही गरजेच्या वस्तू व थंड पेयाचं मशीनही ठेवलं होतं. उन्हाळ्याच्या दिवसात आइस्क्रीम खाण्यासाठी लोकांच्या लांबलचक रांगा लागत. माझ्या बाबांच्या हातचं बनलेलं, सत्तावीस निरनिराळ्या स्वादांचं चविष्ट आइस्क्रीम चाखण्यासाठी लोकं आतुरतेने प्रतीक्षा करत राहायचे.

भरपूर विक्री होणाऱ्या, पण आकाराने लहानसं असणाऱ्या ह्या दुकानात कामगारांना सतत खूप धावपळ करावी लागे. विश्रांती न घेता तासन्‌तास ते कामात व्यस्त असत. दुकानात येणाऱ्या गिऱ्हाइकांची गर्दी कमी होण्याचं नावच नसायचं आणि त्यामुळे 'भाऊगर्दीचे, लगबगीचे कामाचे तास' ऐन गर्मीच्या दिवसांत तर खूप उशिरापर्यंत चालूच राहायचे.

मी लहान असल्यापासून तिथे काम करत असे. आमच्या घरातली आम्ही सातही भावंडं कामात मग्न राहायचो. खूप धावपळ होते व अतिशय कष्ट पडतात म्हणून रुजू होऊन, काही दिवस काम करून सोडून जाणारे अनेक

कामगार मी तेव्हा पाहिले होते.

१९६७ साली एके दिवशी आमच्याकडे डेबी नावाची एक नवी मुलगी आली होती. उन्हाळ्याच्या दिवसांत तिला आमच्या दुकानात नोकरी करायची होती. त्यापूर्वी तिने अशा प्रकाराचं काम कधीच केलेलं नव्हतं, पण तरी तिला अनुभव घेण्याची खूप इच्छा होत होती.

तिच्या कामाचा तो पहिलाच दिवस होता आणि पहिल्या दिवशी सहसा प्रत्येकाच्या हातून घडणाऱ्या सर्व चुका तिच्याही हातून झाल्या होत्या. रजिस्टरमध्ये विक्रीचा चुकीचा आकडाच तिने टाकून ठेवला, काही वस्तूंसाठी चुकीचा दर आकारला, तर एका गिऱ्हाइकाला चुकीचंच पार्सल दिलं, अर्धा गॅलन दूध भरलेली बाटलीच तिच्या हातून खाली पडून फुटली. कामातला तिचा तो वेंधळपणा बघत राहणं म्हणजे मला ती शिक्षाच वाटत होती. मी तडक बाबांच्या केबिनमध्ये गेले व त्यांना म्हणाले, ''बाबा, प्लीज तिकडे जाऊन त्या नव्या मुलीनं घातलेला गोंधळ बघा एकदा.'' माझी अशी अपेक्षा होती की बाबा रागारागाने तिच्याजवळ जाऊन, तिला तिथल्या तिथे, त्या क्षणी कामावरून काढून टाकतील.

बाबांचं केबिन बिलं घेण्याच्या काऊंटरपासून जवळच होतं. मी काय सांगितलं होतं, त्याबद्दल शंका आल्यासारखे भाव त्यांच्या चेहऱ्यावर दिसत नव्हते. खुर्चीत बसूनच ते काही क्षण विचारमग्न झाले. टेबलाजवळून उठून ते डेबीजवळ जाऊन पोहोचले. ती काऊंटरच्या मागेच उभी होती.

''डेबी,'' प्रेमाने तिच्या खांद्यावर हात टाकत ते म्हणाले. ''दिवसभर माझं

तुझ्याकडे बारीक लक्ष आहे आणि फॉर्बुश बाईंशी तू कसं वागली होतीस तेही मी बघितलंय.''

दिवसभरात आलेल्या अनेक स्त्री गिऱ्हाइकांमधून फॉर्बुश बाई कोण असाव्यात आणि त्यांना सुट्टे पैसे देताना डेबीनं काही चूक केली होती का, तिच्या हातून त्यांच्या अंगावर दूध सांडलं होतं का, हे आठवण्याचा प्रयत्न करता करता डेबीचा चेहरा लाल लाल होऊ लागला होता व डोळे आसवांनी भरून येऊ लागले होते.

माझे वडील पुढे असंही म्हणाले, ''अगं, आजवर फॉर्बुश बाईंना माझ्याइथल्या एकाही कामगार बाई वा पुरुषाशी इतकं नम्रपणे व प्रेमाने बोलताना मी पाहिलं नव्हतं. त्यांच्याशी कसं वागावं हे तुला मात्र बरोबर उमजलं होतं बरं का! आता यापुढे दर वेळी जेव्हा त्या दुकानात येतील, तेव्हा त्यांना नक्की आवर्जून तुला भेटावंसं वाटेल बघ. असंच छान काम करत राहा.''

समजूतदार, धोरणी, व दुसऱ्याबद्दल अनुकंपा बाळगणाऱ्या दुकानाच्या मालकाला त्या बदल्यात एक अतिशय प्रामाणिक, कष्टाळू मदतनीस मिळाली व तीदेखील तब्बल सोळा वर्षांच्या दीर्घ काळासाठी... आणि तिच्या रूपात मला आयुष्यभरासाठी एक छान मैत्रीणही लाभली!

मेरी जेन वेस्ट-डेलगॅडो

First Day Employee

निखळलेला दुवा

सतराव्या वर्षीच मला दिवस गेले होते आणि तेव्हाची घरातली परिस्थिती फारच वाईट होती. होणाऱ्या बाळाचा पिता अडतीस वर्षांचा एक पोलीस अधिकारी होता. मी गरोदर आहे हे समजताच तो खूप संतापला अन् 'तो माझा प्रॉब्लेम होता' असं म्हणून नामानिराळा झाला. घरी पालकांपैकी एकीला दारूचं व्यसन व दुसरा सावत्र, त्यामुळे माझं कौटुंबिक जीवन अतिशय एकाकी व अनिश्चित परिस्थितीतून जात होतं.

बालसुलभ वृत्तीने मी त्या सगळ्या प्रकाराकडे जरा काणडोळा केला. गंभीरपणे विचार न करता, उलट येणाऱ्या बाळासाठी (वैद्यकीय तपासणीद्वारे मुलगी असल्याचं समजलं होतं.) मी छानपैकी क्रोशानी गुलाबी रंगाचं ब्लँकेट विणून ठेवलं. कुठे सेल लागलेला असेल, तिथे जाऊन छोटे छोटे फ्रॉक्स, झबली, अंगडी-टोपडी, पालकत्वावरची पुस्तकं शोधून विकत घेऊन ठेवली. एक आदर्श माता बनण्याचा मी निर्धारच करून टाकला होता. 'माझ्या' मुलीला प्रेमाचा लाभ होणार होता व अखेर माझ्यावर प्रेम करणारं मलादेखील कोणीतरी मिळणार होतं.

पण सत्य फार कटू असतं. खऱ्या विदारक परिस्थितीनं डोकं वर काढलंच. ज्या रात्री मी कामावर जात नसे, तेव्हा मी माझ्या गाडीतच बसून रात्र काढत असे किंवा उशिराच्या सिनेमा शोला जाऊन; घरात चालणारं आईवडिलांचं मद्यपान व त्यांची भांडणं यापासून माझी सुटका करून घेत असे. पण मनाला सतत छळणारा विचार झटकून टाकण्यास मी असमर्थ ठरले. माझं बाळ त्या वातावरणात जगू शकणार नव्हतं. त्या घरामध्ये माझ्या मुलीला वाढवायचं, या कल्पनेमुळे मी आजारी पडू लागले. तिला जर गमवावं लागलं तर, या विचाराने व्याकूळ होऊ लागले. माझ्यासाठी जवळची, घरातली अशी एकच दुसरी व्यक्ती होती व ती म्हणजे माझी आजी. पण मी गरोदर असल्याचं कळल्यावर तर तिने माझ्याशी संबंध ठेवण्यासही नकार दिला होता. मुलीला घेऊन कुठेतरी 'पळून' जाण्याचाही मार्ग दिसत नव्हता.

हो. मला एक मार्ग मात्र निश्चितपणे दिसत होता.

माझ्या स्त्री-प्रसूतीतज्ज्ञांना एक वकील माहिती होते व त्या वकिलांना लहान मूल दत्तक घेण्याची तयारी असणाऱ्या व त्या प्रतीक्षेत असणाऱ्या लोकांची माहिती होती. ते लोक बरेच पैसेवाले असल्यामुळे दत्तक बाळाला वाढवताना त्यांना कोणतीही अडचण निर्माण होण्याची शक्यता नव्हती. एका पाय (खाण्याचा एक पदार्थ) शॉपमध्ये मला ते वकील भेटले. येताना त्यांनी बऱ्याच कागदपत्रांचा एक गठ्ठाच आणला होता व त्यांनी मला ठिकठिकाणी सह्या करायला सांगितलं. त्या कागदांवर काय मजकूर छापलेला होता त्याबद्दल मला काहीही माहिती नव्हतं. डोळ्यांत अश्रू जमा झाल्यानं मला दिसत नव्हतं व अतिदुःखामुळे मला उलटी होण्याची भीती वाटत होती. मी आज्ञाधारकपणे, वकील सांगत होते तिथे सह्या करत गेले. मी खाल्लेल्या पायचे पैसे चुकते करून ते वकील निघून गेले.

माझी प्रसूती झाल्यावर काही तासांनंतर लगेच हॉस्पिटलमध्ये ते नवे पालक हजर झाले. "तू बाळाला जवळ घेण्याचं काही कारण नाहीये," असं मला म्हणून नर्सनं माझ्यापासून तिला हिसकावून घेतलं.

हॉस्पिटलच्या पलंगावर एकाकी अवस्थेत पडलेली असताना तिथून घरी मी आईला फोन केला. आमची हलाखीची आर्थिक परिस्थिती बघून माझ्या प्रसूतीनंतर बाळाच्या संगोपनासाठी आम्हाला वेलफेअर (समाजकल्याण संस्था) सेंटरकडून भरभक्कम रकमेचा चेक मिळाला असता, पण मी ती संधी गमावली हे कळल्यावर आईचा जळफळाट झाला. कधीही घरी न परतण्यासाठी दरडावून तिने फोनचा रिसिव्हर आदळून खाली ठेवला. हॉस्पिटलमध्ये माझे कपडे ठेवलेली प्लास्टिकची एक बॅग आणि तेरा डॉलर व अठ्ठावीस सेंट एवढीच रक्कम माझ्याजवळ माझी ऐहिक मालमत्ता म्हणून उरलेली होती.

ते नवे पालक दुसऱ्या दिवशी परत माझ्या खोलीमध्ये आले. हसऱ्या चेहऱ्याने व आनंदाने त्यांनी माझे आभार मानले व घाईत असल्याचं सांगून ती धावती भेट उरकती घेतली. माझ्या लेकीला उज्ज्वल भविष्य देण्यासाठी ते तिला घेऊन निघूनही गेले.

निराश होऊन मी माझ्या कामाच्या ठिकाणी असलेल्या एका सहकारी मैत्रिणीला फोन केला. ती मला तिच्या घरी घेऊन गेली. तिच्या घरी त्या रात्री शॉवरखाली अंघोळ (प्रसूतीनंतर प्रथमच) करताना खाली वाहणाऱ्या पाण्यात माझ्या अंगातलं रक्त, छातीत दाटलेलं दूध व डोळ्यातले अश्रू वाहताना निश्चल मनाने बघत मी उभी राहिले होते. त्या सर्वांबरोबर मीदेखील वाहून जावं, माझं अस्तित्वच नाहीसं व्हावं, अशी मनोमन इच्छा होत होती.

परंतु शेवटी हृदयातली आशा कायम उरतेच. त्या कागदपत्रांत काय छापलेलं होतं कोण जाणे, पण तरी मला आतूनच खात्री वाटत होती, की मी

नक्की केव्हातरी माझ्या मुलीला परत भेटणार. तेवढाच एक उरला-सुरला आशेचा किरण उराशी घट्ट बाळगत मी काळाबरोबर पुढे जाण्याचं ठरवलं. रक्तस्राव थांबून गेला, स्तनातलं दूधही आटून गेलं, अश्रूंचा महापूर हळूहळू ओसरू लागला व सगळ्या दुःखाचा, वेदनांचा एक घट्ट गोळा बनून तो मात्र माझ्या हृदयात कायमचा रुतून बसला होता.

माझ्या लेकीच्या भल्यासाठी घेतलेला तो 'योग्य' निर्णय, त्या निर्णयामागचं माझं प्रेमळ तर्कशास्त्र माझ्या हृदयाच्या उडालेल्या ठिकऱ्यांवर, जखमांवर मात्र लेप लावू शकलं नाही. इतक्या तीव्र हानीमुळे निर्माण झालेली पोकळी, चिघळलेल्या जखमा, त्यातून भळभळ वाहणारं रक्त हे सर्व अनेक वर्षं माझ्या अंतर्मनात तसंच राहिलं होतं.

आयुष्य पुढेपुढे सरकत राहिलं. मी परत नोकरीवर रुजू झाले, लग्नही केलं. नंतर पाच मुलांना जन्म दिला आणि कालांतराने घटस्फोटही घेतला होता.

माझ्या पाचही मुलांना माहिती होतं की त्यांना सर्वांत थोरली अजून एक बहीणही होती. एकमेकांपासून दुरावलेल्या जिवलगांच्या भेटी घडवून आणण्यात मदत करणाऱ्या संस्थांना मी आमची कौटुंबिक माहिती पाठवताना, तसंच इंटरनेटवरून माझ्या लेकीचा शोध घेण्याचा मी प्रयत्न करताना त्यांनी मला बघितलेलं होतं. 'किती मुलं आहेत' असा मला कोणी प्रश्न विचारल्यावर मी आतल्या आत कशी घुसमटत असे, त्याची त्यांना कधीच कल्पना आली नाही. बाहेरच्या समाजाने स्वीकारावं ते असत्य, 'मला पाच मुलं आहेत' या उत्तरात लपलेलं असे. ते शब्द उच्चारताना दर वेळी मला दुःखाचा उमाळा येत असे.

माझी मुलं आता अनुक्रमे सतरा, बारा, अकरा, दहा व आठ वर्षांची आहेत. सदतिसाव्या वर्षी माझ्या आयुष्यात बऱ्यापैकी आर्थिक स्थैर्य आलेलं आहे व मी पूर्णत्वाने आयुष्य जगतेय असं दिसत असलं, तरी गेली कित्येक वर्षं मी किती प्रचंड दुःख उराशी बाळगून जगत होते आणि साडे-एकोणीस वर्षांपूर्वी तोंडातून बाहेर पडू बघणारा टाहो तसाच गिळून, हृदयात त्याचा प्रतिध्वनी ऐकत मी आयुष्य पुढे ढकलतेय, या विरोधाभासाला काय म्हणावं?

माझ्या पहिल्या अपत्याच्या जन्मानंतर सावलीच्या रूपाने एक व्यक्ती मला सतत सोबत करून आहे. एक तान्हुली या कालामध्ये मोठी होत राहिली आहे. तिचा चेहरा अंधूकपणे मला आठवतोय, कारण मी तो नीट निरखून एकदादेखील बघू शकले नव्हते. पण जर वेळ आली तर आजही मी नक्कीच तो चेहरा ओळखू शकेन. तिच्या प्रत्येक वाढदिवसाला, सणावाराला, अगदी रोजची भांडी घासताना वा तोंड धुतानादेखील ती माझ्या नजरेआडच राहिली होती. माझ्या हृदयाचा एक हिस्सा तिच्याजवळच राहिल्यानं; तिनं मला सतत अपूर्णतेची

जाणीव करून दिली होती.

दरवर्षी २७ नोव्हेंबरला तिच्या वाढदिवसाच्या दिवशी मी तिला एक पत्र लिहायचे व लगेच ते फाडून टाकूनही देत असे. विचार करकरून मी दुःखी होऊन जात असे. ती अठरा वर्षांची पूर्ण होण्याच्या आधीच मी दत्तक देणाऱ्या प्रत्येक संस्थेत नाव नोंदवलं होतं, कारण अशा संस्था पुनर्मिलन घडवून आणण्यात हातभार लावत असतात. पण कदाचित मला शोधावंसं तिला वाटत नसेल किंवा तिला दत्तक घेतलं गेलं होतं, हेच तिला माहिती नसेल किंवा माहिती असेलही व ती माझा आता कायम द्वेष करत असावी. शेवटी मी वाट बघण्याचं ठरवलं. एखाद्या दिवशी मला फोन येईल किंवा माझ्या घराच्या दारावर थाप पडेल, जेणे करून एकतर माझं हृदय सुखावेल किंवा परत एकदा भंग पावेल. जन्मभर मला नुसतीच प्रतीक्षा करत राहावी लागेल, हा विचारही भयंकर होता.

एकोणीस एप्रिल या दिवशी आम्ही सगळे चर्चला जाण्यासाठी निघत होतो. घराबाहेर लावलेल्या पत्रांच्या पेटीत पत्र पडलं असल्यासारखं वाटलं. तो रविवारचा दिवस असल्यामुळे मला थोडं आश्चर्यच वाटलं. पेटीमध्ये वहीतून फाडून काढलेला रेघांचा एक कागद होता.

'लिझानी एस – तुम्ही दत्तक दिलेली मुलगी एरिन, ही तुम्हाला शोधण्याचा खूप प्रयत्न करतेय. तिचा फोन नंबर आहे...' तो उत्तर कॅरोलिना राज्यातला फोन नंबर होता. मजकुराखाली चिठ्ठी पाठवणाऱ्या माणसाचं नाव व स्थनिक फोन नंबर छापलेला होता.

कोणीतरी माझी अतिशय क्रूर थट्टा केलीय अशीच माझी पहिली प्रतिक्रिया झाली व दुःख, संतापाच्या भावनेनं माझं हृदय भरून गेलं. मी त्या नंबरवरती फोन केला. चिठ्ठी पाठवणारा माणूस आमच्याच रस्त्यावर राहणारा होता. त्याने मला एवढंच सांगितलं की, उत्तर कॅरोलिनावरून एका तरुण मुलीने त्याला फोन करून ती माझी मुलगी आहे व माझा फोन नंबर तिला मिळाला नाही असं कळवलं होतं. तिने आमच्या रस्त्यावरील सर्व घरांचे नंबर फोनबुक (डिरेक्टरी) मधून शोधून काढून एकेका घरी फोन करून माझ्याशी संपर्क साधण्यासाठी तिला मदत करण्याची विनंती केली होती.

मी तर अवाक झाले. आशा आणि भीती अशा दोन्ही भावनांच्या संमिश्रणाने माझ्या पोटात गोळा आला. आम्ही सहाजणं पूर्ण मौनव्रत धारण करून चर्चच्या दिशेने चालू लागलो.

त्या दिवशी चर्चमध्ये प्रार्थनेसाठी पाहुणे गायक आलेले होते. त्यातल्या एका बाईने स्पष्ट आवाजात पहिलं गाणं गाण्यास सुरुवात केली, "मला तुझा कधीही विसर पडणार नाही. मी तुझा कधीच त्याग करणार नाही." त्या

गाण्याचे शब्द वातावरण भारून टाकू लागले; त्या क्षणी माझ्या मनातील भीती व शंका कुठच्याकुठे गायब झाली.

शार्लोट गावी त्या नंबरवर मी फोन केला, पण कोणी उचलला नाही म्हणून मी फोनच्या मशिनवर निरोप ठेवला. दोनतास वाट बघितल्या नंतर फोन वाजला "आई..." अडखळत बोललेला आवाज कानावर पडला. "आईऽ" आणि ती रडू लागली. शेवटी माझ्या लेकीनं मला शोधून काढलंच होतं!

नंतरचे काही तास, डोळे पुसत-पुसत आम्ही दोघी गप्पा करत होतो. (मात्र त्यामुळे फोन कंपनीचा व टिश्यु पेपरच्या कंपनीचा भरपूर फायदा करून दिला) चार दिवसांनी तिच्या उन्हाळ्याच्या सुट्या सुरू होणार होत्या आणि नंतर नऊ दिवसांनी ती महिनाभराच्या प्रशिक्षणासाठी मध्य अमेरिकेत जाण्यास निघणार होती. तिची भेट होण्यासाठी इतक्या दीर्घ काळासाठी थांबण्याची माझी तयारी नव्हती, म्हणून दुसऱ्याच दिवशी मी पोर्टलँडवरून शार्लोटला जाणाऱ्या विमानाने निघालेही होते.

वाटेत विमान बदलण्याच्या मधल्या वेळात मी माझ्या गतआयुष्याचा काळ, जुन्या स्मृती आठवून त्यामधून तिला काय काय ऐकायला आवडेल तशा आठवणी, घटना एकत्र करून एक सलग शृंखला बनवून तिला देण्याची योजना बनवत बसले होते.

उंच, सडपातळ, सोनेरी केसांची एरिन विमानतळाच्या प्रवेशद्वाराशी उभी असलेली दिसली. तिच्या हातात खेळातलं टेडी बेअर (अस्वलाचं पिल्लू) व मोठा फुगा होता. मिठी मारून, आनंदाश्रू ढाळत आम्ही एकमेकींना घट्ट बिलगून उभ्या होतो. वीस वर्षांची कसर एका घट्ट आलिंगनातून भरून काढायची होती. पुढचे काही दिवस आम्ही सतत बोलत राहिलो होतो. हसत राहिलो होतो. परत परत आवेगानं मिठ्या मारत होतो. डोळे भरून एकमेकींना निरखत होतो आणि खूप रडतही होतो. मनात कल्पिलेली एकमेकींची धूसर प्रतिमा एकेक तुकडा जुळवत पूर्ण करू बघत होतो.

दोघींच्याही स्वभावात अन्यायाची चीड व जीवघेण्या स्पर्धेत सहभागी होण्याची आंतरिक ओढ हे पैलू आढळले, दोघींचेही तळहात व तळपाय नेहमी थंडगार असतात आणि सकाळच्या पहिल्या सूर्यकिरणांच्या उष्णतेनेही आमची कातडी भाजून निघते. कॉफी पिण्याचं जबरदस्त व्यसन दोघींनाही आहे. सकाळी दहाच्या आत उठून दिवस सुरू होतो, यावर दोघींचाही विश्वास बसत नाही. सध्या आम्ही दोघींनीही स्पॅनिश भाषेच्या शिक्षणक्रमात नाव घातलेलं आहे, दोघी कायदेशास्त्राचा अभ्यास करतोय व व्यायामशाळेत जाऊन उत्तम आरोग्य जपण्यासाठी झटतोय. अशा अनेक गोष्टींत, सवयींत आम्हा दोघींमध्ये छान समानता

असली, तरी एक दु:खदायक समानतासुद्धा आहे व ती म्हणजे दुखावलं गेल्याची, अपूर्णतेची व आम्हा दोघींमधील 'निखळलेला दुवा,' त्याबद्दलची तीव्र भावना.

तिच्या जन्माच्या आधीचा महिना (नववा) जेव्हा मी तिला पोटात घेऊन वावरत होते व मला कळून चुकलेलं होतं की ती मला लवकरच दुरावणार होती, तेव्हा त्या विचारानेही मी सतत व्यथित होत असे. तेवढाच काय तो वारसा ती माझ्याकडून घेऊन निघून गेली होती. कायदेशीर कागदपत्रं आमच्यामधील बंध तोडण्यास मात्र असमर्थ ठरली होती.

एरिनवर तिच्या दत्तक आईवडिलांचं भरपूर प्रेम आहे व पैशाने जी सुखं पुरवता येतील त्या सर्वांची तिच्यावर त्यांनी उधळण केल्यामुळे आज ती उत्तम, सुखवस्तू आयुष्य जगत आहे. खूप खूप सुखात आहे ती आणि उत्तम आरोग्याची साथही तिला लाभलेली आहे. या सगळ्यांसाठी मी कायम कृतज्ञ राहीन.

या वर्षीच्या उन्हाळ्याची सुटी ती माझ्या व तिला नव्याने मिळालेल्या भावंडांच्या सहवासात घालवत आहे. तिचे हे भाऊ-बहिणी खूप खूशही आहेत. थोडे अवाक झालेत. थोडे संभ्रमात पडलेत, तर क्वचित त्यांना तिचा थोडा हेवाही वाटतोय. (हा माझा कयास बरं का!) त्या सगळ्यांच्या तिच्याबद्दलच गप्पा चालू असतात. मला काही प्रश्न विचारून त्यांच्या मनाचं समाधान करून घेत असतात. माझ्या जीवनातलं तिचं स्थान बघून तेही सगळे आता त्यांच्यासाठी इतके वर्षं अनोळखी राहिलेल्या व्यक्तीसाठी हृदयाची कवाडं उघडू बघत आहेत. सगळे मिळून दंगामस्ती करत असतात. मी कौतुकाने ते बघत उभी राहते. त्यांचं निर्व्याज हास्य माझं मन सुखावून टाकत असतं. रात्री उशिरा मी हळूच खालच्या मजल्यावरच्या हॉलमध्ये जाऊन, तिथे शांतपणे झोपलेल्या माझ्या लेकीला प्रेमभरे न्याहाळून येते.

शार्लोटच्या कॉलेजमधून आमच्या ओरेगन राज्यातल्या कॉलेजमध्ये प्रवेश घेण्यासाठी तिने जेव्हा अर्ज भरला, तेव्हा माझ्या मनावरचा सगळा ताण नाहीसा झाला. साडेएकोणीस वर्षं मी जणू श्वास रोखून धरला होता, माझं दु:ख उराशी बाळगून होते, पण आता ते सगळं मी विसरून जाणार होते.

एकमेकांच्या सान्निध्यात राहून आता आम्हा सर्वांच्या आयुष्याला पूर्णत्व प्राप्त झालंय. हृदयाच्या गाभाऱ्यामधली जखम भरून निघाली आहे. आता आमच्या सावल्यासुद्धा कशा स्पष्ट झाल्यात, त्यांची धूसरता पूर्णपणे नष्ट पावलीय. आता कसे सगळेच चेहरे अर्थपूर्ण, हसरे व ओळखीचे वाटतात. आमच्यामधला हरवलेला दुवा शोधण्याच्या कार्याची खऱ्या अर्थाने समाप्ती झालीय!

लिझानी साऊथगेट

Missing Pieces

नाताळातलं अद्‌भुत आश्चर्य

टेरी रॉय हिने शेवटच्या पाकिटाला पोस्टाचं तिकीट चिकटवून होईपर्यंत नाताळच्या सजावटीचे रंगीत दिवे लुकलुकू लागले होते. तिच्या पुढ्यातल्या टेबलावरती पाठवायच्या पत्रांच्या पाकिटांचे दोन गठ्ठे पडलेले होते. एक गठ्ठा होता नातेवाईक व मित्र-मैत्रिणींना पाठवण्याच्या नाताळ शुभेच्छाकार्डांचा, तर दुसऱ्या गठ्ठ्यात होती एक्केचाळीस पत्रं, दूर मिसिसिपी राज्यात राहणाऱ्या, शिअरर हे आडनाव असणाऱ्या, पूर्ण अनोळखी व्यक्तींना लिहिलेली. टेरीला कळत नव्हतं की किती आशा बाळगावी. पण कदाचित... यदाकदाचित त्या अनोळखी व्यक्तींमधून एखादी व्यक्ती तरी तिला 'बर्नाइस शिअरर'बद्दल काही माहिती पुरवू शकेल, जिने टेरीला चौतीस वर्षांपूर्वी दत्तक देऊन टाकलं होतं.

टेरी जेमतेम तीन वर्षांची झाली तेव्हाच तिला समजलं होतं, की तिचा भाऊ नील, बहीण मिंडी व ती स्वत: असे तिघंही दत्तक मुलं होती. "मला जर कोणी श्रोता भेटला की मी लगेच त्यांना माझी कहाणी मोठ्या आनंदाने सांगायला लागत असे; माझ्या आईबाबांनी मला कसं दत्तक घेतलं होतं, कारण त्यांना फक्त मीच कशी हवी होते. मला एवढं प्रेम मिळालंय की मी एक खास व्यक्ती असल्यासारखंच मला वाटे." टेरी सांगत असे.

जेव्हा टेरी तेरा वर्षांची झाली तेव्हा तिच्या दत्तक पालकांनी तिला दत्तक देणाऱ्या संस्थेची काही कागदपत्रं दिली. त्या कागदपत्रांवरून तिच्या सख्ख्या आईचं आडनाव शिअरर होतं असं समजलं, तसंच ती एक्केचाळीस वर्षांची असताना तिने टेरीला जन्म दिला होता. तिचं वजन १३५ पौंड होतं. तिचे डोळे तपकिरी होते. केस गडद पिंगट होते, असं तिला तिच्या आईचं वर्णनही त्यातून समजलं.

दत्तक आईवडिलांवर टेरीचं खूप खूप प्रेम होतंच, पण तरी तिला तिच्या जन्मदात्या आईबद्दल नेहमीच खूप कुतूहल वाटत आलं होतं. रात्री झोपल्यावर ती विचार करत असे, 'का बरं तिनं मला देऊन टाकलं असावं? ती दिसायला खूप मोहक, आकर्षक होती का? मी तिच्यासारखीच दिसते का? तिच्यासारखंच माझंही वागणं असू शकेल का?'

१९८७ मध्ये टेरी व तिचा नवरा डाउगने पहिल्या मुलाला जन्म दिला. त्याचं नाव डाउग ज्युनिअर (धाकटा) असं ठेवलं. "हा नक्की तुझ्या माहेरच्या लोकांवर पडला असावा." सगळे जण तिला म्हणत. पण टेरी मात्र केवळ खांदे उडवत म्हणू शके, "मलाही वाटतंय तसं."

काही वर्षं उलटून गेल्यावर टेरीची आई व सासू दोघीही कॅन्सरच्या रोगाची बाधा होऊन वारल्या. "मला अगदीच सैरभैर झाल्यासारखं झालं होतं," टेरी सांगते. "आता तर माझी मुळं शोधून काढण्याची मला जास्तच तीव्र इच्छा होऊ लागली. मी कोण होते, कुठून आलेली होते, ते सगळंच मला जाणून घ्यायचं होतं आणि म्हणूनच मी दत्तक देणाऱ्या संस्थांशी संपर्क साधून काही शोध लागतोय का ते बघायचं ठरवलं."

दत्तक देणाऱ्या संस्थेने टेरीला पाठवलेल्या कागदत्रांवर बरीचशी माहिती गुप्त ठेवली होती. पण तिच्या आईचं नाव बर्नाइस होतं एवढं मात्र कळवलं होतं. त्याचप्रमाणे दिलेल्या थोड्याफार माहितीवरून टेरीला हे ही समजलं, की तिच्या आईला दिवस गेले तेव्हा ती अविवाहित होती व तिचे वडील एक विवाहित पुरुष होते. बर्नाइसने तिला दिवस गेल्याची बातमी सर्वांपासून लपवून ठेवली होती. मिसिसिपी मधील सनातन विचारणीच्या तिच्या बॅप्टिस्ट कुटुंबालादेखील तिनं अंधारात ठेवलं होतं. वाढणारं पोट लपवण्यासाठी ती कपड्यांच्या आतून पोटावर घट्ट पट्टा बांधत असे. प्रसूतीची गुप्तता पाळण्यासाठी डेनवर शहारातील डिपार्टमेंट स्टोअरमधल्या नोकरीमध्ये तिने शेवटचे दोन महिने सुट्टी घेतली होती.

मागच्या वर्षीच्या पानगळीच्या मोसमात टेरीने 'अमेरिका ऑन लाईन (AOL) ही वेबसाईट जॉईन केली. "आमच्या घरातल्या संगणकावर काम करायला मला नेहमीच आवडतं आणि त्यातून हवी ती माहिती मिळवता येते. सुपरहायवे इन्फर्मेशनबद्दल तर मला फारच उत्सुकता होती."

एका संध्याकाळी टेरा AOL लॉगऑन करून, त्यातून वेगवेगळ्या विभागांची माहिती शोधत होती. तिने दत्तक घेणे (अॅडॉप्शन) असं टाईप करून शोधायला सुरुवात केली. तिच्यासमोरच्या संगणकाच्या पडद्यावर दत्तक देणारी-घेणारी अशा अनेक कुटुंबांबद्दलच्या माहितीची पानंच्या पानं उघडू लागली. उत्सुकतेनं तिनं चाळायला सुरुवात केली. त्यात तिला शेकडो ई-मेल्स सापडल्या. कोणी जन्मदात्या पालकांना शोधू बघत होतं, तर कोणी अनेक वर्षांपूर्वी दत्तक दिलेल्या पोटच्या अपत्याला शोधत होतं. ई-मेलद्वारे ते एकमेकांशी संपर्क साधू बघत होते. "चला, म्हणजे मलादेखील हे का करावंसं वाटतंय हे समजू शकणारी इतर बरीच लोकं आहेत तर!" टेरीला साक्षात्कार झाला व मग घाईघाईनं

स्वत:ची कहाणी टाईप करून ती शब्दात मांडू लागली.

ताबडतोब तिला त्या विभागातर्फे एकाकडून ई-मेलद्वारा उत्तर आलं – 'तुला तुझ्या आईचं नाव माहिती आहे. तसंच तिचं माहेर कोणत्या भागात होतं हेही तू जाणतेस, तेव्हा आता तू तुझी संपूर्ण माहिती, वंशावळ आमच्या विभागाला कळव.' लगेच टेरीने सगळी माहिती कळवूनही टाकली.

त्या विभागाकडून तिला खूप मोलाचा सल्ला व आधार मिळाला. त्यांच्यापैकी एक डेनवरमध्ये राहणारी असल्यामुळे तिने, टेरीचा ज्या हॉस्पिटलमध्ये जन्म झाला होता तिथे जाऊन, जुनी रेकॉर्ड्स ठेवलेली असल्यास ती चाळून माहिती शोधून काढण्याची तयारी दर्शवली होती.

वंशावळ या विभागाकडे टेरीनं जे संदेश पाठवले होते, त्यांच्यापैकी अनेक ठिकाणांहून उत्तरं आली. मेंबर्सपैकी एकीने मिसिसिपीमध्ये राहणाऱ्या, शिअरर आडनावाच्या एकूणएक व्यक्तींच्या नावांची यादीच पाठवली होती. ''या सगळ्या लोकांमधून एखादी व्यक्ती जरी माझ्या नात्याची असण्याची शक्यता असली तर?'' असा विचार करून टेरीने यादीमधील एक्केचाळीस नावांवर प्रत्येकी एक असं वेगवेगळं पत्र पाठवलं.

त्या विभागातील एका मेंबरने तर संगणकाच्या फोन बुकवरून संपूर्ण अमेरिकेतून मिळालेल्या चार वेगवेगळ्या बर्नाइस शिअरर नावाच्या व्यक्तींचे फोन नंबर टेरीला ई-मेलद्वारे पाठवले होते. ''फोन करण्यासाठी रिसिव्हर उचलतानाही मला धडधडत असे. जर त्यांच्यापैकी एखादी माझी जन्मदाती निघाली तर?

एव्हाना ती वयस्कर झालेली असणार. माझ्या अस्तित्वाबद्दल असं अचानक तिच्या कानावर पडलं, तर त्या धक्क्याने तिला ह्रदयाचा झटका येऊ शकतो किंवा समजा तिने सुरुवातीपासूनच माझा रागराग केलेला असला आणि मी कोण हे जर तिला सांगितले व ते एकून तिने फोनच बंद करून टाकला तर?'' अखेर डाउगने त्याच्या बायकोच्या वतीने फोन केले, पण दुर्दैवाने त्याने केलेल्या फोनमधून एकही हवी ती बर्नाइस शिअरर निघाली नाही.

ती नाताळची पूर्वसंध्या होती व त्या वेळी बेन शिअरर हे अडुसष्ट वयाचे गृहस्थ त्यांच्या सुनेला, किमला दाखवत होते का AOL च्या मदतीने ती संगणकाद्वारे कशी तिच्या माहेरची वंशावळ शोधू शकते. वंशावळ विभागाचा कसा काय उपयोग करायचा हे तिला दाखवत असताना अचानक संगणकाच्या पडद्यावर त्यांना एक संदेश आलेला दिसला. १९१९ मध्ये मिसिसिपीमध्ये जन्मलेल्या बर्नाइस शिअरर नावच्या बाईचा कोणीतरी शोध घेत होतं.

''माझी बहीण बर्नाइस शिअरर १९१९ सालीच जन्मली होती.'' बेन किमला म्हणाले. त्यांनी उत्तर पाठवण्यासाठी बटन दाबलं व टेरीला थोडक्यात संदेश पाठवला.

त्याच दिवशीच्या रात्री टेरी व डाउगने त्यांच्या दोन्ही मुलांना गादीत झोपवलं. त्यांच्या उशाशी नाताळच्या भेटी ठेवल्या व एकमेकांना नाताळच्या शुभेच्छा दिल्या. नंतर डाउग पुस्तक वाचत बसला व टेरी वरती झोपायच्या खोलीत जाऊन संगणकावर ई-मेल्स बघू लागली.

काही मिनिटांतच डाउगला आनंदाने मारलेली किंकाळी ऐकू आली. नंतर पाठोपाठ टेरी जिन्यावरून धावत-धावत खाली येताना त्याला दिसली. तिने एक कागद हातात घट्ट पकडलेला दिसत होता. ''मला शोध लागलाच शेवटी तिचा!'' तिने धापा टाकत सांगितलं व बेनने पाठवलेल्या ई-मेलचा प्रिंट आऊट दाखवला.

डाउग ती मेल वाचू लागला व वाचता वाचता त्याच्या लक्षात येऊ लागलं की १९८३ मध्ये बर्नाइसचा कॅन्सरमुळे मृत्यू झालेला होता. तो टेरीला म्हणाला, ''टेरी, खूप वाईट झालं गं. एवढा शोध घेऊन शेवटी काय, तर हे जग सोडून निघून गेलीय....''

''मला बऱ्याच दिवसांपासून वाटायचं की ती मृत्यू पावलेली असेल.'' टेरी त्याला म्हणाली. ''पण ठीक आहे. ती कोण होती, कशी होती, हे तरी कमीतकमी मी आता शोधून काढू शकेन. नाही का?''

नाताळच्या सकाळी तिकडे बेनला आंतरिक इच्छा होऊन त्याने परत संगणक चालू केला व पाहिलं तर काय, त्याला टेरीकडून ई-मेल आली होती. 'बेन, तुम्हाला कसं सांगावं हेच कळत नाहीये मला,' त्या मेलमध्ये मजकूर होता. 'चौतीस वर्षांपूर्वी तुमची बहीण बर्नाइस ही मोठ्या अडचणीत सापडली

होती व त्या संकटाचंच फळ म्हणजे माझा जन्म होता.'

बेनला तर प्रचंड धक्का बसला. "तू कल्पना कर." ते आपल्या पत्नीला, जिमीला म्हणाले. "आमच्यापैकी कोणालाही हे कधीच कळलं नाही. बर्नाइसने कोणालाच पत्ता लागू दिला नाही. मेलमध्ये शेवटी टेरीचा फोन नंबर दिसत होता. बेननं फोन उचलला व तिचा नंबर फिरवला. "हॅलो, मी तुझा बेनमामा बोलतोय," ते नव्याने सापडलेल्या आपल्या भाचीला म्हणाले. टेरीचा आवाज कानावर पडताच काळ जणू कित्येक वर्षांनी मागे सरकलाय व आपण आपल्या बहिणीशीच बोलतोय असा त्यांना भास झाला.

टेरीची दोन्ही मुलं भेट मिळालेल्या खेळण्यांमध्ये रमली होती. बेनशी बोलून बराच वेळ उलटून गेला होता. टेरीने परत संगणकावरून AOL शी संपर्क साधला. तिथे तिच्या मामांकडून एक छोटासा संदेश आलेला तिला दिसला व जोडीला नाताळची भेटवस्तू, एक गम्माडीगंमतही होती.

"माझं नाक अगदी माझ्या आईसारखंच आहे!" संगणकाच्या पडद्यावरचा स्कॅन करून पाठवलेला तो फोटो निरखून बघताना टेरी एकाच वेळी हसतही होती व रडतही होती.

"बघ, बघ, तुझे डोळेही अगदी तिच्या डोळ्यांसारखेच आहेत," तिचा खांदा प्रेमाने दाबत डाउग म्हणाला.

त्या दिवशी बेननं बर्नाइसचे चार फोटो पाठवले होते. "कोण आहे ती?" फोटोकडे बघत तिच्या मोठ्या मुलानं विचारलं.

"ती ना, माझी आई आहे." टेरी त्याला म्हणाली. "आणि तू अगदी तिच्यासारखा दिसतोयस."

"म्हणजे तुला दोन दोन आई आहेत?" मुलाने प्रश्न केला.

टेरीने होकारार्थी मान हलवली. घशात आलेला आवंढा तिच्या तोंडून शब्द फुटू देत नव्हता.

मागच्या वर्षीच्या एप्रिल महिन्यात टेरी दोन्ही मुलांना घेऊन बेनमामांचा एकोणसत्तरावा वाढदिवस साजरा करण्यास म्हणून विमानाने मुद्दाम त्यांच्याकडे गेली होती. बर्नाइसला नंतर एकही मूल झालं नाही, त्यामुळे टेरीला एकही भाऊबहीण नव्हते. पण तिथे तिला किटी मावशी भेटली व चार मावस भावंडांपैकी तीन भावंडं भेटली. तसेच त्यांची मुलंही भेटली. "माझा मावसभाऊ स्टीव्ह याचा मुलगा माझ्या धाकट्या मुलापेक्षा एक वर्षाने मोठा आहे. दोघांचंही नाव नॅथन ॲलन आहे व मजेदार गोष्ट म्हणजे दोघांचेही केस सोनेरी व डोळे निळे-निळे आहेत." टेरीने सांगितले.

"बर्नाइसचा एक हिस्सा हिच्या रूपात आज आपल्याजवळ आहे असं

वाटतंय.'' अल्बममधले जुने फोटो बघत असतान टेरीचे बेनमामा म्हणाले. ''अमेरिका ऑनलाईन (AOL) कडून देवाने पाठवलेली ही अनमोल अशी भेट आहे.''

काही दिवसांपूर्वीच टेरीला पोस्टाकडून एक पार्सल आलं होतं व सोबत जिमीमामीनं लिहिलेलं पत्रही होतं. 'तुझी आई जेव्हा केवळ नऊ वर्षांची होती ना, तेव्हाच तिने जुन्या कापडांचे चौकोनी तुकडे कापून त्यात कापूस भरून दुलई (क्विल्ट) बनवण्यासाठी म्हणून गोळा करून ठेवले होते. तुझ्या आजीकडे ते तुकडे माळ्यावरती एका पेटीत कित्येक वर्षं बंद पडून तसेच राहिले होते. तुझी आजी वारल्यावर ते माझ्याकडे आले. त्या सर्व तुकड्यांना एकत्र जोडून शिवून मी एक दुलई बनवली व माझ्या एखाद्या नातवंडाला ती देईन असा विचार केला होता. पण त्यात एकच तुकडा कमी पडत होता आणि आता मला उमजतंय की का तसं झालं होतं?'

पार्सल उघडून पाहिल्यावर आतमध्ये तिला हाताने शिवण घालून बनवलेली एक सुंदरशी दुलई मिळाली. त्या दुलईच्या खालच्या कोपऱ्यात नव्याने एक तुकडा जोडलेला होता व त्यावरती भरतकाम करून चार ओळी भरलेल्या दिसत होत्या –

बनाईस मार्ग रेट शिअररनं १९२८ साली, वयाच्या नवव्या वर्षी
जमवलेले कापडाचे तुकडे, जिमी शिअरर मामीनं एकमेकांना ते जोडले,
तर किटी शिअरर बूथ या मावशीनं त्यांची दुलई बनवली.
खूप सारं प्रेम ओतून, टेरी मॉंडशाईन रॉयसाठी १९९५ या वर्षी.

आज ती छोटीशी सुंदर दुलई टेरीच्या घरातल्या जेवणाच्या खोलीच्या एका भिंतीवर टांगलेली आहे. ''आता रोज मी तिला निरखून खरा खरा स्पर्श करू शकते. त्यामुळे मला माझ्या जन्मदात्या आईच्या निकट सान्निध्याचा भास होतो. अर्थात मला माझ्या दत्तक आईबद्दलही तेवढाच जिव्हाळा वाटतो हेही खरं आहे. मला जन्म देणाऱ्या आईवडिलांचा शोध घेताना मला खूप अपराध्यासारखं वाटत असे. ज्यांच्या सहवासात मी लहानाची मोठी झाले त्यांचा विश्वासघात करतेय, अशी भावना माझ्या मनात येत असे. पण आता माझ्या वंशावळीचं पूर्ण ज्ञान मला मिळालंय. त्यामुळे आता माझ्या दत्तक कुटुंबावर मी अधिकच प्रेम करू लागलेय व त्या कुटुंबाचंही माझ्यावर अपरंपार प्रेम आहे याची मी मन:पूर्वक दाद देत असते

– म्हणजे त्यांना माझ्यावर जबरदस्तीनं प्रेम करणं भाग पडलं, असा अर्थ नाही बरं का! उलट त्यांना आपणहूनच माझ्यावर प्रेमाचा वर्षाव करावासा वाटला होता.''

बिल हॉल्टन 'वुमन्स वर्ल्ड'मधील एक उतारा
A Christmas Adoption Miracle

गोष्टीवेल्हाळ

त्या वाळवंटी भागात एका कडेला एक अगदी लहानशी मुलगी हातामध्ये मांजराचं पिल्लू घेऊन बसली होती. आणि तिच्या शेजारी एक वयस्कर 'रान्चर' (उत्तर अमेरिकेमधल्या विस्तृत क्षेत्रफळाच्या शेताचा व गुरांचा मालक) बसलेला होता. कृश शरीरयष्टी लाभलेला व खूप उंच असा तो वृद्ध गृहस्थ बोलताना डोलत होता. त्याच्याकडे बघून वाऱ्याच्या झुळकींनी झुलणाऱ्या उंच अशा सायप्रसच्या झाडांची आठवण येत होती.

"कोंबडीला दात असणं हे अशक्य असतं, त्यापेक्षाही जंगली माजरीचं नर जातीचं पिल्लू मिळणं फारच अशक्य कोटीतलं असतं." असं बोलताना मी त्याला ऐकलं. "हं, या पिल्लाच्या अंगावर जी निळसर रंगाची केसांची लव दिसतेय नं, तशी खूप क्वचित आढळते बरं का. म्हणून तर बहुतेक त्याला नर बनवलेलं दिसतंय!"

त्या माणसाच्या डोळ्यांमधली मिस्कील चमक बघून मी सहज ओळखू शकले, की तो म्हणजे काल्पनिक गोष्टी रंगवून सांगण्यात चांगलाच हुशार असलेला एक उत्कृष्ट कथाकार होता आणि लहान मुलांचा तर अशा कथांवर चटकन विश्वासही बसतो, कारण त्यांचं विश्व जादू, अद्‌भुत, आश्चर्यकारक गोष्टींनी व्यापलेलं असतं. माझ्या ऐकिवात तर असंही होतं, की आनुवंशिक गुणांच्या कमतरतेमुळे जंगली मांजरांच्या जातीत नर मांजरांचं प्रमाण फारच कमी असतं.

पण तो माणूस बोलताना अशी काही शब्दांची जादू करत होता, की क्षणभर माझाही विश्वास बसला होता. माझ्या लेकीच्या डोळ्यातून ओसंडणारा तो आनंद आणि ते चुळबुळं पिल्लू बघून पिढ्यान्‌पिढ्या चालत आलेल्या माहितीबद्दल मीही शंका घेऊ लागले. कदाचित ते पिल्लू नर जातीचं असेलही!

मऊमऊ केस असलेला तो इवलासा जीव गालाशी धरत ती त्या वृद्धाकडे टक लावून बघत होती. कित्येक वर्षं वाऱ्यात, उन्हातान्हात काढल्यामुळे त्याचा चेहरा सुरकुत्यांनी व्यापून टाकलेला दिसत होता. "राल्फ काका, मी किनई या पिल्लाचं नाव ठेवणारेय... 'ब्लू बेरी,' कारण निळा रंग मला खूप खूप आवडतो."

"मलासुद्धा निळा रंगच जास्त आवडतो." तो म्हणाला.

राल्फ व जेमीला भेटून काही आठवडेच उलटले होते. पण त्या दोघांच्यात सुरुवातीपासूनच एक अतूट बंध निर्माण झाला होता. ॲरिझोना राज्याच्या वाळवंटी भागातलं आमचं रान्च खूप एका बाजूला होतं व नंतर पुढे निळ्या आकाशाखाली मैलोन्‌मैल युक्का व मेस्क्वाईटची झाडं पसरलेली होती. जेमीची मोठी बहीण – बेकीची शाळा सुरू झाली व आमची ही चार वर्षांची लहानगी फारच एकटी पडू लागली होती. एके दिवशी दुरून मातीच्या कच्च्या रस्त्यावरून एक जुनापुराणा पिकअप ट्रक खडखड आवाज करत आमच्या रान्चच्या दिशेनं येत असल्याचा आवाज कानावर पडला. काही वेळातच तो ट्रक आमच्या आवारातल्या धान्य साठवण्याच्या रिकाम्या खळगीच्या खड्ड्यात येऊन थांबला.

"सुप्रभात, समस्त स्त्रियांनो!" ट्रक ड्रायव्हरने आम्हाला अभिवादन केलं. डोक्यावरील घामट डाग पडलेल्या हॅटला किंचित चिमटा घेत तो म्हणाला, "मी राल्फ कोवॅन. बिल आहे का घरी?"

"तो घोड्यांच्या तबेल्यामध्ये आहे." मी म्हणाले. जेमीच्या हातांची मिठी माझ्या गुडघ्याभोवती पडलेली मला जाणवत होती.

माझ्या नवऱ्याने – बिलने, मला राल्फ कोवॅनबद्दल सांगितलेलं होतं, की आमच्या शेताच्या पलीकडे बऱ्याच अंतरावर त्याचंही शेत होतं, (रान्चचं नाव NI असं होतं.) पूर्ण राज्यामधल्या गुराख्यांमध्ये राल्फ एक प्रसिद्ध व्यक्ती म्हणून मानला जात असे. एके काळी राल्फचं शेत खूप विस्तृत प्रमाणावर पसरलेलं होतं. इतकं मोठं की शेतावरच्या मजुरांना शेतावर इकडे-तिकडे फिरण्यासाठी दीडशे घोडे ठेवलेले असत. राल्फला तीन मुलं होती. चौदा वर्षं त्याने राज्याच्या विधी मंडळातही काम केलेलं होत. अर्थात त्याला आता बरीच दशकं उलटली होती.

आता राल्फजवळ त्याची एक भाची एडिथ, जी त्याची काळजी घेते, काही पाळीव प्राणी, डॉजर नावाचा एक म्हातारा घोडा एवढेच राहत असत. तो जवळजवळ एकाकी आयुष्यच जगत होता.

ट्रकचं दार उघडून त्याने पाय लांब केले. मग बूट जमिनीवर टेकवून तो पुढे वाकला व माझ्या पाठीमागे उभं राहून त्याला न्याहाळणाऱ्या त्या निष्पाप, निरागस चेहऱ्याकडे बघून तो मंदपणे हसला. "तुला जंगली मांजरीची पिल्लं आवडतात, हो की नाही?" त्याने विचारलं.

"माझ्या घरी नुकतीच बरीच पिल्लं जन्माला आली आहेत. ती थोडी मोठी होऊन त्यांच्या आईपासून सुटी झाली, की त्यातलं एखादं पिल्लू मी तुला आणून दिलं तर?"

जेमीनं अपेक्षेनं माझ्याकडे पाहिलं, "आई, ते पिल्लू मुलगा (नर जातीचं) असेल तर छानच होईल." ती हळूच पुटपुटली.

राल्फने तिचं बोलणं कान देऊन ऐकलं. "काय म्हणालीस तू? मुलगा पिल्लू हवंय तुला?" त्यांनी विचारलं.

माझ्या पायाभोवतीची मिठी जास्तच घट्ट करत ती म्हणाली. "बाबांनी सांगितलंय की आता यापुढे मुलगी पिल्लू (मादी) मुळीच घरात ठेवायचं नाही!"

राल्फचे निळे डोळे त्यांच्या सुरकुत्यांच्या मुखवट्यामागे झाकले गेले, "बरं ठीक आहे, मग तू तुझ्या बाबांना सांग की मी दिलेलं पिल्लू जर मुलगा पिल्लू असलं, तर त्याची किंमत पाचशे डॉलर होईल हं! म्हणजे त्यांनी जर एखादं घोड्याचं शिंगरू विकलं, तर त्यातून मिळणाऱ्या पैशांपेक्षा ही किंमत जास्तच आहे बरं का."

"पाचशेऽऽऽ डॉलर!" जेमीनं डोळे विस्फारत विचारलं. तिला पैशांबद्दल तसं थोडंफार ज्ञान होतं. ती व बेकी दोघी मिळून अंडी विकत असत व मिळालेले पैसे स्वयंपाकघरातल्या टेबलापाशी बसून मोजून त्या नाण्यांचे ढीग बनवून लाल चौकटीच्या टेबलक्लॉथवर ठेवण्यात तासन्तास घालवत असत.

"हो, विसरू नकोस हं." राल्फनं तिला बजावलं. "जंगली मांजरीचं मुलगा पिल्लू मिळणं महाकठीण असतं. मी अनेक वर्षांपासून शोध घेतोय एखादं मिळावं म्हणून... पण नाही मिळालं तर आपण दोघं मिळून शोधू या हं." जेमीकडे प्रेमाने बघून त्याला हसताना बघून माझ्या हृदयातही मायेचा पाझर फुटला.

"हो, हो. निळसर रंगाची लव असलेलं जंगली मांजर सापडणं म्हणजे जंगली पांढऱ्या कोळ्यासारखंच (व्हाईट टॅरान्टुला) अशक्य असतं."

"काय? पांढरा टॅरान्टुला?" जेमीने मला अजूनच घट्ट पकडलं.

"असतात ते इकडेतिकडे कुठेतरी. तुम्हाला चौफेर नजर ठेवून बघत राहावं लागतं." तो म्हणाला. मला स्वतःला वाटत नव्हतं, की पांढरे टॅरान्टुला खरंच अस्तित्वात आहेत, पण आता राल्फनी तिच्यावर अशी काही जादू केली होती. मायाजाल टाकलं होतं की त्याला तोडणारी मी कोण होते?

ट्रकचं दार पकडून राल्फनं त्याचं सहा फूट, सहा इंच उंचीचं प्रचंड शरीर ट्रकमधून वाकून खाली काढलं व जमिनीवर सरळ उभं राहण्यास तो धडपडू लागला. तो खाली पडतोय की काय अशी मला भीती वाटली, मी त्याला मदत करण्यासाठी पुढे होतच होते, पण तेवढ्यात तोच पटकन ताठ उभा राहून धान्याच्या कोठाराच्या दिशेनं चालूही लागला होता. आश्चर्य म्हणजे, जेमी

माझ्या पायांवरचा विळखा काढून हळूहळू त्याच्या मागोमाग पडणाऱ्या सावलीतून चालू लागली.

त्यानंतरचे काही आठवडे राल्फ वरचेवर बिलला भेटण्यास येत राहिला. त्यांच्या जनावरांबद्दल गप्पा होत असत. कधीकधी राल्फ डॉजर – त्याच्या वृद्ध घोड्यावर बसून आमच्याकडे येत असे. त्याला तसं बघून बुडत असलेल्या दुकाठी गलबतावरच्या झेंड्याची आठवण यायची. घोड्याच्या दोन्ही बाजूला सोडलेले त्याचे लांबलचक पाय घोड्याच्या पोटाखाली एकमेकांना स्पर्श करत राहायचे. पण बहुतेक वेळा तो त्याच्या ट्रकमधूनच येत असे. लवकरच एक गोष्ट माझ्या लक्षात आली, की तो बिलला भेटायला येतच नव्हता. तो जेमीला भेटायला येई.

"कुठे आहे छोटी?'' तो विचारत असे. कधीकधी त्याला तिचं नावच आठवत नसे. पण त्यामुळे काहीच फरक पडायचा नाही. प्रत्येक वेळी तिला पाहिल्यावर त्याच्या डोळ्यांतून जे मंद हास्य ओसंडून वाहण्यास सुरुवात होई, तेच जास्त महत्त्वाचं होतं. त्यामुळे खूप फरक पडत असे.

शेवटी एके दिवशी तो ब्लू बेरीला घेऊन आला – गुलाबीसर नाक, इवले-इवले डोळे आणि हिमकण साचलेले चंदेरी-निळे अशा रंगाचे त्याच्या अंगावरचे मऊशार केस (लव) होते. राल्फने जेमीला सांगून टाकलं की ब्लू बेरी मुलगा पिल्लू होतं. नंतर माझ्या लक्षात आलं की जेमीसाठी म्हणून त्याने कदाचित तसं सांगितलं असावं. मांजर घरभर फिरत असलेली बिलला अजिबात आवडत नसे, म्हणून मग जेमीने पिल्लासाठी एक खोकं शोधून काढलं आणि घराच्या अंगणात छताखाली त्याची जागा बनवली. रात्रीच्या वेळी ते अंगणात हिंडून त्याच्या मर्जीप्रमाणे त्या खोक्यात जाऊन बसत असे आणि दिवसभर जेमीच्या बरोबर राहून तिच्या आनंदात भर टाकत असे.

परंतु तरीही राल्फ हाच जेमीचा जिवलग मित्र बनला होता. त्याच्या ट्रकचा दुरून आवाज आला रे आला की, ती आनंदाने ओरडायची. "हेऽऽऽ राल्फ काका माझ्याबरोबर खेळायला येताहेत.'' आणि मग ब्लू बेरीला हातात उचलून घेऊन ती अंगणातून सुसाट धावत बाहेर जायची. खेळून झाल्यावर ते तिघं राल्फच्या पिक-अप ट्रकमधून घरी परत येताना ब्लू बेरी सीटसमोरील डॅशबोर्डवर ठेवलेल्या अवजारांच्या भाऊगर्दीत पहुडलेलं असायचं आणि राल्फ व जेमी स्प्रिंग बाहेर आलेल्या फाटक्या सीटवर बसून पुढच्या वेळी भेटण्याच्या योजना बनवत असायचे. काही दिवसांनी आजूबाजूला कापसाच्या व इतर झाडांच्या अवतीभोवती त्या दोघांनी हातात काठ्या घेऊन त्या मातीत खुपसत कसला तरी शोध घेण्यास सुरुवात केली होती.

“तू आणि राल्फ काका मिळून काय शोधत असता गं?” एकदा दुपारच्या वेळेला मी जेमीला विचारलं. ती व ब्लू बेरी मिळून तेव्हा तोंडातून रस गाळत लॉलीपॉप चाटत बसले होते.

“पांढरे टॅरान्टुला.” ती सुस्कारा सोडत म्हणाली. “पण आम्हाला एकही सापडत नाहीये अजून.”

“राल्फ काका काय म्हणतात मग?”

“ते एवढंच म्हणतात की तरी आपण शोधण्याचा प्रयत्न चालू ठेवला पाहिजे. ते असंही सांगतात की, आयुष्यात अशाच प्रकारे तुम्हाला अनेक गोष्टींचा शोध लागू शकतो. विश्वास ठेवणं व बारकाइने शोधत राहणं, हे मात्र आवश्यक असतं.” बोलताना तिचा चेहरा चमकून उठला होता. “आणि मग ना, आम्हाला अजून दुसऱ्याच नव्या नव्या गोष्टी सापडत असतात.”

“अय्या हो, खरंच?”

“हो अगं आणि कधीकधी सगळीकडे कबुतरांची मेलेली पिल्लंच दिसतात.” ती त्रासिक चेहऱ्याने सांगू लागली. “अगदी मूर्ख, आळशी आणि वेडे पक्षी असतात हे. त्यांना साधं नीट घरटंही बनवता येत नाही. फक्त तीन काटक्या एवढंच सामान वापरतात ते घरट्यासाठी. मग काय, ती बिचारी पिल्लं त्यातून खाली पडतात आणि मरून जातात. नंतर मग त्यांचे आईबाबा बसतात सतत रडत. म्हणूनच त्यांना सुतकी कबुतरं (मोर्निंग डव्हज्) म्हणतात. हे सगळं राल्फ काकाच सांगत होते.”

एकदा ती धावतच घरात शिरली होती व तिच्या डोळ्यात आनंद, उत्सुकता मावत नव्हती.

“आऽऽई, माहितेय का तुला की कोंबडीची पिल्लं अंड्यातून बाहेर येण्याआधी आतमध्ये गाणी गातात.” ती ओरडून सांगू लागली.

मी भुवया उंचावून प्रश्नार्थक नजरेनं तिच्याकडे पाहिलं.

“अंडी उबवण्याच्या मशीनमध्ये ठेवलेल्या अंड्यातून राल्फ काकांनी एक अंडं बाहेर काढलं आणि हळूच त्यांच्या कानाला लावलं. मग माझ्या कानाला लावून मला पण ऐकवलं. ते म्हणाले की, अंड्यातलं पिल्लू ‘यांकी डूडल’ गाण्याच्या तालावर पाय नाचवत होतं. मी खरंच ऐकलं, अगदी तसंच!”

त्या रात्री मुली झोपल्यानंतर मी बिलला विचारलं, “राल्फ जेमीला ज्या काही गोष्टी सांगत असतो, त्यावर तुझा विश्वास बसू शकतो?”

“तिला दुखवायला नको उगाच.” तो मला म्हणाला, “चांगली माहिती मिळतेय तिला. वाईट काहीच नाही त्यात आणि उगाचच या वयात टीव्हीवरचे काहीबाही, न कळणारे कार्यक्रम बघण्यापेक्षा हे बरं!”

एके दिवशी त्या जोडगोळीला मी मुंग्यांच्या वारुळावर वाकून काही तरी बघत असताना पाहिलं. ते दोघं इतके खाली वाकले होते, की त्यांची डोकी एकमेकांना खेटली होती आणि दोघांमध्ये काही तरी खलबतं चालू होती असंच वाटत होतं. ब्लू बेरी तिथेच जवळ उभं राहून शेपटी हलवत होतं.

"जेव्हा मुंग्या त्यांच्या घराभोवती वारूळ बनवायला लागतात नं, तेव्हा त्याचा अर्थ असा, की लवकरच पाऊस पडणार असतो." राल्फनी माहिती पुरवण्यास सुरुवात केली होती.

"माझ्या बाबांना माहिती आहे?" जेमीनं ओरडून विचारलं. राल्फला कमी ऐकू येत असे, त्यामुळे जेमी नेहमी त्याच्याशी तार सप्तकातच बोलायची.

"अं... नसावं कदाचित, राणी." तो म्हणाला, "पण आता ते कधी वाळक्या गवताचे गठ्ठे बांधायला बाहेर आले, की तू आधी पटकन मुंग्यांची हालचाल तपासून बघत जा. त्या जर का वारूळ बनवत असतील, तर तू बाबांना एक दिवस थांबायला सांग." असं बोलून राल्फनं माझ्याकडे बघून डोळे मिचकावले, पण जेमीचा मात्र त्याच्या सांगण्यावर शंभर टक्के विश्वास बसला होता.

बेकीनंतर राल्फच जेमीचा जिवलग मित्र बनला होता. पण तो आजारी पडू लागला. चार वर्षांच्या मुलालाही काळजी वाटते. "आई, मला कळतंय की राल्फ काकांना खूप त्रास होतोय." मला ती म्हणाली. बेकीजवळ तिने मनातील शंका बोलून दाखवली. "राल्फकाका आता थोड्याच दिवसांत देवदूत बनणार आहेत. त्यांनीच मला तसं सांगितलंय." तो गेल्यावर हिचं कसं होईल, त्याच्या किती तरी आठवणी हिच्या मनात राहतील असा मी मनात विचार करत असे.

त्या काळात त्याने सांगितलेली नवी नवी माहिती जेमी तिच्या हृदयात साठवून ठेवत होती. काही प्रमाणात आम्हीही सगळेच नकळतपणे त्याच्या गोष्टी ऐकून मुग्ध होऊ लागलो होतो. राल्फकडून जेमी 'यांकी डूडल' गाण्याच्या चालीवर शीळ घालायला शिकली. मग काय, बेकीनं पण शिकून घेतलं. पण दिवसरात्र त्या एकाच चालीवर शीळ वाजवून व ऐकून खरं तर डोकं फिरायची वेळ यायची. बिल लटक्या रागाने म्हणायचाही, "अरे यार! काही केल्या ही शीळ माझ्या डोक्यातून जाता जात नाहीये. अशानं मला वेड लागणारेय आता."

नंतर वेळ आली स्थलांतराची – दर वर्षीप्रमाणे शेकडोंनी मोठमोठे, काळे, केसाळ व विषारी कोळी (टॅरान्टुला), काही काही तर माझ्या पंजाच्या आकाराचे, असे हे कोळी ठरावीक ऋतूमध्ये आमच्या इथल्या कमी रहदारी असलेल्या ६६६ नंबरचा रस्ता ओलांडून पलीकडे माद्यांच्या शोधात निघतात. राल्फने त्या

बाबतीत जेमीच्या डोक्यात एक भुंगा सोडून दिला होता. मग काय, ती उंच उड्या मारत म्हणली, "चला, चला, आपल्याला त्या कोळ्यांना बघायला जायचंय आणि कदाचित त्या सगळ्यांमध्ये एखादा तरी पांढऱ्या रंगाचा टॅरान्टुला असेलही!"

मग काय राल्फच्या पिकअप ट्रकमधून बेकी, जेमी, ब्लू बेरी व माझी वरात निघाली आणि 'पांढरा' टॅरान्टुला आढळल्यास त्याला पकडून बंदिस्त करून आणण्यासाठी बरोबर एक कॉफीचा मोठा रिकामा डबाही घेतला होता. रस्त्याच्या कडेला ट्रक लावून आम्ही खिडकीतूनच तो अद्भुत असा नजारा बघत राहिलो होतो. बेकी मोजत होती "...३०७, ३०८, ३०९..." आणि जेमीची नजर फक्त एकालाच शोधण्यासाठी भिरभिरत होती. मी मात्र मनातल्या मनात प्रार्थना करत होते की त्यांच्यामधून एखादा 'पांढरा' कोळी न निघो, कारण मला माझं अंतर्मनच सांगत होतं, की कोणत्याही परिस्थितीत मी ट्रकमधून खाली उतरणं शक्यच नव्हतं. ते टॅरान्टुला कोळी पंच्याहत्तर वर्षांपर्यंत जगू शकतात व दोन दोन फूट उंच उडी मारू शकतात – कधी कधी तर त्याहूनही उंचदेखील! माझं नशीब बलवत्तर की त्यातून माझी सुटका झाली.

मग सुरू झाला पावसाळा. जोरदार वादळांमुळे व मुसळधार पावसानं सगळीकडे हजारोंच्या संख्येत बेडूक दिसू लागले. पाण्याची छोटी छोटी डबकी बेडकांच्या पिल्लांनी भरून गेली. नंतर मग हळूहळू त्या डबक्यांमधलं पाणी वाळून गेलं. "राल्फकाका, बेडकांची पिल्लं मरून जाताहेत." जेमी दुःखी स्वरात म्हणाली.

"छे, छे. असं होऊ देता कामा नये." राल्फ म्हणाला. "ते मेले तर मग डासांना मटकावून टाकायला कोणी उरणार नाही आणि डास आपल्यालाच जिवंत खाऊन टाकतील ना!" नंतर दिवसभर जेमी कॉफीचा डबा पाण्याने भरून चकरा मारत ती डबकी भरण्याच्या उद्योगात रमून गेली होती.

'का बरं राल्फ एवढा वेळ जेमीच्या सहवासात घालवत असायचा?' असा विचार माझ्या मनात येई. एके दिवशी जेमीला लाकडाच्या ओंडक्यांच्या ढिगाखाली राहणारं एक कासव दिसलं व मला माझ्या प्रश्नाचं उत्तर मिळण्याची आशा निर्माण झाली. "मी रोज ह्याला टोमॅटो व लेट्यूसची पानं खाऊ घालणार आहे." तिने राल्फला सांगितलं.

"ए, त्यापेक्षा त्याला ओरिओ बिस्किटंच आवडतील बघ. मी तुला पैजेवर सांगतो." सावकाशपणे खाली वाकून ते कासव उचलत राल्फ म्हणाला आणि तो अचानक तसाच थबकला. त्या कासवाच्या पाठीवरच्या कठीण कवचावर कोरलेल्या, पुसट झालेल्या अक्षरांवरून त्यानं अलगदपणे त्याची बोटं फिरवली.

“आर. सी.” (R.C.) आम्ही त्याचं पुटपुटणं ऐकलं.

म्हणजे अर्थात ‘राल्फ कोवॅन’ (त्याच्याच नावाची आद्याक्षरं) मी मनात म्हणाले. काही वर्षांपूर्वी ह्यानेच ही अक्षरं कोरून ठेवली होती का? पण तेवढ्यात त्या गोष्टीवेल्हाळ व्यक्तीच्या मृदू आवाजानं माझी विचारशृंखला तुटली.

“त्याचं नाव होतं... रनिंग कॉयोटी,” डोळ्यात पाणी आणत तो म्हणाला. “तो एक माझा जुना रेड इंडियन (अमेरिकेतले मूळ जमातीचे लोक) मित्र होता. त्याला एक छोटीशी मुलगी होती. ...अगदी तुझ्यासारखीच,” जेमीकडे बघत तो म्हणाला. “आणि त्यानं पन्नास वर्षांपूर्वी ही अद्याक्षरं या कासवाच्या कवचावरती कोरली होती... त्याच्या त्या लाडक्या मुलीसाठी. त्याचं खूप खूप प्रेम होतं तिच्यावर.”

‘रनिंग कॉयोटी?’ ‘राल्फ कोवॅन?’ माझं हृदय भरून आलं. “हीदेखील एखादी अद्‌भुत, कपोकल्पित कहाणी असावी का?” पण त्यामुळे काय विशेष फरक पडणार होता? माझ्या मनात प्रश्न उठले. सगळ्यात महत्त्वाची एकच गोष्ट होती की त्याने जेमीच्या मनात, तिच्या आजूबाजूच्या जगाबद्दल, निसर्गाबद्दल खूप कुतूहल व प्रेमाची भावना निर्माण केली होती. तिच्या निष्पाप, निरागसतेनी चमकणाऱ्या नजरेमुळे व उत्साही स्वभावामुळे त्याचा तिच्यावर जीव जडला होता. जीवनातील अद्‌भुत गोष्टींकडे त्याचं मन खेचून आणण्यात ती यशस्वी झाली होती. पण माझ्या मनातून त्या आद्याक्षरांचा विचार काही जात नव्हता.

राल्फच्या नेहमीच्या भेटी अचानकच थांबल्या. एडिथने फोन करून सांगितल्यावर आमची भीती खरी ठरली. तो अंथरुणाला खिळला होता. एका बैलाने त्याला जबरदस्त जखमी केलं होतं. “त्याला परत ट्रक चालवण्यास बरेच दिवस लागतील.” ती म्हणाली.

जेमीला त्याची खूप आठवण येत असे. शेवटी एके दिवशी तिनं मला विचारलं, “आपण राल्फ काकांकडे जाऊन त्यांना भेटू या का?”

आम्ही जेव्हा त्याच्या (NI) रान्चवर जाऊन पोहोचलो. तेव्हा राल्फ बाहेरच्या अंगणात बसलेला होता व जवळ बसलेल्या कुत्र्याला थोपटत होता. तो कुत्राही इतका वयस्कर झाला होता की जमिनीवर शेपटी आपटत असताना तिचा आवाजही होत नव्हता.

“त्या बैलानं का मारलं तुम्हाला राल्फ काका?” जेमीनं काळजीच्या सुरात विचारणा केली.

थकला भागलेला तो कथाकार अजूनही शब्दांमध्ये जादू भरू शकत होता. “राणी, अगं तो बैल किनई खूप म्हातारा झालाय आणि त्याची कवटी इतकी

जाड होऊ लागलीय, की त्यामुळे त्याचा मेंदू आतमध्ये दबला जातोय. मग अशानं त्याला खूप दुखतं म्हणून मग तो चवताळला.'' दु:खी मनाने जेमीनं मान डोलावली आणि तिच्या हातातल्या ब्लू बेरीला राल्फच्या मांडीवर ठेवलं. तेवढ्यात मी एडिथशी बोलायला म्हणून घरात आतमध्ये गेले.

आतमध्ये गरमागरम कॉफीचे घुटके घेत आम्ही दोघी स्वयंपाकघराच्या खिडकीतून त्या दोघांना बघत होतो. ''तुला नाही आवडत त्यांच्या दोघांमधलं संभाषण ऐकायला?'' मी म्हणाले.

एडिथ हसली, ''राल्फना नेहमीच मुलांबद्दल खूप जिव्हाळा वाटतो.'' मृदू आवाजात ती पुढे म्हणाली, ''तुम्हाला माहिती आहे का, की त्यांनी त्यांची स्वत:ची मुलगी गमावलीय? तेव्हा ती तुमच्या जेमीच्याच वयाची असावी साधारणपणे; तिचं नाव होतं रूथ....''

रूथ कोवॅन! (RC) अचानक माझ्या मन:पटलावर चित्रं उभं राहिलं, की वयाने तरुण असलेले एक वडील कासवाच्या पाठीवरच्या कठीण कवचावर ती आद्याक्षरं कोरताहेत आणि तेही त्यांच्या छोट्याशा कन्येच्या बालहट्टास्तव. मी कल्पनेत चित्रं रंगवू लागले, की ते दोघं मिळून पक्ष्यांच्या छोट्या छोट्या पिल्लांना वाचवताहेत, बेडकांच्या पिल्लांना जीवनदान देताहेत आणि मांजरीचं निळे केस असलेलं मुलगा पिल्लू शोधताहेत. मला असं वाटलं, की काळाचा महिमा अगाध होता. म्हणूनच राल्फ व जेमीला नियतीनं एकत्र आणलं होतं, जेव्हा ते दोघंही फार एकाकी पडले होते. दोघंही समदु:खी असल्यामुळे जिवलग व्यक्तीच्या सहवासाची त्यांना आत्यंतिक गरज होती.

घरी परत येत असतात माझ्या लक्षात आलं, की जेमी ब्लू बेरीला जास्तच कवटाळून होती. तिच्या कपाळावर बारीक बारीक आठ्यांचं जाळं दिसत होतं... ''काय झालं राणी?'' मी विचारलं.

''राल्फ काकांनी मला सांगितलंय की ब्लू बेरीला आता... आता पिल्लं होणार आहेत!'' ती म्हणाली. तिच्या थरथरणाऱ्या ओठातून शब्द बाहेर पडले. ''आई, राल्फ काका म्हणालेत, की हे एक आश्चर्यच घडलंय... आणि म्हणे देवच केवळ असं काही अद्भुत घडवून आणू शकतो. बाबांना म्हणावं ब्लू बेरीचं मूल्य पाचशे डॉलरपेक्षाही खूप जास्त आहे.

''खरंच अगं, तो आहेच मुळी तेवढा मूल्यवान!'' तिला मायेनं जवळ घेत मी म्हणाले.

सुटी संपून बेकीची शाळा सुरू झाल्यावर, जेमीला पूर्वीप्रमाणे एकटं वाटलं नव्हतं. ती RC ला (कासवाला) बिस्किटं भरवण्यात व पांढरा टॅरान्टुला शोधण्यात तासन्‌तास घालवायची आणि काही दिवसांनी तर ती तिच्या मुलगा

(नर) जंगली मांजराच्या त्या 'अद्‌भुत' नऊ पिल्लांची काळजी घेण्यात मग्न राहू लागली.

पुढील वेळी राल्फला भेटण्यासाठी NI रान्चवर गेल्यावरती तो आम्हाला लेदरच्या एका जुन्या-पुराण्या खुर्चीत बसलेला दिसला. एडिथनं त्याच्या खांद्यांभोवती एक ब्लँकेट लपेटून टाकलं होतं. त्याच्या पायांपाशी शेकण्यासाठी म्हणून विजेचा हीटर लावलेला होता. हसत हसत त्याने बेकी व जेमीशी गप्पा मारायला सुरुवात केली. त्याचा निरोप घेऊन आम्ही उठल्यावर, आम्हाला दारापर्यंत सोडायला येण्यासाठी त्याने आग्रह धरला होता.

"माझ्याजवळच्या जनावरांना मी जो शिक्का (आपलं जनावर ओळखण्याची खूण) द्यायचो तो मी कधी दाखवलाय का तुम्हाला?" त्यानं विचारलं. त्याच्या दिवाणखान्याच्या छतावर एक रिकामं, मोकळं भोक दिसत होतं. त्याच्या दिशेने निर्देश करून तो म्हणाला, "तिथे त्या जागी एक छान निळ्या रंगाचा दिवा अडकवलेला असायचा. त्याचा आकार NI या आद्याक्षरांप्रमाणे बनवलेला होता." कंप पावणारा त्याचा हात त्यानं भिंतीवरच्या दिव्याच्या बटणावर ठेवला असल्यामुळे ते झाकलं गेलं होतं. "खूप खूप पूर्वी, मी रोज रात्री न चुकता तो दिवा लावून ठेवत असे," तो सांगत होता. जेमीच्या डोळ्यात बघत तो पुटपुटला, "तो निळा दिवा होता हुबेहूब तुझ्या जंगली निळ्या केसांच्या मांजरासारखा."

जेमी मंत्रमुग्ध होऊन छतावरच्या त्या मोकळ्या भोकाकडे बघत होती. मला समजत होतं, की त्या क्षणी जेमीच्या मनाच्या डोळ्यांना तो निळा दिवा नक्की दिसत होता व जणू त्याच्या प्रकाश आम्हा सर्वांवरती पडला होता. ही पण मनाला खात्री वाटत होती की राल्फलाही जेमीइतकीच उत्कंठा वाटत होती व तोही कल्पनेत तो दिवा बघत होता. तब्येत खूप खालावलेली असतानाही लहान मुलांच्या कल्पनासाम्राज्यात रमायला त्याला किती मनापासून भावत होतं!

राल्फ काका जसे तिच्या आयुष्यात आले, त्याचप्रमाणे अगदी शांतपणे, लीलया तिच्या जीवनातून निघूनही गेले. झोपेमधेच त्यांना शांतपणे मृत्यू आला होता. कित्येक वर्षांचा काळ उलटल्यावर गोष्ट रचून सांगण्याच्या कलेचं सामर्थ्य आम्ही परत एकदा अनुभवलं होतं.

लहान मूल जे जे ऐकत राहतं, बघतं ते सगळं त्याच्या स्मृतींच्या कप्प्यात कुठे ना कुठे तरी दडून राहत असतं. दीर्घ काळासाठी तर कधी कायमचंच, अगदी एकही धक्का न लागता ते तसंच अलगदपणे लपून राहतं. क्वचितच त्या स्मृती परत डोकं वर काढतात. अगदी तसंच त्या वेळी घडलं होतं किंवा ते तसं घडावं अशीच आंतरिक इच्छा होती.

जेमी व बेकी तेव्हा पौगंडावस्थेतल्या नवथर तरुणी झालेल्या होत्या. बिलने

अनेक वर्षांपूर्वी, सामान वाहून नेणाऱ्या आमच्या गाडीच्या एका चाकापासून माझ्यासाठी जे एक सुंदर झुंबर बनवून दिलेलं होतं, ते त्यानं नुकतंच नव्या वायर वगैरे टाकून परत नव्यासारखं करून ठेवलेलं होतं. या वेळी त्याने त्या झुंबरामध्ये पांढऱ्याशुभ्र प्रकाशाने चमचमणारे सात दिवे बसवून दिले होते. "अरे बापरे! बाबा, प्रकाश जरा कमी करण्यासाठी म्हणून त्याला तुम्ही एक खास बटण लावून द्या. किती प्रखर प्रकाश आहे हा! जणू खोलीमध्येच सूर्य तळपतोय असं वाटतंय अगदी!" असं म्हणून जमिनीवर बसलेल्या जेमीला बेकी पुढे असंही म्हणाली, "तुला नाही असं वाटत की बाबांनी वेगळं बटण लावलं पाहिजे म्हणून?"

परंतु तेव्हा जेमीचं विचारचक्र दुसऱ्याच दिशेनं भरकटलं होतं. चाळवून वर आलेल्या जुन्या स्मृतींना कवटाळल्याप्रमाणे दोन्ही हातांनी गुडघे कवटाळत, हसत ती म्हणाली, "बेक, राल्फ काकांचं ते झुंबर आठवतंय का तुला? त्यांच्या दिवाणखान्यातल्या छतावरून खाली लटकणारा तो NI आद्याक्षरांच्या डिझाइनचा निळा दिवा?"

बेकीच्या चेहऱ्यावर मात्र आश्चर्य उमटलं, "नाही... मला... मला नाही आठवत काही."

"पण मला मात्र चांगलं स्पष्ट आठवतंय सगळं." जेमीचे तपकिरी रंगाचे डोळे चमकले. "आणि राल्फ काकांनी जेव्हा बटण दाबलं आणि दिवा लावला, तेव्हा किती सुंदर प्रकाश पडला होता.... इतका सुंदर, उबदार निळ्या रंगाचा प्रकाश मी त्याआधी कधीच पाहिलेला नव्हता. अगदी माझ्या त्या निळ्या केसांच्या जंगली मांजरासारखा होता तो!"

पेनी पोर्टर

The Storyteller

मी प्रेमात पडलोय तुझ्या...

जर समजा तुम्ही कोणा व्यक्तीला जेवायचं आमंत्रण दिलंत, पण ती आली नाहीतर बरं होईल, अशी मनात इच्छा करण्याची वेळ कधी तुमच्यावरती आलीय का? दहा वर्षांहून जास्त काळ झालेला असावा, एका संध्याकाळी माझ्या दारावर थाप पडलेली ऐकून मी दार उघडलं, तर समोर ए.के. उभा असलेला दिसला. स्वच्छ, गुळगुळीत दाढी करून, लाल व काळ्या रंगाचा शर्ट खाकी पँटमध्ये व्यवस्थित खोचून व भारी सेंट अंगावर शिंपडून आलेल्या ए.के.नी हॅमबर्गर बनचं पाकीट हातात धरलेलं दिसत होतं.

"आज मला तुझ्याशी काही महत्त्वाचं बोलायचंय." घरात येऊन हॉलमध्ये शिरता शिरता तो मला म्हणाला, "मी काही तरी सांगणारेय तुला. तुला ऐकून ते नाही पटलं, तर एकच काम कर की मला इथून निघून जाण्यास सांगायचंस आणि त्या नंतर मी तुला कदापीही त्रास देणार नाही, ठीक आहे?"

हातातलं पाकीट टेबलावर ठेवत तो म्हणाला, "मला वाटतंय की मी प्रेमात पडलोय तुझ्या."

ते ऐकताच विचारांचं मनात इतकं काहूर उठलं, की पुढच्या काही क्षणांसाठी मी बधीरच होऊन गेले होते. माझ्या आयुष्यात आलेल्या एकुलत्या एक पुरुषाशी लग्न करून तीस वर्षं एकत्र घालवून आता अडीच वर्षांपूर्वीच तर मी विधवा झाले होते!

लग्नाच्या वेळी मी अवघी सोळा वर्षांची तरुणी होते आणि बिलचं वय होतं तीस वर्षांचं. लग्नानंतर इतक्या वर्षांमध्ये मी कधीच किराणा माल खरेदीची किंवा कसली बिलं भरण्याची कामं केली नव्हती वा कुठे एकटी अशी गेले नव्हते. एका सुरक्षित कवचामधलं जीवन जगले होते. खूप प्रेम जरी मिळालं होतं, तरी खर्चासाठी पैसेही मला मागून घ्यावे लागत व खर्च केलेल्या पै अन् पैचा हिशोब देऊन उरलेले पैसे नवऱ्याला परत द्यावे लागत असत.

आमच्या व्यवसायाचं काम एकटा बिलच बघत असे. पैशावरून होणारे वाद सोडल्यास त्या तीस वर्षांच्या सहवासातला आमचा प्रत्येक दिवस प्रेम, सुरक्षा व प्रकाशमय वातावरणाने भारून गेलेला होता.

एके दिवशी मी कामावरून घरी आले, तर स्वयंपाकघरातल्या टेबलावरती एक चिठ्ठी ठेवलेली दिसली. 'मी मासे पकडण्यास जात आहे. रात्रीच्या जेवणाच्या वेळेपर्यंत परत येईन. तू मस्तपैकी गरमागरम जेवण तयार ठेव म्हणजे झालं.' पण बिल घरी परतलाच नाही. पाण्यात बुडून त्याचा मृत्यू झाला होता.

कसं काय ते अघटित घडलं होतं, हे मला कधीच समजणार नाही. पण त्या दुर्दैवी घटनेनंतर अंध:कारात बुडालेला प्रत्येक दिवस व भेडसावणारी प्रत्येक रात्र असा दोन वर्षांचा तो काळ मी कसा काढला होता, तेवढंच मला माहिती आहे.

वसंतऋतूच्या एका शनिवारी सकाळी मी स्वयंपाकघरातल्या ओट्याजवळ भांडी विसळत उभी होते आणि खिडकीमधून परसदारातील ब्लू ज्ये व मलबेरीच्या झाडांच्या फांद्या एकमेकींत गुंतलेल्या बघत असताना अचानक कुठूनतरी, कित्येक दिवसांनी मनात प्रथमच विचार आला.

'किती छान दिवस आहे आजचा. परमेश्वरा अशीच कृपा राहू दे तुझी. मी खूप ऋणी आहे तुझी, कारण आज मला माझ्या जगण्याचा आनंद परत गवसलाय.' आणि त्या क्षणापासून मी स्वत:ला सावरू लागले.

दहा महिन्यांपूर्वी ए.के.ची पत्नी – माझी जवळची मैत्रीण वारली होती. त्यानंतर मी त्याची चौकशी करण्यासाठी जाऊन आले होते. एक-दोन वेळा त्याला मदत करण्याच्या उद्देशाने जेवण घेऊन गेले होते. माझ्या परीने माझं कर्तव्य करून मी त्याला पत्नीच्या मृत्यूच्या धक्क्यातून बाहेर काढण्याचा प्रयत्न करत होते. एव्हाना मी स्वत:ला चांगल्या प्रकारे सावरून नव्याने आयुष्य

जगण्यास शिकले होते, त्यामुळे मला त्याला पटवून द्यावंसं वाटत होतं, 'हा काळही निघून जाईल. काळ हाच दुःखावरचा रामबाण उपाय असतो.' त्याची उमेद वाढवण्यासाठी मी पण मग पदर कसून नवेनवे पदार्थ बनवून त्याच्यासाठी घेऊन जाऊ लागले होते.

काही दिवसांतच एकोणपन्नास वर्षांची परोपकारी स्वभावाची स्त्रीही चक्क एखाद्या कोवळ्या तरुणीप्रमाणे प्रेमात पडू पाहायला लागली होती, प्रेमवेडी झाली होती. ए.के.नी त्याला आवडणाऱ्या एखाद्या पदार्थाचा साधा उल्लेख जरी केला, तरी लगेच मी तो बनवून त्याच्यासाठी घेऊन जाऊ लागले होते. मीदेखील त्याची मदत घेऊ लागले होते. सल्ला विचारू लागले होते. उदा. माझ्या घरातली एखादी खुर्ची दुरुस्त करून देण्यासाठी (जी मी कधीच वापरली नव्हती) किंवा मी घर विकण्याचं ठरवल्यास काय किंमत सांगावी याबद्दल सल्ला घेण्यासाठी मी त्याच्याकडे धाव घेऊ लागले. अर्थात त्या घरातून हलून परत नव्या घरात स्थिरस्थावर होण्याइतकं बळ माझ्यामध्ये नव्हतंच, ही गोष्ट वेगळी! फोनजवळ मी काही मुद्दे लिहून एक यादीच बनवून ठेवत असे, म्हणजे त्याने मला किंवा मी त्याला फोन केल्यास बोलताना उगाचच माझी बोबडी वळू नये आणि त्याच्याशी जास्तीत जास्त वेळ बोलता यावं हाच माझा एकमेव उद्देश असे.

मी कामावरून परत येताना वाटेत, जर तो मला दिसला नाही किंवा त्याचा ट्रक जाताना दृष्टीस पडला नाही, की मी सैरभैर होत असे. घरी आणलेल्या कामातही माझं लक्ष लागत नसे. खरं म्हणजे ते काम एकाग्रतेने करणं माझ्याच उत्कर्षासाठी आवश्यक होतं. मी तर सतत फोनच्या घंटीची तरी वाट बघत असे वा फोन आल्यावर काय बोलायचं त्याची उजळणी करत बसे.

शेवटी एका रविवारच्या दुपारी मी प्रार्थना वगैरे पटापट आटोपून त्याला फोन केलाच व त्याला सांगितलं, की तो जर बन्स (ब्रेडचा प्रकार) घेऊन येत असेल तर माझ्याकडे बार्बेक्यू (विस्तवावर सळ्या ठेवून पदार्थ भाजणे) करण्याची सोय होती.

आणि खरंच इथे आम्ही आमच्या स्वयंपाकघरात प्रत्यक्षात समोरासमोर बसलो होतो व 'मी प्रेमात पडलोय तुझ्या' हे त्याचे शब्द तेव्हाही माझ्या कानात गुंजतच होते. तो आरामात बसून जेवत होता व एकीकडे बिल व त्याची पत्नी जेनी दोघही किती चांगल्या व्यक्ती होत्या असं काय बडबडतही होता.

जेवता जेवता ए.के. अचानक थांबला व त्याने मला विचारलं, "बरं मग, काय ठरलंय तुझं? माझ्याशी लग्न करणारेस की नाही? आणि तुझ्या नकार असेल, तर मग आपल्यामध्ये हे असे संबंध चालू ठेवण्यात काहीच अर्थ नाहीये."

गेल्या बत्तीस वर्षांपासून ओळख असलेल्या त्या माणसाकडे मी एक कटाक्ष टाकला. एक अतिशय स्वतंत्र बाण्याचा, कष्टाळू, तुटक स्वभावाचा व

थोडी भीती, धाक वाटण्यासारखा म्हणून मी त्याला चांगली ओळखत होते. त्याचप्रमाणे माझ्या माहितीनुसार तो एक आदर्श पिता व आदर्श पतीही होता. माझ्या घशात आवंढा आला. 'देवा, मीच पुढाकार घेतलाय या प्रकरणात. आता काय करू मी?' केवळ एवढाच विचार मी करू शकत होते.

आणि माझ्या तोंडातून शब्द बाहेर पडले, "माझ्या सगळ्या मुलांनी संमती दिली, तर मग माझाही होकार आहे."

त्या नंतर तीन आठवड्यांच्या आतच आम्ही विवाहबद्ध झालोही. आमची पाचही मुलं विवाहसमारंभाला हजर होती. थोडी लज्जित, थोडी दुखावलेली आणि धक्का बसलेली! वरवर दाखवायला सगळे खूप हसतमुख होते. त्यांनी नावालाच थोडंफार जेवण केलं. नंतर माझ्या ऐकण्यात आलं होतं, की ते सगळे एकत्र बसून वारंवार म्हणत होते. "हे दोघं एकमेकांना इतके आवडत असतील याची कल्पना नव्हती अजिबात."

दोन निरनिराळ्या कुटुंबीयांना एकत्र आणणं ही गोष्ट काही सहजासहजी साध्य झाली नव्हती. एका दुसऱ्या व्यक्तीबरोबर शारीरिक-मानसिक जवळीक करणं हे ही सोपं नव्हतं. परंतु मी व ए.के.नी लग्न करून आता तब्बल दहा वर्षांचा काळ उलटलाय. या काळामधला प्रत्येक दिवस खूप सुखाचा, अत्यानंदाचा, उत्कटतेचा तर कधी झंझावाती वादळाने ढवळून निघालेला अशा प्रकारे गेला आहे. मी सगळी बिलं भरावीत, बँकेची कामं करावीत असा त्याचा आग्रह असतो. आर्थिक विमा व आर्युविम्याबद्दल मी वाचन करून माहिती मिळवावी यासाठी तो मला सतत प्रोत्साहन देत असतो, पण किराणा माल आणणं, टीव्ही., व्ही.सी.आर नीट चालू स्थितीमध्ये ठेवणं ही जबाबदारी तो संभाळत असतो.

कधी कधी कॅलेंडरमधला माहिना संपल्यानंतर पान उलटलं की मला तिथे काहीतरी लिहून ठेवलेलं आढळतं, तर कधी माझं ड्रॉवर उघडल्यावरती आत ठेवलेल्या पेन्सिलीवर एखादी ओळ कोरून ठेवलेली दिसते, तर एखाद्या दिवशी माझ्या गाडीच्या स्टिअरिंग व्हीलवरती एखादी चिठ्ठी लावून ठेवलेली आढळते वा कधी ए.के. गाढ झोपेमध्येदेखील, "राणी, माझं खूप खूप प्रेम आहे तुझ्यावर." असं बोलताना नजरेस पडतो, तेव्हा मी परमेश्वराचे मनापासून आभार मानत असते, की त्यानेच मला आयुष्यात परत एकदा प्रेम करण्याची संधी प्राप्त करून दिली. व त्याचप्रमाणे त्या दिवशी ए.के.ला घरी जेवायला बोलावण्याची मला सुबुद्धी दिली आणि दारावरती पडलेल्या थापेला प्रतिसाद देण्याचं धैर्यही माझ्यात निर्माण केलं होतं.

डॉना स्मिथ

My Second Proposal

तलवारबहाद्दर

मी जेव्हा साधारणपणे दहा वर्षांचा होतो, तेव्हा मला माझ्या मालकीच्या लाखो गोष्टी हव्या असायच्या. पण तो काळ होता, १९३० सालचा आणि सगळीकडेच आर्थिक टंचाई चालू होती. मला सर्वांत महत्त्वाची हवी असणारी गोष्ट म्हणजे माझ्या लाडक्या हिरोसारखी, म्हणजेच झोरोसारखी एक काळी हॅट व चेहऱ्यावर लावायचा मुखवटा (मास्क). माझ्याजवळ तलवार तर आधीपासूनच होती. अरुंद व पातळ अशा लाकडी पट्ट्यापासून मी ती बनवलेली होती. सतत ती माझ्या पँटच्या बेल्टमध्ये अडकवलेली, अगदी जय्यत तयारीत असायची. ती जवळ बाळगल्याखेरीज मी कधीही कुठे बाहेर जात नसे. त्याचप्रमाणे मला हव्या असाणाऱ्या गोष्टींच्या यादीमध्ये बेसबॉलची कार्डं, बंदिस्त जागेत सराव करण्यासाठी पिस्तूल आणि एक पारदर्शक गोटी (सराव करताना पिस्तुलाची गोळी म्हणून वापर करण्यासाठी) अशी अनेक नावं होती.

मला हातखर्चाला म्हणून एक, केवळ एकच पेनी (सर्वांत छोटं नाणं), तीदेखील चॉकलेट खाण्यास म्हणून मिळत असे. मी जरी रोजचं चॉकलेट खाणं सोडलं असतं, तरी तेवढ्या सगळ्या वस्तू विकत घेण्याइतके पैसे माझ्याजवळ कधीच साठले नसते. अल् आणि मॅक्सी हे माझे जवळचे दोस्त माझ्या मदतीला धावून आले आणि त्यांनी मला एक युक्ती सांगितली.

"हे बघ हॅरी, पैसे कमावण्याचा सर्वांत उत्तम मार्ग म्हणजे दारोदारी जाऊन मासिकं विकण्याचं काम," मॅक्सीनं सुचवलं.

"हो, हो, हॅरी. तू माझ्या चुलतभावाकडे म्हणजे व्हिटोकडे जा. तो काहीतरी काम देईल तुला." अल् म्हणाला.

"हो ना, म्हणजे मला प्रयत्न करायलाच पाहिजे, मासिकांची विक्री करण्यासाठी टीम तयार करावी लागेल, नाही का?"

"हो. तसंच समज. पण तू त्याच्याकडे आधी जा तर खरं, काही काम मिळवण्याची इच्छा असेल तर!"

तेवढ्यात डोळ्याच्या कोपऱ्यातून मला दिसलं, की मॅक्सी त्याच्या पँटच्या

बेल्टमध्ये अडकवलेली तलवार उपसून बाहेर काढण्याच्या तयारीत होता.

"सेन्यॉर, (स्पॅनिश भाषेतील शब्द सर किंवा मिस्टर या अर्थी) तुला आता जी माहिती मिळालीय, त्याच्या बदल्यात तलवारयुद्ध करावं लागेल... ठीक आहे?"

या वेळी द्वंद्वामध्ये दुष्ट माणूस पॅन्चो रोमेरो बनण्याची माझी पाळी होती आणि म्हणून माझा मृत्यू होणं स्वाभाविकच होतं. मी पण माझी विश्वासर्ह तलवार म्यानातून बाहेर काढून आव्हान स्वीकारलं. जोशात येऊन पात्याला पातं लागलं, पण काही सेकंदातच झोरो बनलेल्या मॅक्सीने माझ्या हृदयात तलवार खुपसली. मी भेलकांडत जमिनीवर पडून खोटा खोटा मरण पावलो.

दुसऱ्या दिवशीच नेहमीप्रमाणे माझं अस्त्र जवळ बाळगत मी पॅरेडाइज मॅगझिन कंपनीमध्ये जाऊन पोहोचलो. तिथे माझ्यापेक्षा वयाने सात-आठ वर्षं मोठा असलेल्या व्हिटोनं माझी मुलाखत घेतली. तो तिथल्या विक्री विभागाचा मॅनेजर होता. माझ्या कमरेला अडकवलेल्या तलवारीचा धोका ओळखण्याइतपत तो अजून लहानच होता.

"मला तुझ्याजवळ एक हत्यार असलेलं दिसतंय. मी तुला काही प्रश्न विचारले तर चालेल ना?"

मी होकारार्थी मान हलवली.

"तुला विक्रीक्षेत्रातला काही पूर्वानुभव वगैरे? नाही? हुं! बरं माझा पहिला सल्ला ऐक. मासिकांच्या विक्रीमध्ये सगळ्यात जास्त पैसे मिळतात. 'गुड हाऊसकीपिंग' या मासिकाच्या विकल्या जाणाऱ्या प्रत्येक प्रतीमागे तुला एक निकेल (नाणं) मिळेल आणि मला पॅरेडाइज कंपनीकडून कमिशन मिळत असतं. मुला, कळलं का तुला? 'गुड हाऊसकीपिंग!' "

"व्हिटो, 'लिबर्टी' आणि 'कॉलिअर्स'बाबत कसं असतं?"

"हॅरी, त्यांच्या विक्रीतून फारसा काही पैसा मिळत नाही. प्रत्येक प्रतीमागे फक्त एक डाईमच मिळतो. म्हणजे तुला फक्त दीड सेंट मिळेल व मला एवढं तेवढं! बरं ते जाऊ दे. काय रे हॅरी, तू ज्यू धर्मीय आहेस का?"

"हो. का बरं? त्यामुळे काही मदत होईल का व्हिटो?"

"कधीकधी होतो फायदा. विशेषतः ज्यू आणि इटालियन लोकांच्या वस्तीमध्ये. एक लक्षात ठेव, की तू केवळ दहाच वर्षांचा आहेस व तू पोटापाण्यासाठी काम करतो आहेस आणि हो, काही लोकं तुला फसवतीलसुद्धा. 'लोकस्ट ॲव्हेन्यु' या भागापासून तू दूरच राहणं योग्य होईल. मनाशी अगदी पक्की खूणगाठ बांध रे बाबा."

"पण का व्हिटो?"

"कारण तिथे राहणारे लोक ज्यू लोकांचा खूप द्वेष करतात."

"पण कारण काय?"

"हॅरी, माझं ऐक तू चुपचाप. एकदम दूर राहायचं त्या भागापासून. आपण ज्यू, तसंच इटालियन आणि आयरिश लोक म्हणजे त्यांच्यासाठी विषासारखे धोकादायक असतो म्हणे – आपल्यामध्ये असलेलं धैर्य त्यांना बघवत नाही. म्हणून ते रागराग करतात आपला."

व्हिटोने घेतलेल्या चाचणीत मी बहुतेक उत्तीर्ण झालो होतो, कारण नंतर त्याने मासिकांनी भरलेली एक बॅग माझ्या खांद्यावर अडकवून माझ्या उंचीनुसार तिचे पट्टे घट्ट करून दिले. मी ती बॅग घरी घेऊन आल्यावर आई एकटक बघतच राहिली. ती ज्या डोंगराळ भागात लहानाची मोठी झाली होती, तिथली माझ्या वयाची मुलं पाककृती, शिवणकाम-विणकाम अशा विषयांवरची मासिकं कधीच विकत नसत.

तीन आठवडे उलटल्यावरही माझ्या विक्री कौशल्यात काही विशेष अशी प्रगती झाली नव्हती. मी 'गुड हाऊसकीपिंग'ची एकेक प्रत आईला व मावशीला तेवढी विकली होती. 'लिबर्टी' मासिक आमच्या शेजारी राहणाऱ्या बाईंना विकलं, ज्या अजून इंग्रजी बोलायलाही शिकल्या नव्हत्या. अरे बापरे! मला जास्त विक्री करणं प्राप्त होतं – नाहीतर काळी हॅट आणि तोंडावरती मास्क न लावता हिंडण्याची माझ्यावर पाळी आली तर कसं दिसलं असतं? मला एखादा धोका पत्करायलाच हवा होता आणि आमच्या आसपासचा इलाका सोडून जरा बाहेर पडायलाच हवंच होतं आणि शेवटी मी पलीकडच्या बाजूच्या व जाण्यासाठी मना केलेल्या भागात, म्हणजेच लोकस्ट ॲव्हेन्युमध्ये जाण्याचा निर्णच घेतला.

तिथे पोहोचल्यावर आजूबाजूचं वातावरण एकदमच वेगळं वाटायला लागलं. भाड्यावर दिली जाणारी घरं मागे सोडून, मी आता स्वमालकीच्या असणाऱ्या सुंदर सुंदर बंगल्यांच्या भागात आलो होतो. प्रत्येक घरासमोर विस्तृत हिरवळ आणि अनोळखी जातींच्या फुलांची झाडं दिसत होती. लिलीच्या फुलांची तऱ्हेतऱ्हेची झाडं दिसत होती. टायगर लिली, डे लिली, मोठ्या-मोठ्या कॅला लिलीज अशी तऱ्हेतऱ्हेची फुलं नजरेस पडत होती. जमिनीत आम्ही जे काही पेरत असू त्यापेक्षा सगळंच पूर्ण वेगळं भासत होतं. ड्रममध्ये, जिन्यांच्या मागे, बादल्या-टबमध्ये... उगवायचे आमच्या भागातले टोमॅटो, वांगी, काकड्या... बेसिल, पार्सले, ओरेगॅनोच्या वासाखेरीज इटालियन घराजवळून जाणं अशक्य असायचं. पण फुलं-बिलं? छे, छे! मला नाही वाटत, फुलं वगैरे आमच्या वसाहतीत कधी जगली असती.

मी एका पाठोपाठ एकेका घराशी जाऊन दारावरची बेल वाजवत चाललो

होतो, पण कोणी दारच उघडत नव्हतं. अखेरीस एका घराचं दार उघडलं आणि राखाडी रंगाचे केस असलेल्या एका वृद्ध स्त्रीने बाहेर येऊन विचारलं, "काय हवंय तुला मुला?"

तलवारीवरच्या मुठीवरची माझ्या हाताची पकड नकळत घट्ट झाली. ती स्त्री जरा रागावलेलीच वाटली मला.

"मी मासिकं विकण्याचं काम करतो. तुम्हाला 'गुड हाऊसकीपिंग' हे मासिक विकत घेण्यास आवडेल का?"

"बघू या. तू आधी आत तर ये. मग बोलू या आपण त्याबद्दल!"

तलवारीची मूठ मी इतकी जोरात दाबली, की मला वाटलं लाकूड चिरणार बहुतेक. मी तिच्या घरामध्ये प्रवेश करत होतो. कशाचाही सामना करण्यास मला सज्ज राहायलाच हवं होतं!

"अरे नाव काय बाळा तुझं?"

"झोरो... अं... नाही, म्हणजे मला म्हणायचं होतं हॅरी."

तिचा पुढचा प्रश्न जोरात येऊन माझ्या कानावर जवळ जवळ आदळलाच.

"काय वय आहे रे तुझं? आणि हॅरी, कितवीत शिकतोयस तू? राहायला कोणत्या भागात आहेस?" आणि नंतर मी ज्या प्रश्नाची अपेक्षा करत होतो तो विचारला गेलाच.

"तुम्ही कोणत्या चर्चला मानता? मला सर्वांत आधी, या प्रश्नाचं उत्तर हवं आहे हॅरी."

"दहा नंबरच्या रस्त्यावर जे चर्च आहे नं – त्याला."

"काय नाव काय आहे, त्या चर्चचं?"

"सेंट अं... सेंट अं... काय बरं? मला नक्की आठवत नाहीये?"

"सेंट ॲग्नेस असं तर नाव नाहीये त्याचं? जे कॅथलिक लोकांचं चर्च आहे?"

"हो, हो, बरोबर. तेच ते!"

"तू बेधडक खोटं बोलतोयस, हो ना हॅरी? तू ज्यू धर्मीय आहेस, मी ओळखलंय ते."

त्या वेळी जवळजवळ मी म्यानातून तलवार उपसण्याच्याच बेतात होतो. माझ्या धर्माचं रक्षण करायचं होतं मला. पण कसं कोण जाणे, मी तलवारीला सुरक्षितपणे म्यानातच ठेवली. माझ्या हातून विक्री होणार, तर नव्हतीच आणि जोडीला माझं उत्तर निर्णायक ठरणार होतं. काळी हॅट, मास्क, पिस्तूल असं काय काय मला विकत घ्यायचं होतं की नाही? मी तिला खोटं उत्तर देऊन मासिकं विकणंच बरं नव्हतं का? पण मला काही समजण्याच्या आतच माझ्या

तोंडून जे शब्द बाहेर पडले, त्यामुळे मलाच धक्का बसला.

"हो बाई, तुमचं म्हणणं बरोबर आहे, मी खोटं बोललो. खरं तर मी शंभर टक्के ज्यू धर्मीयच आहे."

ती धापा टाकत म्हणाली. "हॅरी, तू का नाही खोटं बोललास? अरे, मी तुझ्याजवळची सगळीच्या सगळी मासिकं विकत घेऊन टाकली असती. अगदी एकच छोटंसं असत्य बोलला असतास, तरी तू तुझ्या बॅगेतली सगळीच मासिकं विकू शकला असतास!"

तिच्या घराच्या दारातून बाहेर पडताना माझे डोळे आसवांनी डबडबले होते. हाताची मूठ तलवारीवर घट्ट दाबून ठेवूनही काही फायदा होत नव्हता, इतका मी दुखावलो गेलो होतो. मी रस्त्याच्या कोपऱ्यापर्यंत पोहोचलो तेव्हा ती हाका मारून मला परत बोलावत होती. पण मी तिला प्रतिसाद दिला नाही. कसंही करून लोकस्ट ॲव्हेन्युमधून ताबडतोब बाहेर पडून मला माझ्या सुरक्षित जगात परतण्याची घाई झाली होती.

अल् या माझ्या मित्रासारखाच व्हिटोही मूळचा इटालियन वंशाचाच होता. मी त्याला फोन करून माझा पराक्रम सांगितल्यावर व्हिटो माझ्यावर इतका रागावला की त्याने त्याच क्षणी माझं ते काम काढून घेऊन मला दुसऱ्या प्रकारचं काम देण्याचं ठरवलं.

ब्रुकलिन शहरातली रायन अँड स्टाइनबर्ग या फुलं विक्रीच्या मोठ्या कंपनीचा शहराबाहेर जाऊन फुलं पुरवणारा कर्मचारी म्हणून मी काम करणार होतो.

"हॅरी, आता या नव्या नोकरीत मात्र तसला काही गोंधळ घालायचा नाहीस. कळलं?" व्हिटोनं मला दम भरला.

दुसऱ्या दिवशी सकाळी मी कामावर रुजू झालो. श्री. रायन यांनी दोन मिनिटंच माझी मुलाखत घेतली.

"काय रे, यापूर्वी असं वस्तू पुरवण्याचं काम केलंयस का कधी?"

"हो, हो, केलंय तर."

"ती... तलवार काय? स्वरक्षणासाठी का?"

"अगदी बरोबर ओळखलंत तुम्ही रायन सर, माझ्याजवळची फुलं चोरण्याची कोणाची हिंमतही नाही होणार.

"अरे व्वा! ही कल्पना मात्र मस्त आहे हं, हॅरी. तू फुलांचं रक्षण करणार आहेस म्हटल्यावर मी आधीच तुझे आभार मानून टाकतो बघ. अरे हो, भुयारी रेल्वे आणि ट्रॉली बसने प्रवास करता येतो नं तुला?"

"हो, हो. मला पूर्ण माहिती आहे त्याबद्दल."

“किती वर्षांचा आहेस तू?”

“तेरा –” मी पटकन खोटं बोलून गेलो.

“तेरा वर्षांच्या मानानं थोडा लहानच वाटतोयस, हो ना?”

मी काहीच उत्तर दिलं नाही. भुयारी रेल्वेची तर मला कमालीची भीती वाटे, कारण मी त्याआधी कधीच त्या रेल्वेने प्रवास केलेला नव्हता.

“हं, आज तुला या, या ठिकाणी फुलं पोहोचवायची आहेत. ईस्टर्न पार्क वेवरती एक डझन गुलाब आणि व्हॉयलेट फुलांचे तीन गुच्छ लेनॉक्स रोडवर. आणि हो, रेल्वेच्या तिकिटाचे पैसे मी देत असतो आणि फुलं दिल्यावर त्यांच्याकडून मिळणारी बक्षिसी (टिप) ती तूच ठेवायचीस. या दोन्ही पत्त्यांवर कसं जाऊन पोहोचायचं हे माहिती आहे ना तुला?”

“हं... म्हणजे अगदी बरोबर पत्ता नाही माहिती.”

रायन हा माणूस तसा मोठा ऐटबाज वाटत होता. त्याने मला भुयारी रेल्वेच्या आवश्यक मार्गाबद्दल नीट समजावून सांगितलं आणि जास्तीत जास्त बक्षिसी कशी मिळवायची त्याबद्दलही चांगला सल्ला दिला.

“हॅरी, तिथे पोहोचल्यावर गुलाबांची फुलं हळुवारपणे बाहेर काढ व देताना अशी पंख्यासारखी रचना करून देशील.” असं सांगून गुलाबांची पंख्याची रचना कशी करायची त्याचं प्रात्यक्षिकही त्यानं करून दाखवलं व तो पंखा बनवून त्यानं वारंही घेऊन दाखवलं.

“मी दाखवल्याप्रमाणे कर आणि मग बघच मुला, की तुला कशी भरघोस बक्षिसी मिळते ते!”

“आणि रायन सर, व्हॉयलेटची फुलं देताना काय करायचं?”

“त्यांचा काही पंखा बनवता येणार नाही तुला. मात्र ती कोमेजण्यापूर्वीच तू तिथे पोहोचशील तेवढी काळजी मात्र घे, ताजीतवानी, टवटवीत व्हॉयलेटची फुलं हे बँकेच्या खात्यात भरपूर पैसे असण्यासारखं असतं.”

मी भुयारी रेल्वेच्या स्टेशनावर जाऊन पोहोचलो. ब्राईटनला जाणाऱ्या गाडीची प्रतीक्षा करू लागलो. थोड्याच वेळात धाडधाड आवाज करीत गाडी स्टेशनावर आली आणि त्या आवाजाने माझं धाबंच दणाणून टाकलं. खिडकीपाशी लावलेला नकाशा बघून मी त्यातून ईर्स्टन पार्क वेवरची जागा शोधून काढली आणि तिथे जाऊन सुखरूपपणे फुलं पोहोचवली. ते गुलाब लग्नाच्या वाढदिवसाच्या शुभेच्छा देण्यासाठी पाठवलेले होते. जेव्हा त्या गुलाबांची पंख्यासारखी रचना करून मी त्या बाईंच्या हाती सुपूर्त केली, तेव्हा त्यांना आनंदाश्रू आवरेनासे झाले होते. बक्षिसी म्हणून मला किती पैसे मिळाले होते माहितेय? तब्बल पंचवीस सेंट. तेवढ्या मोठ्या रकमेतून तर मी सहज काळी हॅट, मास्क व

पिस्तूलच्या गोळ्या म्हणून गोट्या (इंद्रधनुष्याच्या प्रत्येक रंगाची एकेक) विकत घेऊ शकलो असतो.

पुढचं काम होतं ते लेनॉक्स रोडवरचं. आधीच्या ठिकाणाच्या द्वारपालाला मी तो पत्ता विचारून घेतला होता. त्याच्या मते तो रस्ता फार काही दूर नव्हता व मी सहज चालत चालत जाऊन ती व्हॉयलेटची फुलं तिथे पोहोचवू शकणार होतो. त्याने सांगितल्याप्रमाणे मी जात होतो, पण पंधरा मिनिटांनी मी रस्ता चुकलो. मी कुठे जाऊन पोहोचलो होतो, तेच मला समजत नव्हतं.

जवळ एक मोठं चर्च तेवढंच काय ते दिसत होतं. त्याचे अवाढव्य दरवाजेही उघडेच होते. तिथे आत जाऊन मी कोणाला तरी मला हवा असणारा पत्ता विचारू शकेन का? का परत माझा ज्यू धर्म तिथेही आड येईल? मी चिंतेत पडलो. पण माझ्याजवळ दुसरा कोणताच मार्गही नव्हता. व्हॉयलेटची फुलंही कोमेजायला लागली होती. त्यामुळे मला घाई करणं प्राप्तच होतं. शेवटी एकदाचा मी चर्चमध्ये शिरलोच. तिथे ननच्या (स्त्री धर्मोपदेशक) वेशात मला एक स्त्री दिसली. तिला बघून पहिल्यांदा मला भीतीच वाटली, पण तिच्या चेहऱ्यावरचं मंद स्मितहास्य बघून माझी भीती कुठल्याकुठे पळून गेली. तलवारीवरची माझी पकडही सैल झाली. "माझं नाव सिस्टर मारिआना. मी तुला काही मदत करू शकते का?" तिने विचारलं.

माझं सारं अवसानच गळून गेलं आणि माझ्या तोंडून बाहेर पडलेल्या शब्दांनी माझ्याइतकीच तीही एकदम दचकून गेली.

"सिस्टर, मी ज्यू धर्मीय आहे. मी तुम्हाला एक पत्ता विचारला, तर चालेल ना? आता लवकरच माझ्याजवळ असलेली ही व्हॉयलेटची फुलं कोमेजून जाणार आहेत."

"अच्छा, म्हणजे तू सामान पोहोचवण्याचं काम करणारा मुलगा आहेस तर. काय वय आहे बाळा तुझं?"

"आता अकरावं चालू आहे आणि मी ज्यू आहे सिस्टर. काही हरकत नाहीये ना?"

सिस्टर मारिआने त्या क्षणी अखिल मानव जातीवरचा हरवलेला माझा विश्वास मला परत मिळवून दिला.

"तू ज्यू धर्मीय असल्याची भीती आधी मनातून काढून टाक बरं. चल, आपण ना, आधी ही व्हॉयलेटची फुलं छान टवटवीत करू या."

ती काही क्षणांसाठी आतल्या बाजूला गेली व व्हॉयलेट फुलांवर थंडगार पाणी शिंपडून, त्यांना छान गुळगुळीत, चकचकीत कागदाच्या वेष्टनात घालून बाहेर आली. एवढ्यावरच न थांबता तिनं लेनॉक्स रोड कुठे आहे ते शोधून,

मला योग्य जागी नेऊन सोडण्यासाठी माझ्याबरोबर येण्याचे कष्टही घेतले.

मी तर पूर्णपणे भारावून गेलो होतो. त्या स्त्रीचे पांग मी कसे फेडू शकणार होतो? ती माझ्याकडे बघून गोड हसली व म्हणाली, "ही व्हॉयलेटची फुलं परत कोमेजण्याच्या आत तू जा बरं आता लवकर."

झटक्यात मी म्यानातून तलवार बाहेर काढली व हवेत उंच धरली. ती जरा कावरीबावरीच झाली.

"अरे, अरे, हॅरी, काय करतोयस तू हे?" तिनं विचारलं.

"तुमच्या डोक्यावर तलवार टेकवून मी तुम्हाला 'लेडी' हा बहुमानाचा किताब बहाल करणार आहे."

"पण मला वाटलं, की तू तर झोरो आहेस आणि 'सर' किंवा 'लेडी' हा बहुमानाचा किताब बहाल करण्याचा हक्क फक्त किंग आर्थरचाच असतो, हो ना?"

"कधी कधी मी किंग (राजा) पण असतो. विशेषत: तुमच्यासारखी कोणी अशी खूप प्रेमळ माणसं भेटतात ना तेव्हा!"

किताब स्वीकारण्यासाठी ती माझ्यासमोर डोकं खाली झुकवून उभी राहिली. तिच्या गालावरून टपकन एक अश्रू ओघळला. तलवारीनं तिच्या डोक्याला मी स्पर्श केल्यानंतर ती सावकाशीनं ताठ उभी राहिली आणि मधाळ आवाजात म्हणाली, "थँक यू महाराज, मला हा सन्मान प्रदान केल्याबद्दल मी तुमची खूप खूप आभारी आहे."

मी तलवारीला परत म्यानामध्ये टाकल्यावर लेडी मारिआने पुढे झुकून माझ्या गालावर ओठ टेकवून माझी मोठ्ठी पापी घेतली आणि म्हणाली, "आता पळ लवकर हॅरी. नाहीतर ही व्हॉयलेटची फुलं परत एकदा कोमेजायला सुरुवात होईल बरं का!"

माईक लिपस्टॉक
The Swordsman

२

पालकत्वाविषयी

"आपल्या दैनंदिन जीवनात आपण करीत असलेल्या साध्या, सर्वसामान्य कृतींमधून साधेपणा जाणवत असला, तरी त्या साधेपणापेक्षा त्या कृतींमधलं आत्मिक सामर्थ्यच जास्त महत्त्वाचं असतं."

थॉमस मूर

आणि बस थांबेनाशी झाली...

माझ्या थोरल्या मुलाला मी शाळेच्या पिवळ्या रंगाच्या मोठ्या बसकडे पोहोचवण्यास गेले होते. त्याच्या पट्ट्यापट्ट्याच्या शर्टवरती त्याच्या नावाचं कार्ड अडकवलेलं होतं. कॉटनच्या पँटमध्ये शर्ट ऐटदारपणे व्यवस्थित खोचलेला होता, तर खांद्यावरती नवं कोरं दप्तर होतं. बसच्या पायरीवर पाय ठेवण्याआधी त्याने वळून माझ्या दिशेने एक कटाक्ष टाकला.

"अरे, चल-चल. चढ लवकर. सगळं कसं छान व्यवस्थितपणे होईल बघ." मी म्हणाले. "तू आता नवेनवे मित्र बनवशील, रोज नव्या नव्या गोष्टी शिकशील आणि जोडीला खूप मौजमस्तीही करशील बघ." मी त्याला जवळ घेतल्यावर माझ्याकडे वर बघत त्याने विचारलं होतं, की तो किती वाजता घरी परत येणार होता. मी त्याला आश्वासन देण्याचा प्रयत्न करून पायरीवर चढवलं. "दुपारच्या जेवणाच्या वेळेपर्यंत तू घरी येशील. ही बस तुला परत याच जागी आणून सोडेल आणि मी इथेच तुझी वाट बघत उभी असेन. मग तू मला शाळेतल्या गमती-जमती सांगशील." आणि खरंच मी म्हटल्याप्रमाणेच घडलं होतं. त्या नंतर लवकरच माझ्या धाकट्या मुलीलाही त्याचप्रमाणे पिवळ्या रंगाच्या मोठ्या बसपर्यंत मी पोहोचवलं होतं आणि ती शाळेतून परत आल्यावर तिच्यासाठीदेखील मी तशाच प्रतीक्षेत उभी राहिले होते.

पुढे अनेक बदल घडले व मी पूर्ण दिवसभराची नोकरी धरली. त्यामुळे मुलं घरी येण्याच्या वेळी मी त्यांची वाट बघत उभी राहू शकेनाशी झाले. पण तरी ती पिवळ्या रंगाची शाळेची बस मात्र दररोज न चुकता माझ्या घराशी थांबत असे व त्यांना सुरक्षितपणे घरी आणून सोडत असे. रात्री जेवताना त्या दोघांना दिवसभराच्या अहवालातलं मला काय-काय व किती सांगू असं होऊन जाई. त्यांचे मित्र-मैत्रिणी, शिक्षक-शिक्षिका, पुस्तक, अभ्यास, मधली सुट्टी अशा असंख्य विषयांवर आम्ही तिघं गप्पा करत असू. त्यांना अभ्यासातल्या प्रगतीसाठी मिळणाऱ्या सोनेरी कागदाच्या चांदण्या, तऱ्हेतऱ्हेचे फोटो, प्रगती पुस्तकं असं काय-काय चिकटवून घरातला फ्रिज सजून जात असे. प्रत्येक

वर्षीच्या 'मातृदिनी' ते दुधाच्या डब्यात झेंडूचं झाड लावून, रंगीत खडूने चित्रं काढून, ते डबे रंगीत, चकचकीत कागदाच्या वेष्टनाने सजवून मोठ्या काळजीपूर्वक माझ्यासाठी म्हणून घरी घेऊन येत असत व जोडीला हाताने बनवलेलं छान छान शुभेच्छा कार्डदेखील देत असत. कधी कधी शेवयांपासून (मॅकरोनी) बनवलेले अमूल्य दागिने, तर कधी कागदांपासून तयार केलेला ब्लाऊज अशा विविध गोष्टी त्यांच्याकडून मला भेट म्हणून मिळत. मुलं वर्षामासी वाढू लागली, पण तरीही त्यांना रोजच्या रोज संभाळून घरी आणणाऱ्या बसवरती मी निर्धास्तपणे अवलंबून राहत असे आणि त्या बसनंदेखील अनेक शालेय वर्षं आपलं काम अगदी मनोभावे केलं होतं.

गोष्टी माझ्या लक्षात येण्यापूर्वीच, गाडी चालवण्याचा परवाना मिळवणं, अर्धवेळ नोकरी करणं, नृत्यात भाग घेणं, एकेकट्याने मित्र-मैत्रिणींबरोबर बाहेर जाणं अशा प्रकारचे बेत आखण्याचं काम दोघांनी सुरूदेखील केलं होतं. आता पूर्वीप्रमाणे 'मातृदिना'चं शुभेच्छाकार्ड हाताने न बनवता दुकानातून विकत आणण्यासाठी माझी गाडी घेऊन जाण्याची परवानगी मागू लागली होती. दुधाच्या डब्यात लावलेली झेंडूची फुलं मागे पडून, एखादी छोटीशी नोकरी करून साठवलेल्या पैशातून आता भिंतीवर अडकवायच्या कुंड्या वा तयार पुष्पगुच्छ विकत घेतला जाऊ लागला होता. त्यांच्या मर्जीला येतील तसल्या प्रकारचे कपडे ते घालू लागले होते. मग ते चांगले दिसत की नसत याचीही त्यांना फिकीर वाटत नसे. मॅकरोनीपासून बनवलेले दागिने आता नाताळच्या झाडावर शोभेची वस्तू म्हणून लटकू लागले होते.

अभ्यासाच्या जाड, गलेलठ्ठ पुस्तकांमुळे त्यांची दप्तरं दिवसेंदिवस वजनदार होऊ लागली होती. आता रेफ्रिजरेटरवरची रिकामी जागा कॅलेंडरने व्यापली गेली. कारण त्यांच्या व्यस्त वेळापत्रकासाठी तारखांचा मागोवा ठेवणं भाग पडू लागलं होतं आणि लिहिलेलं पुसता येण्यासारखी एक पाटी भिंतीवर अडकवली होती. आमच्यापैकी कोणी बराच वेळ घराबाहेर जाणार असलं, तर कुठे जाणार, केव्हा घरी येणार याबद्दल घरात नसलेल्यांसाठी लिहून ठेवावं लागत असे. आता असे प्रसंग वरचेवर येऊ लागले होते. एके काळी लहान-लहान असलेली माझी मुलं आता पौगंडावस्थेमधून जाणारी तरुण मुलं बनली होती व पाहता पाहता जास्तच स्वतंत्र वृत्तीची बनू लागली होती. आता ती भलीमोठी पिवळी बस रोजच्या रोज माझ्या घराच्या बाहेर थांबेनाशी झाली.

हा, हा म्हणता त्यांच्या माध्यमिक शिक्षणाचा काळ संपला आणि मी मागे वळून बघण्याच्या आधीच माझी धाकटी मुलगी वेगवेगळ्या कॉलेजांची नावं शोधून काढण्यात मग्नही झालेली होती आणि माझा मुलगा तर पदवीधरही

झाला होता. त्याने स्वत:च्या भविष्याचा विचार करून सेनादलात भरती होण्याचा निर्णय घेतला होता. ऑगस्ट महिन्यातील एका निरभ्र सकाळी त्याला रुजू होण्यासाठी ऑफिसमध्ये येण्याचं बोलावणं आलं होतं आणि तिथे त्याचा शपथविधी समारंभ होणार होता. इतर मुलांच्या पालकांबरोबर मीदेखील त्याच्या नवजीवनाचा शुभारंभ बघण्यासाठी तिकडे गेले होते. तिथून परत येण्यास निघताना सहज माझी नजर मुलाकडे गेली. तो खांद्यावरची बॅग झुलवत उभा होता. त्याची ती लकब मी त्याआधी हजारो वेळा बघितलेली होती, पण त्या वेळी ती वेगळीच भासली. उपस्थित असलेल्या सर्व मुलामुलींवर मी नजर टाकली. ते सगळे तरुण-तरुणी एका ओळीत उभे होते. एक पाऊल त्यांच्या भविष्यात टाकण्यास उत्सुक, खांद्यावरती बॅग घेऊन प्रतीक्षा करत होते. दुसऱ्या कशाची, अर्थात बसचीच प्रतीक्षा! मी माझ्या मुलाच्या जवळ जाऊन पोहोचले व प्रेमभराने त्याला मिठी मारली. त्याने खाली वाकून माझ्याकडे पाहिलं. मला आठवलं, की काही वर्षांपूर्वी मीही त्याच्या लहानशा मूर्तीकडे अशीच वाकून बघत असे. पण मधल्या काळाची ती वर्षं कुठे गायब झाली होती कोण जाणे?

माझ्यासाठी तो परत एकदा पाच वर्षांचा लहानसा मुलगा झाला होता. मी त्याला विचारलं की त्याला बावरल्यासारखं वाटतंय का? ''हं, थोडंसं वाटतंय खरं तसंच.'' तो म्हणाला.

''अंहं, असं गांगरून नाही जायचं.'' मी आश्वासक सुरात म्हणाले. ''सगळं ठीक होईल बघ. नको काळजी करूस. कल्पना कर की आता यापुढे तुझ्यासमोर कितीतरी नवनवीन संधी चालत येतील, खूप नवे नवे लोक तुला भेटत राहतील.''

मी परत एकदा आवेगाने त्याला मिठी मारली व त्याला पुढे चलण्यासाठी खूण केली. तो पुढे चालू लागला तेव्हा मोठ्या मुश्किलीने मी शब्द गोळा करून बोलण्याचा प्रयत्न केला, कशीबशी मी पुटपुटले. ''तू घरी येशील तेव्हा मी अशीच तुझी वाट बघत उभी असेन आणि मग तू मला तुझ्या या नव्या आयुष्याबद्दल भरभरून सांगशील राजा!''

डेनिस सायमन

The Bus Doesn't Stop Here Anymore

नव्या वळणावर

शरद ऋतूमधला तो थंडगार हवेचा दिवस होता. परमेश्वरानेच सूर्याचा नजारा दडवून ठेवावा, त्याप्रमाणे ढगांनी निळ्या आकाशाची महिरप झाकून टाकलेली होती. झाडांवरची पानं वाऱ्यानं पटापटा खाली गळून पडत असताना सळसळ आवाज येत होता.

स्मृतिपटलावर रेंगाळत राहण्यासारखाच तो दिवस होता. सगळ्याच तरुण स्त्रिया आयुष्यात ज्या दिवसाची प्रतीक्षा करत असतात, त्या दिवसाच्या आठवणी मीही हळुवारपणे कायमच्या जतन करून ठेवणार याची माझ्या मनाला पूर्ण खात्री होती.

माझ्याजवळ एक नवथर तरुण मुलगा उभा होता. ज्याच्याबरोबर आजवर मी अनेक गुपितं, अनेक अमूल्य क्षण अनुभवले होते. त्याच्या कानात मी कुजबुजत अनेक आश्वासनं दिलेली होती व ती दिलेली आश्वासनं पूर्ण करण्याचा मी माझ्या परीने पुरेपूर प्रयत्न केलेला होता. तो माझ्या जीवनात येईपर्यंत मी माझ्या हृदयाचा ठेवा कोणाकडेही ठेवणं सुरक्षित मानत नव्हते. आता, तो ठेवा फक्त त्याच्या आणि त्याच्याजवळच सुरक्षित होता हे मला समजलं होतं.

आम्हा दोघांच्या जीवनात प्रथमच येणारा तो प्रसंग होता. दोघांपैकी एकजण आपणहून पुढे येईल याची प्रतीक्षा करत आम्ही दोघं एकमेकांच्या डोळ्यांत कावऱ्याबावऱ्या नजरेनं बघत उभे होतो. त्या प्रसंगाला सामोरं जाण्यासाठी आम्हा दोघांची आवश्यक तेवढी मानसिक तयारी झाली होती का, त्याबद्दल मी साशंक होते. अशा प्रकारे घाईघाईत कोणताही निर्णय घेणं आम्हा दोघांचंही आयुष्य उद्ध्वस्त करू शकलं असतं.

काहीही न बोलता, जणू जगाच्या अंतापर्यंत आम्ही दोघं त्या जागी खिळून उभे होतो. एका पाठोपाठ एक अशा गतकाळाच्या स्मृती माझ्या मनात येऊन परतपरत गोळा होत होत्या. आम्ही दोघांनी मिळून अनुभवलेले – हास्य व अश्रूंनी भरलेले ते अनेक क्षण माझ्या हृदयात खास स्थानावर कायम विराजमान

होऊन राहणार होते. त्या वेळी भावनिकरित्या मी अतिशय दुबळी होऊन गेले होते. माझं एक मन तिथून पलायन करून कुठेतरी लपून राहण्यासाठी मला उद्युक्त करत होतं, तर त्याच वेळी दुसरं मन बजावत होतं की, 'सामोरं जाण्याचं बळ अंगी आण. आता ती वेळ येऊन ठेपलीय.'

माझ्या मनाची तगमग उमजून की काय कोण जाणे, पण त्याने हळुवारपणे माझ्या हात हातात घेतला. माझ्या पाठीतून थंडगार शिरशिरी उठली आणि मनातले सगळे किन्तु क्षणात गायब झाले. मृदू आवाजात तो कुजबुजला, ''वेळ झालीच आहे आता.''

एवढा महत्त्वाचा निर्णय घेण्याआधी तो कसा दिसत होता, त्या क्षणी ती आठवण मनात जपून ठेवण्याच्या उद्देशाने मी त्याच्या दिशेनं अखेरची नजर टाकली. त्या वेळी मी ज्या भावनेनं त्याच्याकडे बघत होते, तसं परत कधीच बघणार नव्हते. त्याचं व माझं आयुष्य एकदा का नव्या वळणावर लागलं की, सगळंच बदलून जाणार होतं. नंतर आम्ही दोघं परत मागे वळून बघूही शकणार नव्हतो.

परत एकदा आमची नजरानजर झाली. त्या क्षणाला काळ जर तिथेच स्तब्ध झाला असता आणि आम्ही ते क्षण कायमचे हृदयात बंदिस्त करू शकलो असतो तर! त्यानंतर ना माझ्या, ना त्याच्या मनात तशा भावना उचंबळून आल्या असत्या. प्रत्येक गोष्टीची फक्त एकदाच 'पहिली' वेळ येत असते आणि तेव्हा ती येऊन ठेपली होती.

माझ्या बाहूंचा विळखा त्याच्याभोवती घालून मी चेष्टेनं त्याच्या नाकाच्या शेंड्यावर ओठ टेकले व हळूच त्याच्या कानात कुजबुजले, ''माझं खूप खूप प्रेम आहे तुझ्यावर. तू माझा अतिशय लाडका आहेस.'' आणि अखेरीस ते घडलं – जे घडण्याची आम्ही दोघं इतका वेळ वाट बघत होतो.

तो दिवस आणि त्याच्या चेहऱ्यावर उमटलेलं ते थोडं विनोदी, थोडं निर्बुद्ध आणि केविलवाणं असं हास्य मी कधीही विसरू शकणार नाहीये. नंतर शाळेच्या त्या भल्यामोठ्या पिवळ्या रंगाच्या बसमध्ये चढण्यासाठी तो रस्ता ओलांडून पलीकडे गेला आणि इकडे माझ्या गालावरून अश्रुधारा सुरू झाल्या. चढताना मागे वळून माझ्याकडे बघत तो मोठ्या आवाजात ओरडला, ''टाटा, टाटा आई, मला पण तू खूऽऽप, खूऽऽप आवडतेस.''

अँजेला मार्टिन
Crossing Over

माझी आई – माझी सखी

माझी आई – हेझल बटाटे सोलत बसली आहे. आईचा महागडा कोट, उंच टाचांचे बूट, व लाल मखमलीची हॅट घालून मी ऐटीत स्वयंपाकघरात प्रवेश करते व आनंदाने किंचाळी मारत म्हणते, "आऽऽऽई, बघ ना माझ्याकडे. मी छोटी हेझल आहे!" आनंदाश्रू भरल्या डोळ्यांनी आई मान वर करून कौतुकाने माझ्याकडे बघते. तेव्हा मी किती गोड व सुंदर दिसतेय याची मला पूर्णपणे जाणीव होतेय. मी आहे चार वर्षांची आणि आई माझी जिवलग मैत्रीण आहे.

"अय्या, आई, अगं किती छान आहे हा! मला प्रचंड आवडलाय! थँक यू, थँक यू. मी तुझी खूप खूप आभारी आहे." आईनं माझ्यासाठी आणलेला नवा पार्टी ड्रेस घालून मी अत्यानंदाने अश्रू ढाळत तिच्याकडे बघतेय. अंगावरच्या मऊ, तलम अशा बदामी रंगाच्या सॅटिनच्या त्या ड्रेसवरून बोटं फिरवत मी आईकडे बघतेय. आणि तीही माझ्याकडे बघून गोड हसतेय. मी आता नऊ वर्षांची आहे आणि अजूनही कधीकधी मला ती परीकथेतल्या प्रेमळ आईसारखी भासत असते.

"पुढच्या वर्षी एकदा मी कॉलेजला जाऊ लागले की, मग मला घरात राहावं लागणार नाही, त्यामुळे मी अगदी खूश होऊन जाणारेय," मी रागाने ओरडत आईला म्हणतेय. "तुला जर असंच वागायचं असेल ना, तर मी पण सुटेन तुझ्या त्रासातून," आई हतबल होऊन वैतागून म्हणते. ते कटू सत्य ऐकून मला चांगलाच धक्का बसतो व मी दुखावली जाते. तोंडातून बाहेर पडणारा हुंदका दाबत मी रागाने खोलीतून बाहेर पडते. आता मी झाले आहे सतरा वर्षांची नवथर तरुणी व बहुतेक वेळा आई माझ्याशी शत्रूसारखी वागते.

"मी यशस्वी झाले! यशस्वी झालेय मी! प्रोफेसर किंग यांच्याकडून चक्क 'A' (सर्वोत्तम) श्रेणी मिळवलीय मी!" मी अत्यानंदाने किंचाळतेच. स्वयंपाकघराच्या उबदार वातावरणात, हातातलं प्रगतीपुस्तक उंचावत मी उंच उडी मारतेय. आई मला सांगते की तिला माझा खूप अभिमान वाटतोय. आम्ही दोघी स्वयंपाकघरातच

नाचत-नाचत माझं यश साजरं करतोय. मी आहे आता एकवीस वर्षांची आणि माझा उत्साह वाढवणारी सर्वांत मुख्य व्यक्ती आहे माझी आई!

"ग्रेट फॉल्सकडे जाणार ४०५ नंबरचं विमान आता निघण्याच्या तयारीत आहे." विमानतळावरील ती घोषणासुद्धा माझ्या कानावर स्पष्टपणे पडत नाहीये.

इतके वर्षं मी विमानाने जाण्याच्या वेळी आई रडत असे. आता तिची पाळी आहे मला सोडून जाण्याची व माझी पाळी एकटीने मागे राहून रडण्याची. मी आईकडे बघतेय आणि इतकी वर्षं, अगदी मी चार वर्षांची होते तेव्हापासून जे करणं मला जमलं नव्हतं, ते मी आता करतेय. तिचा हात हातात घट्ट पकडून मी म्हणतेय, "नको ना जाऊस," प्रेमाने माझ्या गालाला स्पर्श करत ती म्हणातेय, "अगं राणी, माझं तिकीट काढलेलं आहे ना आता." तिला हृदयाशी कवटाळत मी म्हणतेय, "तू जर नाताळच्या दिवसांत पुन्हा माझ्याकडे येण्याचं कबूल करत असशील, तर त्या एका अटीवरच मी आता या वेळी तुला जाऊ देतेय," स्वत:च्या डोळ्यांमधली आसवं पुसत ती म्हणतेय, "हो, हो, बघच तू, मी नक्की येतेय की नाही परत." आता माझं वय आहे सदोतीस वर्षं आणि माझी आई माझी सखी आहे. अगदी जीवश्च-कंठश्च, कायमची मैत्रीण!

नॅन्सी रिचर्ड-मिलफोर्ड

Through the year

पालकत्व ही एक तपश्चर्याच!

जेवायच्या खोलीत बसून मी लिखाण करतेय आणि थोड्याच वेळापूर्वी माझा सहा वर्षांचा मुलगा आणि त्याचा मित्र या खोलीतून बाहेर पडलेत. दोन्ही मुलांनी रायनच्या कपाटातून काळ्या रंगाच्या पँट्स व काळे बंद गळ्याचे टी-शर्ट्स घेऊन ते कपडे अंगावर चढवलेले होते. त्या ढगळ पँटवर पट्टा लावूनही घसरत असल्यामुळे त्यांनी हाताने त्या घट्ट चिमटीत धरून ठेवल्या होत्या. पट्ट्यामध्ये लाकडी तलवारीही त्यांनी खोचलेल्या दिसत होत्या. दोघंही जण माझ्या बाजूने हळूहळू रांगत गुपचूप बाहेर पडत होते. तेवढ्यात संगणकावरून नजर काढून मी त्यांच्याकडे पाहिल्यावर दोघांनी ओरडतच बाहेर धूम ठोकली होती.

त्यांच्या या मर्कटचेष्टांची गेल्या आठ मिनिटांत निदान दहा वेळी तरी पुनरावृत्ती झाली असावी. तशी मस्ती करताना प्रत्येक वेळी त्यांना मिळणारा आनंद मात्र अजिबात कमी होत नव्हता. (आणि माझ्या आनंदातही भर पडत नव्हती.) समुद्रीचाचा व हेर बनलेल्या त्या जोडगोळीच्या करामती करून संपल्यावर सुरू झालं होतं – बाहेरच्या खोलीत पोगो स्टिक्स (काठ्या) हातात घेऊन उंच उंच उड्या मारणं, पायांना स्केट्स लावून स्वयंपाकघरात फिरत राहणं, जिन्यांच्या पायऱ्यांवरून बास्केट बॉल ढकलून गडगडत खाली आणणं, स्वत:चं नाव उच्चारत मधेमधे ढेकर देणं, (अशा मस्तीत तर माझा लेक नेहमीच बाजी मारतो.) जिन्याच्या चौकटीत उभं राहून बॉल उंच फेकून झेलत राहणं इत्यादी, इत्यादी.

शेवटी मी त्या पोगो स्टिक्स उचलून ठेवल्या, स्केट्स दाराबाहेर नेऊन ठेवले, बास्केटबॉल कपाटात टाकला आणि मुलांना दरडावलं, की मुद्दाम ढेकर काढण्याच्या त्यांच्या खोड्या मी दिवसभर भरपूर प्रमाणात सहन केल्या आहेत आणि बॉल झेलायचा खेळ खेळायचा असेल, तर बाहेर अंगणात जाऊन खेळा. पण तरीही नंतरही काही ना काही घटना घडण्याचा क्रम चालूच राहिला – त्याच्या मित्राचं रागानं तणतणत निघून जाणं, मुलाकडून गृहपाठातली वजाबाकीची गणितं सोडवून घेणं, शब्दांचं स्पेलिंग विचारणं, रात्रीचा स्वयंपाक करणं, नंतर

भांडी घासणं, पुस्तकं आवरणं आणि चुळबुळ्या लेकाला मोठ्या मिनतवारीनं झोपायला लावणं. हे करता करता वृत्तपत्राला द्यायचं माझं स्तंभलेखनही संपवायचं होतं.

दोन दिवसांपूर्वीच एका रात्री, लॉस एंजेलिसहून कामासाठी आलेल्या माझ्या मैत्रिणीबरोबर मी जेवायला गेले होते. शहरात जाऊन तिला भेटायला मी गाडीने मुद्दामच लवकर निघाले, कारण मग एकमेकींचा हालहवाल समजून घेण्यास आम्हा दोघींना बराच वेळ मिळाला असता. शहरातल्या युनियन स्क्वेअरमध्ये जाऊन आम्ही दुकानातून हिंडत चक्कर मारत होतो. तिला तीन वर्षांचा एक मुलगा आहे आणि तीन महिन्यांत दुसऱ्या अपत्याला जन्म देण्याच्या मार्गावर ती होती. बनाना रिपब्लिक या दुकानात एक छानसं मऊमऊ ब्लँकेट तिच्या नजरेस पडलं. ती त्याच्यावर हात फिरवू लागली.

"ए बघ ना, किती मस्त आहे नाही?" तिने मला विचारलं. त्यानंतर तिला एक रजई दिसली. "अगं, पाहिलीस का?" ती मला म्हणाली. सॅक्स या दुकानात तिला फ्लॅनेलच्या कापडाचा रात्री झोपताना घालण्याचा शर्ट सापडला. "हात लावून बघ, खूप तलम आहे," ती म्हणाली.

मी तिच्याकडे बघतच राहिले. "तुझ्या लक्षात आलंय का, की तू ज्या ज्या वस्तू बघतेयस, त्या त्या सर्व झोपेशीच निगडित आहेत?" एके काळी हिच्या यादीत खरेदी करण्याच्या – उंच टाचांचे बूट, छोटे (मिनी) स्कर्ट फक्त अशाच गोष्टींचा समावेश असायचा.

ती हसून म्हणाली. "अगं, मी सकाळी उठले ना, की लगेच एकच विचार माझ्या मनात प्रथम येतो की, झोपण्यासाठी अजून किती तास उरले आहेत."

दुसऱ्या दिवशी रात्री मी आमच्या घराजवळ असलेल्या झेन या एकांतवासाच्या, ध्यानधारणा केंद्रात जाऊन एका अंधाऱ्या खोलीत बसले होते. त्या खोलीमध्ये जमलेले लोक ध्यानासाठी व नंतर परमार्थावरचं आख्यान ऐकण्याच्या उद्देशाने आलेले होते. तिथल्या योगी महाराजांनी सांगितलं, की तरुणपणी ते कसे आशिया खंडात गेले होते व तिकडे जाऊन त्यांनी योगी पुरुषांकडून जीवनाचं तत्वज्ञान कसं समजावून घेतलं होतं. बर्फ पडलेल्या जंगलात अत्यंत अल्प प्रमाणात अन्न, पाणी व निद्रा मिळणाऱ्या अवस्थेत ते बरेच दिवस राहिले होते. त्याचप्रमाणे गंगा नदीच्या किनारी ध्यानस्थ योग्याप्रमाणे सलग वीस तास मांडी घालून ते बसलेले असताना त्यांच्या पायात असह्य कळा आल्या होत्या व शांत विश्रांती लाभण्यासाठी त्यांचे डोळे तळमळत होते. आवश्यक बाबींची उणीव, कमतरता, आत्मवंचना व विभ्रमावस्था यावर मात करण्याच्या त्यांच्या प्रामाणिक प्रयत्नांमुळेच त्यांना उच्च पातळीची दृष्टी व अलौकिक ज्ञान प्राप्त झालं होतं.

त्यांच्यात चिकाटी, सोशिकता असे गुण येऊ शकले होते.

मी त्या सर्व गोष्टींबद्दल व लॉस एंजेलिसमध्ये राहणाऱ्या माझ्या त्या मैत्रिणीबद्दल विचार करत बसलेली असताना खोलीच्या बाहेरच्या व्हरांड्यात माझा मुलगा व त्याचा मित्र लुटुपुटीचं तलवारयुद्ध खेळू लागले होते. गेल्या काही दिवसांत घडलेल्या घटनांचा मेळ जमू लागला होता. मी विचार करू लागले की, आपण पालक दिवसभर मुलांना सतत कशाची ना कशाची तरी आठवण तरी करून देत असतो किंवा ताकीद तरी देत असतो. दिवसभराचा कोलाहल, झोपेचा अभाव, शिवाय जोडीला आपल्याला करावी लागणारी प्रतीक्षा – मुलांनी तयार होण्याची, खोलीतला पसारा आवरण्याची, गाडीतून त्यांनी खाली लवकर उतरण्याची! ("चल, चल उतर आता. आपल्याला दुकानात जायचं आहे ना? हातातला तो फुटबॉल ठेव आता खाली. नाही, नाही, आपण कुत्र्याला घेऊन नाही जाऊ शकत दुकानात. काय करतोयस तू? ते बिस्कीट गाडीच्या सीटखाली महिनाभरापासून पडलेलं असणार. चल आधी तू, आता मात्र मी शेवटची ताकीद देतेय बरं का. त्या बिस्किटाची नको काळजी करूस. दुकानातल्या केराच्या डब्यात टाकून देऊ आपण. चल पटकन.") पटकन उरकली जाणारी मुलांची कामं म्हणजे, बाथरूममध्ये जाऊन दोन मिनिटांत प्रातर्विधी उरकून बाहेर येणं, घरातले गोड पदार्थ पटापट संपवणं, मिळालेल्या भेटवस्तूवरचं वेष्टन झटदिशी फाडून वस्तू बाहेर काढून बघणं आणि धोकादायक वाहतुकीचा हमरस्ता व खेळाचं मैदान यांच्यामध्ये असलेल्या कुंपणावर सरसर चढणं.)

एका झटक्यात माझ्या डोक्यात लखकन प्रकाश पडला. योगी पुरुषांनी बर्फाळ प्रदेशात वा गंगेच्या किनारी का जाऊन बसायचं असतं – कारण त्यांना मुलंच नसतात म्हणून!

माझ्या लक्षात आलं, की स्वसुधारणा व परमार्थचा शोध लावण्याच्या माझ्या इच्छेप्रमाणे मला जे प्राप्त करून घ्यायचं होतं, मला जे हवं होतं, ते सगळं तर माझ्या घरातच उपलब्ध होतं आणि प्रत्येक पालकाच्या घरात ते लपलेलं असतंच. पायांमध्ये कितीही कळा आल्या तरी रात्ररात्र आपण पालक बाळाला मांडीवर घेऊन न हलता बसून काढतो. कारण काय तर पायाची थोडीशी जरी हालचाल झाली, तरी बाळ जागं होऊन कर्कश आवाजात रडायला लागेल ही काळजी असते. एखादे वेळी आपलं मूल गंभीरपणे एखादी सबब सांगत असतं की, शाळेत खेळताना त्याला डोक्याला बॉल लागल्यामुळे त्याचा मेंदू दुखावलाय, म्हणून घरातला खेळण्यांचा पसारा तो आवरू शकत नाहीये. अन् ते सारं ऐकून घेताना आपल्या तोंडावर फुटणारं हसू दाबताना प्रयत्नपूर्वक

मनावर व स्नायूंवर ताबा ठेवणं म्हणजे महाकर्मच तर असतं ते!

कधी महत्त्वाच्या कामासाठी फोनवर बोलत असताना तुमचं मूल दारात येऊन उभं राहतं, अंगावर एकही कपडा नाहीये, केवळ पायात बूट व कमरेला पट्टा लावून त्यात लटकणारं पिस्तूल अशा विचित्र अवतारात! अशा वेळी दे दणादण, अशा हाणामारीच्या सिनेमातलं शेवटचं दृश्य साकारण्याच्या प्रयत्नात असलेलं आपलं मूल बघताना व एकीकडे फोनवर बोलताना एकाग्रचित्त ठेवण्याची कसोटीच तर लागत असते ना!

वर्षानुवर्षं मध्यरात्रीनंतरच गादीला पाठ टेकण्याची सवय चालून ठेवावी लागते, कारण तेव्हाच मुलं शांतपणे झोपलेली असतात. फोन वाजत नसतो तेव्हाच आपली उरलीसुरली कामं संपवता येतात. सकाळी सहाला उठून परत स्वयंपाक, नाश्ता, त्यांना शाळेत पोहोचवून तांबारलेल्या डोळ्यांनी ऑफिसला जावं लागतं.

धर्माचं ज्ञान, जीवनाचं तत्वज्ञान प्राप्तीसाठी अभ्यास करणारे जगभर हिंडत राहतात. प्रबळ इच्छाशक्ती, सहनशीलता, जीवनावश्यक गोष्टींचा त्याग, नि:स्वार्थीपणा, आत्मवंचनेची सवय असे गुण अंगी बाणवण्याचा प्रयत्न करत राहतात. परंतु आपण पालकदेखील रोज तेच अमलात आणत असतो. हे सर्व गुण अंगी बाणले गेलेलेच असतात. धर्माचा, गूढ गोष्टींचा, विरोधाभासाचा शोध घेणारे लोक, लहान मूल वाढवताना कष्ट सोसणाऱ्या पालकांपेक्षा काही फार वेगळं किंवा अधिक महत्त्वाचं प्राप्त करतात असं नसतं. जीवनाचा अर्थ शोधणाऱ्या लोकांच्या मार्गावरचे सर्व घटक इथेही प्रत्येक पालकाच्या दैनंदिन जीवनातही अस्तित्वात असतात – कर्मकाण्ड, औदार्य, तपश्चर्या, तप, अपराधीपणाची भावना, जाणीव, कळकळीनं केलेली प्रार्थना या सर्व कसोट्या पार करत असताना या अलौकिक ज्ञानाची जाणीव तर आपल्याला आधीपासूनच आहे, असा साक्षात्कार होऊन असे अभूतपूर्व आनंदाचे क्षण अधूनमधून अनुभवायला मिळत असतात.

माझ्या मनात सहज एक साधा विचार डोकावतोय – जरा जास्तच धीट विचार, की खरं म्हटलं तर आम्हा पालकांना सगळे कर भरण्यापासून सूट मिळाली तर?

ज्योन रायन

Why Monks Sit in the Snow

तुम्ही ती उल्का पाहिलीत?

त्या दिवशीचा तो महत्त्वाचा सामना होता. मैदानावरचे लाकडी बाक मुलं आणि पालकांच्या गर्दीनं फुलून गेले होते. रात्रीची वेळ असल्याने बेसबॉलच्या मैदानावर प्रखर दिवे लागलेले होते. त्यामुळे खेळाला 'महत्त्वाची लीग मॅच' असं महत्त्व प्राप्त झालेलं होतं. मैदानाच्या कडेला छताखाली तयारीत उभ्या असलेल्या खेळाडूंची उत्कंठा वाढत होती आणि ते थोडे घाबरलेलेही वाटत होते. सामन्याची पाचवी खेळी (इनिंग) चालू होती व आमच्या गावाचा संघ एका धावेनं पुढे होता. आमचा मुलगा अँडी हा राइट फिल्डच्या स्थानावर उभा होता व त्याच्या मागे दिव्यांचा प्रकाश पसरलेला होता. दूरवरचे डोंगर चांदण्यांच्या प्रकाशात आता स्पष्ट दिसू लागले होते. स्वच्छ हवा व गारठलेल्या रात्रीची ती वेळ होती. अँडीची लिटल लीगची टीम वर्षभर सराव करूनही अखेरपर्यंत ५०० च्या स्थानापर्यंत पोहोचलेली नव्हती. पण शेवटीशेवटी मात्र दोन बलाढ्य संघांना मागे टाकून ती अखेर (चँपियनशिप) पर्यंत येऊन ठेपलीच. त्यामुळे सगळ्यांना आश्चर्याचा धक्काच बसला होता. अतिशय जोशपूर्ण वातावरण बनलं होतं.

ती खेळी संपण्यासाठी फक्त एकच गडी बाद होणं आवश्यक होतं. विरुद्ध संघातला डावखोरा, थोराड खेळाडू, जो नेहमी बॉलला जोरदार ठोकत असे आणि जिंकल्यावर मोठ्या तोऱ्यात मैदानावरून जात असे, तोच तेव्हा शेवटचा खेळाडू होता. हातात बॅट घेऊन तो पूर्ण तयारीत उभा होता. जणू एखादा साप त्याच्या भक्ष्यावर झडप घालायला टपलेला होता असंच ते दृश्य दिसत होतं.

मी काळजीनं अँडीच्या दिशेनं बघितलं. आऊटफिल्डमध्ये त्यानं कधीच चांगली कामगिरी केलेली नव्हती. रात्रीच्या आकाशाकडे एकटक नजर लावून उभ्या असलेल्या अँडीला बघून मला धक्काच बसला. म्हणजे त्याचा उघड अर्थ होता की खेळाकडे त्याचं लक्ष नव्हतं. आता तो थोराड मुलगा हटकून अँडीच्या दिशेनंच बॉलला फटका मारणार आणि या मूर्खाच्या तर लक्षातही येणार नव्हतं, की बॉल त्याच्याच दिशेनं येतोय. तेवढ्या वेळात एक-दोन धावा काढण्याची

संधी लाभून खेळ त्या संघाच्या पदरी पडणार असं वाटत होतं.

"तो काय करतोय तिथे उभं राहून?" मी माझ्या पत्नीच्या – मेरीच्या कानात फुत्कारलो.

"काय? म्हणायचंय काय तुला?" तिनं विचारलं.

"बघ, बघ. तूच बघ त्याच्याकडे... त्याचं अजिबात लक्ष नाहीये खेळात. काही तरी घोळ करणारेय हा नक्की! बघ तो खेळाडू आता त्याच्याच दिशेनं बॉलला फटका मारतो की नाही!" मी धुसफुसलो.

"अरे हो, हो, जरा सबुरीनं घे. अँडी असं काहीही करणार नाहीये आणि शेवटी हा खेळ आहे अरे साधा." इति पत्नी.

"अँडी भानावर ये रे, बाबा आणि नीट लक्ष देऊन खेळ." मेरीला सांगण्याऐवजी मी मनाशीच पुटपुटलो.

मला अगदी बघवेनासा झाला होता तो प्रकार! माझं पूर्ण शरीर ताठरलं होतं. गोलंदाज खेळपट्टीवरून धावण्यास सुरुवात करणारच होता. मी बारीक डोळे करून अँडीला निरखू लागलो. पठ्ठ्याची नजर तेव्हाही आकाशाकडेच लागलेली होती. "कदाचित प्रार्थना करत असावा." मी मनाशीच बोललो. तेवढ्यात थाडकन बॅटचा आवाज ऐकू आला. "अरे देवा, नाही. नाही." मी उद्‌गारलो.

नंतर अँडी खूप खजील होईल याचीच मला जास्त काळजी वाटत होती, कारण नेहमी तो त्याचा खेळ गंभीरतेनं घेत असे. संघातल्या सर्वांचं त्याच्याबद्दल चांगलंच मत राहावं, त्यांनी त्याच्यावर भरवसा वाटावा अशी तो काळजी घेत असे. मलाही नंतर खूप लाजिरवाण्यासारखं वाटणार होतं, याची मला काळजी लागली होती. मुलाला प्रोत्साहन देणारे आणि निष्कारण त्याच्यावर दडपण न आणणारे वडील म्हणवून घेण्यात मला फार अभिमान वाटे. आम्ही दोघं मोकळ्या पटांगणात नेहमी जाऊन खोटंखोटंच उंच उडणाऱ्या माशांना पकडण्याचा सराव करत असू. सरावातही थोडं गंमतीचं वातावरण तयार करून मी अँडीच्या खेळात सुधारणा करण्याचा प्रयत्न करत असे. दर वेळी त्याला मी म्हणे, "तू फक्त तुझ्यापरीने सर्वोत्तम प्रयत्न करत राहा म्हणजे झालं." म्हणजे समजा कधी अँडी पळत पळत बॉल झेलण्यास गेला आणि त्याच्या हातून बॉल सुटला व त्यामुळं मग हातमोजे घातलेले मातीचे हात झटकून, कडेच्या कुंपणाला टेकून निराश उभा राहिला तरी हरकत नव्हती. पण हे असं भलतंच कुठेतरी बघत उभा राहिल्यामुळे जर झेल सुटला असता, तर मात्र फारच खजील व्हायला होणार होतं. निव्वळ मूर्खपणा करणं, शर्थीने न खेळणं, आपल्या संघातल्यांना तोंडघशी पाडणं अशा वाईट सवयींचा विचार माझ्या मनात पिंगा घालू लागला.

"अरे व्वा!" ती खेळी संपताच मी तारस्वरात ओरडलो. फलंदाजाला यश मिळालं नव्हतं. आमची (म्हणजे अँडी व माझीही) सुटका झाली होती, वाचलो होतो. अजूनही एका धावेमुळे आम्ही खेळात पुढे होतो. आता शेवटच्या खेळीच्या आधी मात्र अँडीला चांगलीच समज द्यावी लागणार होती मला.

आम्ही बसलो होतो, ती जागा कुंपणाच्या जवळच होती आणि सगळे खेळाडू मध्यंतराच्या विश्रांतीसाठी तिकडेच आले होते. अँडी धापा टाकत, धावतच आमच्याजवळ आला. नेहमीच्या माझ्या शिरस्त्याप्रमाणे मी माझी सरबत्ती सुरूच करणार होतो. "तू काय करत उभा होतास तिथे ते कळतंय का तुला, सांग ना," पण त्या आधी अँडीच आनंदातिशयानं ओरडला, "तुम्ही ती उल्का (निखळणारा तारा) पडताना पाहिली? काय मस्त नजारा होता तो! फारच छान! त्या उल्केला एक लांब शेपटी होती. मला तर वाटलं, की ती उल्का बहुतेक डोंगरावरच कोसळणार, पण ती तर अचानकच गायब झाली. जणू कोणीतरी अचानक घरातला दिवाच बंद करून टाकला होता. मला तर प्रश्नच पडलाय की कुठून आली होती ती उल्का? किती अभूतपूर्व दृश्य होतं ते! मला खात्री आहे, की तुम्ही पण पाहिलं असेल ते!"

उतेजित झालेल्या अँडीचे डोळे चमकत होते. (नाहीतरी आम्ही दोघांनी बेसबॉलच्या खेळाचा सराव करताना, उल्कापात बघण्यात बराच वेळ घालवला होताच की!) मी क्षणभर थबकलो. "मलाही वाटतंय की मी बघायला हवं होतं," मी म्हणालो. "चल, आता काय एकच खेळी राहिलीय खेळाची. आता तुम्ही त्या संघाला पाणी पाजा. एक धाव घेऊनच दाखवा!"

"ओके, बरं-बरं!" म्हणून तो पळत-पळत परत त्याच्या संघातल्या खेळाडूंपाशी जाऊन पोहोचलाही.

मेरीनं माझ्याकडे बघून मंद स्मित केलं. आम्हा दोघांच्या मनात एकच विचार चालू होता की, आमचा मुलगा नेहमी जीवनातलं सौंदर्य व अद्भुत गोष्टी टिपण्यासाठी वेळात वेळ काढतो, हे फार चांगलं लक्षण आहे. खेळ, सामन्याचंच वेड, इतर खेळाडूंनी आणलेला दबाव आणि 'कसंही करून जिंकणारच', अशी मानसिकता अनुभवण्यासाठी अँडीचं पूर्ण आयुष्य पडलेलं होतंच की! सुदैवाने आजही तो एक लहान मूलच होता. मी मात्र त्या एकाच विचाराभोवती अल्पकाळासाठी फिरत राहिलो म्हणून माझा मलाच राग आला.

आपलं वय जसजसं वाढत जातं तसतसं सौंदर्य, अद्भुत गोष्टी टिपण्यासाठी, अनुभवण्यासाठी आपल्याला कमी-कमी वेळ मिळू लागतो, कमी सवड मिळते असा माझा कयास आहे. प्रौढांच्या यादीमध्ये अशा गोष्टींचा क्रम फार खाली लागत असतो. आपल्यापैकी बहुतेक जण दैनंदिन जीवनाच्या रामरगाड्यात

सगळा वेळ, शक्ती खर्च करत असतात. आकाशातून खाली पडणाऱ्या उल्केकडे कुतूहलपूर्वक बघण्याच्या कृतीला आपल्या जीवनात फारसं स्थान नसतं. म्हणून मी आता अधूनमधून प्रयत्नपूर्वक माझ्या अवतीभोवती नजर टाकत असतो. अगदी एखाद्या कामात गुंतलेलो असलो आणि मध्ये येणारा अडथळा माझ्यामते फार मोठा वाटला तरी मी आवर्जून वेळ काढत असतो. अनपेक्षितरित्या समोर आलेलं सौंदर्य, मग ते रस्त्यावर, आकाशात, अगदी ऑफिसच्या खोलीतही आढळलं, तरी तुम्ही आश्चर्यचकित होऊ शकता. त्या शेवटच्या इनिंगमध्ये अँडीनं तीन धावा काढल्या. पण तरी अजूनही मला मनापासून इच्छा होतेय, की तेव्हा मीही आकाशातून वेगानं खाली येणारी ती उल्का बघायलाच हवी होती.

मार्क क्रोफॉर्ड

Making Room For Shooting Stars

मी अनुभवलेला उत्कृष्ट पितृदिन

"जीवनात विचित्र सरमिसळ असणाऱ्या घटनांमुळे आपलं काय होईल हे काही आपण सांगू शकत नसतो, परंतु आपल्या हृदयात काय काय घडू शकतं, ते मात्र स्वत:लाही ठरवता येऊ शकतं. आपण एखाद्या परिस्थितीला कशा प्रकारे सामोरं जातो, त्या वेळी कोणती कृती करतो, हेच तर महत्त्वाचं असतं. जीवनातल्या अपरिपक्व घटनांचा स्वीकार करून त्यातून सौंदर्यानं नटलेली, अनमोल वस्तुस्थिती निर्माण करण्यातूनच तर समजतो जीवनाचा खरा अर्थ!"

जोसेफ फोर्ट न्यूटन

माझा मुलगा कॉटर, ह्याचं माध्यमिक शाळेचं पहिलं वर्ष संपल्यानंतरच्या उन्हाळ्याच्या सुट्यांत सिनियर लीग बेसबॉलचा सामना सोडल्यास त्याचा बाकीचा सारा वेळ घरातच जात होता. त्याचा आनंदी स्वभाव कुठच्याकुठे गायब झालेला होता.

मनात काहीच हेतू नसतानाही वाढीच्या वयात कॉटरच्या हातून एक चूक झाली होती आणि त्यामुळे त्याला जिवलग मित्रांची दोस्ती गमवावी लागली होती. नंतर त्यानं सगळ्यांना फोन करून पाहिलं, पण बोलायला सवड नसल्याची सबब सांगून त्यांनी टाळाटाळ केली. सायकलीवरून बिचाऱ्याने त्यांच्या घराच्या चकरा केल्या, पण नेमके तेव्हाच ते घरात हजर नसायचे. निराश मनाने तो खाली मान घालून चालायला जायचा वा खिडकीजवळ बसून शून्यात बघत बसायचा. दुखावला गेलेला आमचा कॉटर खूपच बेचैन झाला होता. त्याची ती अवस्था बघून मलाही अतिशय दुःख होत असे.

माझ्यासाठी महत्त्वाचे असलेले इतर उद्योग बाजूला सारून मी कॉटरचा उन्हाळ्याच्या सुटीतला मित्र होण्याचं ठरवलं आणि त्याच्या जीवनातल्या त्या वादळी व गोंधळवून टाकणाऱ्या काळामधून त्याला बाहेर काढण्याचा निश्चयच केला. काही वर्षांपूर्वी मी कॉटरचा सर्वांत चांगला मित्र असायचोही, पण आता परत तो बहुमान मिळवण्याचा मी प्रयत्न करणार होतो.

सुटीमधला कॉटरचा बेसबॉल खेळाच्या सीझनमधला मी साथी बनून गेलो. बेसबॉल खेळासाठी मी रोज कॉटरबरोबर सायकलनं जा-ये करू लागलो. त्याला बरोबर घेऊन कँपिंगला जाऊ लागलो. दोघांनी मिळून अनेक सिनेमे पाहिले. त्याच्या खेळातल्या निपुणतेचं मी कौतुक करत असे आणि तो जरी हरला किंवा नीट खेळला नाही, तरी प्रत्येक वेळी मी त्याची समजूत काढत असे. म्हणजे सांगायचा खरा मुद्दा असा, की मी नेहमीच असा एक आदर्श पिता बनून राहायला हवं होतं. जो मी तसा आता उशिरा बनलो होतो.

हळू हळू सिनियर लीगचा सीझन पूर्ण जोशात सुरू होऊ लागला. त्याप्रमाणे मी हेही पाहत होतो, की त्यांच्या मैत्रीवर पडलेला बर्फाळ पडदाही आता हळू हळू वितळू लागला होता. सुरुवात झाली ती कॉटरचा चांगला खेळ झाल्यावर त्याच्या संघातल्या खेळाडूंनी टाळ्या वाजवणं, तसंच तो खेळत असताना बाजूला बसून खेळ बघणाऱ्या खेळाडूंनी त्याचा उत्साह वाढवण्यासाठी आरडाओरडा करणं. ती बदलती परिस्थिती मी कॉटरच्या लक्षात आणून दिली आणि त्याला शर्थीचे प्रयत्न करण्याचा सल्ला दिला. मी आणि कॉटर आपापल्या परीनं, आलेल्या परिस्थितीच्या साहाय्याने आमची आशा तेवत ठेवण्याचा प्रयत्न करत होतो.

जून महिन्याच्या शेवटी शेवटी पितृदिनाच्या सुट्यांच्या दिवसात सिनियर लीगचे सामने आयोजित केले होते. कॉटरचा संघ चँपियनशिपच्या सामन्यासाठी खेळण्यास पात्र ठरला होता आणि त्यांचा सामना पितृदिनाच्या दिवशीच होणार होता. दोन्ही तुल्यबळ संघ एकमेकांवर कुरघोडी करू लागले. सामन्याच्या अखेरीस कॉटरचा संघ केवळ एका धावेनं मागे होता व कॉटर फलंदाजी करणार होता. तो फलंदाजाच्या स्थानावर (बॉक्स) जाऊन तयारीत उभा राहिला, तेव्हा वातावरणात तणाव पसरला होता. त्या क्षणी त्याचे सवंगडी गप्प न राहता त्याला प्रोत्साहनच देणार होते. "कॉटर, अरे सहज शक्य आहे तुला," जोरजोरात सगळे ओरडू लागले. "खेळ, खेळ, बिनधास्त खेळून दाखवच मित्रा." मित्रांच्या प्रेमानं भारावलेला कॉटर सज्ज झाला होता. मी पण जोरात ओरडून त्याला प्रोत्साहित करत होतो आणि त्याला लाभणाऱ्या त्याच्या मित्रांच्या प्रेमामुळे स्वत:ही प्रोत्साहित होत होतो.

बॅटला बॉल लागण्याचा जोरदार आवाज आला व लेफ्ट फिल्डकडे तो टोलवला गेला. मी श्वास रोखून खुर्चीची कड घट्ट पकडून अविश्वासानं बघत होतो. त्या बाजूचा क्षेत्ररक्षक धावायचा थांबला होता व वळून बघत होता, की बॉल आरामात सीमारेषेच्या बाहेर गेला होता. त्या एका फटक्यामुळे कॉटरच्या संघाने विजय खेचून आणला होता.

गर्दीमध्ये जल्लोष सुरू झाला. मी सोडून बाकी एकूण एक प्रेक्षक उभे राहून आनंद साजरा करत होते. मी जागेवरच बसून मनात उचंबळून आलेल्या भावनांवर ताबा मिळवण्याचा प्रयत्न करीत होतो. आमच्या गावाचा संघ जिंकल्यामुळे

मी नि:संशय खूप आनंदलो तर होतोच, पण आमच्या संघात तेव्हा दिसणाऱ्या दृश्यामुळे मी पुरता भारावलो होतो. मागच्या काही महिन्यांच्या काळात माझ्या लाडक्या लेकाचं हृदय रक्तबंबाळ झालेलं होतं. पण आता त्याच संघाच्या प्रत्येक खेळाडूनं, त्याच्या मित्रांनी त्याला हृदयाशी घट्ट धरून कवटाळलं होतं आणि विजयाच्या उन्मादात त्याला मिरवत-मिरवत ते तंबूकडे परतत होते.

थोडा शांत होऊन मी त्यांच्या तंबूकडे धावलो, कारण मला कॉटरच्या म्हणजे आमच्या संघाबरोबर आनंदोत्सव तर साजरा करायचा होताच, पण जोडीला कॉटरच्या हृदयातल्या मानवी संवेदनांना जे पुनर्जीवन प्राप्त झालं होतं, त्यांना जी नवी झळाळी प्राप्त झाली होती, त्याबद्दलचा आनंदही व्यक्त करायचा होता.

मी तिथे पोहोचल्यावर मला जे काही दृश्य नजरेस पडलं; त्यामुळे मी खूपच भावुक झालो. कॉटरचा एक जुना मित्र, ज्याने दूरवर गेलेला बॉल शोधून आणला होता, तो बॉल आता तो कॉटरच्या हाती सुपूर्त करत होता. हेच दोन्ही मित्र मागच्या वर्षीच्या उन्हाळ्याच्या सुट्यांमध्ये एकमेकांबरोबर सायकल चालवत हिंडायचे, त्याची मला त्या क्षणी आठवण झाली. मन भरून आल्यामुळे थरथरणाऱ्या ओठांना थोडी मोकळीक मिळावी या उद्देशाने मी मुद्दामच त्या गर्दीतून बाहेर निघालो.

विजयोत्सव साजरा झाल्यानंतर मला सामन्याविषयी शांतपणे विचार करावासा वाटत होता म्हणून मी दूरवर फिरायला गेलो. माझ्या मनात आलं, की प्रत्येक सिनियर लीगर (खेळाडू) जे स्वप्न बघत असतो, ते कॉटरचंही स्वप्न होतंच आणि त्याच्या संघानं ते पूर्ण केलं होतं. त्याचप्रमाणे जी वादळी परिस्थिती, ताण-तणाव निर्माण झाले होते, ते एक निमित्त मिळालं. त्यातूनच माझ्यातले व कॉटरमधले संबंध आणखी सुधारले. आम्ही दोघं अधिक जवळ आल्यासारखं मला वाटू लागलं. मुख्य म्हणजे मानवी स्वभावाच्या एका पैलूचं मला आकलन झालं, ते असं की नैराश्यातून बाहेर येण्याची माणसात प्रचंड ताकद असते. माझ्या आजवरच्या आयुष्यामध्ये असा उत्तम पितृदिन मी प्रथमच अनुभवत होतो.

तरी अजूनही प्रेम, माया या भावनांचा एक आविष्कार होणं बाकीच होतं. मी जेव्हा घरी पोहोचलो तेव्हा टेबलावरती मला एक बेसबॉल ठेवलेला दिसला. त्यावरती काहीतरी लिहिल्यासारखंही वाटत होतं. मी तो बॉल उचलून हातात घेऊन तो मजकूर वाचला आणि मला रडू आवरेनासं झालं. तो माझ्या लेकाच्या संघाचा बेसबॉल होता आणि त्यावर लिहिलेल्या ओळी होत्या – ''बाबा, पितृदिनाच्या तुम्हाला खूप-खूप हार्दिक शुभेच्छा! माझे लाडके बाबा!

कॉटर.''

जेरी हार्प्ट

My Favorite Father's Day

आई हीच माझी ओळख

"आजवर मी कैक वेळा हे सांगितलेलं आहे, पण तरीही पुन्हा पुन्हा हेच सांगत राहीन – पालकांची भूमिका साकारण्याइतकं, ती जगण्याइतकं दुसरं कोणतंही महत्त्वाचं काम नसतं."

ओपरा विन्फ्रे

दहाच वर्षं उलटून गेलेली होती. त्या गावातल्या उच्च अभिरुचीच्या क्लबच्या प्रवेशद्वारापाशी उभी राहून मी फोटोकडे एकटक बघत होते. 'कुठे गायब झाला हा मधला काळ?' हा एकच विचार तेव्हा माझ्या मनात येत होता. फोटोमधली ती मुलगी गोड हसत होती. 'जग जिंकायला निघालेय मी' अशा अविर्भावात या गालापासून त्या गालापर्यंत हसणाऱ्या त्या अठरा वर्षांच्या मुलीसमोर अख्खं आयुष्य उभं होतं. त्या फोटोखालचा मजकूर मी वाचला. 'शाळेतल्या विद्यार्थ्यांच्या समूहात आनंदाने हुर्यो म्हणून ओरडून खेळाडूंना प्रोत्साहन देणारी.' त्याखाली अजून एक ओळ लिहिलेली दिसत होती. 'दहा वर्षांनंतर मी...' ज्या हस्ताक्षरात ते वाक्य लिहिलेलं होतं ते हस्ताक्षर अजूनही तसंच होतं. 'दहा वर्षांनंतर मी सागरी जीवशास्त्र (मरीन बायॉलॉजी) मध्ये पीएच.डी. करून उत्तर कॅरोलिना किंवा कॅलिफोर्निया राज्यात वास्तव्य करत असेन.'

बस. तेवढंच!

त्या मजकुरात कुठेही असं लिहिलेलं नव्हतं, की 'मी दहा वर्षांनंतर सहाव्या वेळी गरोदर राहिलेली असेन आणि लवकरच लग्नाचा दहावा वाढदिवस साजरा करण्याच्या तयारीत असेन.' हो, खरंच असंच लिहायला हवं होतं मी, कारण माध्यमिक शिक्षण संपल्यानंतरच्या दहा वर्षांनंतर आज माझी अवस्था हीच तर आहे.

त्या फोटोमधली ती मुलगी म्हणजे मीच आहे. पण अगदी ओळखता न येण्यासारखी! बदलत्या फॅशननुसार ऐंशीच्या दशकात मी माझे लांब केस कापून टाकून आता तोकडे, सुटसुटीत केस ठेवलेले आहेत. कधीही फॅशन न

करणारी मी आता जीन्स घालायला सुरुवात केली व ड्रॉवरमधून हाताला लागलेला पहिला शर्ट ओढून तोच घालून मोकळं होण्याची सवयही मला लागलेली आहे. माझ्या चेहऱ्यावरचा पूर्वीचा गोडवा कमी झालाय आणि डोळ्याजवळची कातडी सुरकुतायला लागलीय. एकोणतिसावं वर्षं लागल्यावर या असल्या क्षुल्लक बाबींमुळे मी मुळीच बेचैन होत नसते. नाकारता न येण्यासारखं सत्य म्हणजे वय होऊ लागलंय. पण 'मी मरीन बायॉलॉजीमध्ये डॉक्टरेट मिळवलेली असणार...' हे एवढं वाक्य मात्र मला आज चांगलंच खटकतंय!

कसला बरं विचार करत होते मी? असलं अशक्य ध्येय मी कधी प्राप्त करू शकेन असं खरंच का वाटत होतं मला एके काळी? माझा अंदाज आहे की दहा वर्षांपूवी खरंच असं मला नक्कीच वाटत असणार. किती गंमत आहे बघा – मला आठवतंच – माध्यमिक शाळेत असताना शास्त्र हा विषय मला खूप आवडत असे. शरीरशास्त्र, रसायनशास्त्र, वनस्पतीशास्त्र... पण सागरी जीवशास्त्र? माझ्याकडे साधा पाळलेला मासादेखील नाहीये!

मी मुख्य हॉलमध्ये प्रवेश करत आहे. तिथे आधीपासूनच १९८६ सालाच्या माध्यमिक शाळेतल्या आमच्या वर्गाच्या सगळ्या तुकड्यांमधल्या मुलामुलींचा मेळावा जमलेला दिसतोय. त्या समारंभासाठी म्हणून मुद्दाम खरेदी केलेला तो महागडा ड्रेस (खास गरोदर बाईसाठी बनवलेला) अंगावर घातलेली मी, खूप कानकोंडी होऊन अस्वस्थपणे चुळबुळत एका जागी उभी आहे. त्या दोनशे मुलांच्या गर्दीमध्ये एखादा तरी ओळखीचा चेहरा दिसतोय का ते शोधतेय. कारण शाळा संपल्यावर मी लगेच लग्न करून माझ्या गावापासून सहाशे मैल दूरवरच्या गावी राहण्यास गेले होते आणि गेल्या दहा वर्षांत मी त्या कोणाला साधं बघितलंसुद्धा नव्हतं. जेव्हा मला समारंभाचं आमंत्रण आलं तेव्हा वाटलं नव्हतं की, इतका दीर्घ काळ निघून गेलाय. का कोण जाणे, आता असं वाटतंय की अनेक युगं उलटून गेलीत.

सुरुवातीला चेहरे अंधूक-अंधूक आठवताहेत. नंतर मग मक्याच्या लाह्या फुटाव्यात तशी अनेक नावं डोक्यात नाचू लागलीत. माझ्याबरोबर त्या फोटोत असणारी डेबी... हो, हो डेबीच! अरे काय छान दिसतेय ही! आणि... आता एकेक करून सगळं आठवू लागलंय. तो तिकडे उभा आहे तो ब्रेट. हो, हो, तेच नाव आहे त्याचं. अजूनही तसाच दिसतोय, फक्त थोडा वयाने वाढलेला – म्हणजे आम्हा सगळ्यांप्रमाणेच. त्या हॉलमधल्या अनेक मुलींची मी एके काळी जवळची मैत्रीण होते. कोणाजवळ मी माझ्या मनातील गुपितं, माझी स्वप्नं, आशा-आकांक्षा मनमोकळेपणानं सांगितल्या होत्या. काही मुलांशी जरा जास्तच मैत्री करून, त्यांना भेटत राहून किशोरवयीन आकर्षणाच्या भावनेत

बुडून काही दिवस, काही आठवडे स्वप्नंही रंगवली होती.

फार जुन्या आठवणी जरी मनात येत नसल्या तरी वरवरच्या गोष्टी एका पाठोपाठ मनात येऊ लागल्या आहेत. एखादा चेहरा, मग त्याच्या अनुषंगाने नाव आठवतंय, तर मधेच जरा खोलवर जाऊन जुना वर्ग, पावसातले फुटबॉलचे खेळ, मित्रांबरोबरच्या भेटीगाठी, नृत्यं, नाटकं, मॅकडोनल्डमधील एक डॉलर दहा सेंटमध्ये मिळणारं दुपारचं जेवण, माझी पहिली गाडी, पार्ट्या, मित्र-मैत्रिणी अशा अनेक गोष्टी, घटना मनात चमकू लागल्यात. अचानक आता एकटेपणा नाहीसा होऊ लागलाय. माझ्याशी (पोटाशी) स्पर्धा करणारी काही गरगरीत गोल पोटंही मला दिसत आहेत.

खोलवर श्वास घेऊन मी समोर आलेल्या पहिल्याच मुलीकडे (काय बाई म्हणून तिला?) बघून हसतेय. तीही माझ्याकडे बघतेय. आठवतेय ती मला. आम्हा दोघींमध्ये विशेष सख्य कधीच नव्हतं. पण त्याचं आता काय? पुरी दहा वर्षं उलटून गेलीत त्याला, आम्ही वयानं मोठ्या झालोत आता. बरोबर ना?

मी एक पाऊल पुढे टाकतेय आणि ऐंशीच्या दशकातलं गाणं चालू आहे अन् मी जोरात किंचाळलेच, "हॅलो करस्टन!"

ती माझ्या चेहरा निरखतेय आणि आठवण्याचा प्रयत्न करतेय. कदाचित माझ्यात खूपच बदल झालेला असावा. शेवटी ती प्रयत्न सोडून देते. तिची नजर माझ्या ड्रेसवर लावलेल्या नावाच्या कार्डावर पडतेच आणि परत माझ्याकडे बघत तिच्या तोंडाचा आ वासतोय, "अरे बापरे!"

मी विचारते तिला, "कशी आहेस तू?" केवळ अशा प्रसंगीच तोंडभर हसू

आणून बोलण्याचा मी चांगला सराव केलेला होता.

"आऽऽई गं!" ती परत आश्चर्य व्यक्त करतेय आणि मला माझ्या लग्नापूर्वीच्या नावाने हाक मारते. ते माझं नाव होतं, हेच मुळी मी गेल्या दहा वर्षांत विसरूनच गेलेय. "किती वेगळी दिसायला लागलीयस तू?" एक स्त्रीच दुसऱ्या स्त्रीस निरखू शकते तशाच थाटात ती माझ्याकडे बघत विचारतेय. "तू काय गरोदर-बिरोदर आहेस का?"

मी मान हलवून म्हणतेच, "हो, सहावा महिना चालू आहे."

"तुला आधीची 'हजारो' मुलं असणार नक्कीच. हो ना?"

तिच्या आवाजात मला कुचकटपणाचा सूर जाणवतोय का? "फक्त पाचच मुलं आहेत आधीची." तिला उत्तर देताना एकीकडे माझी नजर गर्दीमध्ये इतर कोणी नीट, प्रेमाने माझ्याशी बोलणारं दिसतंय का, तिकडे लागलीय.

तेवढ्यात माझ्याबरोबर पहिलीपासून असलेली एक मुलगी माझ्या नजरेस पडलीय. "चल करस्टन, परत तुला भेटून खूप छान वाटलं," मी मागे वळून तिला म्हणत पुढे सरकतेय.

ज्यांच्याबरोबर मिळून मी अनेक गोष्टी केल्या होत्या, अशा जुन्या मैत्रिणींना भेटून आता खूप मजा येऊ लागलीय. प्रत्येकीशी बोलण्याची सुरुवात होतेय – "अय्या, केवढी बदललीयस!" "किती छान दिसतेयस!" अशा वेगवेगळ्या उद्गारांनी आणि शेवटी एकच प्रश्न विचारला जातोय, "काय करतेयस तू सध्या?"

एके काळी जवळच्या वाटणाऱ्या मैत्रिणीचं बोलणं मी ऐकतेय. त्या सगळ्या आता किती अनोळखी वाटतायत मला. त्यांच्या कॉलेज जीवनाबद्दलच्या जुन्या आठवणी, उत्तम करिअर, गलेलठ्ठ पगाराच्या नोकऱ्या, बढतीची स्वप्नं, प्रवास, शिकागो, न्यूयॉर्क, लॉस एंजेलिस, अटलांटासारख्या महानगरातलं जीवन या सर्वांबद्दल चाललेल्या अखंड गप्पा! आता कोणी डॉक्टर, कोणी इंजिनियर, प्रोफेसर, अकाउंटंट, शास्त्रज्ञ, कलाकार, अभिनय क्षेत्रातल्या अशा प्रसिद्ध व्यक्ती झालेल्या होत्या. जुन्या मैत्रिणींशी माझी परत नव्याने ओळख होत आहे.

मग सगळ्याजणी माझ्या दिशेनं वळून विचारत आहेत, "तू काय केलंस या दहा वर्षांत आणि सध्या काय करते आहेस? कोणत्या कॉलेजला गेली होतीस गं तू?"

आता मात्र मला ओढून-ताणून चेहऱ्यावर हसू खेळवावं लागत आहे. "मी कॉलेजला गेलेच नाही. लग्न केलं मी आणि लगेच पाठोपाठ मुलं झाली." मी सांगतेय, घरी राहून मातृत्वाची जबाबदारी घेणं किती महत्त्वाचं असतं, असं माझ्याकडे बघत त्या बोलताहेत. मला पाच मुलं आहेत व सहावं येण्याच्या

वाटेवरच आहे आणि तरीही अजून माझं डोकं कसं शाबूत आहे, ताळ्यावर आहे यावर त्यांचा विश्वासच कसा बसत नाहीये. मी कशी सतत व्यस्त राहून मला किती काम पडत असणार?

मी मनाशीच हसत विचार करतेय, की त्या काय बोलता आहेत त्याची त्यांनाच काही कल्पना नाहीये. कुटुंबनियोजन, ठरवून स्वीकारलेलं पालकत्व अशा विषयांवरचे त्यांचे मर्मभेदक शेरे-ताशेरे मी ऐकतेय. त्यांचं चुकीचं अनुमानही ऐकतेय, की माझ्या नवऱ्याला दुसरा काही उद्योगच नसावा. अन् ते सारं ऐकून मी ते हसून घालवतेय. कृत्रिम हसणं-हसणं आणि नुसतं हसणंच चाललंय माझं, आतून मात्र मला खूप निराश झाल्यासारखं वाटतंय. त्या हॉलमध्ये मी आत शिरले ती एक आई म्हणून, पण आता मी अजून कोणी वेगळी नसून फक्त आई आहे एवढीच माझी ओळख उरलीय. माझी अशी अवस्था होईल असं कधी मला वाटलंही नव्हतं.

मी परत प्रवेशद्वारापाशी आलेय आणि फोटोकडे परत परत पाहतेय. एके काळच्या या मुलीचं, म्हणजे माझं काय झालंय हे? किंवा माझ्यामधल्या स्त्रीचं, असंच म्हणणं योग्य ठरेल. सागरी जीवशास्त्रज्ञ, समुद्रावरच राहून काम करण्याची इच्छा बाळगणारी, उन्हानं रापलेला चेहरा, खाऱ्या हवेनं बदलून गेलेला केसांचा रंग? कुठे गेलंय ते स्वप्नं?

एके काळी त्या तसल्या ध्येयांनी, स्वप्नांनी मी झपाटून गेले होते. आता मात्र मला सगळं बदलून टाकायचं आहे. मला खूप यश मिळवायचंय; खूप श्रीमंत होण्याचीही इच्छा होतेय मला... जीवनात सगळ्या चांगल्या गोष्टी प्राप्त करून घ्यायच्यात मला.

मेरीलँडला (आमच्या घरी) परत जाताना विमानात बसून मी त्याच गोष्टींचा विचार करतेय. नैराश्य आणि वैफल्यानं ग्रासून जाऊन माझ्या पोटात विचित्र खड्डा पडलाय. स्वतःची कीव करत रडावसं वाटतंय. तेवढ्यात एका ठिकाणी माझी नजर जातेय.

छोट्या बाळाला खांद्यावर घेऊन बसलेल्या एका स्त्रीकडे मी बघतेय,

वर्षाचं पण नसेल ते बाळ. मोठमोठे, टपोरे डोळे असलेलं ते तान्हुलं एका हातानं स्वतःचा कान पकडून व दुसरा हात आईच्या गळ्याभोवती टाकून इकडे तिकडे बघतंय. आई सीटवरच मागे पुढे होत झुलत आहे आणि मृदू आवाजात त्याला अंगाई गातेय. त्याच्या पाठीवर हलक्या हाताने थोपटतेय. मी एकटक तिच्याकडे बघतेय. किती शांत चित्ताने ती बाळाला उगी करतेय. तिच्यावरून माझी नजर सरकतच नाहीये. त्या चिमुकल्याचे डोळे हळूहळू मिटू लागलेत... आता पूर्णपणे मिटलेत व त्याचं अंग एकदम शिथिल झाल्यासारखं दिसतंय.

ही अशी कृती आजवर मी स्वत: शेकडो, कदाचित हजारो वेळा केलेली आहे. माझ्या बाळाला, सगळ्या मुलांमधून कोणा एकाला, तर कधी सगळ्यांना असं झोपवलेलं आहे. कानदुखी, पोटदुखी, झोपेत किंचाळणं, त्यांची भांडणं सगळं मी आरामखुर्चीत बसून माझ्या हातांचा पाळणा करून दूर केलेलं आहे.

अचानक माझ्या डोक्यात प्रकाश पडतोय की, मी अजूनही स्वप्नं बघतच असते की. अर्थात वेगळ्या प्रकारांची स्वप्नं – धुवायला टाकलेल्या कपड्यांच्या टबचा तळ दृष्टीस पडणं, एकही खरकटं भांड नसलेलं स्वयंपाकघरातलं रिकामं सिंक, कायम सामानाने गच्च भरलेला फ्रीझर, टूथपेस्ट न पसरलेला बाथरूमचा स्वच्छ कट्टा, बाथरूममध्ये छोट्या पॉटीचं नसणं, जिन्याला वर व खाली फाटक नसणं. आमच्या घरातल्या प्रत्येक मोज्याला नेहमी त्याचा योग्य जोडीदार लाभलेला असावा इत्यादी. ही सगळी स्वप्नं मी जर खरी करून दाखवलीच, तर त्या दिवशी एका जागी बसून मी मनसोक्तपणे आनंदाने रडेन!

गेल्या काही वर्षांत मी अनेक अनपेक्षित व जबरदस्त अशा परिवर्तनांना सामोरी गेलेली आहे, हे मला उमजू लागलंय. ड्रॉईंग पेपर, क्रेयॉननी रंगवलेली वाढदिवसांची शुभेच्छा कार्डं, वॅक्स पेपरच्या मदतीने बनवलेली सूर्यकिरणं टिपणारी घरगुती उपकरणं, शरदातील झाडांची गळलेली पानं, नाताळच्या सजावटीचं तऱ्हेतऱ्हेचं सामान, डिंकाने चिकट झालेली फरशी, टेबलावर कागदांच्या कपात ठेवलेले डँडेलिऑन फुलांचे तुरे, तऱ्हेतऱ्हेच्या बिया, रेफ्रिजरेटरच्या तिन्ही बाजूंवर चिकटवलेले कागदं, चित्रं, 'I Love U Mommy' असं तोडकं-मोडकं लिहिलेली कार्डं या असल्या उद्योगांची सवय अंगी बाळगून सगळं सहन करण्याची युक्तीच मी शिकलेय आता.

बाहेरच्या हिरवळीवर सजवून ठेवलेले छोटे झोपाळे बघायची सवय झालीय मला. गरम हवा भरलेले फुगे आकाशात दिसल्यावर किंवा हेलिकॉप्टर खूप खालून उडताना बघितल्यावर मीही मुलांबरोबर आनंदाने आरडा-ओरडा करत उड्या मारत असते. चिकट झालेल्या तोंडाने माझी पापी घेण्याचा मुलांनी हट्ट धरल्यावर मुकाट्यानं गाल पुढे करावा लागणं व मग आपणहून दुसऱ्या गालावरतीही पापी मिळवण्याचा माझाही हट्ट चालू असतो.

माझ्या लेकरांच्या आयुष्यात माझ्यामुळे नक्कीच फरक पडतोय. माझ्या डोक्यावरती किती मोठी जबाबदारी आहे ही – या पाचही व्यक्तींच्या (जवळजवळ सहा जणांच्या) आयुष्याला योग्य वळण लावताना घ्यावा लागणाऱ्या महत्त्वाच्या निर्णयांतूनच तर त्यांना आकार लाभणार आहे. आज मी प्रेम व कौटुंबिक सुखात न्हाऊन निघालेय आणि मला हवं असलेलं सर्व काही मिळून मी भरून पावलेय.

सगळं माझ्याजवळ आहेच की, मग मला का बरं हवंय दुसरं काही?

विमान खाली उतरलंय. सगळे प्रवासी बाहेर येऊन प्रवेशद्वाराच्या दिशेनं चालायला लागलेत. मी सावकाश चालतेय. चालतेय म्हणण्यापेक्षा डुलत-डुलत पुढे-पुढे सरकतेय. चाकांची हँडबॅग एका हातानं ओढतेय आणि आता मनातून मी परत मातेच्या भूमिकेत शिरू लागले आहे, कारण घरी गेल्या गेल्या काय काय कामं उरकायची आहेत, याचा विचार मनात पिंगा घालू लागलाय. भांडी घासणं, कपडे मशीनमध्ये टाकून धुवून काढणं, घरातलं सामान विकत आणणं आणि हे... आणि ते...

"मॅडम, एक मिनिट," माझ्या मागून आवाज आला म्हणून मी वळून मागे पाहिलं, तर एक सद्गृहस्थ हात पुढे करून उभे दिसले. त्यांनी मला विचारलं. "मी ओढू का तुमची ही बॅग, चालेल ना तुम्हाला?"

मी हसत म्हणतेय, "त्याऐवजी तुम्ही माझं हे पोटातलं बाळ कडेवर घेतलं तर जास्त बरं होईल. माझी पाठ खूप भरून आलीय."

मोठ्याने हसत ते विचारताहेत, "काय, पहिलंच मूल का हे?"

एव्हाना आम्ही प्रवेशद्वारातून बाहेर पडतोय आणि मला माझे कुटुंबीय प्रतीक्षा करत उभे असलेले दिसताहेत. मला भेटण्याच्या ओढीनं आलेली माझी लेकरं बघता क्षणी, आनंदानी चमकणारे ते पाच इवले चेहरे बघून माझं हृदय प्रेम मायेनं भरून आलंय.

"नाही, नाही पहिलटकरीण नाहीये मी." मी रिकाम्या हाताने मुलांकडे निर्देश करत त्या गृहस्थांना सांगतेय.

ते म्हणताहेत, "बाप रे! तुम्हाला खूपच व्यस्त ठेवत असतील ना ही सगळी मिळून?" यावर मी प्रतिक्रिया देतेय, "हो, पण हे सगळं-सगळं खूप छान, अवर्णनीय आहे बरं का!"

स्टेसी ए. ग्रँजर

My Name is Mommy

माईकीचा गोल

" न दुखावलं जाता अपयशाचा स्वीकार करते वेळीच; तर धैर्याची सर्वांत मोठी कसोटी लागत असते."

रॉबर्ट ग्रीन इंगरसोल

कालच्या रात्री माझ्या आठ वर्षांच्या मुलाच्या सॉकर (फुटबॉल) टीमचा तो अखेरचा खेळ होता. क्वार्टर फायनल संपणार होती. स्कोअर होता दोनास एक आणि माझ्या लेकाचा संघ आघाडीवर होता. सगळे पालक मैदानाच्या कडेला बसून मुलांना प्रोत्साहन देत होते. दहा सेकंदांचाच वेळ शिल्लक राहिलेला होता. बॉल येऊन पोहोचला होता, माझ्या मुलाच्या संघातला खेळाडू – माईकी ओ'डोनेलजवळ. 'मार, मार, किक मार!'च्या आरोळ्यांनी सारं मैदान दुमदुमलं. माईकीने जिवाच्या शर्थीनं जोरदार किक मारली. माझ्या आजूबाजूचे प्रेक्षक जोरात ओरडले, कारण ओ'डोनेलनं स्कोअर केला होता. गोल करण्यात यशस्वी झाला होता तो.

आणि एकाएकी सगळीकडे एकदम शांतता पसरली. माईकीनं गोल केला होता खरा, पण तो चुकीचा गोल ठरला होता. त्यामुळे 'टाय' होऊन खेळ अनिर्णित राहिला होता. क्षणभर पूर्ण स्तब्धता झाली. कारण होतं की, माईकी हा 'डाऊन सिंड्रोम' (मानसिकरित्या दुर्बल, कमी समज असणे.) या व्याधीने ग्रस्त होता. त्यामुळे चुकीचा गोल करणे अशी काही कल्पना त्याच्या डोक्यात येणं अशक्य होतं. संघातल्या कोणीही गोल केलाय हे पाहिल्यावर खूश होणाऱ्या माईकीकडून त्या खेळाडूला भलं मोठं आलिंगन मिळायचं. अगदी विरुद्ध संघातल्या खेळाडूनेही गोल केल्यास माईकी धावत जाऊन त्याला आनंदाने मिठी मारायचा. त्याची ख्यातीच होती तशी!

माईकीनं अत्यानंदानं माझ्या मुलालाच गच्च आवळून मिठी मारली आणि ओरडून म्हणाला, "मी गोल केला! मी गोल केला! प्रत्येक जण जिंकलाय! आपण सगळे जिंकलो!" आणि ती जीवघेणी शांतता भंग पावली. माझ्या

लेकाची त्या घडलेल्या प्रकारावर काय प्रतिक्रिया होणार होती, त्याबद्दल मला खात्री नसल्याने मी क्षणभर श्वास रोखून धरला होता. पण मला तशी काळजी करण्याचं काहीच कारण नव्हतं. अश्रुपूर्ण नेत्रांनी मी बघत होते. माझ्या मुलाने हवेत हात उंचावत सलामी देण्याच्या थाटात ओरडायला सुरुवात केली. ''माईकीचा विजय असो! माईकीचा विजय असो!'' काही सेकंदातच दोन्ही संघातल्या खेळाडूंनी माईकीभोवती रिंगण केलं आणि तेही सगळे आरोळ्या देण्यात व माईकीचं अभिनंदन करण्यात सामील झाले. त्या रात्री घरी गेल्यावर माझ्या मुलीनं जेव्हा विचारलं, की कोणता संघ विजयी झाला, तेव्हा मी हसत हसतच तिला उत्तर दिलं, ''अगं 'टाय' झाला. पण सगळेच, प्रत्येकच जण विजयी झाला!''

किम केन

Mikey's Goal

एक गुलाब

अचानक प्राप्त झालेल्या मातृत्वामुळे मला चांगलाच धक्का बसला होता. एके दिवशी मी एक अविवाहित स्त्री होते आणि दहा वर्षं विमानसेवेत घालवत समुद्रकिनारी छानशा घरात राहत होते आणि दुसऱ्याच दिवशी मी पत्नी व चार मुलांची आई झाले. इतक्या झटपट सगळं ठरवल्याप्रमाणेच वाटत होतं.

महिन्याभराच्या गाठीभेटीनंतर मी माझ्या नवऱ्याशी लग्न केलं होतं. आजीला भेटण्यास म्हणून मी हॉस्पिटलमध्ये गेले असताना तिने तिथल्या तिच्या सर्जनशी माझी ओळख करून दिली – म्हणजेच माझा होणारा जीवनसाथी! त्याला भेटण्यापूर्वी एक वर्ष आधी तपासणीत मला कळून चुकलेलं होतं, की मला माझं स्वत:चं मूल होणं कधीच शक्य होणार नव्हतं. जेव्हा हे कळलं की त्याला आधीच्या लग्नाची दोन मुलं आहेत व तो माझ्याशी लग्न करणार होता, तेव्हा तर काय, सोनेपर सुहागा! त्याची मुलं दहा व नऊ वर्षांची असताना त्यांच्या सख्ख्या आईनं एक दिवस त्यांना सामान पाठवल्याप्रमाणे अमेरिकेच्या पूर्व किनाऱ्यावरून पार पश्चिम किनाऱ्यावर जाणाऱ्या विमानात बसवून दिलं होतं. त्यानंतर तब्बल आठ वर्षं तिने त्यांच्याशी अगदी नावालाच संबंध ठेवले होते. माझा नवरा, त्यांची मुलं दोन व तीन वर्षांची असतानाच त्यांचा आईपासून विभक्त झाला होता. त्यामुळे आता शब्दश: आम्ही सगळेच अनोळखी एका छताखाली आलो होतो. केवढी मोठी ही विसंगती, की आमचं लग्न झाल्यावर काही दिवसांतच मला चक्क दिवस गेले. आमच्या दोघांचं असं मूल मला लाभणार होतं. त्याची दोन्ही मुलं ज्या दिवशी आमच्याकडे येऊन पोहोचली, त्याच्या दुसऱ्याच दिवशी आमच्या मुलाचा जन्म झाला. (दिलेल्या तारखेच्या एक महिना आधीच) म्हणजे दोन दिवसांत मला तीन-तीन मुलं मिळाली! दोन वर्षांनंतर आमच्या दुसऱ्या मुलाचा जन्म झाला.

मला आठवतंय की, काही वेळा मी खूप भावनाप्रधान होऊन स्वत:ला परत परत बजावत असे. ''बघ, एक दिवस ते तुझे आभार मानतील. तुझ्याप्रती कृतज्ञता दर्शवतीलच.'' त्या वादळी व मनाच्या गोंधळी काळाबद्दलच्या फारशा

स्मृती माझ्या मनात उरलेल्या नाहीयेत. पण तरी लिटल लीगच्या खेळाच्या सरावासाठी त्यांना मोटारीतून घेऊन जाणं, घेऊन येणं, ऐन थंडीत बर्फावर हॉकी खेळण्याचा सराव करण्यासाठी त्यांना घेऊन जावं लागे, तेव्हा मी पहाटे तीन वाजता उठत असे. त्यांच्या शाळेतल्या पार्ट्या, पालक-शिक्षक भेटी, ऐन वेळी फर्माईश केलेलं जेवण बनवणं; त्याचप्रमाणे पौगंडावस्थेत असताना त्या दोन मुलांच्या मनातली अस्वस्थता, संभ्रम मी स्वत: बघितलं होतं. कामानिमित्ताने त्यांचे वडील सतत बाहेरगावी जात असत. त्यांची सख्खी आई तर दृष्टीआडच होती, त्यांचे दोन्ही सावत्र भाऊ त्यांना सारखा त्रास देत असत आणि त्यांच्या मते, सावत्र आई तर त्यांच्या मागण्या पुरवण्यास नेहमीच असमर्थ असायची. परंतु तरीही माझं मन मला सतत म्हणे की एक ना एक दिवस जुना काळ आठवून त्यांना जाणीव होईलच की, मी त्यांना माझी स्वत:चीच मुलं मानून खूप प्रेम केलंय आणि माझ्यापरीने मी चांगलंच वागली आहे.

माझा सर्वांत मोठा सावत्र मुलगा जेव्हा माध्यमिक शाळेचं शेवटचं वर्ष पास झाला, तेव्हा शाळेत होणाऱ्या समारंभाला त्याच्या सख्ख्या आईनं हजर राहण्याचं ठरवलं होतं. तो समारंभ संध्याकाळच्या वेळी उघड्या मैदानावर झाला होता. माझा नवरा व त्याची पूर्वपत्नी एकत्र जवळजवळ उभे होते व 'त्यांच्या' मुलाला प्रशस्तीपत्रक स्वीकारताना तो सोहळा मोठ्या अभिमानाने बघत होते. माझा दुसरा सावत्र मुलगा त्यांच्या शेजारीच उभा होता. मी मात्र आमच्या दोन्ही मुलांना जवळ घेऊन थोड्या अंतरावर उभी होते. आम्हा सर्वांसाठीच त्या समारंभानं वेगळंच वळण घेतलेलं होतं. शाळेच्या मुख्याध्यापकांनी भाषण करीत असताना एका अभिनव कल्पनेबद्दल सांगितलं. विषय होता – 'प्रत्येक विद्यार्थ्याने त्याच्या जीवनातल्या सर्वांत महत्त्वाच्या व्यक्तीजवळ जाऊन गुलाबाचं फूल बहाल करणे.' मला ती कल्पना जरा विचित्रच वाटली होती. परंतु प्रत्येक विद्यार्थ्याने स्वत: निवडलेल्या खास व्यक्तीपाशी जाऊन तिला फूल बहाल केलं. त्या दिवशी माझ्या मनात ज्या कोणत्या भावना उचंबळून आल्या होत्या, तो अनुभव मी आजतागायत विसरलेली नाहीये आणि कधीच विसरूही शकणार नाही; कारण ते गुलाबाचं फूल हातात धरून मी उभी होते.

ज्योली 'जेस' शॅकर-केन्नी

One Rose

मी येऊ तुझ्याबरोबर?

"पण तू का परत बाहेर चालली आहेस? मी का नाही येऊ शकत तुझ्याबरोबर? मी सांगते म्हणून तू जाऊ नकोस. तू घरातच हवी आहेस मला." माझ्या दहा वर्षांच्या मुलीच्या तोंडून बाहेर पडलेले उद्‌गार.

माझी मोठी मुलंही असंच बोलत राहत असत. ती अगदी लहान असताना मी बाहेर जायला निघाले असं पाहिलं, की रडायला सुरुवात करीत. एखाद्या संध्याकाळी थोड्या वेळासाठी त्यांना घरी ठेवायचं म्हटलं की अगदी गयावया करीत. ती जरा मोठी झाल्यावर मी जिथे म्हणून जायचे, तिथे तिथे ती माझ्या मागे येत असत.

"आम्ही शहाण्यासारखे वागू. मुळीच दंगा करणार नाही. अगदी देवाशप्पथ!"

त्यांच्या सततच्या मागण्यांमुळे मला कधी कधी वैताग येई. थोडा वेळ तरी घरातल्या दुसऱ्या कोणा व्यक्तीबरोबर ती का राहू शकत नसत? बरं, मी जी कामं उरकायला बाहेर जायचे, त्या कामात त्यांना काही गंमत वाटण्याचाही प्रश्न नसायचा. उलट मी एकटीच जाऊन भराभरा काम उरकून लवकरात लवकर घरी परत पोहोचू शकायचे आणि मग त्यांच्याशी खेळत बसण्यासाठी वेळही काढता येई.

मी खूप समजावून, स्पष्टीकरणं देऊन सांगण्याचा प्रयत्न केला, की ते हट्टाला पेटून उठत.

"नाही, नाही... पण तरी आम्हाला तुझ्याबरोबर बाहेर यायचं म्हणजे यायचंच आहे."

सतत ती माझ्याबरोबर येतच राहिली. अगदी प्रत्येक ठिकाणी – सामानाच्या दुकानात, बँकेत, लायब्ररीमध्ये, सिनेमांना कुठेही. मी गेले तरी ही आपली माझ्या बरोबर असायचीच.

तरी बरं, बहुतेक वेळी माझा आक्षेप नसायचाच, पण कधी तरी एखाद्या दिवशी मलाही काही वेळासाठी एकटीला राहण्याची तीव्र इच्छा होई. गाडी चालवताना मी गाडीतला रेडिओ लावल्यावर एखादं माझ्या आवडीचं गाणं सुरू

झालं, की मी थोडा आवाज वाढवत असे. की लगेच एखाद्याचा आवाज त्या गाण्यात अडथळा आणणारच. "...या ओळीचा काय अर्थ आहे आई?" "आपण कुठे आलो आहोत?" "आई, काल काय झालं ते मी तुला सांगितलंच नाही ना?" मग काय... ती कहाणी ऐकता ऐकता ते गाणं संपूनही जात असे.

हॉटेलमध्ये गेल्यावर माझा मुलगा व मुलगी एकमेकांशी गप्पा मारतील (तशा ते मारायचेही) आणि मग मी मैत्रिणीचं बोलणं नीट लक्ष देऊन ऐकू शकेन, अशा वेड्या आशेत मी असे. थोडा वेळ मुलं आज्ञाधारकपणा दाखवायचीही; पण लवकरच त्यांना एखादा महत्त्वाचा प्रश्न पडलेला असे. मध्येच असा अडथळा आणण्याचा त्यांचा हक्क ते बजावल्याशिवाय राहत नसत. "आई, या हॉटेलमध्ये अंड्याच्या सॅलडमध्ये सेलरीची पानं पण घालतात का?" "मी व्हॅनिला मिल्कशेक घेऊ?" "माझ्याबरोबर बाथरूमला येतेस का तू?" एखादं तरी वाक्य मी धड पूर्ण करावं किंवा क्षणभर काही विचार करावा, एकही अडथळा न येता एकदा तरी जेवण माझ्या पोटात जावं, अशी केवळ आशाच मी बाळगू शकत असे.

माझं लक्ष सतत फक्त त्यांच्याकडे, त्यांच्या बोलण्याकडेच असावं अशी माझ्या मुलांची इच्छा असायची. प्रत्येक बाबतीत माझं मत आणि प्रत्येक ठिकाणी माझं असणं हेच केवळ त्यांच्यासाठी महत्त्वाचं असायचं. मला त्यांची एक आयती प्रेक्षक मानून, रोजच्या रोज माझ्यासमोर सगळे उद्योग, मस्ती करणं हाच त्यांच्या आवडीचा खेळ असे. अखंड त्यांच्या गोष्टी ऐकत राहावं लागत असल्यामुळे माझ्या कामात अडथळे निर्माण होण्याची मला चांगली सवय झाली होती. त्यांची नवी नवी निरिक्षणं मलादेखील अनुभवसंपन्न बनवत असत. "त्या माणसाला वेटर असं का म्हणतात आई? उलट आपणच सगळे Waiting (प्रतीक्षा) करणारे असतो. म्हणजे आपल्यालाच त्यांनी वेटर म्हटलं पाहिजे, हो की नाही?" "त्या दारावर 'ड्रेसिंग रूम' असं का लिहिलंय? तिथे तर कपडे उतरवायचे असतात, हो ना?"

परंतु जसं त्याचं वय वाढू लागलं तसं त्यांच्या प्रश्नांनी करमणूक होणं बंदच झालं आणि उलट त्या प्रश्नांमुळे वैताग येऊ लागला. पौगंडावस्थेच्या सुरुवातीच्या काही वर्षांमध्ये तर सतत नवीन नवीन मागण्या आणि जोडीला तक्रारींचा सपाटा चालूच होता. "सगळ्या मुली शाळेतल्या रात्रीच्या पार्टीला जाऊ शकतात. मग मीच का नाही?" "इतर कोणालाही घरी परत येण्यासाठी रात्री अकराचा कर्फ्यू जारी होत नसतो. माझ्यावर विश्वास नाहीये का तुझा?"

कधी तर असं वाटे की त्यांनी जरा गप्प बसावं. इतर काही गोष्टी करता येतील का ते बघावं. नाहीतर माझ्याऐवजी दुसऱ्या कोणाला श्रोता बनवावं.

अगदी साध्या साध्या बाबींवरून वादावादी, गदारोळ झालाच पाहिजे असा काही नियम होता का? एकदाही मला एकटीला ते सोडत नसत.

पण आता? आता बहुतेक वेळी ते मला एकटंच टाकत असतात.

"कसा काय गेला आजचा तुझा दिवस?" माझा सतरा वर्षांचा मुलगा कामावरून घरी परत आल्यावर मी त्याला विचारते. "कुठे कुठे गेला होतास? काय काय केलं आज?"

"आम्ही कोणत्या तरी जागी जाऊन दारं बसवून आलो. त्यात काय असं विशेष? आई, साधं एक काम तर होतं, बस!"

'फक्त काम.' हे असलं उत्तर बरं नाही वाटत. मला सविस्तर माहिती पाहिजे. दिवसातले बारा तास बाहेर राहून तो काय काय करतो, त्याच्या मित्रांबद्दल, दिवसभरातल्या गमती-जमतींबद्दल मला जाणून घ्यावंसं वाटत असतं.

"आई, तुझी ट्रिप कशी काय झाली? काय काय पाहिलंत? मजा आली ना खूप?" काही वर्षांपूर्वीच तो मला असे प्रश्न करत असे. "रात्री काय केलंत तुम्ही? बाहेर गेला होतात कुठे? आमची आठवण आली का गं तुला?" त्या प्रश्नांच्या सरबत्तीला माझ्याकडून अगदी छान सविस्तर उत्तरं दिली जात असत.

"आजही रात्री तू परत बाहेर चाललायस की काय?" मीच प्रश्न करतेय हे माझ्या लक्षात येतंय.

"कधी तरी घरी नाही राहू शकत का रे? आता तीन आठवड्यांनी तर तू परगावच्या कॉलेजला जाण्यासाठी, वसतीगृहात राहायला जाणार. मला तर आतापासूनच तुझी उणीव जाणवायला लागलीय."

कधी तरी हे असंच घडणार याबद्दल मला कोणीच का सांगितलं नव्हतं? आता गाडी पूर्ण उलट मार्गाने चाललीय. आता मीच मागे लागून भुणभुण करत असते. "मला तुझी गैरहजेरी फार जाणवते घरात." "घरी केव्हा येणार आहेस?" कॅलेंडरवरती त्याच्या सुटीच्या दिवसाच्या तारखेवर खूण करत मी विचारते.

माझ्या मुलीला घेऊन तिला ऑफिसमध्ये सोडण्यासाठी मी गाडीने जात असताना जर कधी गाडीतल्या रेडिओवर तिच्या आवडीचं गाण लागलेलं असलं, तर ती पटकन आवाज वाढवते. तेव्हा मी जर तिच्याशी काही बोलयला लागले तर ती गाणं ऐकण्यात पूर्ण तल्लीन होऊन गेलेली असते. मला काहीतरी सांगायचं आहे त्याकडे तिला मुळीच लक्ष द्यावंसं वाटत नसतं. पण मी मात्र तिला समजून घेते.

पण त्या समजून घेण्यातही एक भावना दडलेली असते. नव्यानं एक जाणीव होत असते, की तिलाही असंच वाटलेलं असणार. काही वर्षांपूर्वी

माझ्या मुलालाही असंच काहीसं वाटलं असेल नक्कीच. एखादं गाणं, एखादं नाटक, एखादं काम किंवा एखादी व्यक्ती येऊन मला त्यांच्यापासून दूर घेऊन जाईल ही भीती! प्रत्येक लहान मुलाची हीच धारणा असते, की माझ्यापेक्षा आईला एखादं गाणं जास्त आवडायलाच नको. मी तिच्या बरोबर असल्याशिवाय तिला कशातच रस वाटता कामा नये. म्हणूनच तर लहाल मूल तक्रार करत राहतं आणि स्वत:च्या मनाचंच खरं करण्याचा बालहट्ट धरतं. आता बघा मला, मी या वळणावर येऊन पोहोचलेली आहे. टाका नजर माझ्याकडे. या प्रौढ, प्रगल्भ व्यक्तीला काहीतरी सांगावसं वाटतंय. पण तरी मी काही नाही बोलत. कारण मला आता अधिक चांगल्या तऱ्हेनी उमजतंय की, माझ्या दहा वर्षांच्या मुलीला घरी ठेवून एकटीच कुठे कामासाठी गेले की ती कशी व का कुढत बसायची. इतक्या प्रदीर्घ काळानंतर आता कुठे मला नीट समजू लागलंय की लहान मुलांना घरी ठेवून आपण बाहेर गेलो तर ती का रडतात.

बेव्हर्ली बेकहॅम

Can I Come With You?

माझ्या कन्येचं पहिलं नृत्य

ती वयानं एक लहान मुलगी असली, तरी तिच्याहून मोठ्या चौघाही भावांनी मुलींबरोबर नृत्य (बॉलडान्स) करण्यास सुरुवात केलेली होती. त्यांच्या बुटांना पॉलिश करण्यात ती भावांना मदत करत असे. तसेच पँटला साजेसे मोजे शोधून देत असे. तसंच आईबरोबर दुकानात जाऊन पुष्पगुच्छ आणणं, लाँड्रीत जाऊन धुवायला दिलेले भावांचे सूट घेऊन येणं, अशी कामं ती करत असे. नृत्यामधल्या साथीदार मैत्रिणीबरोबर फोटो काढून घेण्यास तिचे भाऊ उभे राहिले, की कोपऱ्यात उभी राहून खुदुखुदु हसे आणि कधीतरी फोटो काढण्याच्या वेळी त्यांनी तिलाही जवळ बोलावून घेतलं, की आपण कोणीतरी खास व्यक्ती आहोत या भावनेनं आनंदित होत असे. दुसऱ्या दिवशी सकाळी नाश्त्याच्या वेळी टेबलाजवळ बसून ती विस्फारित नजरेनं त्यांच्या तोंडून आदल्या रात्रीच्या त्यांच्या नृत्य समारंभाच्या गमतीजमती, किस्से भान हरपून ऐकत असे.

''तू नको काळजी करूस. ॲमी, एक दिवस उजाडेल आणि तूदेखील नृत्याच्या तुझ्या पहिल्या-वहिल्या रागारंगात सहभागी होण्यास जाशीलच. मग तुझ्याकडे कौतुकानं बघत राहण्याची आमची पाळी असेल, त्या वेळी आणि हो, तुझा कोणी साथीदार असेल, त्याला आमच्या नजरेखालून जावंच लागणार. तेवढं मात्र लक्षात असू दे बरं का!'' ते तिला म्हणायचे.

अर्थात, तो दिवस कधी येईल असं वाटलंही नव्हतं. कारण ती तर केसांच्या दोन चिंग्या बांधणारी आणि हातात खेळण्यातलं एक अस्वलाचं पिल्लू (टेडी बेअर) जवळ बाळगणारी लहानशी मुलगीच तर होती.

आणि अहो आश्चर्यम्! खरंच तो दिवस उगवला की चक्क! पण तेव्हा ते चौघं भाऊ घरापासून खूप दूर दूर गेलेले होते. कनेक्टिकट राज्यात राहणाऱ्या सर्वांत थोरल्या भावाला तिने फोन करून सांगितलं, की ती नृत्याच्या तिच्या पहिल्या-वहिल्या कार्यक्रमात भाग घेण्यासाठी जाणार होती.

''तुझ्याबरोबर साथीदार असणाऱ्या मित्राबद्दल सांग ना जरा!'' तो म्हणाला.

नर्दन इलिनॉय युनिव्हर्सिटीमध्ये शिकणाऱ्या दोन नंबरच्या भावाला तिनं

नंतर फोन केला.

"सांग, सांग, कोण मित्र आहे तुझ्याबरोबर नृत्य करण्यासाठी?" त्याने विचारणा केली.

नंतर ईस्टर्न इलिनॉय युनिव्हर्सिटीमध्ये शिक्षण घेणाऱ्या तिसऱ्या भावाला आणि नॉटरडॅममधल्या चौथ्या भावालाही फोन करून तिनं ती बातमी दिली. त्या दोघांनीदेखील तिला तोच प्रश्न केला. "तुझ्याबरोबर नृत्य करणाऱ्याबद्दल माहिती सांग बरं आधी."

त्या समारंभासाठी शोभून दिसेल असा छान भारी ड्रेस घेण्यासाठी तिच्या वयस्कर पालकांनी इंटरनेटवरून शोध घेतला. ती आणि तिच्या मित्र-मैत्रिणींनी फोनवरून एकमेकांशी संपर्क साधून हजारो प्लॅन्स बनवले, परत ते बदलून नव्यानं दुसरे प्लॅन आखले. त्यातले काही पुन्हा एकदा बदलून टाकले. असं करत करत एकूण ९६४ मिनिटे ती फोनवर बोलत राहिली होती.

अखेर ती अविस्मरणीय रात्र येऊन ठेपली आणि तिचे भाऊसुद्धा येऊन पोहोचले. डॅननं तिच्या सगळ्या मैत्रिणांना गाडीतून हॉलवर सोडून येण्याचं कबूल केलं. तिला चिडवण्यासाठी म्हणून माईक मुद्दामच आला होता. आपण तिथे हजर राहणं हे ॲमीच्या दृष्टीनं किती मोलाचं होतं, हे समजून बिलही त्याच्या गावाहून गाडीने आवर्जून आला होता, फक्त जॅक मात्र खूपच दूर राहत असल्यामुळे येऊ शकला नव्हता. पण त्याने पाठवलेला पुष्पगुच्छ बघितल्यावर तिचं हृदय इतकं भरून आलं, की तो क्षण कायम तिच्या आठवणीत राहणार होता.

तेवढ्यात दारावरची घंटा वाजली आणि अनेक आठवड्यांपासून शिगेला लागलेली उत्सुकता पूर्ण झाली. तर घरी आलेला तो मुलगा म्हणजे 'तो' होता! पहिल्याच नृत्याला जसा साथीदार हवा तसाच तो होता. देखणा, प्रेमळ व बोलका आणि सर्वांत महत्त्वाचं म्हणजे तो तिच्या भावांच्या शाळेतच शिकलेला होता.

कितीतरी वर्षांनी घरातली बाहेरची खोली उमद्या, तरुण, सुंदर मुलामुलींनी भरून गेली होती. फोटो काढण्याचा कार्यक्रम झाला. एकमेकांना पुष्पगुच्छ दिले गेले. हास्याची कारंजी उडत होती. भिरभिरणाऱ्या फुलपाखरांप्रमाणे लगबगीने ते सगळे निघूनही गेले.

घरात सामसूम झाल्यावर तिचे आईवडील तिच्या खोलीजवळून जात होते. दारातून आतलं दृश्य दिसत होतं. ओले टॉवेल्स, पावडर, लिपस्टिक, नेलपॉलिशच्या बाटल्या आणि अनेक अशा वस्तूंच्या ढिगाऱ्यात मध्येच बसलं होतं, तिचं आवडतं खेळणं – टेडी बेअर! ते आठवण करून देत होतं की जरी एक तरुण मुलगी नृत्याच्या तिच्या पहिल्या-वहिल्या समारंभाला गेलेली असली, तरी त्या घरासाठी अजूनही लहानशी असलेली ती मुलगी रात्री उशिरा का होईना, पण घरी परतणार होती.

एलिस कॉलिन्स

A Daughter's First Dance

प्रेमळ चिठ्ठ्या

मुलांशी बोलणं हे काम सोपं असतं. पण बोललेलं त्यांनी लक्ष देऊन ऐकणं हे आपल्यासाठी एक फार मोठं आव्हान असतं. माझी मुलं शाळेत जाण्याच्या वयाची झाली तेव्हा माझ्या लक्षात आलं होतं, की माझ्या बोलण्याकडे लक्ष आहे असं भासवून मला फसवण्याची कला त्यांनी आधीच शिकली होती. कुठेतरी शून्यात बघत बसून, डोकं हलवत जणू ते माझं बोलणं ऐकत असायचे अशी बतावणी करायला ते शिकले होते. त्यामुळे त्यांच्याशी संवाद साधण्यासाठी त येणाऱ्या काळात माझा टिकाव लागण्याकरिता इतर योग्य मार्गाचा शोध घेणं, मला भागच होतं.

एकंदरीत परिस्थितीचा आढावा घेतल्यावरती मला असा शोध लागला की, एकदा का मुलं वाचन करण्यास शिकली, की मग समोर आढळलेली चिठ्ठी वाचण्याचा मोह ते आवरूच शकत नाहीत आणि समजा ती चिठ्ठी त्यांच्या भावंडाला किंवा माझ्या नवऱ्यासाठी लिहून ठेवलीय असं त्यांना कळलं, तर मग काय दुधात साखरच! अन् रेफ्रिजरेटरवर लिहून ठेवलेल्या चिठ्ठीपेक्षा जर ती चिठ्ठी बारीक अक्षरात लिहिलेली असली, वा घरी आलेल्या पत्रांच्या गठ्ठ्यात जर ती चिठ्ठी लिहून ठेवलेली असली, तर तिथे त्यांचं लक्ष जाणारच.

मी सुरुवात केली ती लहान-सहान चिठ्ठ्या लिहून ठेवण्यापासून – उदा. 'कृपा करून बूट जागेवरती ठेव' किंवा 'केक खाऊ नकोस' इ. इ. पहिले काही दिवस हा प्रयत्न यशस्वी झाला. फक्त आपल्यासाठीच असं हे खास 'पत्र' आलंय या भावनेपोटी त्यांना मोठं झाल्यासारखं वाटू लागलं आणि मला चिठ्ठीचे त्वरित परिणामही दिसू लागले. पण मुलं जशी मोठी होऊ लागली तशी दुर्दैवाने त्यांना माझ्या युक्तीचा सुगावा लागू लागला. मी त्यांच्या खोलीच्या दारावरती कधी भली मोठी चिठ्ठी लावून ठेवली, की उलट मलाच विचारणा होऊ लागली. "ए आई, कसली चिठ्ठी?" मग मीही थोडं चातुर्य वापरू लागले. चिठ्ठ्या लिहून ठेवणं मी अचानक बंदच करून टाकलं.

आता मी त्यांना माझी नव्याने ओळख करून दिली – 'कामवाली बाई.'

चिठ्ठीतल्या मजकुरानुसार माझी भूमिका बदलत असे. कधी व्यवस्थापक तर कधी त्यांनी घरात साठवून ठेवलेल्या कचऱ्याची विल्हेवाट लावणारी इ. इ. त्यांच्या खोलीमध्ये जर खूपच पसारा झालेला असेल, तर खोलीच्या दाराला बाहेरून कुलूप लावून टाकून दारावरती 'निषेध' अशी मोठी चिठ्ठी मी चिकटवून ठेवत असे. पण त्यामुळे मला मात्र हवा तसा बदल दिसू लागे. खोली व्यवस्थित न ठेवली गेल्यास लवकरच साफसफाई कामगारांची धाड पडून सगळा पसारा बाहेर फेकला जाईल अशी चिठ्ठी लावली जात असे. व्यवस्थापन विभागातर्फे चिठ्ठीतून ताकीद मिळत असे की, बाथरूममधलं बेसिन जर स्वच्छ ठेवायचं नसेल, तर बाथरूम वापरण्यावरती ताबडतोब निर्बंध घातले जातील. त्यांच्या खोलीत फरशीवर बिस्किटांचा चुरा पडलेला आढळल्यास, 'मुंगी' आईतर्फे धाकाची चिठ्ठी मिळे.

सगळ्याच चिठ्ठ्यांमध्ये नेहमी फक्त नकारात्मक सूरच असायचा असं मात्र नसे बरं का! कधी कधी 'कामवाली बाई' त्यांची स्वच्छ बाथरूम बघून चांगलं काम केल्याची पावतीही चिठ्ठीमार्फत देत असे. 'तुम्ही दात ब्रश करणं सोडून दिलंय की काय? कारण बऱ्याच दिवसांपासून बाथरूमच्या छतावरती, आरशावर वा दिव्यांच्या बटणांवर टूथपेस्ट उडलेली दिसली नाहीये! चला. असंच नीट वागत राहा,' दुसऱ्या एखाद्या चिठ्ठीत, 'अरे व्वा! सलग दोन आठवड्यांपासून गादीवरती चादर वगैरे घालून व्यवस्थित ठेवलेली दिसतेय! म्हणजे गादी सोडून दुसरीकडे कुठे झोपत नाही ना?'

असा हा चिठ्ठी सिलसिला आमच्या घरात इतक्या जोमानं सुरू झाला होता, की घरातलं अगदी कोणीही गावाला जातानाही त्यांच्या बॅगेमध्ये मी तऱ्हेतऱ्हेच्या चिठ्ठ्या टाकल्याखेरीज कोणी जाऊच शकत नसे.

उदा. मुलं कँपला जातेवेळी, त्यांचे बाबा कामनिमित्त कुठे परगावी जाताना प्रत्येकाला भरपूर चिठ्ठ्या मिळत असत. एकदा तर माझा नवरा हॉटेलच्या खोलीत एकटाच जरा उदास होऊन बसलेला असताना त्याला त्याच्या पायमोज्यामध्ये ('I mess you') असं चुकीचं स्पेलिंग लिहिलेली (I miss you ऐवजी) चिठ्ठी मिळाल्यावर त्याला खुदकन हसू फुटलं होतं.

माझ्याही वाट्याला प्रेमळ चिठ्ठ्या येत असत. मुलं कधीतरी माझ्यासाठी चिठ्ठी लिहून ठेवत, की दुकानात धुण्यासाठी दिलेला बँडचा युनिफॉर्म तेवढा आणून ठेव किंवा केसांच्या स्प्रेची बाटली विकत आणून ठेवशील का प्लीज इ. इ. कधी तरी विनोदी चिठ्ठ्याही मिळत. 'घरी बनवलेली बिस्किटं आम्हा मुलांना खूप आवडतात बरं का!'

कधी कधी चिठ्ठीतला साधा सरळ आशयही माझ्या हृदयाला भिडत असे.

उदा. एकदा सकाळच्या धावपळीच्या वेळी मी व माझ्या दुसरीत शिकणाऱ्या मुलीमध्ये काहीतरी बिनसलं होतं. ती रागारागाने शाळेत निघून गेली. इकडे जगातली सर्वांत वाईट आई असं स्वत:ला मानून मी दु:खी झाले होते. तशाच मन:स्थितीत मी काही सामान खरेदी करण्यास दुकानात गेले. सामानाची यादी हातात धरून मी कंटाळलेल्या मनाने वस्तू शोधत होते. यादीवरती नजर टाकू लागले, तर यादीमध्ये मध्येच कुठेतरी मुलीच्या बाळबोध अक्षरातले दोन शब्द दृष्टीस पडले ('I sorry') ते वाचून डोळ्यांत येणारे अश्रू आवरत, घशातला आवंढा गिळत मी सामान खरेदी करू लागले, पण तेव्हा माझ्या हालचालीत एकदम चैतन्य आल्यासारखं वाटत होतं.

कधी काही खास प्रसंगानुसार मी चिठ्ठ्या ठेवल्या होत्या. माझी एक मुलगी जेव्हा जरा काही कठीण परिस्थितीतून जात होती, तेव्हा तिला उल्हसित करण्यासाठी, प्रोत्साहन देण्यासाठी, मी कधी तिच्या शाळेच्या डब्याच्या पिशवीत तर कधी जाकिटाच्या खिशात वा बुटामध्येदेखील छानसा मजकूर लिहून चिठ्ठी ठेऊन देत असे. मुलांच्या परीक्षेच्या तारखा, गाण्याच्या स्पर्धेचा दिवस अशा खास प्रसंगांची प्रयत्नपूर्वक आठवण ठेवून त्यांच्यासाठी शुभचिंतनपर चिठ्ठी लिहून ठेवत असे. त्यांनी मिळवलेल्या यशाबद्दल मनापासून कौतुक केलेली, दाद दिलेली चिठ्ठी कधी अचानकपणे त्यांना उशीखाली किंवा बाथरूममध्ये टूथब्रशला गुंडाळून ठेवलेली मिळत असे.

काहीही तोंडी प्रतिक्रिया न देता माझ्या चिठ्ठ्या मुकाट्याने स्वीकारल्या जात. पण क्वचित एखाद्या वेळी चिठ्ठी सापडल्यावर, 'छान, किती छान आई!' असं बोलणं कानावर पडत असे. एकंदरीत चिठ्ठी हा मार्ग एखादी कृती करण्यास किंवा एखाद्या कामाचं फळ मिळवण्यास प्रवृत्त करत होता हे मात्र खरं!

एकमेकांना चिठ्ठ्या लिहून मनातल्या भावना प्रदर्शित करण्याचा तो एक यशस्वी मार्ग होता, हे आता पूर्वायुष्यात परत डोकावून बघताना लक्षात येतंय. काम करवून घेण्यासाठी त्यांच्या मागे सततचा लकडा लावण्यापासून, चिठ्ठ्याच माझी सुटका करत असत. संकटप्रसंगी, अडीअडचणींच्या वेळी चिठ्ठी मिळाली, की मुलांना दिलासा मिळत असे आणि प्रसंगी लिखित स्तुती हे खऱ्या अर्थाने केलेलं कौतुक वाटे. सर्वांत महत्त्वाचं म्हणजे कोणताही अवघड प्रसंग उद्‌भवल्यास त्याच्या मुळाशी जाण्यासाठी मी माझी विनोदबुद्धी कायम जागृत ठेवत होते. घाणेरड्या अक्षरात, गिचमिड करून, शुद्धलेखनाच्या चुका केलेल्या पूर्वीच्या चिठ्ठ्यांपेक्षा हल्लीहल्ली काही दिवसांपासून माझ्यासाठी असणाऱ्या चिठ्ठ्यांमध्ये बरेच बदल दिसायला लागले होते. मुलीचा तिच्या विवाहाचा खास ड्रेस लग्न समारंभानंतर लाँड्रीमध्ये देण्यासाठी बाजूला ठेवलेला होता व त्यावर अडकवून

ठेवलेल्या चिठ्ठीत लिहिलेलं होतं. 'आई, बाबा, माझ्या लग्नाचा सोहळा खूप थाटात पार पाडलात याबद्दल थँक यू. माझं स्वप्न सत्यात उतरवलंत त्याबद्दल खूप आभारी आहे.'

पुढच्या आठवड्यात माझी धाकटी मुलगी सुट्ट्या संपवून कॉलेजच्या गावी परत गेल्यावरती मला एक चिठ्ठी मिळाली होती. धुवायचे कपडे घरीच ठेवून गेलेल्या गठ्ठ्यात चुरगळलेल्या कागदावरती तिने लिहिलं होतं. 'चल आई, माझी निघण्याची वेळ झालीय. तू मला आभाळाएवढी खूप खूप आवडतेस.'

आज अनेक वर्षं उलटून गेलेली आहेत. माझ्या सगळ्या मुलींची लग्नं होऊन त्या हे घर सोडून गेल्या आहेत. मला वाटलं होतं, की चिठ्ठी लिहून ठेवण्याचा आमचा उद्योग संपला असावा आता. पण आजही माझ्या लेकी कधी इथे येऊन थोडे दिवस राहून परत त्यांच्या घरी गेल्यावरती अनेक दिवसांनी कधीतरी घरात चित्रविचित्र जागी अनपेक्षितपणे मला त्यांनी लिहून ठेवलेल्या, प्रेमाने ओथंबलेल्या चिठ्ठ्या सापडत असतात. एक गंमत सांगू, मीदेखील त्यांच्या घरी गेल्यावर त्यांच्यासाठी चिठ्ठ्या लिहून ठेवल्याखेरीज राहू शकेन का?

जून सेर्झा कॉल्फ
Love Notes

भिंतीवरचं हस्ताक्षर

थकली भागलेली ती माता दुकानातून घरी आली,
जड पिशव्यांचं ओझं घेऊन परसदारातून आत शिरली.
जणू तिच्याच प्रतीक्षेत होता तिचा आठ वर्षांचा लेक,
धाकट्या भावानं केलेला प्रताप तिच्या कानावर घालण्यासाठी.

"मी होतो जेव्हा खेळत आणि बाबा होते फोनवर बोलत,
त्याने उचलले क्रेयॉन आणि बसला भिंतीवर काही खरडत.
अभ्यासिकेच्या भिंतीवर तू लावलेल्या नवीन कागदांवर.
मी म्हटलं त्याला, की त्याच्या खोड्यांमुळे तू खूप रागावणार."

ती रागानं ओरडली जोरात आणि झाल्या तिच्या भुवया वक्र.
"आता या क्षणी, कुठे आहे तुझा तो लहान भाऊ?"
हातातलं सामान खाली टाकून, दाणदाण आपटत पाय,
निघाली तरातरा ती कपाटाकडे जिथे बसला होता तो लपून.

खोलीमध्ये शिरताच त्याचं पूर्ण नाव घेत केली तिने गर्जना.
भीतीने थरथरणारा तो समजून चुकला, की संपलं होतं सगळं!
पुढची दहा मिनिटं राहिली ती वटवटत आणि बडबडत,
महागड्या त्या कागदासाठी किती केली होती तिनं बचत.

दुरुस्तीचं काम येणार परत अंगावर म्हणून खवळलेली ती,
करू लागली निषेध त्याच्या कृतीचा अन् निष्काळजीपणाचा.
त्याला रागे भरता भरता ती होऊ लागली अधिकच क्रुद्ध,
आणि मग भ्रमिष्टासारखी तणतणत पडली खोलीतून बाहेर!

सरळ गेली ती अभ्यासिकेत खरा प्रकार बघायला,
नजर जाताच भिंतीवर, भरून आले तिचे डोळे आसवांनी.
भिंतीवरचं हस्ताक्षर बघून, गेलं जसं हृदय तिचं चिरून.
हृदयाकृतीत लिहिलं होतं, 'आई, तू मला खूप आवडतेस!'

अखेर, भिंतीवरचा कागद राहिला होता अगदी त्याच स्थितीमध्ये.
ते गोड शब्द मात्र अडकले काचेच्या मोकळ्या फ्रेममध्ये.
तिला सतत जाणीव करून देण्यास, नव्हे सर्वांनाच भान ठेवण्यास,
'लेकरानं स्वहस्ताक्षरात खरडलेला मजकूर'
वाचण्यास काढावा अगदी आवर्जून वेळ!

व्हॅलेरी कॉक्स

The Handwriting on the wall

टीप : पाश्चिमात्य देशांत भिंतींना रंग देण्याऐवजी सुंदर डिझाइनचे रंगीत कागद (वॉल पेपर) लावण्याची प्रथा सर्रास प्रचलित आहे.

३

मृत्यूची चाहूल व प्रत्यक्ष मृत्यूविषयी

"जिवाभावाच्या व्यक्तींचा कधीच मृत्यू होत नसतो, कारण प्रेम हे अमर असतं."

एमिली डिकिन्सन

स्वर्गवासी आजीनं धाडलेलं ब्लँकेट

तेव्हा मी वयाची सात वर्षंदेखील पूर्ण केलेली नसावीत, पण त्या रात्री माझ्या खोलीतल्या अंथरुणातून उठून मी हळूच जिना उतरून खालच्या हॉलमध्ये बसलेल्या आजीला शोधायला म्हणून गेलो होतो. आजी रोज रात्री उशिरा टीव्हीवर 'मार्क्स वेल्बी, एम.डी.' ही मालिका मोठ्या आवडीनं बघत बसायची आणि कधीकधी मी लपतछपत जिना उतरून तिच्या खुर्चीच्या मागे जाऊन गुपचुप उभा राहायचो. तिच्या नजरेला पडू शकत नसल्यानं मी पण तिच्याबरोबर तो कार्यक्रम बघायचो. पण फक्त आजच मात्र तिथे आजी टीव्ही बघत बसलेली नव्हती आणि मी परत वर येऊन तिच्या खोलीत डोकावलं, तर तिथेही ती दिसली नाही.

"आऽऽजी!" मी हाक मारली. माझं इवलंसं हृदय कसल्यातरी अनामिक भीतीनं धडधडत होतं. मी हाक मारलीय आणि तेव्हा माझ्या आजीनं त्या हाकेला ओ दिली नाही, असं कधीच घडलेलं मला आठवत नव्हतं. मग माझ्या अचानक लक्षात आलं, की आजी रात्रभरासाठी म्हणून तिच्या मैत्रिणींबरोबर कुठेतरी बाहेर गेलेली होती. ते आठवल्यावर माझा जीव भांड्यात पडला. पण तरी तेवढ्यात डोळे मात्र भरून आलेच होते.

मी धावत माझ्या खोलीत जाऊन, आजीनं तिच्या हातानं क्रोशानं विणलेल्या माझ्या मऊमऊ रजईत शिरलो. जणू तिनं मिठीत घेतलंय असं वाटावं इतकी ती रजई मी घट्ट लपेटून घेतली. "उद्या तर आजी येणारच आहे की परत घरी." स्वत:चीच समजून काढत मी मनाशी पुटपुटलो, "आणि ती कधीच इतक्या दूर निघून जाणार नाही की तिला परत येताच येणार नाही."

माझ्या जन्माच्या आधीपासूनच आजी आमच्या कुटुंबाबरोबर राहत होती. मी आई, बाबा आणि माझा मोठा भाऊ ग्रेग. तेव्हा आम्ही मिशिगन राज्यातल्या हॉलंड या गावात राहत होतो. मी पाचवीत गेल्यावर मग आम्ही मोठं घर विकत घेतलं. घरासाठी घेतलेल्या कर्जाचे हप्ते फेडण्यासाठी आईला नोकरी धरावी लागल्यामुळे तिला रोज बाहेर जावं लागे.

शाळा सुटल्यावर माझ्या बऱ्याच मित्रांना रिकाम्या घरात परतावं लागत

असे, कारण त्यांचे आई-बाबा दोघंही नोकरी करत असत. पण माझं नशीब बलवत्तर होतं. माझ्या आईची आई मी शाळेतून घरी येण्याच्या वेळी नेहमी दारात उभी राहून माझी वाट बघत असायची. माझ्यासाठी तिच्या हातामध्ये दुधाचा ग्लास आणि केळं घालून केलेला, नुकताच ओव्हनमधून काढलेला गरमागरम मऊमऊ ब्रेडचा स्लाईस तयारच असायचा.

मग स्वयंपाकघरातल्या टेबलाशी बसून मी तिला दिवसभराचा अहवाल द्यायचो. नंतर दोघं थोडा वेळ पत्त्याचा रमीचा डाव खेळायचो. आजी मलाच नेहमी जिंकवायची. मी जोपर्यंत चांगलं खेळून आपणहून जिंकण्याचं आव्हान घेऊ लागलो नव्हतो, तोपर्यंत आजी मुद्दाम हरायची.

सर्वसाधारण मुलांप्रमाणेच कधी कधी शाळेत माझाही एखादा दिवस खूप खराब जात असे किंवा अधूनमधून एखाद्या मित्राबरोबर भांडणं, मारामारी होत असे. तर कधी आईबाबा मला हवीच असणारी नवी कोरी सायकल विकत घेण्यास त्यांना परवडत नाही असं सांगायचे. कारण काही का असेना पण मला कधी समजा वाईट वाटलं, राग आला किंवा मी निराश झालो की आजीच्या हाताच्या प्रेमळ मिठीत शिरणं एवढाच माझ्यापुढे मार्ग असायचा. आजीची शरीरयष्टी तशी भरभक्कम होती. त्यामुळे तिनं कवटाळून जवळ घेतलं, की खरी खरी मोठ्ठी मिठी लाभल्याचा खरा खरा आनंद मिळत असे. काय छान समाधान मिळायचं तिच्या मिठीत विसावून! प्रेमभरानं कवेत घेऊन ती जेव्हा मला समजावायची की सगळं काही ठीक होईल, तेव्हा तिच्या बोलण्यावर माझा विश्वास बसला नाही, असं एकदाही घडलेलं मला आठवत नाही.

मी सतरा वर्षांचा झाल्यावर एक दिवस असा उगवला की त्यानंतर काहीच सुरळीतपणे पार पडेनासं झालं. आजीला तीव्र हृदयझटका आला आणि डॉक्टरांनी सांगितलं की हॉस्पिटलमधून घरी परतण्याइतकी ती पूर्णपणे बरी होऊच शकणार नव्हती.

आजवर कितीतरी रात्री, माझ्या खोलीच्या शेजारीच असलेल्या तिच्या खोलीत ती दबक्या आवाजात प्रार्थना करत असताना व देवापाशी माझा उल्लेख करताना, ते ऐकत ऐकत मी झोपी गेलो होतो. पण त्या रात्री मात्र मीच परमेश्वराशी संवाद साधला होता. मी त्याला सांगितलं, की मला आजी खूप आवडते आणि तिला माझ्यापासून कधीच हिरावून घेऊ नकोस म्हणून मी त्याची आळवणी करीत होतो. "जोपर्यंत मला तिची गरज भासेनाशी होईल, तोपर्यंत तू थांबू नाही शकत?" तारुण्यातल्या खास अप्पलपोटेपणाच्या भावनेनं मी त्याला प्रश्न केला. जसं काही एखाद्या ठरावीक दिवसानंतर आजीच्या सहवासाची माझी गरज संपून जाणार होती!

त्यानंतर काही आठवड्यांनीच आजीचं निधन झालं. त्या रात्री, दुसऱ्या रात्री आणि नंतर अनेक रात्री मी तिची आठवण काढून रडत रडत, शेवटी

थकून झोपी जात होतो. एक दिवशी सकाळी उठल्यावर आजीनं माझ्यासाठी म्हणून क्रोशानं विणलेली ती खास रजई, मी नीट घडी करून आईला देऊन टाकली. "आजीशी आता प्रत्यक्ष बोलता येत नाही वा तिच्या मिठीत शिरायला मिळत नाही, अशा विचारामुळे मला खरं खरं आजीच्या खूप निकट असल्यासारखं वाटूच शकत नाहीये." असं म्हणून मी हुंदके देत रडू लागलो. आईने ती रजई नीट एका पेटीत कायमची बंद करून ठेवली. आजतागायत ती रजई माझ्यासाठी एक अनमोल ठेवा म्हणून मी जतन केलेली आहे.

आजीची उणीव मला खूप तीव्रतेनं जाणवत असे; तिचं मनमोकळं हास्य, उपदेशाचे तिचे चार शब्द, सगळं परत परत आठवत राहत असे. माध्यमिक शाळेतल्या शेवटच्या वर्षी मी उत्तीर्ण झाल्यावर शाळेत झालेल्या समारंभाला, तसंच आठ वर्षांपूर्वी मी कार्लाशी लग्न केलं त्या विवाहसमारंभाला ती माझ्यासोबत नव्हती. परंतु त्यानंतर अशी एक घटना घडली की मी समजून चुकलो; माझी आजी सर्वार्थाने मला कधीच सोडून गेलेली नव्हती. इतकी वर्षं तिचं दुरूनही माझ्यावर सतत लक्ष होतं.

मी व कार्ला नव्या ठिकाणी – अरकान्सास राज्यातील पॅरिस या गावी राहायला गेल्यावर, काही आठवड्यांतच आम्हाला गोड बातमी कळली, की कार्लाला दिवस गेले होते. तिचा गरोदरपणाचा नऊ महिन्यांचा काळ खूप धोकादायक आणि नाजूक असणार होता असं डॉक्टरांनी आम्हाला सांगितलं. तिला वरचेवर हॉस्पिटलमध्ये ठेवावं लागत असल्यामुळे मी कामावर गैरहजर असायचो. बाळंतपणाच्या दिलेल्या तारखेच्या काही आठवडेच आधी मला नोकरीवरून कमी केलं गेलं होतं.

बाळंत होण्याच्या आधी काही दिवसांपूर्वी कार्लाला टॉक्सेमिया (अतिशय गंभीर स्वरूपाचा शारीरिक बिघाड) झाला आणि आमच्या मुलाच्या जन्माच्यावेळी डॉक्टरांनी मला त्या खोलीत जाण्यापासून परावृत्त केलं होतं. कारण त्यांना भीती वाटत होती की कार्ला व बाळ दोघंही वाचण्याची शक्यता नव्हती. मी प्रतीक्षाकक्षात विमनस्क अवस्थेत फेऱ्या घालत होतो. बाळाची जगण्याची लक्षणं पोटातच कमी होऊ लागली व कार्लाचा रक्तदाब प्रमाणाबाहेर वाढल्यामुळे मी देवाची करुणा भाकायला लागलो. माझे आईबाबा मिशिगनहून निघून आमच्या गावी अजून येऊन पोहोचले नव्हते. इतका हताश, एकाकी मी कधीच झालो नव्हतो.

अचानक मला स्पष्ट भास झाला, की माझी आजी माझ्याजवळ येऊन, मला तिच्या मिठीत घेत आहे. "हे बघ, सगळं नीट, व्यवस्थित पार पडणार आहे. नको काळजी करूस." तीच बोलत असल्याचा मला भास झाला आणि आजी जशी अचानक तिथे आली होती तितक्याच अचानकपणे परत निघूनही गेली होती.

दरम्यानच्या काळात डॉक्टरांनी तातडीनं सिझेरियन करून टाकलं होतं. आमच्या मुलाचा जन्म झाल्याक्षणी त्याच्या हृदयाचे ठोके जोरात व नियमितपणे

पडू लागले. काही मिनिटांतच कार्लाच्या रक्तदाबाचं प्रमाण कमी होत नॉर्मलवर आलं व तीही सुखरूपपणे धोक्यातून बाहेर आली.

"धन्यवाद. आभारी आहे मी तुझा! अगदी मनापासून आभारी आहे!" काचेच्या खोलीच्या खिडकीतून आमचं सुंदर व गोड तान्हुलं एकटक निरखत मी मनाशीच पुटपुटलो. आम्ही त्याचं नाव क्रिस्टियन असं ठेवलं. "तू मला जे प्रेम आणि शिकवण दिली होतीस, त्याच्यापेक्षा निम्म्या पटीने का होईना, पण माझ्या बाळालाही ते देण्यासाठी आता तू असायला पाहिजे होतं, असं मला मनापासून वाटतंय."

दोन आठवड्यांचा काळ उलटल्यावर एकदा दुपारच्या वेळी मी व कार्ला क्रिस्टियनशी खेळत बसलो असताना कोणीतरी घराचं दार ठोठावलं. पार्सल घेऊन एक माणूस दारात उभा होता. आमच्या क्रिस्टियनसाठी भेटवस्तू होती ती. त्या डब्यावर लिहिलेलं होतं. 'एका खास, विशेष अशा नातवंडासाठी.' आतमध्ये क्रोशानी विणलेलं एक छोटंसं ब्लँकेट व लोकरीचे छोटे छोटे बूट होते.

डब्यात एक शुभेच्छा कार्ड ठेवलेलं होतं. त्यावर लिहिलं होतं. 'तुझा जन्म होईल तेव्हा त्या खास दिवशी मी इथे नसणार याची मला कल्पना होती. माझ्यातर्फे तुझ्यासाठी हे ब्लँकेट बनवून घेण्यासाठी मी एक युक्ती केली होती. हे इवलेसे बूट मात्र, अखेरच्या प्रवासाला निघण्यापूर्वीच स्वतःच्या हाताने बनवून ठेवले होते.' खाली सही होती – तुझी पणजी.

अखेरच्या काळात आजीची दृष्टी खूपच अंधूक झाली होती, त्यामुळे तिने माझ्या जेनेट मावशीला सांगून ब्लँकेट विणण्याची सोय करून ठेवली होती.

पण शेवटच्या काही आठवड्यांत, सर्वांचा निरोप घेण्याआधी तिने खूप कष्ट करून, मेहनत करून ते बूट मात्र स्वतःच्या हाताने बनवून ठेवले होते.

बिल हॉल्टन

Gramma's Blanket From Heaven

स्रोत : 'वुमन्स् वर्ल्ड,' मधून

माझ्या आईची गहिरी नजर

माझ्या बालपणीचा तो काळ मला अजूनही चांगला आठवतोय. तेव्हा का कोण जाणे, पण माझी आई स्वर्गवासी होणार अशी विचित्रच भीती सतत माझ्या मनात घर करून असे आणि त्या वाईट विचारासारख्या इतर कोणत्याही वाईट विचाराची मी कल्पनाही करू शकत नसे. दिवसरात्र, जागेपणी, झोपल्यावर तोच विचार माझा सतत पाठलाग करत राही.

तशी दिसायला आईची तब्येत चांगली ठणठणीत दिसायची, पण तरी मी मात्र आपली सतत काळजीत पडलेली असायचे.

माझ्या वडिलांना दारूचं जबरदस्त व्यसन जडलेलं होतं आणि पुढेमागे कधीतरी त्यांच्या सहवासात आपल्याला एकटीला राहावं लागेल, हा साधा विचारदेखील त्या वेळी मला खूप भीतिदायक वाटायचा.

परंतु हळूहळू मी पंधरा-सोळा वर्षांची होईपर्यंत बरीच स्वतंत्र वृत्तीची बनले आणि बाळपणातली ती अनामिक भीतीही कमी होऊ लागली. मी माझी काळजी घेण्याइतकी समर्थ होते आणि वडिलांपासून दूर होऊन दुसरीकडे कुठेतरी मी एकटी माझ्या पायावर उभी राहू शकेन असा आत्मविश्वासही मला वाटू लागला होता. त्यामुळे मला काळजी वाटण्यासारखं काहीच नव्हतं.

आणि मला वयाची अठरा वर्षं पूर्ण झाली व आई स्वर्गवासी झाली. त्या वेळी ती अवघी चोपन्न वर्षांचीच होती पण किती विचित्र विरोधाभास की तिच्या मृत्यूच्या घटनेनंच मला शिकवणूक दिली की, कधी कधी एखाद्या गोष्टीबद्दल वाटणारी प्रचंड भीतीच आयुष्यात चांगल्या अर्थाने वरदानही ठरू शकते.

तिच्या असंख्य वैद्यकीय तपासण्या झाल्यानंतर असं निदान झालं होतं, की अतिशय झपाट्याने वाढणारा व कॅन्सरच्या पेशींनी व्यापलेला असा मेंदूचा ट्यूमर तिला झालेला होता आणि जेमतेम तीन महिन्यांचंच आयुष्य बाकी होतं. माझ्या वडिलांनी खूप प्रयत्न करून निष्णात शल्यतज्ज्ञ, कॅन्सर तज्ज्ञांचा शोध घेतला. ते म्हणत असत की त्यांच्या पत्नीसाठी जगातली सर्वांत उत्तम अशी वैद्यकीय मदत मिळायलाच हवी होती. कितीही खर्च झाला तरी त्यांना त्याची

पर्वा नव्हती.

परंतु सगळ्या डॉक्टरांचा एकमतानं एकच निर्णय होता – कोणत्याही उपायाने फायदा होणार नव्हता.

तेव्हा नवीन प्रकाराच्या उपचारपद्धती, किमोथेरपी सुरू झालेल्या होत्या, पण त्यांचाही काहीच उपयोग होणार नव्हता, असंच सर्वांचं मत पडलं होतं. तरीदेखील काही उपचार अमलात आणले, पण ते असफलच ठरले. कारण त्यामुळे उलट तिची तब्येत जास्तच खालावू लागली होती.

तिला मृत्यू येण्याआधी सहा आठवडे डॉक्टरांनी अखेरीस हात वर केले. आमच्या फॅमिली डॉक्टरांनीही सुचवलं की त्यापेक्षा तिला एखाद्या चांगल्याशा शुश्रूषागृहात हलवावं. पण आईचा त्याला पूर्ण विरोध होता. कारण तिला तिच्या हक्काच्या घरातच राहावंसं वाटत होतं.

आम्ही तिच्या विचाराशी सहमत होऊन शेवटी तिला घरीच घेऊन आलो. तो काळ, ते काही दिवस फार भयानक होते. कारण तिला अजून किती त्रास होणार होता व त्याचा आम्हा सगळ्यांवर किती परिणाम होणार होता, याची आम्हाला काहीच कल्पना येत नव्हती. सध्याच्या काळासारखी त्या वेळी, एकमेकांशी संपर्क साधून मनातलं दुःख मोकळं करता येण्यासारखी साधनंही उपलब्ध नव्हती.

त्यामुळे आम्हाला स्वतःच्या अंतर्मनावर व परमेश्वरावर भरवसा ठेवणं एवढंच आमच्या हाती उरलं होतं. त्या काही आठवड्यांच्या काळात माझ्या अंतर्मनात खूप खोलवर एक प्रकारची शांतीच अनुभवायला मिळाली होती. तिचं आकलन होणं माझ्या बुद्धीच्या पलीकडे होतं. त्या अनामिक भीतीने माझा पिच्छा सोडल्यावर उलट, समीप आलेला तो माझ्या आईचा मृत्यू मला, फक्त जीवनाच्या नैसर्गिक चक्रातला एक अपरिहार्य घटक भासू लागला होता.

त्यानंतर अनेक वर्षांनी कोणीतरी सांगितलेलं मी ऐकलं होतं. 'मृत्यू येणं ही क्रिया खूप सुरक्षित असते.' आणि खरोखरच आईच्या आयुष्यातल्या त्या काही आठवड्यांच्या काळात अगदी तसंच मला वाटलं होतं. तिच्या शरीरात अनेक बदल घडत होते आणि ती कणाकणानं संपत चालली होती. काय कारण होतं ते मला उमजत नाहीये, पण कसं कोण जाणे, तेव्हा मला असंच वाटलं होतं, की ती खूप सुरक्षित होती.

अखेरच्या दिवसांत तर तिची वाचासुद्धा बंद झाली. त्यामुळे घरामध्ये अधिकच शांतता पसरली होती. कारण आम्ही सगळे हलक्या आवाजात, कुजबुज करतच बोलत असायचो. मला वाटतं, त्यामुळे घरामधे एखाद्या मंदिराचं, एखाद्या धार्मिक स्थळाचं वातावरण पसरलेलं होतं.

घरामधल्या पाव्हण्यांच्या खास खोलीत तिला व तिच्याबरोबर हॉस्पिटलमधून आणलेला तिचा पलंग व औषधं हलवलं होतं. चोवीस तास तिची सेवाशुश्रूषा करणाऱ्या परिचारिकांचा सतत तिथे वावर असे. कधी कधी तर मी त्या खोलीत जाणं जाणूनबुजूनच टाळत असे. कारण तिथे जाऊन काय बोलायचं हेच मला समजत नसे. अशा वेळी सहसा वायफळ, क्षुल्लक गप्पा करीत किंवा तोलून मापून बोलत वेळ काढला जातो, पण ते सगळं मला वातावरणाचं गांभीर्य कमी करणारं, तिथलं पावित्र्य नष्ट करणारं वाटू लागलं. जेव्हा एक भयानक सत्य आमच्यासमोर उलगडत होतं, तेव्हा काहीतरी निरर्थक बडबड करण्याचा साधा विचारदेखील मला गुदमरवून टाकत होता.

एकदा दुपारच्या वेळी मी आईच्या खोलीत जाऊन तिच्या पलंगाच्या कडेला टेकून बसले. माझी आई एक अत्यंत सुंदर व मोहक स्त्री होती. त्या वेळी ती किती शांत वाटत होती....

शांतपणे पहुडलेल्या आईनं माझ्याकडे बघितलं, मी तिच्याकडे पाहिलं. मी तिचा हात माझ्या हातात घेतला. तिच्या अंगात कणभरही शक्ती उरलेली नव्हती; पण तरीही तिने हळुवारपणे, नाजूकपणे माझा हात दाबल्याचा मला भास झाला. अथांग सागराच्या रंगाच्या तिच्या स्वच्छ पारदर्शक निळ्या डोळ्यांत मी खोलवर बघत होते.

मी त्याच अवस्थेत बघतच राहिले आणि बघता बघता तिची नजर अधिक... अधिकच गहिरी होत गेली. डोळ्यात डोळे मिळवून आम्ही दोघी पुढची तीस मिनिटं तशाच खिळलेल्या नजरेनं एकमेकींना न्याहाळत राहिलो होतो. एका क्षणासाठीदेखील आमच्या दोघींची नजर इकडे-तिकडे भिरभिरली नव्हती. मी हळूहळू तिच्या आत्म्यामध्ये खोल, खोल... खोलवर प्रवेश करत होते.

माझा तो प्रवास म्हणजे जणू एखाद्या बोगद्यात शिरून मी तिच्या आत्म्याच्या गाभ्यापर्यंत जाऊन पोहोचत होते आणि अचानक त्या खंगलेल्या, जीर्ण शरीरात मला खोलवर एक जिवंत व्यक्ती असल्याची जाणीव होऊ लागली. ती व्यक्ती माझी जन्मदाती आई म्हणून मला माहिती होती. आजवर कधीही इतक्या प्रकर्षाने न जाणवलेलं तिचं प्रेम, तिची कळकळ, कणव, मला वाढवताना तिने घेतलेले अपरंपार कष्ट हे सगळे गुण अधिकच चमकून उठले होते. तिच्यामधून परावर्तित होणाऱ्या त्या अलौकिक प्रकाशात आम्हा दोघींमधलं अदृश्य अंतर नाहीसं होत होतं. तिचं शरीर जरी खंगलं होतं, तरी तिचं आत्मिक बळ हजारो पटीनं वाढलं असल्याची मला मनोमन जाणीव झाली.

तिने परत एकदा प्रेमभरानं माझा हात दाबला. दोन-तीन वेळा सावकाश मान डोलावली. त्या काही क्षणांत आम्हा दोघींच्या तोंडून एकही शब्द फुटलेला

नव्हता. पण आम्हाला जे बोलून दाखवायची इच्छा होत होती, ते सगळं आम्ही बोलून चुकलो होतो. आता कसं सगळं ठीक वाटू लागलं होतं. आम्ही दोघींनी एकमेकींवर निरतिशय प्रेम केलेलं होतं. एकमेकींचा योग्य तो मान राखला होता. इतकी वर्षं निस्सीम प्रेमाची प्राप्ती झाल्यामुळे आम्ही अतिशय समाधानी व कृतज्ञ पावलो होतो. ती परलोकाच्या प्रवासाला निघणार आणि माझा पुढील आयुष्याचा प्रवास चालू राहणार; पण आम्ही दोघींनी मिळून नुकतीच ज्या अलौकिक, निनावी स्थानाला भेट दिली होती – जो अनुभव घेतला होता, तो मात्र आमच्या हृदयातून कधीही नाहीसा होणार नाहीये. तिच्या त्या खोलीत, त्या दिवशी मी व तिने मिळून, कसं कोण जाणे, पण शाश्वत काळाचं ओझरतं दर्शनच घेतलं होतं.

माझ्या डोळ्यांतून अश्रू ओघळत आहेत असं मला वाटलं. पण ते अश्रू दुःखाचे नसून काहीतरी अद्भुत अनुभवल्याचे होते आणि मला समजत होतं की मला माझ्या मनातली भीती, भय सगळं ओलांडून पुढे जावंसं वाटत होतं. तिच्यामध्ये निर्माण झालेल्या शारीरिक विरूपतेचं मला आता काही वाटेनासं झालं होतं. तिच्या आत्म्यामध्ये डोकावून बघितल्यावर मला तिचं स्पष्ट दर्शन झालं होतं आणि अतिशय जवळिकीच्या भावनेनं मी आयुष्यात प्रथमच तिच्या अधिकच समीप जाऊन आले होते.

काही दिवसांनी तिचं निधन झालं. ती एक स्वच्छ, निरभ्र संध्याकाळची वेळ होती. सूर्यास्ताच्या वेळी सोनेरी सूर्यकिरणांनी न्हाऊन निघालेल्या त्या सायंकाळी उबदार व शांत वारं वाहत होतं व जणू आम्हाला कवेत घेत होतं. एका अलौकिक शांतीचं वलय आमच्या घराला व्यापू बघत होतं. माझे वडील, दोन बहिणी आणि मी हातात हात गुंफून आईच्या पलंगाभोवती उभे राहून तिला अखेरचा निरोप देत तिच्या कपाळावर ओठ टेकत होतो. नंतर आम्ही सर्वांनी मिळून एकमेकांभोवती हाताचा विळखा घातला. कदाचित आमचं कुटुंब अशा प्रकारच्या सामूहिक मिठीद्वारे परत एकत्र आलं होतं. डोक्याला डोकी लावून, शांतपणे उभं राहून आम्ही बराच वेळ मूकपणे रूदन करीत राहिलो होतो.

त्यानंतर आम्ही त्या खोलीतून बाहेर पडलो. सूर्यास्त होणारच होता, पण पूर्णपणे झालेला नव्हता. मी सूर्याकडे बघितल्यावर आजवर न समजलेलं मनाला समजलं, की सूर्यास्त होत असताना सूर्य जास्तच तेजस्वी होत असतो. आणि जरी तो आपल्या दृष्टीआड होतो, तरी तो कधीच मृत्यू पावत नसतो.

आईच्या बाबतीत मला अगदी असंच वाटलं होतं. सूर्याप्रमाणेच तीदेखील दृष्टीआड निघून गेली. पण मला माहिती होतं की ती कायम, अगदी संकटकाळीसुद्धा माझ्या बरोबरच असणार आहे.

माझ्या घरातल्या सगळ्यांवर मी नजर टाकली आणि आम्हा सर्वांना परत एकदा एकमेकांची नव्यानं ओढ, जिव्हाळा, जवळीक जाणवू लागलेली बघून त्या सुंदर भावनेनं माझं मन उचंबळून आलं. त्या दुःखद, पण तेवढ्याच अद्‌भुत क्षणानं आमच्या सगळ्यांमध्ये असलेल्या दुराव्याच्या भिंती नाहीशा केल्या होत्या. एकमेकांबद्दलचे हेवेदावे, राग, संताप, हीन भावना नष्ट होऊन कौटुंबिक जिव्हाळा निर्माण झाल्यामुळे आम्ही परत एकदा जवळ आलो. आमच्यामधली एकी कायम राहिली. माझ्या आईचं स्वतःचं जीवन संपत असताना तिचं उरलेलं कुटुंब परत एकदा जवळ आणण्याची अनमोल कामगिरी केली व आजतागायत आम्ही सगळे एकमेकांना धरून आहोत. एकाच वेळी प्रचंड दुःख होणं व तेवढाच आनंद लाभणं हे जगावेगळंच ना?

जॉन इ. वेल्शॉन्स

My Mother's Eyes

माझे बाबा

"प्रत्येकाच्या जीवनात कधी ना कधी एखादा समुपदेशक किंवा आपली काळजी वाहणाऱ्या, उत्साह वाढवणाऱ्या जवळच्या मित्राची गरज जाणवतेच. अशी माणसं लोकांना मार्गदर्शन करण्याचं काम करीत असतात. दुसऱ्याच्या मनात आशा पालवत असतात. आपण जसे आहोत, तसा स्वतःचा स्वीकार करण्यास शिकवतात. आयुष्यातलं ध्येय ठरवण्यासाठी इतरांना मदत करतात. त्यांना आयुष्याचा उद्देश शोधण्यात साहाय्य करतात. अशा प्रकारचं कार्य एखादा देवदूतच करू जाणे!"

टॉम क्राऊज

मी खूप लहान असताना, वडिलांचा हात हातात घट्ट पकडून एकदा त्यांच्याबरोबर चालत होतो. आणि ते पुढच्या रस्त्याचं मार्गदर्शन करत होते हीच माझी वडिलांची सर्वांत पहिली आठवण आहे. तो प्रसंग कायम माझ्या लक्षात राहील. नंतर मी मोठा होऊ लागल्यावर मला आठवतंय, की आमच्या ट्रान्झिस्टर रेडिओवर आम्ही दोघं मिळून माध्यमिक शाळेच्या बेसबॉल सामन्यांचं धावतं वर्णन ऐकत बसत असू. सामन्यातल्या प्रत्येक खेळाडूचं नाव मी एका कागदावर लिहून काढत असे आणि सामना चालू असताना प्रत्येकाने किती पॉईंट मिळवले ते त्याच्या नावासमोर लिहीत असे. वयानं लहान असल्यामुळे सामना होईपर्यंत मी जागा राहू शकत नसे आणि मध्येच केव्हातरी झोपून जात असे. मी सकाळी जागा झालो, की माझ्या गादीवरच झोपलेला दिसायचो आणि रात्रीच्या खेळाचा पूर्ण स्कोअर लिहिलेला कागद माझ्या उशाशी ठेवलेला मिळत असे. त्या कागदावरती अगदी अखेरचा स्कोअर लिहून मगच मला उचलून बाबांनी गादीवर आणून झोपवलेलं असायचं, बाबांची ही आठवणही मी कधीच विसरू शकणार नाही.

पुढे मग नाताळच्या सुट्यांच्या दिवसात मी जेव्हा घरी असायचो, तेव्हा

कधी कधी कडाक्याच्या थंडीच्या पहाटेपहाटे बाबा ब्रेडनी भरलेला त्यांचा ट्रक घेऊन घरी यायचे. मी त्या ट्रकमध्ये चढून ब्रेडच्या थप्प्यांच्या डोंगराजवळ खालीच फतकल घालून बसत असे आणि मग बाबा वेगवेगळ्या दुकानांत जाऊन ब्रेड पुरवत असत. त्या ताज्या ताज्या, गरमागरम, लुसलुशीत ब्रेडच्या वासामुळे माझ्या तोंडाला पाणी सुटत असे आणि गरम ब्रेडमुळे छानपैकी ऊबही मिळत असे. असे प्रसंग माझ्या मनात कायमचे ठसून राहिलेले आहेत.

माध्यमिक शाळेत गेल्यावर माझ्यात खेळाची आवड निर्माण झाली. बाबा माझ्या सगळ्या खेळांना आवर्जून हजर राहत. शाळेच्या शेवटच्या वर्षी आमचा संघ राज्यस्तरावरच्या चॅंपियनशिपच्या सामन्यासाठी पात्र ठरला होता. शाळेच्या इतिहासात ते प्रथमच घडलं होतं. सामन्याच्या आदल्या रात्री बाबांनी मला दुःखी स्वरात सांगितलं की, ते आमच्या खेळाला हजर राहू शकणार नव्हते. त्यांना जाऊन दुकानांना ब्रेड पुरवायचे होते आणि त्या बाजूची कामं संपवून आमच्या सामन्याच्या जागी येण्यास गाडीनेदेखील त्यांना तीन तास लागले असते. सामन्याचं धावतं वर्णन ते ट्रान्झिस्टर रेडिओवर ऐकतील असं त्यांनी मला आश्वासन दिलं. मीही बरं म्हणालो. दुसऱ्या दिवशी खेळाची वेळ झाल्यावर मी बाबांचाच विचार करीत होतो. सुरुवातीची पहिली किक मारण्यासाठी म्हणून तयारीत उभा असताना मैदानाच्या पलीकडच्या गाडीतळाकडे माझी नजर गेली आणि बाबांचा ब्रेडचा ट्रक आतमध्ये शिरताना दिसला. अखेर वेळेवर पोहोचून त्यांनी आमचा सामना पाहिलाच. आम्ही राज्य चॅंपियनशिप जिंकल्याचं बाबांनी प्रत्यक्ष हजर राहून पाहिलं व तो दिवस माझ्या मनःपटलावर कायमचा कोरला गेलाय.

त्यानंतर बऱ्याच वर्षांनंतर मी पेशाने शिक्षक बनलो आणि खेळाचा प्रशिक्षक म्हणूनही काम करू लागलो. एके दिवशी पहाटे साडेपाच वाजता फोन वाजल्यामुळे मी व माझी पत्नी खडबडून जागे झालो. मी धडपडून गादीतून उठून रिसिव्हर कानाला लावला आणि पलीकडून शेरीफचा आवाज ऐकू आला. आजही तो आवाज माझ्या कानात घुमतोय. शेरीफ मला सांगत होता, की माझे बाबा कामाला जात असताना त्यांच्या ट्रकचा अपघात होऊन बाबांचा नुकताच मृत्यू झालेला आहे. रस्त्याच्या कडेच्या शेताचं कुंपण तोडून काही गाई चुकून हमरस्त्यावर आल्या होत्या आणि धुव्वाधार पावसात व अंधारात, पहाटेच्या वेळी बाबांना त्या दिसल्या नाहीत. गाडी रस्त्याच्या कडेच्या कठड्याला आपटली आणि त्या आघाताने बाबांचा ट्रक गरगर फिरला व तेवढ्यात मागून येणारा एक ट्रेलर ट्रकवर येऊन आदळला. ती बातमी ऐकून मी पूर्णतः उद्ध्वस्त झालो होतो. माझ्या हृदयाचे ठोके कानातून ऐकू येत होते. मी रिसिव्हर खाली ठेवला आणि परत झोपायच्या खोलीत जाऊन पलंगाच्या किनाऱ्यावर टेकून बसून राहिलो. कोणाचा फोन होता असं माझी पत्नी परत परत विचारत होती, पण माझ्या तोंडातून शब्दच फुटत नव्हता. 'माझे बाबा वारले गं' असे शब्द उच्चारताना जितके कष्ट पडले, तितके पूर्वी कधीच पडले नव्हते. मी नाही विसरू शकणार तो प्रसंग!

त्या नंतर मला आयुष्यात काहीच रस वाटेनासा झाला होता. दैनंदिन जीवनाचं रहाटगाडगं आपलं चालू होतं. पण मला कशाचीच पर्वा वाटेनाशी झाली होती. माझ्यातला एक महत्त्वाचा हिस्साच कोणी तरी ओरबाडून घेतला होता. जणू माझ्या शरीरात हृदय उरलेलंच नव्हतं. मी एखादा यांत्रिक माणूस (रोबॉट) बनून जगत होतो. मी कामाला जात होतो, शाळेतल्या मुलांना शिकवण्याचं कामही करत होतो, पण ते सगळं यांत्रिकपणे. माझ्यातला माणूसच जणू नाहीसा झाला होता.

एक दिवशी मधल्या सुटीत शाळेच्या पटांगणावर पहिलीच्या मुलांवर लक्ष ठेवण्याचं काम मी करीत होतो आणि मी कधी कल्पनाही करू शकलो नव्हतो, असं काहीतरी अद्भुत घडलं. एक लहान मुलगा पुढे आला आणि माझ्याजवळ येऊन त्याने माझा हात त्याच्या इवल्याशा हाताने घट्ट पकडला. मी त्याच्या वयाचा असताना ज्या प्रकारे (पहिल्या दोन बोटांनी) माझ्या बाबांचा हात पकडला होता, अगदी त्याच तऱ्हेनं त्या लहानग्यानं माझा हात पकडला होता.

त्या क्षणी माझ्या बाबांचं माझ्याजवळ अस्तित्व जाणवलं. परत एकदा नव्यानं मला जीवनातील ध्येयाचा शोध लागला होता. जरी माझे वडील जिवंत नव्हते, तरी जाताना ते माझ्याजवळ काही तरी शिल्लक ठेवूनच गेले होते. त्यांचं हास्य ते मला दान करून गेले होते. त्यांच्या स्पर्शात दडलेली भावना, जादू माझ्याही स्पर्शात उतरलेली होती. त्यांची दयाळू, कनवाळू वृत्ती, अनुकंपा

माझ्या हृदयात ठेवून ते गेले होते. मला लाभलेल्या त्यांच्या या सर्व दैवी गुणांचा त्यांच्याप्रमाणेच मीही सदुपयोग करणं, माझं आद्य कर्तव्य होतं. माझ्या आयुष्याचं तेच तर एकमेव ध्येय बनणार होतं. त्याच दिवसापासून मी त्याचा शुभारंभ केला. तो दिवस व तो प्रसंग मी कधीतरी विसरू शकेन का?

टॉम क्राऊज

My Dad

व्हिसलिंग पेट

"स्वातंत्र्य मिळवण्यासाठी किंमत ही मोजावीच लागते."

मार्टिन ल्युथर किंग (ज्युनिअर)

अमेरिकेचा राष्ट्रध्वज, आतिषबाजी, मित्रमंडळ, सहली, खाण्याचे उत्तमोत्तम पदार्थ, वेगवेगळ्या परेडी निघणं, बँडवादन, करमणुकीचे कार्यक्रम या सर्व गोष्टी ४ जुलै या दिवशीच्या समारंभातल्या अविभाज्य हिस्सा असतात. उन्हाळ्याच्या सुरुवातीच्या या सुटीच्या खास दिवशी आम्ही सगळे राष्ट्राच्या इतिहासाला वंदन करण्यासाठी करमणुकीच्या तऱ्हेतऱ्हेच्या गोष्टींचा (शिट्ट्या, फुगे, पिपाण्या, फटाके) वापर करत असतो. हा दिवस आमच्या आधीच्या अनेक पिढ्यांनी त्यांचं रक्त सांडून सुंदर भविष्यकाळ घडवण्यासाठी आम्हाला प्राप्त करून दिलेला आहे. हा दिवस दर वर्षी उगवतो, तो खूप सारी स्वप्नं, आशा-आकांक्षा घेऊनच. आम्हाला भविष्यात त्या सर्व आशा-आकांक्षा पूर्ण करायच्या असतात. जवळ-जवळ प्रत्येक अमेरिकन व्यक्तीच्या जीवनातला प्रत्येक वर्षी येणारा हा आनंददायी दिवस होय.

आतिषबाजीच्या (शोभेचं दारूकाम) स्टॉलवर दुपारच्या वेळी आलेल्या गिऱ्हाइकांना अभिवादन करून 'हॅलो' म्हणत मी विचारत होते, "शोभेच्या दारूकामाची एखादी विशेष गोष्ट शोधताय का?"

"हो, हो." स्टॉलच्या दुसऱ्या बाजूला उभा असलेला, साधारण चाळिशीमधला एक माणूस म्हणाला, "मला एक फटाका हवा आहे."

चॅपरल हायस्कूल बँड बूस्टर क्लबच्यावतीने फटाके विकण्याचं काम हाती घेण्याचं माझं ते तिसरं वर्ष होतं. डोळ्यांना व कानांना आनंद देणाऱ्या त्या सगळ्या गोष्टींबद्दल असलेल्या माझ्या सखोल ज्ञानाचा मला सार्थ अभिमानच वाटत असे. अर्थात दारूकामाच्या त्या निरनिराळ्या गोष्टींमधली प्रत्येक गोष्ट कसा आवाज करते, तो प्रत्येक फटाका कसा पेटवायचा इत्यादी, सारी माहिती मला माझ्या मुलानेच पुरवलेली असल्यामुळे त्यालाच याचं श्रेय जातं म्हणा!

"डब्यात पॅक करून ठेवलेल्या गोष्टी तुम्हाला जास्त आवडतील, का इथे काऊंटरवरती ठेवलेल्यापैकी एखादीदुसरी सुट्टी गोष्ट खरेदी करायची आहे?"

"नाही, फक्त एकच हवी आहे." माझ्या डोळ्याला डोळा न भिडवता तो सद्‌गृहस्थ उत्तरला.

"ठीक आहे, बघते हं मी. आमच्याकडे काही छोटे, तर काही मोठे भुईनळे आहेत. धूर निघणारे, का शिट्टी वाजणारे चालतील तुम्हाला?"

"केवळ एकच फटाका," निग्रही सुरात तो म्हणाला. "मला केवळ खट्ऽ असा आवाज होणारा एकच फटाका घ्यायचाय विकत."

"काय, वय काय आहे तुमच्या मुलाचं?" मी विचारलं. जसं काही त्याने मला सांगितलंच होतं, की मुलासाठीच हवा होता. पण मला नक्की काहीच खात्रीपूर्वक कळत नव्हतं.

"वयामुळे काहीही फरक पडणार नाहीये." आता जरा आवाजात पुरुषी जरब आणून निग्रही सुरातच त्याने दर्शवलं, की त्याला फक्त एक फटाका हवा होता.

मला मनातून खात्री पटली, की त्याचं ते नक्कीच विशेष (स्पेशल) मूल होतं. तसंच चार जुलै हा दिवसही खासच होता की! पण मला एक गोष्ट मात्र पटत नव्हती, की त्या बापलेकाच्या नात्यात काय एकच फटाका हाच रामबाण उपाय होता का?

मी हसत म्हणाले, "हं, ही बघा, ही एक सुट्टी गोष्ट आहे." पार्टीमध्ये वाजवण्याची पिपाणी दाखवत मी म्हणाले, "ही पिपाणी फुंकली की फट्ऽ आवाज होऊन आतून रंगीत कागदांचे तुकडे बाहेर पडतात."

"अं-हं, हे असलं काही नकोय, पिपाणीमुळे फार जोरात आवाज होईल."

"संध्याकाळच्या समारंभासाठी काही हवंय का तुम्हाला? मग तुम्ही एखादा छोटासा भुईनळाच घ्या नं. छानपैकी चांदण्यांचा पाऊस पडेल त्यातून."

"नाही, नको. फट्ऽ आवाज करणारा फटाका, नाहीतर शिट्टी वाजत फुटणारा फटाका असंच काहीतरी दाखवा."

प्रथमच त्याचा आवाज चिरकल्यासारखा मला वाटला. पालथा हात चेहऱ्यावर फिरवत त्याने तो डाव्या डोळ्यावर धरला व भरल्या गळ्यानं तो म्हणाला, "मला... मला माझ्या मुलाच्या थडग्यापाशी ठेवण्यासाठी एखादी छोटीशी गोष्ट हवी आहे. पण तिकडे दफनभूमीमध्ये उगाचच फार जोरात, कर्कश आवाज होऊन शांतताही भंग पावायला नकोय."

एका व्यक्तीचं हृदय, दुसऱ्याचं हृदय हेलावून सोडतं असं म्हणतात, त्याचा मला प्रत्यय आला. त्या धीरगंभीर पण दुःखी माणसाच्या भावनांनी माझ्या हृदयाला स्पर्श केला होता. त्याचं म्हणणं बरोबरच होतं, की वयामुळे

काहीच फरक पडणार नव्हता. ना परेडी, आतिषबाजी की उत्तमोत्तम चवदार पदार्थ वा समारंभानं काही विशेष घडणार होतं. आजवर आलेले व नंतर येणारे अनेक चार जुलैचे दिवस त्याच्यासाठी किंवा त्याच्या मुलासाठी कोणत्याही प्रकारे खास नव्हते की असणारही नव्हते. त्याच्यासाठी एकच महत्त्वाचं होतं की, जिवापाड प्रेम करणाऱ्या व्यक्तीला काहीतरी अर्पण करून त्याच्यावरती माया दर्शवणं.

"हे असं काहीतरी पाहिजे आहे नं तुम्हाला?" मी त्यांच्या पुढ्यात शिट्टी वाजत पुढे जाऊन भुडुम आवाज करून फुटणारा फटाका धरत विचारलं. "ही व्हिसलिंग पेट बऱ्यापैकी आवाज करते."

"धन्यवाद. चला, मी हीच विकत घेतो." तो निनावी गृहस्थ भरल्या डोळ्यांनी हसत मला म्हणाला.

ती व्हिसलिंग पेट मी तशीच त्या एकाकी माणसाला सहज देऊ शकले असते. पण मला हे ही समजत होतं, की एका वडिलांना आपल्या मुलाला ती भेटवस्तू म्हणून देण्याची इच्छा होती. मोठेपणा मिळवण्याच्या माझ्या स्वार्थी इच्छेसमोर त्यांची अस्सल निकड जास्त श्रेष्ठ ठरली होती.

"पन्नास सेंट आहे तिची किंमत."

पंचवीस सेंटची दोन नाणी अलगदपणे त्याने माझ्या तळहातावर ठेवली.

पाठ वळवून तो त्याच्या जुनाट गाडीकडे जाण्यास निघाला. तिथे जाऊन पोहोचल्यावर त्यानं मागे वळून माझ्याकडे पाहिलं व ती व्हिसलिंग पेट उंचावून दाखवत माझ्याकडे बघून मंद स्मित केलं. गाडीचं दार उघडून तो आत शिरला व गाडी चालू करून दिसेनासाही झाला.

त्या ४ जुलै १९९५ रोजी परमेश्वरानं जर कुठे भेट दिली असेल, तर आपल्या मुलाच्या थडग्यावरती झुकलेल्या त्या वडिलांच्या खांद्यावर त्याचा हात ठेवून त्या दफनभूमीत. त्या दफनभूमीत जुलै महिन्याच्या त्या दिवशी अश्रू सांडत शांतता पसरण्याआधी, ती व्हिसलिंग पेट एकदाच जोरदार आवाज करून वाजली असेल; तिचा आवाज दूरवर तिकडे स्वर्गापर्यंत ऐकू गेला असणार याची मला खात्री आहे.

कॅथी हॅरिंग्टन
Whistling Pete

वडिलोपार्जित प्रेमाची ठेव

आजच माझ्याकडे पोस्टानं एक पार्सल येऊन पोहोचलंय. उघडून बघण्याच्या आधीच मला समजलंय, की ते नक्कीच आजीकडून आलेलं आहे.

दोन महिन्यांपूर्वी माझे आजोबा स्वर्गवासी झाल्यामुळे मी इंग्लंडला जाऊन त्यांना अखेरचा निरोप देऊन आलो होतो. झोपेतच त्यांचा मृत्यू झाला होता आणि एका अत्यंत सज्जन व्यक्तीला त्या दिवशी जग मुकलं, असं म्हटल्यास वावगं ठरणार नाही. माझ्या सर्वांत जवळच्या मित्राचं निधन झालं होतं.

आजीबरोबर मी दोन आठवडे राहिलो होतो. पूर्वीपेक्षा आजी आता अर्धी होऊन गेली होती. तिच्या डोळ्यांमधली चमक व चालण्यातला तरतरीतपणा कुठेतरी हरवूनच गेला होता. परंतु मी त्या काही दिवसांत तिला एकदाही अश्रू ढाळताना मात्र बघितलं नाही.

तिला माझ्याबरोबर घरी घेऊन जावं असं मला खूप वाटत होतं, परंतु तिने ते नाकारलं. त्याच घरात राहून उरलेलं आयुष्य व्यतीत करण्याची तिची इच्छा होती. कारण किती झालं, तरी त्या घराच्या चार भिंतींत तिच्यासाठी आजोबांच्या कितीतरी आठवणी साठलेल्या होत्या व तिला त्यांच्या अस्तित्वाचा आभासही जाणवत असे.

मी परत जाण्याच्या आदल्या दिवशी आजीनं मला विचारलं की आजोबांची आठवण म्हणून त्यांच्या वस्तूंपैकी मला एखादी वस्तू हवी होती का? आजोबांच्या खोलीत मला घेऊन जाऊन तिने त्यांची घड्याळं, अंगठ्या, कफलिंक्स (शर्टाच्या बाहीला लावण्याची शोभिवंत बटणं) अशा वेगवेगळ्या वस्तूंमधून मला निवडण्यास सांगितलं. चांगले चांगले भारी कपडे घालून मिरवणं व आपल्या वस्तूंचं प्रदर्शन करणं आजोबांना कधीच आवडलं नव्हतं, असं ती एकीकडे मला सांगत होती. त्यांना जी वस्तू सर्वांत प्रिय होती तिची मी मागणी केली – ती म्हणजे बागकाम करताना जे स्वेटर ते अंगात घालत असत ते.

आजीनं हसून सांगितलं, की अनेक वर्षं त्यांच्या मागे लागून ते जुनाट स्वेटर फेकून देण्यास सांगण्याचा तिने प्रयत्न केला होता. तेव्हा तिला त्याचं

महत्त्व कळलं नव्हतं याचं आता तिला वाईट वाटत होतं. अखेर तिने दिलेला कफलिंक्सचा जोड मी आनंदाने घेतला.

त्या रात्री मला कसल्यातरी आवाजानं जाग आली. मी दबकत-दबकत खाली तळघरात गेलो आणि पाहिलं, तर आजी आजोबांच्या खुर्चीत बसलेली होती व मूकपणे रूदन करत होती. मी आल्या पावलीच माझ्या खोलीकडे जाण्यासाठी वळलो आणि तेवढ्यात माझ्या लक्षात आलं की आजोबांचं तेच स्वेटर (बागकाम करताना घालायचं ते) ती अंगात घालून बसलेली होती.

दुसऱ्या दिवशी सकाळी जड अंतःकरणानं मी तिचा निरोप घेतला. नंतर आम्हा दोघांच्या पत्रव्यवहारातून, फोनवरच्या संभाषणांतून मला हळूहळू जाणवू लागलं, की ती आता बरीच सावरली होती. परत एकदा आधीची आजी झाल्यासारखं वाटत होतं. ती काळाबरोबर पुढे सरकत होती.

एके दिवशी तिच्या जवळच्या मैत्रिणीचा मला फोन आला. आदल्या रात्री आजीचं झोपेतच निधन झालं होतं. आजीच्या अखेरच्या इच्छेनुसार मी तिच्या अंत्येष्टीसाठी जाऊ नये, असा आजीचा निरोपही तिने मला दिला. तिथे गेल्यावर मला कोणीच दृष्टीस पडणार नव्हतं. तिच्या अखेरच्या इच्छेला मी भरल्या हृदयाने मान दिला. फोन बंद करण्यापूर्वी तिच्या मैत्रिणीने मला हे ही सांगितलं की आजीने दिलेल्या सूचनांनुसार ती माझ्या पत्त्यावर एक पार्सल लवकरच पाठवणार होती.

आसवांनी डबडबलेल्या नेत्रांनी टेबलावर ठेवलेल्या त्या पार्सलकडे मी एकटक बघत व हुंदके देत सावकाशपणे ते पार्सल उघडायला सुरुवात केली. आतमध्ये छोट्या-छोट्या डब्यांमध्ये ठेवलेले माझ्या आजी-आजोबांचे दागिने (अंगठ्या, साखळ्या, कानातली, ब्रेसलेट इ.इ.) होते. पुढे-मागे ते दागिने मी माझ्या मुलाबाळांना देणार आहे. सर्वांत महत्त्वाचं म्हणजे मी त्यांना माझ्या जीवनातल्या या दोन सर्वोत्तम व्यक्तींबद्दल सांगेन की, असे आजी-आजोबा मला लाभले होते, हे माझं मोठं भाग्यच होतं.

दुसरा एक मोठा डबा उघडून पाहिला तर कागदात गुंडाळून एक वस्तू ठेवलेली दिसली. मी कागदातून ती गोष्ट बाहेर काढून बघतो तर काय, आजोबा बागकाम करताना त्यांच्या आवडीचं जे स्वेटर घालत असत, तेच स्वेटर नीट घडी करून ठेवलेलं होतं.

मी ते पटकन अंगात चढवलं. धुऊन ठेवलेलं ते स्वेटर – साबणाचा मंद वास, उन्हात वाळवल्याचा थोडा वास, तर बागेतल्या भाजीपाल्याचा गंध आणि जोडीला आजोबा पाईप ओढायचे, त्यातल्या तंबाखूचा कळत-नकळत येणारा किंचित उग्र दर्प आजोबांच्या आठवणींना उजाळा देत होता. मी हसत-हसत

आठवू लागलो, की आजीला समजू नये म्हणून आजोबा कसे बागेतल्या आडोशाला उभं राहून लपतछपत पाईप ओढत असत.

आता लग्न करून मी माझा संसार सुरू करेन व मुलाबाळांत रमायला लागेन, पण माझ्या त्या दोन लाडक्या व्यक्तींना मी कधीच विसरू शकणार नाही.

होप सॅक्स्टन
Legacy of Love

टाटा! बाय बाय!!

"भेटवस्तू दिली की झालं आपल्या प्रेमाचं, आपुलकीचं प्रदर्शन, अशीच सर्वसाधारणपणे लोकांच्या मनात भावना असते. पण खरी आवश्यकता असते, ती खऱ्या गरजवंतांना तुमचा अमूल्य वेळ देण्याची, तुमच्या दयाळू वृत्तीची व दिलासा देण्याची. अशा भावनांकडे सहसा क्षुल्लक नजरेनं पाहिलं जातं – परंतु जोपर्यंत स्वत:ला त्यांची निकड भासण्याची वेळ येत नाही तोपर्यंतच!"

जॉयसी हिफलर

तीन वर्षांपूर्वी अगदी अचानकच माझ्या आईचं निधन झालं होतं. माझ्या लग्नासाठी जेमतेम दोन आठवड्यांचाच अवधी उरलेला असताना ती आम्हाला कायमचं सोडून गेली होती. मी तर पूर्णत: कोलमडून गेले होते. विवाहदिन हा माझ्या जीवनातला सर्वोत्तम दिवस ठरावा अशी माझी इच्छा होती. मला आई हवी होती तेव्हा. लग्नसमारंभात मला तिची खूप तीव्रतेने उणीव भासत होती. आजमितीलाही तेवढीच भासत असते. तिच्या आठवणींमध्ये मी सतत बुडून गेलेली असते. माझ्या कोणत्याही कृतीमधून या ना त्या प्रकारे, मला तिची आठवण येऊन मी हुरहुरत असते.

एके दिवशी दुपारी बाहेरची कामं उरकून मी गाडीने घरी परतत होते. गाडी चालवताना माझं समोर लक्ष गेलं, तर माझ्या पुढे असलेल्या गाडीमध्ये तीन मुलं व त्यांचे पालक असं संपूर्ण कुटुंब कुठेतरी फिरायला जाण्यासाठी म्हणून बाहेर पडलेलं दिसत होतं.

ते दृश्य बघून माझ्या मनात जुन्या आठवणी दाटून आल्या. आमची स्टेशनवॅगन चालवणारी आई व जोडीला आम्ही सगळे घरातले सदस्य मिळून सहलींना जात असू. खाण्यापिण्याच्या भरपूर गोष्टी व इतर सामानाने गाडी भरून गेलेली असे. 'आलं का उतरण्याचं ठिकाण?' या सतत विचारल्या जाणाऱ्या आमच्या प्रश्नाबद्दल तर काही सांगायलाचा नको. वाढीच्या काळातल्या

अशा गमतीजमती आमच्यासाठी खूप महत्त्वाच्या असत. गाडीत बसून प्रवास करताना आम्ही भावंडं किती मजेशीर खेळ खेळत असू.

त्या दिवशी माझ्या समोरच्या गाडीमधील मुलं मात्र माझ्याकडे तोंड वळवून एकटक कुठेतरी बघत बसली होती. माझ्या मनात विार आला की माझे भाऊ, बहीण व मी गाडीत बसून आमच्या मागून, डावी-उजवीकडून जाणाऱ्या गाडीतल्या लोकांनी आम्हाला बघून हात हलवावा या प्रयत्नात मग्न असायचो. बहुतेक वेळी इतर गाड्यांमधले लोक गाडी चालवण्यात इतके व्यस्त असत, की आमच्याकडे बघून हात हलवण्यासही त्यांच्याकडे वेळ नसायचा. कधीतरी एखादी व्यक्ती नाराजीही दर्शवत असे, तर एखादं कुणी नुसती मान डोलावत असे. पण यदाकदाचित जर कोणी उत्साहाने आम्हाला हात केला, तर मग अत्यानंदाने आम्ही मोठ-मोठ्याने हसत असू, ओरडत असू व परत त्यांच्या दिशेने हात हलवत राहत असू.

त्या मुलांकडे बघून मलाही हात करण्याची तीव्र इच्छा झाली. मग त्या मुलांनीही हसून मला प्रतिसाद देत माझ्याकडे बघून हात केला. त्यामुळे माझ्याही चेहऱ्यावर हसू उमटलं. क्षणभरासाठी मागे वळून ते आमच्यामधील देवघेवीबद्दल आईवडिलांशी बोलले असावेत. आम्ही एकमेकांकडे बघून हात हलवतच राहिलो होतो. तो क्षण माझ्यासाठी अत्यंत महत्त्वाचा होता. खुदुखुदु फुटणारं हसू मी दाबू शकले नव्हते.

काही मिनिटांसाठी आम्ही तशाच प्रकारे मजा करत राहिल्यावर मग मात्र मला वाटलं की, आता माझी गाडी त्यांच्या गाडीच्या पुढे काढून माझ्या रस्त्याला लागणंच योग्य होतं. एकीकडे मला वाईटही वाटू लागलं की, अरेरे! मी आता त्या मुलांना खूश करू शकणार होते ना, ते मला हसवू शकणार होते.

मी गाडी त्यांच्या गाडीच्या पुढे काढून, हसून सगळ्यांना टाटा, बाय-बाय म्हणत त्यांच्या निरोप घेतला.

पण त्या कुटुंबाशी माझी ती अखेरची भेट ठरणार असं घडलंच नाही. कारण थोड्या वेळाने हमरस्त्यावरून बाजूच्या छोट्या रस्त्याला दोन्ही गाड्या एकाच वेळी वळल्या. गाडीतल्या त्या वडिलांनी हाताने खूण करून मला गाडी कडेला घेऊन थांबवण्यास सांगितलं. क्षणभर माझ्या काळजात धस्स् झालं. अनोळखी लोकांपासून सावध राहावं असं आई मला नेहमीच सांगत असे. आजकाल विचित्र तऱ्हेची माणसंही इकडे-तिकडे फिरताना दिसत असतात. पण माझ्या लक्षात आलं होतं, की आम्ही टोलनाक्याच्या खूप जवळ येऊन पोहोचलो होतो. त्यामुळे गाडी थांबवणं मला सुरक्षिततेचं वाटलं.

ते वडील त्यांच्या गाडीमधून बाहेर पडले व चालत माझ्या गाडीशी येऊन

पोहोचले. मी खिडकीची काच खाली करून पाहिलं, तर त्यांचा हसरा चेहरा नजरेस पडला. "माझं नाव बिल आहे," ते म्हणाले. "मी माझ्या तीन मुलांना व माझ्या बहिणीला घेऊन हिंडायला निघालोय. नुकतीच माझी पत्नी निवर्तलीय आणि त्यामुळे सहलीला जात असूनही माझी मुलं अजूनही बेचैन, दुःखीच आहेत. पण तुम्ही जे काही त्यांच्यासाठी केलंय त्याबद्दल मला आवर्जून तुमचे आभार मानायचे आहेत."

मी त्यांना म्हणाले, की माझे आभार ते कशासाठी मानत आहेत; ते मला कळत नाहीये.

"आमच्या पूर्ण प्रवासात आत्तापर्यंत माझी मुलं खूप गप्पगप्प होती. मस्ती करत नव्हती. पण तुम्ही त्यांच्याकडे बघून हात केलात आणि सगळं चित्रच पालटून गेलं. एका क्षणासाठी का होईना, पण तुम्ही त्यांच्या जगण्यात फार मोठा बदल घडवून आणलाय. तुमच्या दयाळू, प्रेमळ वृत्तीबद्दल आभार मानतो मी."

मी हसून त्यांच्या आभाराची परतफेड केली. "तीन वर्षांपूर्वी माझ्या आईचा मृत्यू झालाय," मी म्हणाले. "तुम्ही आणि तुमच्या मुलांमुळे माझ्या मनात असलेल्या तिच्या छान आठवणींना उलट आज उजाळा मिळालाय. मी लहान असताना आम्ही घरच्यांनीही असेच छान एकत्र मस्त दिवस काढले होते, याची तुम्ही सर्वांनी मला परत आठवण करून दिलीत, याबद्दल खरं म्हणजे मीच तुमची आभारी आहे. तुम्ही व तुमच्या मुलांमुळेच आजचा माझा हा दिवस अतिशय सुखदायी ठरला आहे. प्लीज, माझ्या वतीने तुमच्या मुलांचेही आभार माना हं!"

मी त्यांना शुभेच्छा देऊन निरोप घेतला. ते त्यांच्या गाडीजवळ जाईपर्यंत मी माझी गाडी वळवून त्यांच्या गाडीपाशी नेली. हात वर करून मी मुलांचा निरोप घेऊन गाडी पुढे काढली. तिघंही मुलं मनापासून हसत होती व हात परत-परत बाय, टाटा-टाटा म्हणत होती.

काही दिवसांनंतर ती मुलं कदाचित ही घटना विसरूनही जातील, पण मला मात्र त्या प्रसंगाचं कधीही विस्मरण होणार नाही. दयाळूपणाने मनापासून केलेली एखादी छोटीशी कृती कोणाचंतरी आयुष्यच बदलून टाकत असते, हे आता लोकं विसरू लागलेत असं वाटतं. त्या गृहस्थांनी माझे जे आभार मानले, तसंच त्या मुलांच्या बरोबरीने मीही मुक्तपणे हसले आणि आम्ही एकमेकांना हात करत राहिलो, हे सगळं माझ्यासाठी तुम्ही कल्पना ही करू शकणार नाही, इतकं मौल्यवान होतं. आईच्या मृत्यूनंतरच्या काळात मला वाटत असे, की त्या दुःखातून मी कधीच बाहेर येऊ शकणार नाही. तिची आठवण झाली, तिचा विचारही मनात आला की मी रडत असे. पण आता तिचा विचार मनात आला,

की माझ्या ओठांवर स्मितहास्य पसरतं.

त्यांच्या मुलांच्या चेहऱ्यावर मी हास्य खेळवलं म्हणून ते सद्‌गृहस्थ माझे आभार मानत होते. मीही आशा करते की माझ्या ओठी हसू उमटलं म्हणून मीही त्यांची ऋणी होते, हे त्यांना समजावं. आता इथून पुढे गाडी चालवत असताना मी इतकी आत्ममग्न किंवा व्यस्त कधीच नसेन, की कोणाकडे बघून हात करण्यासाठीही मला वेळ नसेल.

मिस्टी एल कर्ल
The Wave Game

अल्

सहाव्या मजल्यावरची, खालचा रस्ता नजरेस पडेल, अशा दोन खिडक्या असलेली लांबट आकाराची ती अल्‌ची खोली आहे. खोलीमध्ये दोन पलंग ठेवलेले आहेत. एक आहे अल्‌चा व दुसरा त्याच्या खोलीत राहणाऱ्या दुसऱ्या व्यक्तीचा. दोन पलंगांच्या मधल्या जागेत ठेवलेल्या लाकडी टेबलावर अल्‌च्या कुटुंबीयांचे फोटो ठेवलेले आहेत. पलंगाच्या उशाकडचा बाजूच्या लाकडी पट्टीवर त्यांच्या मुलाबाळांकडून, नातवंडांकडून आलेली शुभेच्छा कार्डं दाटीनं उभी आहेत. पलंगाच्या दांड्यावर एक पिवळसर रंगाची जपमाळ अडकवलेली आहे. या सगळ्या वस्तू अल्‌च्या नजरेला स्पष्टपणे दिसू शकत नाहीयेत.

अल् म्हणजे माझे सासरे. पलंगाच्या शेजारी ठेवलेल्या मऊ आरामखुर्चीवर ते शांतपणे विसावले आहेत. एके काळचे त्यांचे पाणीदार, तेजस्वी डोळे आता मोतीबिंदूमुळे धूसर झाले आहेत. मांडीवर हातात हात गुंफून ते एकटक हातांकडे बघत आहेत. याच हातांनी त्यांनी अनेक वेळा डझनावारी पुस्तकांची पानं

उलटली होती. कपाटं, शेल्फ बनवून त्यात पुस्तकं लावून ठेवली होती. याच हातांच्या आकर्षक हालचाली करत बोलायची, वाद घालायची, त्यांना एके काळी सवय होती; याच हातांनी त्यांनी कन्यादान केलेलं होतं – आता मी त्यांच्याजवळ येत असताना तेच हात माझ्या दिशेनं ते पुढे करताहेत. भेटायला कोण आलंय ते स्पष्ट दिसत नसल्यामुळे ते हवेतच हात फिरवून काल्पनिक कोळ्यांची जाळी झटकत आहेत. आम्ही हस्तांदोलन केल्यावर मला खात्री पटतेय, की त्यांनी मला ओळखलंय. मी कोण हे त्यांना समजलेलं दिसतंय. माझ्याकडे बघून हसताना त्यांच्या दंतहीन तोंडाचं बोळकं अर्धचन्द्राकृती आकाराचं झालंय आणि खुर्चीत मागे डोकं टेकवत ते एवढंच म्हणताहेत – 'माईक.' मला ते नेहमी ओळखू शकतात, पण त्यांचं स्वतःचं कुटुंब मात्र त्यांच्यासाठी अनोळखी झालंय. ते त्या कोणालाच ओळखत नाहीत.

एक खुर्ची सरकवून घेत मी त्यांच्याजवळ जाऊन बसलो व त्यांच्या खांद्यावर मी माझा हात ठेवला. माझ्या नेहमीच्या शिरस्त्याप्रमाणे, भेटल्यावर मीच बोलायला सुरुवात करतो. माझ्या डोक्यात अनेक जुन्या स्मृती साठलेल्या आहेत. त्यातून शोधून एखाद्या जुन्या प्रसंगाबद्दल मी बोलू लागतो. आमच्या दोघांच्या पहिल्या भेटीचा विषय मी काढतो. त्यांच्या मुलीची व माझी ओळख होऊन दोन आठवडे उलटल्यावर तिला वाटू लागलं होतं, की मी तिच्या बाबांना भेटायला हवं. मी आता त्यांना सांगतोय की जावई म्हणून माझा ते स्वीकार करतील की नाही त्याबद्दल मी कसा साशंक होतो. हळूहळू त्यांच्या तोंडावर हास्य पसरू लागलं न लागलं, तोच अचानक त्यांचा चेहरा भावनाहीन झालाय. त्यांच्या भूतकाळातल्या एखाद्या प्रसंगाचं इतकं कमी वर्णन त्यांच्या गतस्मृती जागृत करण्यासाठी पुरेसं नसावं, हे चटकन माझ्या लक्षात आलंय. मी त्यांना सांगू लागलोय, की आम्ही दोघं प्रत्यक्ष एकमेकांसमोर आल्यावर मी कसा माझा घामेजलेला हात, पटकन जाकिटाला पुसून, मोठ्या आत्मविश्वासानं हस्तांदोलन करण्यासाठी पुढे केला होता. जणू एखादा उंदीर भुकेल्या वाघासमोर थरथरत उभा होता, अशीच माझी अवस्था झाली होती. त्यांच्या चेहऱ्यावर परत हास्य खेळू लागल्यासारखं वाटलं.

न्यूयॉर्क यँकीज या नावाजलेल्या फुटबॉल संघाचे ते निस्सीम चाहते आहेत. पूर्वीच्या जुन्या संघातल्या काही खेळाडूंची मी नावं (रूथ, गेहरिग, क्रॉसेटी इ. इ.) घेऊन त्यांची काय प्रतिक्रिया होतेय ते बघू लागतो. त्यांच्या आठवणींच्या कप्प्यामधील एक आठवण मी बाहेर काढलीय, हे माझ्या लक्षात येतं. मला वाटतं त्यांचा मेंदू म्हणजे फायली ठेवलेलं, भरगच्च असं कपाटच असावं. हसून ते त्यांचा हात लांब करून माझ्या हातावर ठेवतात. क्रॉसेटी तिसऱ्या

स्थानावर व रूथ पहिल्या स्थानावर खेळत असे, हे सगळं आठवतंय. त्यांच्याबद्दल थोडंफार बोलून झाल्यावर त्या एकाच विषयावर आम्ही अधिक काळ रेंगाळू शकत नाही. कारण मग त्यांना त्याचा ताण पडू लागतो.

यांत्रिक ज्ञानाचा वापर करून एखादं काम अतिशय अव्यवस्थितपणे व ओबडधोबडपणे करणारा जो जावई त्यांना मिळालाय, त्याच्याबद्दल मी त्यांच्याशी बोलू पाहतोय. भिंतींवर लाकडी तावदान (पॅनेलिंग) बसवण्याचं काम हाती घेऊन मला त्यांच्या मुलीला आश्चर्यचकित करायचं होतं, तो प्रसंग त्यांना आठवतोय का हे मी बारकाईने बघतोय. बाहेरच्या खोलीत मी ते काम करीत असताना तेही तिथेच होते. पुस्तकात दिलेल्या सूचनांनुसार काम केल्यास ते सोपं जाईल, असं मला वाटत होतं. ही सगळी घटना त्यांच्या आवडीची आहे. मी सुरुवात करताच त्यांचं हातांनी हावभाव, हातवारे कारणं सुरू झालंय. खुर्चीच्या हातांवर विसावलेले त्यांचे हात उंच होऊन हवेमध्येच एक काल्पनिक चौकोन आखू लागताहेत. तेव्हा ते तावदान बसवण्यासाठी मी बरेच खिळे वाकवून, खराब करून वाया घालवले होते, ते सगळं आठवून ते आता परत माझी खरडपट्टी काढताहेत. ''तुला हातात हातोडी पकडून साधा नीट सरळ घावही घालता येत नाही का, असं मी तुला विचारत असे ना मायकेल, आठवतंय ना?'' ''हो, हो, आठवतंय मलाही. अर्धा डबा खिळे मी तसेच नाहक वाया घालवले होते आणि तावदानाचा मोठा तुकडादेखील खराब केला होता.'' त्यांनी मध्ये पडून जर योग्य प्रकारे हातोडी कशी पकडावी हे मला दाखवलं नसतं, तर माझा आत्मविश्वास अधिकच डळमळीत झाला असता. ''तुम्ही आयरिश लोकं म्हणजे ना, अजूनही एक गोष्टदेखील नीटनेटकेपणानं करायला शिकत नाही.'' तेव्हा त्यांनी असं म्हटलेलं मला चांगलं आठवतंय अजूनही.

अनेक वर्षांपूर्वी ते इटलीहून स्थलांतर करून आपल्या कुटुंबासह अमेरिकेत वास्तव्यास आले होते. तेव्हा तरुण वयात रस्त्यारस्त्यांवर होणाऱ्या लढायांत त्यांनी सक्रिय भाग घेतला होता. नव्या देशातली भाषा शिकून घेतली होती आणि सुरुवातीच्या काळात तिथे आलेल्या इतर अनेकांप्रमाणे अतिशय गरिबीत दिवस काढले होते. त्यांच्यात नवीन गोष्टी शिकण्याची ज्ञानपिपासू वृत्ती होती. सुरुवातीला दर आठवड्याला फोन करून आम्हा दोघांमधल्या संभाषणात मध्येच ते मला विचारायचे, ''आज काय नवीन टिपलंय तुझ्या डोळ्यांनी?'' त्यांची नजर सतत काही ना काहीतरी टिपतच असायची. एखाद्या कुशल कारागिराला काम करताना ते बघत राहात. एखादं विशिष्ट काम तो कसं करत असे, याची टिपणी करून त्यांच्या अनेक फायलींपैकी एका फायलीत लिहून ते कपाटात

जपून ठेवत असत. जेव्हा त्या टिपणीचं काम पडे; तेव्हा पटकन ती फाईल काढून त्यावर लिहून ठेवलेल्या मुद्यांनुसार ते काम करायला घेत. आता मी त्यांना सांगत आहे, की अजूनही मला घरातलं विजेचं किंवा नळ दुरुस्तीचं काम करताना कशा अडचणी येत असतात आणि मला खात्री आहे की आजही ते मला मदत करण्यास एका पायावर तयार होतील. पण अर्थात त्यांना नीट आठवू शकलं तरच! आता मात्र हात समोर पसरवून, हातवारे करत ते तो लाकडी तावदानाचा प्रसंग परत-परत सांगत चालले आहेत आणि ते ऐकून आम्हा दोघांनी हसूही येतंय. कधीतरी यातलं त्यांना काही आठवत नाही आणि असं आता बरंच वरचेवर होऊ लागलंय.

अल्नी गेल्या अनेक वर्षांत इतकी सगळी पुस्तकं वाचून काढलेली होती की, आमच्या गावातल्या वाचनालयातली एखादी लहानशी खोली त्या पुस्तकांनी भरली असती. त्यांनी एखादं पुस्तक वाचलं की त्यांच्या उत्साहाचं भरतं आमच्यापर्यंत पोहोचत असे. त्या पुस्तकातल्या कहाण्या सांगून ते त्याचं हुबेहूब चित्र आमच्या मनात उभं करत. इर्विंग स्टोन या लेखकाचं 'द ॲगनी अँड द एक्स्टसी' हे मायकेल एंजेलोवरचं पुस्तक मला आठवतंय. अल्नी त्या पुस्तकाबद्दल इतकं भरभरून सांगितल्यावर ते पुस्तक वाचल्याखेरीज मला राहावलंच नव्हतं. आता मी मुद्दामच परत त्या घटनेबद्दल त्यांच्याशी बोलून बघतोय. ती घटना त्यांच्या स्मरणात आहे हे मला समजतंय, कारण ते नजर वर करून, त्या खोलीच्या आढ्याकडे बघत काही तरी शोधण्याचा प्रयत्न करताहेत. मी विचार करतोय, की त्यांनी नजरेनंच आढ्यावरती त्या पुस्तकातलं एखादं चित्र रंगवलंय की काय?

ते मला विचारताहेत, की माझं लग्न झालंय का आणि मला किती मुलं आहेत? मी त्यांना सांगतोय, की त्यांच्या मुलीने व मी नुकताच आमच्या लग्नाचा रौप्यमहोत्सव साजरा केलाय आणि मला पाच छान, गोड, गुणी मुलं आहेत. "ह्यॅ, आयरिश लोकांना गोड मुलं होणं शक्यच नाही मुळी!" आणि स्वत:च्याच विनोदावर खूश होऊन हसताहेत. मी त्यांच्या पलंगाजवळच्या टेबलावर ठेवलेल्या फोटोकडे निर्देश करून त्यांना एकेकाची नावं सांगतोय. एकही नाव त्यांच्या लक्षात येत नाहीये. ते घरी असताना आमची मुलं त्यांच्या गुडघ्यांवर बसून कशी झुलायची, कशी त्यांच्याशी लपंडाव खेळायची ते सगळं त्यांना आठवून देण्याचा मी प्रयत्न करतोय. कसे ते सगळे कपाटात लपून आजोबा त्यांना केव्हा शोधून काढतात याची वाट बघायचे. मग कपाटाचं दार उघडून ते उगाचच कपाटाच्या वरच्या टोप्या, स्कार्फमध्ये त्यांना शोधत हाका मारत राहायचे. जणू ती तिथेच लपून बसलेली असायची. मुलांचं दबक्या

आवाजातलं खिदळणं त्यांना ऐकू यायचं, पण तरी त्यांच्याकडे न बघता ते गमतीने इकडेतिकडेच शोधण्याचं नाटक करायचे आणि मग अचानक आत अडकवलेल्या कपड्यांच्या, कोटांच्या गर्दीत हात घालून एकाला हाताने पकडून बाहेर काढायचे. ते त्या जुन्या गोष्टी आठवण्याचा प्रयत्न करताहेत आणि आठवून बघण्याची त्यांना इच्छाही होतेय. "त्यांनी मला बघितलं की दर वेळी मी असंच करायचो की काय?" ते मला विचारताहेत. "हो आणि तुमचं असं करणं त्यांना खूप खूप आवडायचं." मी त्यांना सांगतोय.

मी त्या सर्व आठवणी माझ्या मनात जपून ठेवलेल्या आहेत. आता ही खोलीच अल्चं जग आहे, मी फक्त तिथे त्यांना भेटायला जात असतो. मला एवढीच आशा आहे, की त्यांच्या भोवतालचं जग बऱ्याच काळासाठी अशा प्रकारे चालू राहील असा मी माझ्या परीनं प्रयत्न करू शकेन.

मायकेल हॅवर्टी

Al

अलौकिक भेट

आमच्या गावातल्या चर्चचे पाद्री मला त्यांच्याबरोबर घेऊन मग गाडीने अंत्यविधीच्या जागी जाणार होते. मार्च महिन्याच्या त्या कडाक्याच्या थंडीत मला चालत जावं लागणार नव्हतं, म्हणून मीही निर्धास्त होते. गाडीच्या आतमध्येदेखील बाहेरचं थंडगार बोचरं वारं मला जाणवत होतं.

माझा मानलेला सतरा वर्षांचा मुलगा मायकेल, ह्याला दुसऱ्या दिवशी सकाळी दफनवलं जाणार होतं. दोन वर्षांपूर्वी मायकेलची काळजी घेण्यासाठी, त्याला सांभाळण्यासाठी माझी नेमणूक केली गेली होती. मी आरोग्यसंवर्धन केन्द्रात मदतनीस म्हणून काम करत असे. त्रेसष्ठ वर्षांची झाल्यामुळे खरंतर मी निवृत्त होणंच योग्य होतं. पण माझ्या वरिष्ठ अधिकाऱ्यांनी सांगितलं, की पंधरा वर्षांच्या एका मुलाची केस मी हाती घ्यावी. स्नायू कमजोर करणाऱ्या एका आनुवंशिक रोगाने (मस्क्युलर डायस्ट्रोफी) तो ग्रस्त होता. रोज रात्री त्याच्या घरी जाऊन मध्यरात्रीपासून सकाळी आठ वाजेपर्यंत त्याच्याजवळ राहाण्याचं असं ते जबाबदारीचं काम होतं. सहसा अशा अडनिड्या वेळेचं काम मी स्वीकारत नाही. पण मायकेलचं घर माझ्या घरापासून चालत जाण्याइतकं जवळ असल्यानं मी तयार झाले होते.

मायकेलच्या साध्याशा घरात शिरताच मला सर्वप्रथम त्याची आई भेटली. गेली कित्येक वर्षं मी अनेक रोग्यांची सेवाशुश्रूषा करत आलेली असले, तरी मायकेलच्या केसची मात्र मला फारशी माहिती नव्हती. केवळ सत्तर पौंड वजन असलेला, टपोरे तपकिरी डोळे, तपकिरी रंगाचेच रेशमी केस असलेल्या मायकेलच्या प्रसन्न हास्यानं कोणतीही जागा उजळून निघाली असती. मन लावून होणाऱ्या सेवाशुश्रूषेची त्याला नितांत आवश्यकता होती.

मायकेलचा एक हात पूर्णपणे निकामी व निर्जिवच होता. तो हात त्याच्या छातीवर सतत टेकलेल्या अवस्थेमध्येच असे आणि त्याचे दोन्ही पाय कायम जवळ ओढून घेतल्याप्रमाणे राहत. गादीवर त्याला स्वत:ला काहीच हालचाल करता येत नसे. त्याच्या चेहऱ्यावरच्या सततचा लाडका भाव म्हणजे, 'ठीक

आहे, काही प्रॉब्लेम, काही त्रास नाहीये,' असा असायचा. टीव्हीवरच्या एका कार्यक्रमात 'अल्फ' नावाची भूमिका करणारा एक नट नेहमी ते वाक्य वापरायचा हे मला समजलं. मायकेलच्या खोलीत चहूबाजूला अल्फचेच निरनिराळे फोटो चिकटवलेले होते. रात्रीच्या दीर्घ काळात मायकेलनं मला अनेक प्रकारचे खेळ शिकवले. 'निन्टेनडू' हा त्याच्या आवडीचा खेळ होता. त्यात माझे लुटुपुटुचे सैनिक दोन इमारतींच्यामध्ये सतत खाली कोसळायचे, पण मायकेलचे सैनिक मात्र अडथळ्यांवरून पटापट उड्या मारत पुढे जायचे. एका रात्री मात्र माझे सैनिक चांगली कामगिरी करीत होते. मायकेलच्या डोळ्यांतले मिश्कील भाव बघून मी ओळखलं, की त्याने नियंत्रण बटणं मुद्दाम फिरवून मला जिंकू दिलं होतं. त्यावर आम्ही दोघंही खो-खो हसत बसलो होतो.

रोज सकाळी मायकेलचा निरोप घेऊन मी घरी निघत असले, तरी माझ्यातला एक हिस्सा मात्र मी त्याच्यापाशीच सोडून येत असे. दिवस कधी मावळतोय आणि मी पुन्हा मायकेलकडे कधी जातेय असं मला होत असे. काही आठवडे झाल्यावर त्याच्या आईने अधूनमधून दिवसाही मायकेलजवळ येऊन बसण्याची मला परवानगी दिली होती. तिलाही थोडा रिकामा वेळ मिळावा या हेतूने मीही तिला बाहेर जाऊन खरेदी वगैरे करून येण्याचा आग्रह करत असे आणि तीही आनंदाने तयार होत असे. आमच्या गावातल्या बफेलो बिल्स या फुटबॉल संघाचा मायकेल निस्सीम चाहता होता, असा मला शोध लागला. टीव्हीवरती त्या संघाचा खेळ बघताना मायकेल खूपच खूश होऊन जात असे. मग मलाही त्या खेळाची आवड लागली. मी त्या संघाच्या ऑफिसमध्ये फोन केला. थोड्याच दिवसांनी त्यांच्यापैकी एक खेळाडू मुद्दाम मायकेलला भेटायला म्हणून घरी आला होता. त्या दोघांनी मिळून ती दुपार मस्त मजेत घालवली होती. त्या दोघांचे मी बरेच फोटो काढले आणि नंतर सगळ्या फोटोंचं एकत्र असं आम्ही एक मोठ्ठं पोस्टर (भित्तीचित्र) बनवलं होतं.

एकदा टीव्हीवर एका कार्यक्रमात मायकेलनी सौ. बार्बरा बुश (राष्ट्राध्यक्ष सिनियर बुशची पत्नी) यांना पाहिल्यावर तो मला म्हणाला, "त्या कशा एखाद्या प्रेमळ आजीसारख्या दिसताहेत नाही?" मग मी सौ. बुशबाईंना एक पत्र पाठवलं. काही दिवसांनी 'व्हाईट हाऊसकडून' असं वरती लिहिलेलं एक बंद पाकीट आलं. मायकेल तर विस्फारीत नजरेनं त्याच्याकडे बघतच राहिला. मी पत्र टाकलं होतं त्याबद्दल मायकेलला काहीच बोलले नव्हते, कारण त्यांच्याकडून काही उत्तर आलं नसतं तर, अशी भीती मला वाटत होती. अतिशय प्रेमानं लिहिलेलं, उत्साहवर्धक असं पत्र होतं त्यात. ते पत्र एका फ्रेममध्ये घालून आम्ही ती फ्रेम खोलीत टेबलावर सजवून ठेवली होती. मायकेल अनेक वेळा

बोलून दाखवे, की त्याला इतकी छान आई, मित्रमंडळ व मी लाभले होते. त्यामुळे तो स्वत:ला खूप भाग्यवान समजे, पण खरी भाग्यवान तर मीच होते.

मायकेल माझ्या घरी येऊन थोडे दिवस राहाण्यास तयार झाला होता. माझ्या घरातल्या जेवणाच्या प्रशस्त खोलीमध्ये मला त्याची राहण्याची व्यवस्था करायची होती. म्हणजे मग तिथल्या भल्यामोठ्या खिडकीच्या काचेतून त्याला बाहेरचं विहंगम दृश्य सहजपणे दिसू शकलं असतं. त्या खोलीतलं फर्निचर कमी किमतीत विकून टाकण्यासाठी मी एका दुकानदाराला घरी बोलावलं. माझ्या नेहमीच्या औषधांच्या दुकानदाराने हॉस्पिटलचा खास पलंग मला भाड्यावर उपलब्ध करून दिला. एम. डी. असोसिएशनतर्फे (मस्क्युलर डायस्ट्रोफी असोसिएशन) चाकं लावलेली खुर्चीही मिळाली. ती खुर्ची हवी तशी सरळ किंवा तिरकी करता येत असल्यामुळे मायकेलला त्या खुर्चीतच नीट आडवं होणं शक्य होणार होतं. कारण तो बसू तर शकत नसे. काही महिन्यांपूर्वीच चर्चच्या पाद्रीसाहेबांनी मायकेलचा बाप्तिस्मा (नामकरणविधी) केलेला होता. तेव्हा त्यांनी मायकेलची मानलेली आई (गॉडमदर) असा बहुमान मला प्रदान केला होता. मी मायकेलला उचलून त्याच्या चाकांच्या खुर्चीत ठेवून ती ढकलत ढकलत चर्चपर्यंत नेली होती. आत जाऊन मी त्याला तिथल्या उंच चौथऱ्यावर (altar) ठेवलं. चर्चचे पाद्री म्हणाले, "आम्ही रोज ज्या मायकेलसाठी देवाजवळ प्रार्थना करत असतो, तो मायकेल आज स्वत: इथे हजर आहे." चर्चमध्ये जमल्यावर लोकं टाळ्या वाजवतात ह्याची त्याला तोपर्यंत कल्पनाही नव्हती, असं नंतर मायकेलनं बोलून दाखवलं. टाळ्यांचा कडकडाट इतका प्रचंड होता की त्यामुळे भारावून जाऊन नंतर घरी परत जात असताना मायकेल म्हणाला होता की, त्या दिवशीच जरी त्याला मरण आलं असतं तरी त्यानं ते आनंदाने स्वीकारलं असतं. अर्थात तसं काही घडलं नाही. उलट माझ्या घरी राहून त्याचं वजन चार पौंडानी वाढलंच होतं. मायकेलने सर्वांवर खूप प्रेम केलं. कधीही तक्रारीचा सूर काढला नाही. उलट तो सदा हसतमुखच असायचा. त्याला फुटबॉलपटू किंवा पोलीस बनण्याची कशी इच्छा होती ते त्यानं एकदा मला सांगितलं होतं. त्याच्या मनाला एक सल मात्र सतत लागलेला असायचा की त्याच्या आईला नातवंडांचं सुख मात्र कधीच मिळणार नव्हतं. कारण एक तर तो तिचा एकुलता एक मुलगा होता आणि तिचे दोन्ही भाऊदेखील एम.डी. याच आजाराने मरण पावले होते.

मायकेलचा सतरावा वाढदिवस मोठ्या धूमधडाक्यात साजरा झाला होता. त्याचे मित्रमैत्रिणी, सगळे नातेवाईक व मी अशा सगळ्यांनी मिळून एका विदूषकाला (जोकर) पार्टीत बोलावलं होतं. गोरिला माकडाची वेशभूषा करून

त्याने सगळ्यांची करमणूक करून खूप धम्माल आणली होती. सगळीकडे हास्याची कारंजी उडत होती. भेटवस्तूंचा ढीग साठला होता आणि महत्त्वाचं म्हणजे मायकेलचा हसरा चेहरा समारंभाची शोभा अधिकच वाढवत होता. जर त्याचा अठरावा वाढदिवसही असाच साजरा होणार असला, तर तेव्हा एखाद्या कुशल नृत्यांगनेला (बेली डान्सर) आम्ही बोलावू शकू का, असं मायकेलनं मिश्कीलपणे विचारलं होतं. परंतु दुर्दैवानं त्याच्या अठराव्या वाढदिवसाला दोनच आठवडे उरलेले असताना तो मृत्यू पावला.

त्याचे वडील व मी असे आम्ही बरोबरच अंत्यविधीच्या जागी प्रवेशद्वारातून आत शिरलो. आतमध्ये आधीपासूनच बरीच मंडळी जमलेली होती. प्रत्येक कुटुंबात एक व्यक्ती तरी देवदूताप्रमाणे असतेच, असं काहीसं मी त्याच्या वडिलांना बोलताना ऐकलं आणि खरंच तसंच असतं. मायकेलच्या आईने माझ्या हातात एक पाकीट ठेवलं. मायकेल वारला त्याच्या आदल्या रात्री त्यानेच तिला त्याच्यातर्फे एक पत्र लिहायला सांगितलं होतं. पत्रात त्याने लिहिलं होतं, की त्याचं एका मुलीवर कसं प्रेम होतं आणि तो त्यासाठी स्वत:ला किती भाग्यवान समजत होता. मला सतत हसरं राहण्याचा त्याने प्रेमळ आग्रह केला होता. पत्रात पुढे तो असंही म्हणत होता, की रोज रात्री मी जो पहिला तारा उगवताना बघेन, तो तारा म्हणजे तो स्वत:च असणार आणि तो माझ्याकडे बघून स्मितहस्य करत असेल. आज त्या गोष्टीला नऊ वर्षं उलटून गेली, पण रोज रात्री, अगदी कसंही वातावरण असलं तरी (वारा, थंडी, बर्फ, पाऊस) मी घराबाहेर येते. आकाशातल्या ज्या ताऱ्यावर माझी सर्वप्रथम नजर जाते, तो तारा मी डोळे भरून पाहाते. तो मायकेलसारखाच सुंदर, तेज:पुंज व चमचमणारा असा तारा असतो – त्याने जाताना मला भेट म्हणून अर्पण केलेला!

मिल्ड्रेड श्रिव्ह

The Gift

अभूतपूर्व मृत्यूसोहळा

मागच्या आठवड्यात मायकेल टेड विल्यम्स यांचा मृत्यू झाला. त्या वेळी त्यांचं वय होतं चौऱ्याण्णव वर्षं. भरपूर उंच आणि काटकुळ्या, सडसडीत शरीरयष्टीचे मायकेल टेड, आमच्या सॉयर्टन स्प्रिंग्ज या गावातला सर्वांत जुना असा एक अविभाज्य हिस्साच होते. माझ्या लहानपणी आम्ही मुलं शाळा सुटल्यावर घरी येताना मायकेल टेडच्या घरापाशी मुद्दाम थबकायचो. तेव्हादेखील ते वयस्करच होते. पण त्यांच्या वयाचा अंदाज मात्र कोणालाच येत नसे. सतत हसतमुख असणारे टेड, एका दोन मजली घरामध्ये एकटेच राहत असत – केवळ ते व त्यांच्या मांजरी.

मायकेल टेड यांच्याकडे दहा हजारांपेक्षा जास्तच मांजरी होत्या बहुतेक – म्हणजे बघून असंच वाटायचं आम्हा मुलांना. घराच्या आतमध्ये मांजरी, अंगणात, कुंपणाच्या बाहेरही. तसंच घराच्या छपरावरही. जिथे बघाल तिथे मांजरीच मांजरी!

त्यांच्या घरात एकच अशी जागा होती, जिथे मांजरांना आत जाण्यास पूर्ण मज्जाव असे. त्या खास जागेबद्दल गावातल्या सगळ्या लोकांना माहिती होतं. कारण बहुतेकांनी घरामध्ये जाऊन ती जागा बघितलेली होती. आम्हा मुलाबाळांना ती जागा खूप स्वच्छ, नीटनेटकी आणि व्यवस्थित वाटायची, पण गावातले प्रौढ लोकं मात्र ते बघून मायकेल टेडना नावं ठेवायचे आणि विक्षिप्त माणूस म्हणायचे. मी ज्या जागेबद्दल बोलतोय नं, ती जागा म्हणजे त्यांच्या घरातली एल्विसची खोली!

मायकेल टेड यांचं एल्विस प्रिस्ले या सुप्रसिद्ध गायकावर निरतिशय प्रेम होतं. ते त्याचे जणू काही भक्तच होते, इतकं त्यांना त्याचं वेड होतं. त्यांच्यासारखा वृद्ध माणूस इतका कसा एल्विसच्या प्रेमात होता, हे बघून सर्वांना खूप आश्चर्य वाटायचं. ''बिंग क्रॉस्बी आणि इतर महान कलाकार त्याच्या तुलनेत काहीच नाहीत. 'एल्विस' म्हणजे अजब रसायन आहे. तो छान गाऊ शकतो, तसंच उत्तम अभिनयही करू शकतो आणि त्याचं त्याच्या आईवर खूप प्रेम होतं.'' ते नेहमी म्हणत.

घराच्या दुसऱ्या मजल्यावरची हॉलच्या शेजारची खोली ही एल्विसची खोली होती. त्यांच्यासाठी ते एक पवित्र असं तीर्थस्थानच होतं. शेल्फवर एल्विसची अनेक छायाचित्रं, जोडीला त्याचं चित्र रंगवलेले जग, (काचेचे चंबू) बाटल्या, त्याचे पुतळे असं सगळं दाटीवाटीने ठेवलेलं असायचं. भिंतीवर एल्विसनं काम केलेल्या सिनेमांची मोठमोठी पोस्टर चिकटवलेली – 'फन इन ॲकापुल्को', 'विव्हा लास वेगास', 'गर्ल्स, गर्ल्स, गर्ल्स' इ. इ. अशा काही सिनेमांचा त्यात समावेश होता.

दाराजवळच्या कपाटात एल्विसच्या आवाजातल्या गाण्यांच्या ध्वनिमुद्रिका अजूनही त्यांच्या मूळ कागदी वेष्टनात ठेवलेल्या असत. अर्धी फाडलेली अशी एकशे एकोणतीस तिकिटं खोलीच्या कोपऱ्यात एका टेबलावर व्यवस्थित मांडून ठेवलेली दिसत. ते प्रत्येक अर्धं तिकीट म्हणजे मायकेलने हजेरी लावलेल्या एल्विसच्या गाण्याच्या कार्यक्रमांची निशाणी होती.

''ल्युसव्हिलमध्ये एल्विसनं हा स्कार्फ वापरला होता.'' एखाद्या व्यक्तीला त्या खोलीतल्या वेगवेगळ्या वस्तू दाखवत ते माहिती देत असत. ''बघा-बघा, प्रत्यक्ष एल्विसचा घाम. ते डाग दिसताहेत बघा स्कार्फवर पडलेले. टॅलहसी गावात मिळालेलं हे मक्याच्या लाह्यांचं (पॉपकॉर्न) पाकीट. कार्यक्रम चालू असताना प्रेक्षकांपैकी कोणीतरी स्टेजवर भिरकावलं होतं. एल्विसनं लगेच पायाने ते उडवून लावलं आणि समोर प्रेक्षकांत बसून मी ते पटकन झेललं होतं. मी तिथे होतो बसलेला – अगदी पहिल्या ओळीत बरं का!''

अधूनमधून गावामधलं एखादं खोडकर कार्टं मुद्दाम एल्विसबद्दल काहीबाही बोलायचं आणि मग मायकेल टेडना जाणूनबुजून संतापायला लावायचं. एकदा जेफ डियाझ हा मुलगा एल्विसला कसं नशेच्या द्रव्यसेवनाचं व्यसन जडलेलं होतं याबद्दल ताशेरे ओढत होता.

त्यांनी जेफला खडसावून सांगितलं होतं, की एल्विसला अर्धशिशीचा त्रास होत असे आणि कराटे या स्वसंरक्षण कलेच्या खेळाचं शिक्षण घेताना त्याला अनेक दुखापती झाल्या होत्या, त्याचा त्रास होत असे आणि कराटेच्या खेळात झालेल्या इजा, दुखापती कशा त्रास देतात हे जाणून घेण्याची जेफला जर हौसच असेल, तर त्याने त्याचं वैद्यकीय ज्ञान पाजळणं चुपचाप विसरून जावं.

१९७७ मध्ये जेव्हा एल्विस मृत्यू पावला, त्या वेळी मायकेल टेडनी त्यांच्याजवळच्या सगळ्या मांजरींना आपल्या भाच्याकडे, म्हणजे बिली पॅटकडे सोपवलं आणि ते तडक मेंफिस या शहराकडे जाण्यास निघाले. त्यांना गाडीतून जाताना आम्ही बघितलं होतं. आमच्या शाळेवरून ते गाडी चालवत जात असताना एकीकडे डोळ्यातले अश्रू पुसताना दिसले होते. पूर्ण तीन दिवस ते

'ग्रेसलँड' या एल्विसच्या राजेशाही घराच्या प्रवेशद्वारापाशी इतर हजारो चाहत्यांबरोबर उभे होते.

मिसिसिपी राज्यातल्या डी कॅल्ब या गावावरून तिथे आलेली, साधारण त्यांच्याच वयाची पॅट्सी जोन्स नावाची एक बाई त्यांना भेटली. ती म्हणे एकदा रेल्वे स्टेशनवर अचानक एल्विसला भेटली होती. त्या रात्रीची तिची गाडी चुकली होती व रात्रीच्या जेवणाचेदेखील पैसे तिच्याकडे नव्हते. पॅट्सीला जेवणासाठी म्हणून एल्विसनं जी पाच डॉलरची नोट काढून दिली, ती तिने मायकेल टेडना दाखवली. ती नोट हातात घेऊन मोठ्या कौतुकाने न्याहाळत त्यांनी तिला विचारलं की ती नोट तिने खर्च का नव्हती केली? एल्विसने तिला पैसे दिले हे बघून तिची तहानभूकच हरपून गेली होती आणि तिच्यासाठी इतकं चांगलं काम त्यापूर्वी कोणीही कधी केलेलं नव्हतं, असं ती टेडना म्हणाली.

मायकेल टेड गावी परत आल्यानंतर त्यांच्या चेहऱ्यावर दुःखाचा अजिबात लवलेशही उरलेला दिसत नव्हता. ''असं अकाली जाण्याचं एल्विसचं वय नव्हतंच मुळी. पण हे किती छान, की तो थोडंच जगला पण किती सुखाचं आयुष्य जगला.'' ते सांगत असत. ''मदतीचा हात पुढे करून त्याने अनेकांचा एकाकीपणा दूर केला आणि मी स्वतः तर कायमच त्याचा ऋणी राहीन! तो नसला तरी आपल्याजवळ त्याचं संगीत तर उरलेलं आहेच ना... म्हणजे त्याचा अर्थ असा की तो त्याच्या आवाजाच्या रूपानं आपल्याजवळच आहे. हो ना!''

त्या घटनेनंतर आता मागच्या आठवड्यात त्यांचं निधन होईपर्यंतच्या काळात मायकेल टेडनी एल्विसचा अधिकच ध्यास घेतला होता. एल्विसबद्दलच्या वेडानी त्यांना जसं काही पछाडून सोडलं होतं. ...पण अर्थात चांगल्या अर्थीच! कोणा एखाद्याची एल्विसशी ओळख होती एवढं कळायचा अवकाश, की ते लगेच शेकडो मैलांचा प्रवास करून त्या व्यक्तीला भेटण्यासाठी म्हणून मुद्दाम जात. त्यांनी एल्विसच्या आठवणींच्या निगडित अशा अनेक संस्मरणीय गोष्टी विकत घेतल्या, स्वतःकडच्या काही वस्तू दुसऱ्यांना देऊन त्या बदल्यात दुसरी काही वस्तू त्यांच्याकडून घेतली. एवढंच काय तर दर वर्षी उन्हाळ्यात आमच्या माध्यमिक शाळेत ते एल्विसच्या नृत्याच्या समारंभाचं आयोजन करू लागले. त्या समारंभात केवळ एल्विसनं गायलेली गाणीच ऐकवली जात आणि एल्विसच्या कपड्यांसारखेच कपडे घालून मुलं व प्रिसिलाच्या ड्रेसप्रमाणे ड्रेस घालून मुली त्या गाण्यांवर नृत्य करीत. मायकेल टेड यांच्या मतानुसार एल्विसनं खरंखुरं प्रेम केलं होतं, ते फक्त प्रिसिलावरच!

आता एक वर्षापूर्वीच मायकेल टेडनी त्यांच्याजवळच्या सगळ्या मांजरी लोकांना वाटून देण्यास सुरुवात केली होती. ''मी काही आता पूर्वीसारखा तरुण

राहिलो नाहीये आणि तुम्हाला सांगतो; की या मऊमऊ अंगाच्या मांजरींना कोणीतरी बघायला हवंच. नाही का?'' ते म्हणत. आमच्या गावातल्या जवळ जवळ प्रत्येक व्यक्तीने त्यांच्याकडून एक-दोन मांजरी तरी घेतल्याच होत्या. त्यांची आता निरवानिरवीची भाषा सुरू झाली होती, हे तर स्पष्ट दिसत होतं. पण तरी जगाचा कायमचा निरोप घेण्यास त्यांची स्वत:ची किती मानसिक तयारी झाली होती, याचा मात्र अंदाज कोणालाच नव्हता.

''कामाला जाताना वाटेत जरा बँकेत जावं असा विचार करतोय मी,'' बुधवारी सकाळी नाश्त्याच्या वेळी बिली पॅट त्याच्या पत्नीला म्हणाला, ''मला वाटतंय की सगळी तयारी तर झालेली आहेच. पण इच्छापत्रात त्यांनी लिहून ठेवलंय की अंत्यविधीसाठी त्यांनी काही सूचना लिहिलेला एक कागद बँकेमध्ये त्यांच्या लॉकरमध्ये सुरक्षितरित्या ठेवलेला आहे.'' सगळ्यात जवळचा व त्यांच्याशी रक्ताचं नातं असलेला असा एकच नातेवाईक होता, त्यांचा भाचा बिली पॅट. त्यांच्या मालमत्तेबद्दलचं मृत्युपत्र आणण्यासाठी त्यांनी त्यालाच नियुक्त केलेलं होतं.

खरं तर अगदी साधा सरळ हिशेब होता – घर व इतर काही वस्तू गावातील मेथॉडिस्ट चर्चच्या नावे केलेल्या होत्या. मायकेल टेड नेहमी याच चर्चमध्ये प्रार्थनेला जात असत. घरामधल्या बाकीच्या वस्तू त्यांचं मित्रमंडळ व दूरच्या नातेवाइकांमध्ये वाटून द्यायच्या होत्या – फक्त एल्विसच्या वस्तू सोडून. त्या सगळ्या वस्तू खोक्यांमध्ये नीट बंद करून पार्सलने मिसिसिपी राज्यातील डी कॅल्ब गावात राहणाऱ्या त्या पॅट्सी जोन्स या बाईंकडे पाठवायच्या होत्या.

बिली पॅट बँकेत जाऊन पोहोचला. ३००२४ नंबरचा त्यांच्या नावाचा लॉकर उघडून पाहिल्यावर त्याला आतमध्ये एक पाकीट मिळालं. वरती लिहिलेलं होतं 'सूचना.' बँकेतल्या लोकांना धन्यवाद देऊन, ते पाकीट घेऊन पॅट सॉयर्टन गावातल्या एकमेव दफनभूमीकडे निघाला.

दफनभूमीचा मुख्य अधिकारी मॅक्स रीडला भेटून बिली पॅटनं ते न उघडलेलं पाकीट त्याच्या हवाली केलं व आतील सूचनांनुसार सर्व व्यवस्थित पार पाडण्याचं आश्वासनही घेतलं. ''मी या पत्राचं व त्यातल्या सूचनांचं नीट वाचन करून दुपारी जेवणानंतर तुला फोन करेन. पण शुक्रवारी दुपारी दोन वाजता त्यांचा अंत्यविधी उरकण्याचा कार्यक्रम मात्र आपण आताच पक्का करून टाकू या.'' मॅक्स म्हणाला.

दहा मिनिटांनी बिली पॅट त्याच्या ऑफिसमध्ये पोहोचताच त्याच्या सेक्रेटरीने बिलीच्या हातात फोनचा रिसिव्हर दिला. ''श्री. रीड यांचा फोन आहे. त्यांना

नक्कीच काहीतरी खूप महत्त्वाचं तुम्हाला सांगायचं असणार, कारण त्यांनी तिकडे रिसिव्हर धरून ठेवलेला आहे आणि तशीच आता त्याला सात-आठ मिनिटं उलटून गेली आहेत.'' तो म्हणाला.

कपाळावर आठ्यांचं जाळं पसरवत पॅटनं गोंधळून जाऊन रिसिव्हर कानाला लावला, ''हं मॅक्स, मी बिली पॅट बोलतोय.'' तो म्हणाला.

''बिली पॅट, अरे तुझ्या काकांनी काय काय सूचना लिहून ठेवल्यात त्या पत्रात, ते तू वाचलं होतंस का?'' मॅक्सनं प्रश्न केला.

''नाही, मी तर ते पाकीट उघडूनही पाहिलेलं नाहीये.'' बिलीनं उत्तर दिलं. मॅक्सने पुढे असंही विचारलं. ''बरं, त्यांनी कधी सहजच तुला काही कल्पना दिली होती का, की त्यांच्या मनात काही योजना घोळत होती?''

''नाही, नाही. मला नाही तसं त्यांनी काही सांगितलेलं आठवत.''

''बरं, मायकेल टेडच्या इच्छापत्रात अंत्ययात्रा कशाप्रकारे निघावी त्याबद्दल काही लिहिलेलं?''

''फक्त त्यांच्या सूचनांनुसारच तयारी करावी असं लिहिलेलं आहे. पण हे सगळं काय चाललंय आणि कशासाठी?'' बिली पॅटने विचारलं.

''आपल्या गावातला हा एक अभूतपूर्व असा निरोपाचा सोहळा होणारा आहे बघ. अगदी न भूतो न भविष्यती! आता कृपा कर आणि ताबडतोब इकडे ये बरं तू. अरे, तुझा विश्वासही बसणार नाही काय-काय घडणार आहे त्यावर!'' मॅक्स म्हणाला.

शुक्रवारी दुपारी गावातलं ब्युमन पाँड युनायटेड मेथॉडिस्ट चर्च अथांग जनसमुदायानं भरून गेलं होतं. जवळजवळ पूर्ण गावच तिथे लोटलं होतं, असं म्हटल्यास वावगं ठरणार नव्हतं. अगदी एकूण एक माणूस, बाई, मूल एकजात सगळे हजर होते.

शवपेटिकेपाशी फुलांच्या रांगाच रांगा तयार झालेल्या होत्या. अत्यंत मोहक कार्नेशन, गुलाब यांचे गुच्छ ठेवलेले होते व सोबतच्या कार्डावर लिहिलेलं होतं. *'स्वर्गवासी झालेले, पण आठवणीतून कधीच नाहीसे न होणारे.'* आणि *'भविष्यातही खात्रीनं आमच्या हृदयात वास करत राहणारे.'* इ. इ.

चर्चमधल्या चौथऱ्याजवळ ल्युना मायर्स व एडना थिगपेन या मुलींनी मिळून सुंदरशी पुष्परचना करून ठेवली होती. प्लॅस्टिकच्या एका फोनभोवती जांभळ्या रंगाची ग्लॅडिओलाची व पांढऱ्या मम्सच्या फुलांची एक अत्यंत सुंदर अशी गोलाकृती रचना बनवली होती. फोनच्या वर एका कार्डावरती लिहिलेलं होतं, *'जीझसचं (येशू) फोनवरून बोलावणं आलंय... मायकेल टेडनी आमंत्रण स्वीकारलं.'*

मॅक्स रीड एका बाजूस उभा होता. त्याच्या चेहऱ्यावर भीतीचं सावट

जमलेलं दिसत होतं. त्यानंतर काय अजब घडणार होतं, याची त्याला पूर्ण कल्पना होती. त्या मृत, वयस्कर व्यक्तीने दिलेल्या सूचनांनुसारच त्याने तयारी केलेली असली, तरी त्याला तो सगळा प्रकार अनुचितच वाटत होता.

पाद्री वॉर्ड हे चौथऱ्यावर खुर्चीत बसलेले होते व पायाची अढी एकसारखी बदलत बैचैन होऊन, ते सतत रुमालाने तोंड पुसत होते. कदाचित जे गाणं चालू होतं त्याचा परिणाम असावा, 'Love me Tender' ('हळुवारपणे माझ्यावर प्रेमाचा वर्षाव करा') या गाण्याचे सूर कानावर पडत होते. चाकोरीबाहेरची एखादी जरी नवी गोष्ट झाली, की त्यामुळे पाद्री वॉर्ड अतिशय अस्वस्थ होत असत आणि आज तर ते त्यांच्या जीवनातला पहिलावहिला 'एल्विसचा अंत्यविधी' पार पाडणार होते.

टेरी हेन्ले गाणं म्हणण्यासाठी चौथऱ्याजवळ येऊन पोहोचल्यावर मॅक्सने मान डोलावून संमती दर्शवली. 'हा म्हणजे केवळ मूर्खपणा आहे – अंत्ययात्रेच्या गंभीर प्रसंगी आणि हे असलं गाणं?' ती मनात म्हणाली. शेवटी टेरीनं 'हाऊण्ड डॉग,' 'हार्टब्रेक हॉटेल आणि 'टेडी बेअर' अशी गाणी गायली. तिचं शेवटचं गाणं म्हणून झाल्यानंतर अनेक लोक कुरकुरीच्या सुरात कुजबुजू लागले व जोरात ओरडत म्हणाले, "धन्यवाद, धन्यवाद! इतकी 'छान' गाणी गायल्याबद्दल."

त्यानंतर पाळी होती पाद्री वॉर्ड यांची. "बंधू-भगिनींनो, आज आपण आपल्या मित्राच्या वियोगाच्या शोकप्रदर्शनानिमित्त एकत्र आलो आहोत. आपले हे मित्र म्हणजे एक आगळंच व्यक्तिमत्त्व होतं." ते पुढे म्हणाले की त्यांच्या आजवरच्या कारकिर्दीमध्ये प्रथमच अशी सभा होत आहे की, सर्व सदस्यांनी एकमताने ठरावास मंजुरी दिलेली आहे. दिवंगत व्यक्ती किती महान होती वगैरे वगैरे असं तयार केलेलं भाषण संपवून पाद्रींनी स्तब्ध उभं राहून मनातल्या मनात एक प्रार्थना केली. नंतर ते स्वतःशीच पुटपुटले, "हे परमेश्वरा, आता पुढच्या प्रसंगासाठी मला बळ दे आणि मला तारून ने रे बाबा!"

मॅक्सने आधीच त्यांच्या हातात जो कागद सुपूर्त केलेला होता, त्यावरील मजकूर पाद्री वाचू लागले, "आणि आता यानंतर, सभ्य स्त्री-पुरुषहो... ज्या क्षणाची तुम्ही इतक्या आतुरतेनं वाट बघत आहात... मायकेल टेड विल्यम्स, राहणार सॉयर्टन स्प्रिंग्ज, अलाबामा...."

मॅक्स रीडने टेपरेकॉर्डरचं बटण दाबलं आणि तो शवपेटिकेच्या शेजारी जाऊन उभा राहिला. २००१ या सालामधलं अत्याधुनिक गाणं, 'अ स्पेस ओडिसी' कानावर पडू लागलं. शवपेटिकेचं झाकण सावकाश उघडलं जाऊ लागलं आणि तो शोकाकुल जमाव (कोणी त्यांना शोकाकुल म्हणू शकणार होतं का?) उभा राहिला व प्रत्येक जण उत्सुकतेनं वाकून बघू लागला. गाण्याच्या

जोरदार ओळी आणि कानठळ्या बसवणारं पार्श्वसंगीत सुरू झाल्यावर ती शवपेटिका पूर्ण उघडली गेली व टाळ्यांचा गजर झाला.

कॅमेऱ्याच्या फ्लॅशच्या उजेडात मायकेल टेड विल्यम्स न्हाऊन निघत होते. त्यांच्या डोक्यावरचे केस कलप लावून काळेभोर केलेले होते. गालावरती केसांचे खोटे कल्ले चिकटवलेले दिसत होते आणि अंगावर सोनेरी रंगाचा भारी सूट चढवलेला होता.

छान, आकर्षक दिसत होतं त्यांचं ते रूप! म्हणजे खरं तर, प्रत्येक जणाच्या तोंडून तसेच शब्द बाहेर पडले होते – "ए, काय रुबाबदार दिसताहेत नाही?" त्या दिसण्यात कृत्रिमपणा, नकलीपणा जाणवत होता, पण तसं बोलून मात्र कोणीच दाखवलं नाही. त्यांना स्वत:ला जसं दिसावं वाटलं होतं, तसेच ते दिसत होते यावर मात्र सगळ्यांचं एकमत झालं. हुबेहूब चौऱ्याण्णव वर्षांच्या एल्विससारखे दिसत होते ते.

मायकेल टेड यांना कोणीही कधीच विसरू शकणार नाही, असं म्हणणं पुरेसं होणार नाही. स्वत:च्या मृत्यूनंतरही आम्हाला हसवणारी ती एक अनोखी व्यक्ती होती. स्वहस्ते आपल्याच अंत्ययात्रेबद्दलच्या सूचना लिहून ते गालातल्या गालात कसे हसले असतील; याची प्रत्येकाला कल्पना येऊ शकते. आयुष्यात बघायला मिळालेली एक अफाट निर्मितीच होती ती! अंत्यविधी चालू असताना परत एक अशी वेळ आली की, संपूर्ण जमावानं न राहवून टाळ्यांचा कडकडाट केला होता. त्या टाळ्या होत्या, त्या वृद्ध मृत व्यक्तीच्या कौतुकात केलेल्या मानाच्या मुजऱ्याच्या! त्याचप्रमाणे सर्व विधी व्यवस्थितरित्या पार पडले. (घडत असलेला तो प्रसंग म्हणजे भंपकगिरीचा नमुना की जीवनातलं एक सत्य होतं, ही गोष्ट वेगळी) हे दर्शवण्यासाठी देखील त्या टाळ्या वाजल्या होत्या. शवपेटिका चर्चमधून बाहेर नेण्यास सुरुवात झाली व समस्त जनता टाळ्या वाजवत, आनंदाने आरोळ्या ठोकू लागली होती. तो प्रसंग 'साजरा' करू लागली होती म्हटल्यास काही चुकीचं वाटणार नव्हतं.

पाद्री वॉर्ड हे लोकांकडे बघतच राहिले व तोंडभरून हसून म्हणाले, "मित्र-मैत्रिणींनो, आता तुम्ही सगळे आपापल्या घरी परतू शकता. मायकेल टेडनीही या इमारतीमधून प्रस्थान केलेलं आहे."

अँडी अॅन्ड्र्यूज

Mr. Michael Ted's Big Production

४

शिकवणे व शिकणे

"आपण सगळे मूलतः शिक्षकच असतो किंवा तसं असणं आवश्यकच असतं. कोणतीही व्यक्ती, जी स्वानुभवाचे बोल पुढे दुसऱ्या व्यक्तीला सांगते, तिला शिक्षकच म्हणायला हवं. स्वतःचा अनुभव, ज्ञान दुसऱ्या कोणाला न सांगणं म्हणजे थोडक्यात, इतरांना आपल्या जवळच्या अनुभवांपासून, ज्ञानापासून वंचित ठेवणं असाच अर्थ निघत असतो."

एली विझेल

चिकाटीचं फळ

"सर्वांगानं विचार करून तुम्ही जे शिकता, तेच खरं मोलाचं."

मला आठवतंय की, पार व्हरांड्यापर्यंत त्यांचा आरडाओरडा, एकमेकांना दरडावणं, किंचाळणं मला ऐकू येत होतं. नुकतंच कॉलेजशिक्षण पूर्ण करून बाहेर पडलेली मी जेमतेम बावीस वर्षांची तरुणी (कोणी मला अननुभवी, दुराग्रही किंवा हेकेखोरही म्हणतील.) सामोरी येणारी सारी आव्हानं झेलण्यास तयार होते. त्या शाळेत माझ्याबरोबर एक सुरक्षा अधिकारी हातात फक्त वॉकी-टॉकीचा सेट घेऊन व हसरा चेहरा ठेवून चालत होता. त्याच्या ओठांवरच्या त्या हास्यामागे माझ्यासाठी सहानुभूतीची भावनाच दडलेली दिसत होती.

तिथे हजर राहण्यासाठी मला आदल्या रात्रीच बोलावणं आलं होतं. 'द पोर्ट्समाऊथ सिटी स्कूल' या शाळेला एका शालेय वर्षापुरतीच एका बदलीच्या शिक्षकाची तातडीची गरज होती. 'ब्रिज' नावाच्या त्या खास वर्गात केवळ बेशिस्त व दांडगट विद्यार्थ्यांचाच समावेश केलेला होता. शाळेतून या मुलांचं नाव काढून टाकावं तर त्यांचं वयही लहान, पण तसंच अंगी शिस्त न बाणवता त्या मुलांनी शाळेत तसंच शिकत राहणं हे ही गैर, म्हणून मग हे कटू सत्य गोड, मृदू भाषेत सांगणारा शब्द म्हणजे 'ब्रिज.' त्या शाळेची स्थापना १९४० मध्ये झालेली होती, ती मुख्यत्वेकरून शहराबाहेरच्या भागातल्या लोकांसाठी. पण कालांतराने तो भाग शहरात सामावून गेला होता. त्या वर्गाची नेहमीची शिक्षिका तीव्र मानसिक नैराश्यानं ग्रस्त झाल्यामुळे फेब्रुवारीपासून कामावर येत नव्हती व अजून मार्चचा महिना उगवलाही नव्हता आणि तितक्या कमी काळात मी सोळावी शिक्षिका म्हणून तिथे रुजू होणार होते. आठ दिवसांतच पहिल्या तेरा शिक्षिकांनी कामाचं स्वरूप बघून लगेचच काम सोडून दिलं होतं आणि नंतर शाळेच्या सुरक्षा कर्मचाऱ्यांनी व उपमुख्याध्यकांनी मिळून त्या मुलांना काबूत ठेवण्याचं काम स्वत:कडे घेतलेलं होतं. मला माहिती नव्हतं, शाळेमधल्या इतर शिक्षकांनी त्या वर्गाचं नाव ठेवलं होतं 'केज' (पिंजरा) – जंगली – अशी

जागा, जिथे जिवंतपणीच कच्चं खाऊन टाकण्याची वेळ येईपर्यंत इतर कोणीही टिकू शकणार नाही.

२११ क्रमांकाचा हा वर्ग त्या प्रशस्त शाळेच्या जिन्याजवळ भरत असे. माझ्याबरोबर आलेल्या त्या सुरक्षा अधिकाऱ्याचे आभार मानून मी वर्गामध्ये शिरले. अठ्ठावीस नजरा मला आपादमस्तक न्याहाळू लागल्या. काहींचे डोळे हिरवट होते, पण बहुतेकांचे काळेभोरच दिसत होते – शेकोटीमधल्या विझलेल्या कोळशांच्या रंगासारखे. लहान लहान मुलांच्या चेहऱ्यावरचे ते डोळे, मोठ्या माणसांचे डोळे असल्यासारखे भाव दर्शवत होते. त्यात मुलांच्या डोळ्यांत बालिशपणा, निरागसता याचा लवलेशही नव्हता. काही बारा वर्षांचे, तर काहींचं वय चवदा-पंधरा; पण अधिक मुलंमुली वयानं तेरा वर्षांची होती आणि वर्ग होता सहावीचा!

मी दाराजवळच उभी होते. दाराच्या वरच्या बाजूच्या दोन काचा फुटलेल्या होत्या व खालच्या बाजूला फ्रेम तुटून मोठी रिकामी जागा तयार झाल्यामुळे दार बंद असतानाही त्यातून अंग चोरून मुलांना सहजपणे आत-बाहेर करता येत असे. वर्गातले नोटिस बोर्ड रिकामे पडलेले होते. उगाच कोपऱ्यात इकडेतिकडे थोडाफार क्रेपचा जुना कागद चिकटून राहिलेला दिसत होता. काही मुलं एकमेकांकडे कटाक्ष टाकत माझ्याकडे रोखून बघत होती. तर उरलेले माझ्याकडे पूर्ण दुर्लक्ष करून जणू माझं अस्तित्व नाकारून काहीतरी उद्योग करण्यात रमल्याचं भासवत होती. वर्गातला कल्ला मात्र अजून चालूच होता. मी शांतपणे उभी राहून त्यांना बघत राहिले आणि मग भानावर येऊन माझ्या घड्याळात

पाहिलं, तर आठ वाजून एकोणीस मिनिटं वेळ झालेली दिसली. मी काही न बोलता तशीच उभी राहिले आणि परत माझं घड्याळ पाहिलं. तेवढ्या वेळात मला काही मुलांची नावं समजली होती व त्या नावाचं दप्तर किंवा पुस्तकं कोणत्या डेस्कवर ठेवलेली होती, हे ही माझे बघून झालं होतं. अखेर मी खास शिक्षिकेच्या सुरात चढ्या आवाजात म्हणाले, "तुम्ही जेवढा वेळ मला असं तिष्ठत ठेवणार आहात तेवढा वेळ शाळा सुटल्यावर मीही तुम्हाला शाळेतच थांबवून तिष्ठत ठेवणारेय बरं का!" असं बोलून मी घड्याळात परत एकदा वेळ बघितली. माझ्याकडे बघून काहींनी त्रासिक चेहरा केला तर काही पूर्वीसारखंच दुर्लक्ष करत राहिले. कोणीही अजून आपापल्या जागेवर येऊन व्यवस्थितपणे बसलं नव्हतं. तो सुरक्षा अधिकारी वर्गाबाहेरच्या व्हरांड्यातून जात असताना त्याने दारातून डोकावून विचारलं, "काही मदत हवीय का तुम्हाला?" मी म्हणाले, "नाही, नको," खरं तर भीतीनं माझ्या पोटात गोळा आलेला होता व तिथून धूम ठोकून घरी परतावंसं वाटत होतं. तो वर्गाबाहेरून पुढे गेला, पण मला वाटलं की फार दूर तो गेलेला नसावा.

मी माझ्या घड्याळाकडे अखेरचा दृष्टिक्षेप टाकत म्हणाले, "सहा मिनिटं झाली आहेत. तुम्ही मला खोळंबवून ठेवलं आहे म्हणून आता शाळा सुटल्यानंतर मीही तुम्हाला सहा मिनिटं डांबून ठेवणार आहे हे नक्की. क्वेंटिन, तू दुसऱ्या ओळीत तुझ्या रोजच्या जागेवर जाऊन बस. काय सांगतेय मी? आधी जाऊन बस तिकडे. अब्दुल, तू पहिल्या ओळीत तिसऱ्या बाकावर बसायला जा. बाकी सगळ्यांना आपापल्या जागी बसण्यासाठी मी बरोब्बर तीस सेकंदांचा वेळ देतेय. नंतर मी माझी ओळख करून देईन आणि आठ पंचेचाळीसपर्यंत तुम्हा सर्वांची नावं पाठ करून मी म्हणून दाखवणारेय. आज आपण शब्दांची स्पेलिंग शिकणार आहोत आणि शुक्रवारी लगेच चाचणी परीक्षाही घेणार आहे."

माझं बोलणं संपताच नेहमीचे संवाद कानावर पडू लागले. "ए, बाईंना तुझं नाव कसं कळलं?" किंवा. "आपल्या शिक्षिका म्हणून त्यांचा टिकाव लागणार असा बाईंचा गोड गैरसमज झालेला दिसतोय बरं का!" आणि असेच काहीबाही शेरे ऐकू येत होते. पण आता माझ्यात थोडाफार रस ते दाखवू लागलेत, माझ्याबद्दल जाणून घेण्यास थोडे उत्सुक आहेत, हे माझ्या लक्षात आलं. आता वर्गावर मी पूर्ण कब्जा प्रस्थपित केला होता. मी बरोबर आणलेलं एक भित्तीचित्र (पोस्टर) चिकटवण्यासाठी टेप बाहेर काढला. मुद्दामच खूप त्रास पडतोय असं भासवत ते पोस्टर फळ्यावर चिकटवलं. काळ्या शाईनं मोठ्या अक्षरात त्या पोस्टरवर लिहिलं होतं. *'क्लॅन्सीबाईंचे दहा नियम. परमेश्वराचे दहा नियम (टेन कमांडमेंट्स) असतात, पण माझे मात्र बारा नियम आहेत.'* त्याखाली

जरा लहान, पण स्पष्ट अक्षरात सहा-सहा नियम दोन स्तंभ बनवून लिहिले होते. वर्गाकडे तोंड करून मी उभी राहिले व बोलायला सुरुवात केली. "माझं नाव आहे क्लॅन्सी. वय वर्षं बावीस. मी मूळची न्यूयॉर्कची, पण नुकतीच इथे व्हर्जिनिया राज्यात राहण्यास आलेली आहे. इथे शाळेत मी जून महिन्यापर्यंत तुम्हाला शिकवणार आहे. आता मी तुमच्यासमोर दोन पर्याय ठेवणार आहे – (१) तुम्हाला सांगितलं जाईल त्याप्रमाणे तुम्ही वागायचं आणि मी घालून दिलेल्या नियमांचं पालन करायचं किंवा (२) सांगितल्यानुसार वागायचं नाही आणि नियमांचं पालन करायचं नाही. या दोनपैकी कोणताही एक पर्याय तुम्ही निवडू शकता. पण आता गाठ मात्र माझ्याशी आहे. कोणाचीही सुटका नाही हे लक्षात ठेवायचं. जर का दुसरा पर्याय तुम्ही कोणी निवडलात, तर मी तुमचं जगणं कठीण करून सोडणार हे आताच सांगून ठेवतेय. कारण तुम्ही माझ्याशी कसंही वागलेलं मला चालणार नाही आणि कसंही वागण्याचा इतके दिवस तुमचा प्रयत्न करून झालेला आहेच किंवा दोन वर्षांपूर्वी मी स्वतःही असं वागण्याचा थोडाफार अनुभव घेतलाय. तेव्हा चला, आता मी हजेरी घेण्यास सुरुवात करतेय."

त्या दिवशी दुपारी दोन वाजून छत्तीस मिनिटांनी मी वर्गाला सुट्टी दिली आणि पुढच्या मिनिटालाच मी एकटी डेस्कपाशी बसून रडू लागले. मी पोटभर रडून घेतलं. ज्या मुलांना संज्ञा म्हणजे काय तेही माहिती नव्हतं, अमेरिकेच्या उपराष्ट्राध्यक्षांचं नाव सांगता येत नव्हतं आणि तिसरीच्या वर्गात शिकणाऱ्या मुलांएवढी त्यांची वाचनक्षमता होती, अशी मुलं माझ्या पुढ्यात होती. त्या दिवशी मी त्या मुलांचे गणित, विज्ञान, इतिहास-भूगोल हे विषय घेऊच शकले नाही, कारण दोन भांडणं सोडवण्यातच माझा बराच वेळ गेला होता. शिवाय इतर चार मुलांच्या मस्तीला वैतागून शेवटी त्यांना मुख्याध्यापकांच्या ऑफिसमध्ये पाठवलं होतं. कोणाला एकाही धड्याच्या प्रश्नांची उत्तरं देता येत नव्हती. वर्गातल्या निम्म्या मुलांकडे तर पुस्तकंही नव्हती.

मी डोळे पुसले आणि स्वतःला सावरून ऑफिसमध्ये जाऊन दुसऱ्या दिवशी बदलीची नवी शिक्षिका शोधावी असं सांगण्यास जाणारच होते, तेवढ्यात टेबलावरच्या निबंधाच्या वह्यांतून तमेशा नावाच्या मुलीनं लिहिलेला निबंध माझ्या नजरेस पडला. मीच त्यांना निबंध लिहिण्यास सांगून जेवणाच्या सुटीनंतर काय शिकवायचं याचा स्वस्थ चित्तानं विचार करत बसले होते. निबंधाचा विषय होता – 'माझ्या जीवनातील सर्वांत महत्त्वाची व्यक्ती.' तमेशानं तिच्या मावशीबद्दल निबंध लिहिला होता. तमेशा सहा वर्षांची असतानाच तिच्या आईचं मेंदूत रक्तस्राव होऊन घरातल्या स्वयंपाकखोलीतच निधन झालं होतं. त्यामुळे तमेशा,

तिची मोठी बहीण व दोन लहान बहिणी अशा चौघींना त्यांच्या मावशीकडे व तिच्या चार मुलांबरोबर राहाणं भाग पडलं होतं. तेव्हा तमेशाचे वडील तुरुंगात शिक्षा भोगत होते आणि तिला तर वडील कधी भेटले होते, हेही आठवत नव्हतं. तमेशाच्या निबंधात शुद्धलेखनाच्या जरी अनेक चुका झालेल्या होत्या, तरी तो निबंध म्हणजे चिकाटी व नि:स्वार्थीपणाचं उत्तम उदाहरण होता. तिच्या मावशीनं किती काबाडकष्ट करत त्या आठ मुलांना अन्न, वस्त्र पुरवून वाढवलं होतं, याबद्दल तिने सविस्तरपणे लिहिलं होतं. निबंधात तमेशा म्हणाली होती, की 'तिची मावशी तिला व तिच्या बहिणींना सहजपणे निराधार मुलांच्या सरकारी केन्द्रात पाठवू शकली असती, पण त्याऐवजी तिने सूज्ञपणे विचार केला होता. भारी-भारी कपडे व महागडं अन्न खाण्याव्यतिरिक्त आयुष्यात इतरही काही गोष्टी महत्त्वाच्या असतात.

ते सगळं वाचल्यावर मलाच अपराध्यासारखं वाटू लागलं. मी माझ्या हाताच्या बोटांवरील अंगठीकडे नजर टाकली. ती अंगठी म्हणजे माझ्या सोळा वर्षांच्या शिक्षणाचा सर्वोच्च बिंदू होती. कॉलेज शिक्षणासाठी केलेल्या अपरिमित कष्टाचं, त्यागाचं द्योतकच होती. पण तरीही, आमच्या घरात खाण्यापिण्याची मुळीच ददात नव्हती आणि आम्ही छानपैकी भारी-भारी कपडेही घालत होतो.

दुसऱ्या दिवशी शाळेमध्ये परत न येण्याच्या माझ्या निर्णयावर मी फेरविचार करण्याचा प्रयत्न केला. काहीही असलं तरी मी चांगल्या महागड्या खाजगी कॅथॅलिक कॉन्व्हेंट शाळेमध्ये शिक्षण घेतलं होतं. वर्णभेदाच्या काळात सुदैवाने मी श्वेतवर्णी होते व लाँग आयलंडमधल्या एका चांगल्या मध्यमवर्गी कुटुंबात वाढलेली होते. माझ्या वडिलांना चांगली नोकरी होती व आईने मला आणि माझ्या दोन्ही भावांना नीट वाढवण्यासाठी नोकरी न करता आपलं कर्तव्य चोखपणे बजावलं होतं. अशा सुरक्षित वातावरणातून आलेली मी, या मुलांना काय शिकवणार होते? शाळेच्या प्रवेशदारापाशीच या मुलांची (शस्त्रास्त्रं बाळगण्याच्या संशयावरून) रोज कसून तपासणी होते. अशा मुलांच्या जीवनात व्याकरणांच्या नियमांचं असं काय महत्त्व असणार, असा प्रश्न मी माझ्या मनाला केला. या मुलांपैकी अनेकांनी राज्याच्या बाहेर जाणं तर दूरच, पण शहरातल्या रस्त्यांच्या पलीकडचं जगही बघितलेलं नाहीये, त्यांना अमेरिकेचा इतिहास शिकवण्याची माझी योग्यता होती का असाही मला प्रश्न पडला. वर्गातल्या दोन मुली कुमारी माता होण्याच्या वाटेवर होत्या. त्या कोणत्या मानसिक परिस्थितीतून जात होत्या याची मला तीळभरही कल्पना नव्हती. तमेशाचा मावशीबद्दल लिहिलेला निबंध मी पूर्णपणे वाचून काढला; नंतर फळ्याजवळ जाऊन त्यावर दुसऱ्या दिवशीची तारीख लिहिली. स्पेलिंग पाठ करण्यासाठी पाच नवे शब्द लिहिले व

मोठ्या अक्षरात लिहिलं, *'वर्गात आल्या आल्या प्रत्येक शब्द पाच-पाच वेळा लिहा. शब्दकोश (डिक्शनरी) घेऊन त्यातून या प्रत्येक शब्दाचा अर्थ शोधून काढा आणि मग एकेका शब्दाचा वापर करून पाच वाक्यं बनवा आणि हो – मी सर्वांना सुप्रभात चिंतत आहे.'* फळ्यावरचं चिकटवलेलं पोस्टर मी तसंच राहू दिलं.

अखेर मी त्या शाळेत ते शालेय वर्ष पूर्ण केलं. व्याकरणातल्या अवघड गोष्टी गमती-जमतीच्या खेळातून मुलांना शिकवल्या व त्यासाठी अधिक उत्तरं देणाऱ्याला मी छोटी-छोटी बक्षिसं देण्याची अभिनव योजना राबवली. नंतर आधुनिक गाण्यांच्या मदतीने नव्या वाक्यरचना बनवायला मुलं शिकली. आम्ही वर्गातल्या नोटिस बोर्डावर चित्रविचित्र गोष्टी, तक्ते लावत असू. शाळा सुटल्यावर आम्ही आवडीनं एखादा जास्तीचा तास घ्यायचो. चाचणी परीक्षेत एखाद्याला नव्वद टक्के मार्क मिळाले की मी त्याला वा तिला माझ्या गाडीतून घरी सोडायचे. त्यामुळे त्या गावातील रस्तान्‌रस्ता माझ्या ओळखीचा झाला. अगदी नावानिशी पाठ झाला. कधीकधी गाडीमध्ये इतकी मुलं-मुली दाटीवाटीनं बसत की, प्रत्येकाला त्याच्या घरी सोडून मी क्वचितच साडेतीन वाजण्याच्या आत घरी पोहोचत असे.

एखाद्या तरी विद्यार्थ्याच्या आयुष्यात माझ्यामुळे खूप चांगला फरक पडला की नाही हे मला माहिती नाही. तीन महिन्यांतच काही आश्चर्यकारक फरक पडू शकतो का, याबद्दल मला काही सांगता येत नाही. पण एका गोष्टीची मात्र पूर्ण खात्री आहे की, त्या तीन महिन्यांच्या काळात मी इतकं काही शिकले, जे शहरातल्या शाळेच्या एखाद्या वर्गात बसून मी वीस वर्षांत तरी शिकू शकले असते असं मला वाटत नाही. त्या काळाचा सुखान्त झाला असं नाही मी म्हणू शकत. कारण जवळजवळ रोज मी गाडीभरून मुलांना घरी सोडत सोडत माझ्या घरी खूप उशिरा पोहोचत असे. त्यातले तीन दिवस तरी घरी पोहोचेपर्यंत मी खूप वैतागलेली, चिडलेली असे. पण तरीदेखील, एखाद्या विद्यार्थ्याने जरी माझ्या रागाचा पारा खूप वाढवला असला तरी, दुसऱ्या एखाद्यानं खूप चांगलं, शहाण्यासारखं वागून माझा राग निवळण्यास मदतही केलेली असायची.

रेगिना क्लॅन्सी-हायनी

The Cage

खबरदार! मला स्पर्श करू नका

मधल्या सुट्टीची घंटा झाल्यावरती शाळेच्या उपाहारगृहाच्या दाराशी उभं राहून मुलांवरती देखरेख ठेवण्यासाठी म्हणून मी ऑफिसमधून बाहेर आले. शहरातल्या मोठ्या माध्यमिक शाळेत शिक्षिका म्हणून काम करण्यात काही उणिवा तर असतातच. त्यातलीच एक उणीव म्हणजे मस्ती, गोंगाट करणाऱ्या, भुकेल्या तरुण मुलांवर देखरेख करण्याचं काम अंगावर पडणं. गेली वीस वर्षं शाळेमध्ये नोकरी करत असल्यामुळे शाळेत कधी गंभीर, त्रासिक प्रसंग उद्‌भवणार असेल, तर त्याची चाहूल मला आधीच लागत असते. का कोण जाणे, पण त्या दिवशी असंच काहीतरी नक्की घडणार होतं असं मला खात्रीने वाटत होतं.

साधारणपणे वीस मिनिटांनंतर तिथे ते अघाटित घडलं होतं. कर्कश आवाजाची पातळी चांगलीच उंचावली होती. बसलेल्या खुर्च्या ढकलून देऊन मुलं उठून उभी राहिली होती. हॉलच्या दुसऱ्या टोकाला सुरू झालेली मारामारी बघण्याच्या उद्देशाने कोणी टेबलावर चढून उभी होती.

मी तशी बेताची उंची लाभलेली, बारीक अंगकाठीची पण तीक्ष्ण बुद्धिमत्ता लाभलेली असल्यामुळे, त्या दंगेखोर मुलाचं भांडण कोणत्या प्रकारे सोडवावं त्याची मला बऱ्यापैकी कल्पना होती. त्यानुसार मी पहिलं पाऊल उचललं. आधी मी बघ्या मुलांना त्यांच्या खुर्चीवर बसण्याचं फर्मान सोडलं आणि समोरची वाट मोकळी केली. त्यामुळे मी त्या भांडणाऱ्या मुलांच्या मागे जाऊन उभी राहू शकले. मागून दोघांच्या पाठीवरती एकेक हात ठेवून मी त्यांना आपल्या जागेवर जाऊन बसण्यास सांगू लागले. माझ्या तोंडून काही शब्दच बाहेर पडताच, त्या दोघांमधला एक मुलगा झटक्यात मागे वळला व त्याने माझं मनगट पकडलं आणि त्याच्या पाठीवरचा माझा हात त्याच्यापासून दूर झटकला. त्याच्या डोळ्यांमधून अंगार बाहेर पडत होता आणि माझ्या मनगटावरची त्याची पकड जास्तच घट्ट करत, दातओठ खात तो किंचाळला. "खबरदार माझ्या अंगाला हात लावाल तर! स्पर्श करू नका मला!"

रागाने थरथरणाऱ्या पण जरा घाबरून गेलेल्या त्या तरुण मुलाच्या तोंडून

तो ओळखीतला वाक्प्रचार बाहेर पडला होता. शिक्षकांना याचा अंदाज असतोच, पण जरी असं कोणी बोललं तरी मी माघार घेत नसते. कारण मुलांना स्पर्श करणं हा एक आवश्यक मार्ग असतो, असा माझा ठाम विश्वास आहे. अर्थात त्यामुळे कधीकधी शारीरिक इजेचा भरपूर संभव असतो. मला त्याची जाणीव होऊ लागली होती.

माझ्या हातामधला रक्तप्रवाह जणू थांबून गेला होता, असंच मला वाटत होतं. त्याच्या त्या उद्दाम वागणुकीचं जरी मला आकलन झालं होतं, तरी माझाही संताप अनावर झाला होता. आता दात-ओठ खाण्याची माझी पाळी होती. आवाजावर नियंत्रण ठेवत, पण अतिशय ठामपणे व निडरपणे त्याच्या डोळ्याला डोळा भिडवत मी शांतपणे म्हणाले, ''तू मला स्पर्श करू शकतोस. पण जरा हळुवारपणे!''

त्याची पकड तशीच घट्ट होती. आम्ही दोघं नजरेला नजर मिळवत स्तब्ध उभे होतो. एकमेकांना न जुमानण्याचं आव्हान होतं आमच्या भेदक नजरेत! आणि अचानक त्याच्या चेहऱ्यावरचे भाव बदलले. ते वेगळेच दिसू लागले. माझ्या मनगटावरची पकड त्याने काढून घेतली व तो थोडा दूर सरकला. पण माझ्या दिशेने हात लांब करून, पंजा फाकून, मला जवळ न येऊ देण्याच्या पवित्र्यात तो उभा राहीला.

''सॉरी मॅडम, मला माफ करा,'' तो म्हणाला. ''पण मी तुम्हाला सांगितलं होतं की मला हात लावू नका. पुन्हा कधीही मला स्पर्श करू नका!''

''बरं बाबा, ठीक आहे. ठीक आहे.'' असं म्हणत मी माझा मोठेपणा बाजूला सारत पुढे असंही म्हणाले, ''प्लीज, तुझ्या जागेवर जाऊन बस बरं.''

नंतर त्या दिवशी शाळेतून घरी गेल्यावरती मी त्याच घटनेचा विचार करत राहिले होते आणि माझं मनगट सोडून देताना त्या तरुण मुलाच्या चेहऱ्यावर उमटलेले गोंधळून गेल्याचे भाव मला परत परत आठवत होते. क्षणभरापुरतंच का होईना, पण त्याला कळलं होतं का, की मी त्याचा राग समजू शकत होते? आणि मला स्पर्श करण्याची त्याला मी मुभा दिल्यामुळे त्याला माझ्यातली दयाळू वृत्ती जाणवली असावी का? कदाचित माझा तरी तसा सद्विचार असावा. पण नंतरचे दोन दिवस मी त्याच्याचबद्दल सतत विचार करत राहिले होते. माझ्या अंदाजानुसार तो एखाद्या शिवराळ कुटुंबात वाढलेला मुलगा असावा, जिथे स्पर्श म्हणजे मारझोड हेच समीकरण असणार. जेव्हा तो एक पाऊल मागे सरकला होता, त्या वेळी त्याच्या चेहऱ्यावर जखमी झाल्याप्रमाणे जो भाव दिसला होता, तोच भाव माझ्या डोळ्यासमोर राहून राहून येत होता. मला तर त्याचं नावदेखील माहिती नव्हतं. तरी रात्री झोपण्यापूर्वी प्रार्थना

करतेवेळी मी त्याच्यासाठीही देवाला आळवलं होतं.

तो आठवडा संपत आला होता. एके दिवशी मी शाळेत गेल्यावर वर्गाच्या बाहेरील व्हरांड्यात दोन-तीन जणंच दिसत होते. अचानक माझं लक्ष गेलं – तोच तरुण मुलगा माझ्यासमोर चालत होता. मी मनात म्हटलं, 'बरं झालं, चांगली संधी चालून आलीय. या मुलाला समजून घेण्यासाठी देवानेच मला ही संधी बहाल केली असावी अन् माझ्या प्रार्थनेचा काही फायदा झाला असल्यास तेही आता समजेल.' मी पटकन देवाला आळवलं. 'हे देवा, मला साहाय्य कर. प्लीज!'

तोपर्यंत मी त्याच्या जवळ पोहोचले होते. "हॅलो," मी हसत म्हणाले व आम्ही तसेच पुढे चालत राहिलो. "तुला कोणीदेखील स्पर्श करता कामा नये हा कसला रे तुझा वेडगळ विचार?"

तो गुरगुरत म्हणाला. "मी कोणालाही मला स्पर्श करू देत नाही – माहितेय?"

"कोणी म्हणजे कोणीच नाही? मग तुझ्या आईचं काय? प्रेमाने साधी मिठीदेखील मारत नाहीस तू कधी तिला?" मी प्रश्न केला.

तो जागीच थांबला. गर्रकन माझ्याकडे वळून तो अंगावर धावून आल्याच्या अविर्भावात उभा राहिला. परत ते संतापी भाव मला त्याच्या डोळ्यांत दिसू लागले, "नाव नका काढू तिचं! मला खूप चीड येत असते तिची. मी तिला कधीच मला स्पर्श करू देत नसतो." तो ओरडत म्हणाला.

मी आतल्या आत आकसून गेले होते. त्याच्या घरात चालणाऱ्या मारहाणीचा विषय निघणारच होता, ही माझी सुरुवातीची भीती खरी ठरणार होती की काय? पण तेव्हा तो विषय मुद्दाम खोदून काढण्यासाठी माझ्याकडे तेवढा वेळही नव्हता. मी चेष्टेच्या सुरात पटकन माझी प्रतिक्रिया व्यक्त केली. "अच्छा, असं जरी असलं नं, तरी तुला हे माहीतेय का, की आम्ही शिक्षकांनी अधूनमधून तुम्हाला स्पर्श करण्याची गरज येतच असते. कारण आम्हाला तुमच्याबद्दल कळकळ वाटत असते म्हणून! प्रत्येक व्यक्तीला स्वत:ला कोणी तरी स्पर्श करावा असं कधीतरी वाटतच, बरं का!" असं म्हणून, त्याच्याकडे तिरक्या मानेने बघत, खांदे ताठ करत मी पुढे म्हणाले, "कळलं ना आता?" माझ्या बोलण्यात तेव्हाही चेष्टेचाच सूर होता.

ओठांची चंबू करत, तो त्यातून बाहेर पडणारं किंचित हास्य मला दिसू नये अशा प्रकारे मानखाली करून उभा होता. मी पुढे चालू लागले व पुढे कोपऱ्यावरती पोहोचल्यावर मुद्दामच वळून मागे पाहिलं व त्याच्याकडे बघून हसून डोळे मिचकावले. तेव्हाही तो खिळल्यासारखा त्याच जागी उभा होता. एकटक

माझ्याकडे बघत होता. पण एव्हाना मनमोकळं हास्य त्याच्या पूर्ण चेहऱ्यावर पसरलं होतं व चेहरा छानपैकी चमकू लागला होता. मी माझ्या ऑफिसमध्ये जाऊन दार लावून घेतलं व आनंदाने मुठी आवळत चीत्कारले. "अरे व्वा! काम फत्ते!"

त्याच दिवशी सकाळी ११:३० वाजता मी कँटिनमध्ये गेले. दाराशी उभं राहून मुलं आत जाण्याच्या आधी त्यांचं ओळखपत्र (आयडेंटिटी कार्ड) तपासण्याचं काम मी सुरू केलं होतं. नेहमीच्या माझ्या सवयीप्रमाणे कोणाकडे हसून बघत, तर कोणाशी चार शब्द बोलत मी प्रत्येकाच्या ओळखपत्रावरील फोटो व त्याचा चेहरा मिळताजुळता आहे नं, याची खात्री करून घेत होते. रोजच्यासारखाच कारभार चालू होता. अचानकच माझ्या हातात जे ओळखपत्र सरकवलं गेलं होतं, त्यामधील फोटो म्हणजे नुकतीच नीट ओळख झालेल्या ओळखीच्या चेहऱ्याच्या मुलाचाच होता, हे माझ्या लक्षात आलं. मी मान वर करून त्याच्याकडे बघणार, तेवढ्यात तो पठ्ठ्या दारातून येतच होता. जणू मला बघितलंच नव्हतं, अशा थाटात नाकासमोर बघत दारातून आत येताना त्याने हळूच माझा हात हातात घेतला. क्षणभरासाठी मला त्याची पकड जाणवलीही होती आणि झटक्यात तो आत निघूनही गेला.

त्याच्या मागून आत जाणाऱ्या मुलासमोर मी आडवा हात करून त्याला थांबवलं, कारण मला स्वत:ला आत जाऊन त्याला गाठून त्याच्या प्रेमळ स्पर्शाची मी दखल घेतल्याचं सांगावंसं वाटत होतं. तो आतमध्ये शिरून माझ्यापासून बराच दूर पोहोचलेला होता. तोपर्यंत मला त्याचं नावही माहिती झालं नव्हतं. मी तिथेच उभी राहून त्याला शोधण्याचा प्रयत्न करत होते. त्याला हाक मारता आली असती तर किती बरं झालं असतं. चालता चालता तो अचानक थबकलेला दिसला व मग मागे वळून माझ्याकडे बघून छानपैकी हसला. आमच्या नजरा एकमेकांत मिसळल्या व आम्हा दोघांमधून अद्‌भुत मायेनी ओथंबलेले तरंग पुढे सरकत आहेत, असा मला भास झाला.

मला शंभर टक्के खात्री पटली, की त्यापुढे कधीही त्याच्या क्रोधाला सामोर जाण्याची वेळ माझ्यावरती येणार नव्हती. मी केलेल्या देवाच्या प्रार्थनेचं फळ माझ्याहाती कदाचित लागलं होतं का? असं असेल तर त्यापुढे संतापाने बेभान होऊन त्याच्या तोंडून निघणारे वाक्‌बाण कोणालाही कधीच झेलावे लागण्याची वेळ येणार नव्हती – 'खबरदार, मला स्पर्श करू नका!'

के. एल. प्लिझ्का

Don't Touch Me

एकाच नावाची दोन मुलं

माझं पहिलंवहिलं अपत्य म्हणजे माझा मुलगा क्रिस्टियन (क्रिस), हा तीन वर्षांचा झाल्यावर काही दिवसांतच त्याला कॅन्सर झाल्याचं निदान झालं होतं. दोनतीन वर्षं सतत उपचार झाल्यावर व अनेक शस्त्रक्रियांमधून तो पार पडल्यावर डॉक्टरांच्या पहिल्यांदाच लक्षात आलं होतं की, त्या सगळ्याचा दुष्परिणाम होऊन क्रिसची नवीन काही शिकण्याची ग्रहणशक्ती कमकुवत होऊन गेली होती. कॅन्सर इन्स्टिट्यूमधल्या कर्मचाऱ्यांच्या मदतीने आम्ही गावातल्या एक खास वेगळ्या पद्धतीचं शिक्षण देणाऱ्या शाळेत क्रिसचं नाव घातलं.

त्या एका वर्गात क्रिस नावाची दोन लहान मुलं असल्यामुळे वर्गशिक्षिकेला त्या दोघांमधला फरक ओळखण्यास कठीण वाटू लागलं. तिने क्रिस या नावाचा उच्चार करताच प्रत्येक वेळी ती दोन्ही मुलं तिच्या हाकेला प्रत्युत्तर देत असत. शेवटी तिने त्या दोघांना प्रश्न विचारला, की त्यांची आई घरी त्यांना कोणत्या नावाने हाक मारते? जो दुसरा छोटा मुलगा होता त्याने उत्तर दिलं. "आई मला क्रिस म्हणूनच हाक मारत असते." आणि माझा मुलगा म्हणाला, "मला तर आई 'राजा बेटा' (स्वीटहार्ट) अशी हाक मारत असते बरं का!"

डिलोरस लेसी

Two Little Boys Named Chris

विशाल हृदय

एका मोठ्या विमान कंपनीमध्ये हवाई सुंदरी म्हणून मी काम करत असते. एकदा दुपारी लॉस एंजेलिसच्या विमानतळावरून सुटणाऱ्या विमानात माझी ड्युटी लागल्यामुळे मी धावतच विमानापाशी पोहोचत होते. त्या गडबडीत माझ्या पायावर चढवलेल्या मोज्यांपैकी नायलॉनचा एक लांबलचक मोजा (स्टॉकिंग्ज) अचानकच फाटला. चांगलाच मोठा हिस्सा टरकला होता आणि माझ्याजवळ नेमका दुसरा जोडही त्या वेळी नव्हता. सुदैवाने तिथे जवळच एक छोटंसं दुकान होतं. त्यामुळे तिथे जाऊन मी नवा जोड विकत घेऊ शकणार होते. पण खरेदी करून पैसे देण्यासाठी रांगेत उभी राहिले आणि अचानक लक्षात आलं, की माझ्या पर्समध्ये पैसेच नव्हते. फक्त क्रेडिट कार्ड होतं व ते तिथे चालणार नव्हतं.

मी विचार केला की कदाचित दुकानाची मॅनेजर बाई तो चार डॉलर किमतीचा जोड तसाच देऊन माझी गरज भागवेल आणि पुढच्या वेळी परत येताना मी पैसे दिल्यास तिची हरकत नसेल. कारण त्या दुकानात मी त्याआधीही बऱ्याच वेळा गेले होते आणि दर वेळी मला बघून तिच्या चेहऱ्यावर ओळखीचं हास्य दिसत असे. अर्थात तशी आमची दोघींची नावनिशी वगैरे काही ओळखही झालेली नव्हती. रांग पुढे सरकून पैसे देण्यासाठी माझा नंबर लागला तेव्हा मी तिला पायावरचा फाटका मोजा दाखवला व नेमके तेव्हा माझ्याकडे पैसे नव्हते, असं स्पष्टीकरणही दिलं आणि तो नवा जोड तेव्हा विकत घेणं मला भागच होतं हेही तिला पटवलं. मनापासून हसत ती पटकन म्हणाली, "अगं, घेऊन जा ना तसाच."

कसं कोण जाणे, पण ती घटना घडून दोन महिने झाले होते आणि तरी मी त्या दुकानात जाऊन मॅनेजर बाईंना पैसे देणं राहूनच गेलं होतं.

नंतर एके दिवशी ड्युटीवर असताना माझं विमान सुटण्याच्या आधी मी विमानात काही पूर्वतयारी करत होते. तेव्हा विमानात बसलेल्या एका प्रवाशानं माझ्याजवळ वर्तमानपत्राची मागणी केली. विमानात वर्तमानपत्रं ठेवलेली नव्हती.

त्याच्यासाठी मी विमानातून उतरून विमानतळावरून वर्तमानपत्रं आणू शकते का असं त्याने मला विचारलं. "हो, हो, आणते की." मी म्हणाले. त्याने माझ्या हातावर पंचवीस सेंटचं नाणं ठेवलं.

मी विमानातून उतरून परत त्याच दुकानापाशी आले. पण आत जाण्याआधी दारातूनच मला ती मॅनेजर बाई तिथे बसल्याचं दिसलं. मग मात्र मला दुकानात शिरण्याची लाजच वाटली. कारण एकतर मी अजूनही ते पैसे चुकते केलेले नव्हते आणि आता मी पर्सही बरोबर घेऊन आलेली नव्हते. ती तर विमानातच होती.

मग मला एक कल्पना सुचली. दुकानाच्या बाहेरच उभं राहून जी पहिली व्यक्ती दुकानात शिरताना दिसेल तिला वा त्याला विनंती करून माझ्यासाठी आतून एक वर्तमानपत्र विकत आणायला सांगायचं.

प्रचंड शरीरयष्टी असलेला पण हसऱ्या चेहऱ्याचा एक माणूस दुकानाजवळ येत असताना दिसला. माझ्या जवळून तो दुकानात शिरण्याच्या आतच मी त्याला थांबवलं आणि आत जाऊन माझ्यासाठी एक वर्तमानपत्र विकत घेऊन आणून देऊ शकेल का, असं आर्जवी भाषेत विनवणी करून विचारलं. त्यावर तो हसला व म्हणाला, की एवढंसं काम करायला त्याची काहीच हरकत नव्हती, पण मी आत जाऊन ते काम स्वत:च का करू शकत नव्हते हे त्याला जाणून घ्यायचं होतं, असं तो म्हणाला. ते खरं कारण दुसऱ्या कोणाला सांगण्यास मला खूपच संकोच वाटत होता, असं मी त्याला म्हणाले. त्याचा

स्वभाव विनोदी असल्यामुळे तो आपला परत परत, "अरे यार, सांग ना मला काय कारण आहे ते. माझी अगदी खात्री आहे की इतकं न सांगण्यासारखं नसणारच." मला त्याचा स्वभाव खूप आवडला. त्याच्या वागण्याबोलण्यात एक प्रकारचा सभ्यपणा व मार्दव होतं अन् वर्तमानपत्रही कसंही करून मला मिळवायचं होतं. मग काय, शेवटी मी माझा हट्ट सोडून त्याला सगळी कहाणी सांगून टाकली.

माझं बोलून झाल्यावर तो पटकन म्हणाला, "एक मिनिट थांब," आणि काही कळायच्या आतच माझ्याभोवती त्याच्या हातांचा विळखा घालून तो मला दुकानात घेऊन गेला व सरळ काऊंटरवर ती व्यवस्थापकबाई उभी होती तिच्या समोर जाऊन उभा राहिला. मला हसू आवरेनासं झालं होतं. मोकळ्या हातानं त्याने खिशातून पैशाचं पाकीट काढून त्यातून झटक्यात पाच डॉलरची नोट बाहेर काढली व त्या मॅनेजरला म्हणाला, "ह्या मुलीचे पायमोज्यांचे जे पैसे देणं बाकी आहेत, ते पैसे व हे वर्तमानपत्र घेतलंय त्याचे पैसे मला भरायचे आहेत."

काही दिवसांनी मला समजलं की माझ्या मदतीला धावून आलेला तो अगडबंब पण प्रेमळ माणूस म्हणजे, प्रत्यक्ष रोझी ग्रायर – लॉस एंजेलिसकडून पूर्वी खेळणारा व 'हॉल ऑफ फेम'मध्ये बहुमानाचं स्थान प्राप्त झालेला सुप्रसिद्ध फुटबॉलपटू होता!

हीदर बुल

Big Heart

लेमन सरांची शिकवणूक

ह्यूस्टन शहरातल्या जॅक्सन ज्युनियर हायस्कूलमध्ये वयाच्या सतराव्या वर्षी मी शिकत असताना मला जिम लेमन भेटले होते. प्राथमिक शाळेतून उत्तीर्ण होऊन पुढे माध्यमिक शाळेत शिकून यश मिळवणं माझ्या बाबतीत अतिशय कठीणच दिसत होतं. पौगंडावस्थेतून जाणारा असा मी एक अस्वस्थ चित्तवृत्तीचा, उर्मट स्वभावाचा मुलगा होतो आणि ज्या भागात मी राहत असे, तिथली माझ्या वयाची मुलं वाया गेल्यासारखीच होती.

लेमन सर आमच्या वर्गाला अमेरिकेचा इतिहास हा विषय शिकवणार होते आणि पहिल्याच दिवशी एकंदरीत चित्र स्पष्ट दिसत होतं की वर्गात दंगामस्ती, अभ्यासात व्यत्यय आणणं असले प्रकार त्यांना अजिबात सहन होणार नव्हते. मला माहिती असलेल्या इतर शिक्षकांपेक्षा लेमन सर खूपच वेगळे होते. ते केवळ शिस्तीचे भोक्ते होते असं नसून, उत्कृष्ट दर्जाचे शिक्षकही होते. माझा अभ्यासातील कायमचा खालचा दर्जा ते खपवून घेणार नव्हते, हे माझ्या लक्षात आलं होतं. लेमन सर सक्तीनं, रागावून, उत्साह वाढवून मला अभ्यासात पुढे ढकलण्याच्या, अभ्यासाची गोडी लावण्याच्या प्रयत्नात असत. अभ्यासातला माझा घसरलेला दर्जा ते कधीच खपवून घेत नसत.

तिमाही परीक्षा झाल्यावर निकालपत्र देण्याआधी त्यांनी मला बाजूला बोलावून विचारलं होतं, की त्यांच्या विषयात मला 'बी' श्रेणी मिळाली होती, पण इतर विषयात मात्र 'डी,' 'एफ' अशी इतकी खालची श्रेणी कशी काय मिळाली होती? त्यांच्याकडून मला त्या प्रश्नाची अपेक्षा होतीच. माझंही उत्तर तयारच होतं. मी पोटतिडिकेनं त्यांना माझ्या विस्कळीत आयुष्याबद्दल सगळं काही खरं-खरं सांगून टाकलं. घटस्फोटित पालक, आमच्या भागातल्या गुंडांच्या टोळ्या, मादक द्रव्यांची उघड-उघड उपलब्धता, मारामाऱ्या, पोलिसांची गस्त अशा भयानक परिस्थितीचा मला कशा प्रकारे सामना करावा लागत होता वगैरे. माझं म्हणणं ऐकून घेतल्यावर लेमन सरांनी मला शांतपणे समजावून सांगितलं, की माझ्या त्या परिस्थितीला मी आणि केवळ मीच जबाबदार होतो आणि ती

परिस्थिती जर कोणी बदलू शकणार असेल, तर तोही मीच होतो. तो बदल घडवून आणण्याची जबाबदारी मी जेव्हा घेईन, तेव्हाच माझ्या आयुष्यात मोठा बदल घडणार आहे. इतर विषयांत माझी घसरण होत होती, त्याचा अर्थ मी अपयशी ठरलो होतो असा नव्हता, तर त्यामागे एकच कारण होतं व ते असं की, इतर विषयांत नापास झाल्याची ती माझी जबाबदारी होती, हेच मुळी मी स्वीकारत नव्हतो.

माझ्याबद्दलचा माझा विश्वास वाढवणारे लेमन सर ही पहिली व्यक्ती होती. मी एक चांगला, अभ्यासू विद्यार्थी बनावं म्हणून त्यांनी मला खूप प्रेरणा दिली आणि माझं आयुष्यच त्यांनी बदलून टाकलं आणि त्याला नवं वळण लावलं.

त्या नंतर दहा वर्षांनी मी होनोलुलूमधल्या चॅमिनेड युनिव्हर्सिटीमध्ये पदवी परीक्षेची तयारी करत असताना त्यांच्याशी परत एकदा फोनवरून बोललो होतो. ठिकठिकाणी फोन करून शोध घेत घेत त्यांचा फोन नंबर मिळवण्यातच कित्येक आठवडे निघून गेले होते. पण फोनवर त्यांच्याशी काय काय बोलायचं ते मी अर्थात आधीच ठरवून ठेवलेलं होतं. अखेर जेव्हा ते फोनवर भेटले, तेव्हा मी त्यांना सांगितलं, की वर्गामधील त्यांची कडक वागणूक माझ्यासाठी किती अनमोल ठरली होती. माध्यमिक शाळेतून मी कसा चांगल्या गुणांनी उत्तीर्ण झालो होतो आणि आता मी आर्मीमध्ये सार्जंटच्या पदावर कशी नोकरी करतोय, लग्न होऊन मला एक मुलगी आहे इ.इ.

त्यांना सांगण्याचा माझा सर्वांत महत्त्वाचा मुद्दा हा होता की मी नोकरी सांभाळून आठवड्यातल्या चार रात्री, चार चार तासांसाठी रात्रीच्या कॉलेजात जात होतो व असं सतत गेली तीन वर्षं करून मी आता पदवी प्राप्त करणार होतो. ते जर माझ्या आयुष्यात आले नसते, तर मला हे करणं कधीच शक्य झालं नसतं हे त्यांना कळलंच पाहिजे, असं अत्यंत कळकळीनं मला वाटत होतं.

शेवटी, मी त्यांना हेही सांगितलं की माझ्या पदवीदान समारंभास त्यांना व त्यांच्या पत्नीला हवाई बेटांवर होनोलुलू शहरी माझ्या खर्चानं बोलावता यावं, या इच्छेनं मी बरेच पैसे साठवून ठेवले होते.

ते ऐकून त्यांनी जी प्रतिक्रिया दशर्वली तिचं मला कधीही विस्मरण होणार नाही. ते म्हणाले, "आता हा कोण मुलगा बोलतोय अजून एक?" शेकडो विद्यार्थ्यांच्या आयुष्याची गाडी त्यांनी योग्य मार्गी लावलेली होती व मीही त्यांच्यापैकीच एक जण होतो. परंतु त्यांच्या शिकवणुकीचा केवढा परिणाम झालेला होता, याची मात्र त्यांना अजिबात कल्पना नव्हती.

लेमन सर माझ्या पदवीदान समारंभाला आलेच नाहीत, पण त्यांच्या न

येण्यामुळेदेखील मी एक महत्त्वाचा धडा शिकलो होतो.

माझ्यासाठी लेमन सरांची अखेरची शिकवण म्हणजे, आपल्यामुळे एखाद्याच्या आयुष्यात किती सकारात्मक फरक पडू शकतो किंवा आपण किती परिणाम साधू शकतो हे आपल्याला कधीही कळत नसतं की उमजतही नसतं. त्यांनी माझ्या मनावर कायमचा असा एक विचार नोंदवला की, इतरांच्या आयुष्यात फरक पाडण्याची आपल्याला सर्वांनाच संधी मिळत असते, मग ती त्यांच्या भल्यासाठी असो... वा त्यांच्या वाइटासाठी!

रिक फिलिप्स
A Touch of Lemon

भाषा शिक्षक आणि भावनिक आधार

"फक्त भाषा शिकवणारे शिक्षकच विद्यार्थ्यांना आवश्यक असा भावनिक आधार देण्यास समर्थ असतात."

१९९१ साली मी सौ. जोन्स बाईंना शेवटचं भेटले होते. कॉलेज शिक्षण संपवून पदवी प्राप्त केल्यामुळे मी माझ्या यशावर खूप खूश होते आणि डग्लस अँडरसन स्कूल ऑफ द आर्ट्सला भेट देण्यासाठी म्हणून मी मुद्दाम तिथे आलेली होते. ज्यांनी माझं आयुष्य पूर्णपणे बदलून टाकलं होतं, त्या शिक्षिकेला (माझ्या बाईंना) शोधून मला त्यांचे मन:पूर्वक आभार मानायची इच्छा होती.

आत्ता आज दुपारी मी त्यांच्याच वर्गाला शिकवून उच्च ध्येय बाळगणं आणि स्वाभिमानानं जगणं हे किती महत्त्वाचं असतं, हे विद्यार्थ्यांना समजावून सांगितलं होतं. तेव्हा माझा स्वत:चा आवाज माझ्या कानावर पडत होता, पण मी मात्र मनाने पाच वर्षांपूर्वीच्या काळामध्ये शिरलेली होते. त्याच वर्गात पाच वर्षांपूर्वी मी कोपऱ्यातल्या एका डेस्कपाशी माझे काळेभोर, लांबसडक केस बोटांभोवती गुंडाळत अस्वस्थपणे बसलेली होते.

डिसेंबर १९८६ मधे माझे वडील हताश होऊन शेवटी मला या डग्लस अँडरसन स्कूल ऑफ द आर्ट्स मध्ये घेऊन आले होते. ते स्वत: एक शिक्षक तर होतेच, पण ज्यू धर्माचे गुरूही (रब्बी) होते. मी शाळेतल्या हॉलबाहेरच्या व्हरांड्यात बसले होते आणि माझे वडील मुख्याध्यापक बाईंच्या ऑफिसमध्ये जाऊन बोलत होते. हॉलमध्ये येणारे-जाणारे अनोळखी चेहरे आणि पांढऱ्या, गुळगुळीत फरशांवर होणारी बॅलेनृत्याच्या बुटांची टप्ऽटप्, या आवाजात त्या दोघांच्या संभाषणामधले थोडेफार शब्दच माझ्या कानावर पडत होते. पण मला पूर्ण कल्पना होती की मी तिथे का येऊन पोहोचले होते आणि आतमध्ये दबक्या आवाजात काय बोलणं चालू होतं. गाण्याचा सराव करण्यासाठी असलेल्या जवळच्या वर्गातून पियानो आणि इतर वाद्यांचे आवाज मला ऐकू येत होते.

"तिला आता कोणत्या शाळेत घालू हेच मला कळत नाहीये," माझ्या

वडिलांचा चिरकलेला आवाज कानावर आला आणि पाठोपाठ एका स्त्रीचं भारदस्त पण आधिकारवाणीतलं बोलणं ऐकू आलं.

"रब्बी, मला तुमची व्यथा समजतेय, पण संगीत शिकवण्यासाठी आम्ही फक्त उन्हाळ्याच्या दिवसांतच मुलांच्या आवाजाची चाचणी परीक्षा घेत असतो." आयुष्यात प्रथमच मी बाबांचं रडणं ऐकत होते. मी त्या हिरव्या दरवाज्यावर माझं डोकं गच्च दाबून धरलं होतं. माझी गात्रं थंड पडू लागली होती, मी डोळे घट्ट बंद करून घेतले आणि माझ्यावर मानसिक उपचार करणाऱ्या बाईंनी आदल्याच आठवड्यात शिकवल्यानुसार प्रत्येक आकडा उच्चारण्याआधी दीर्घ श्वास घेऊन सावकाशपणे उच्छ्वास सोडत एक ते दहा आकडे मोजू लागले. मी सात आकडा उच्चारण्याच्या वेळीच बाबांचा आवाज कानी पडून त्यात खंड पडला. "अहो, तिच्या शाळेतच काही तरुण मुलांनी एक महिन्यापूर्वी तिच्यावर सामूहिक बलात्कार केला होता. ती त्याच शाळेत आता परत नाही जाऊ शकत."

शेवटी त्या दिवशी शाळेत प्रवेश मिळवण्यासाठी माझ्या आवाजाची चाचणी घेतली गेली. पियानो वाजवण्याचा सराव करण्यासाठी असलेल्या त्या लहानशा कोंदट वर्गात मी पियानो वाजवण्यास बसले. काही वेळापूर्वीच तिथे कोणीतरी पियानो वाजवण्याचा प्रयत्न करताना मी ऐकलं होतं. पियानोवरच्या पिवळ्या पडलेल्या पट्ट्यांवर बोटांनी जोरात दाबून, हृदयातल्या वेदना, दु:ख बाहेर काढत मी 'रॅशमॅनिनॉफ' व 'बिथोवेन' या धून वाजवल्या व शेवटी माझ्या वडिलांची आवडती चॉपिन 'नॉकटर्न' ही धून वाजवल्यावर तिथल्या शिक्षिकेनं मान डोलावली व मुख्यध्यापिकाबाईंनी संमतीदर्शक तोंडावर हात ठेवला, हे बघितल्यावर माझ्या वडिलांच्या चेहऱ्यावर सुटकेचा भाव उमटला होता.

शुक्रवार येईपर्यंत मी सौ. जोन्सबाईंना भेटलेच नव्हते. त्या दिवशी सकाळी अकरा वाजता मला त्यांच्या 'सर्जनशील लेखनकला' या तासासाठी त्यांच्या वर्गात पाठवलं गेलं होतं. त्या जशा दिसत तशाच, त्याच रूपात अजूनही मला त्या आठवताहेत. त्यांच्या पायात कायम तपकिरी रंगाच्या सँडल्स असत. अंगावर निळ्या फुलांचं डिझाइन असलेला स्कर्ट व पांढरा चुरगळलेला ब्लाऊज आणि त्याची थोडी झालरची मुडपलेली कॉलर, हाच त्यांचा वेश असायचा. त्यांच्या चेहऱ्यावर सतत गोंधळून गेल्याचा भाव असे आणि गळ्यातल्या साखळीच्या ताईताशी सतत बोटांनी चाळा करण्याची त्यांना सवय होती. कधी कधी केसांची एखादी बट त्यांच्या डोळ्यावर वरचेवर येऊन रुळायची. तेव्हा कोपऱ्यातल्या माझ्या डेस्कपाशी अगदी जवळ येऊन त्या जेव्हा उभ्या राहिल्या, तेव्हा मला समजलं की त्या अगदी दबक्या चालीने चालत. इतर शिक्षिका

जवळ येऊन वाकून उभ्या राहत, तशा नुसत्या उभ्या न राहता त्या गुडघ्यांवर अर्धवट बसत, माझ्या डोळ्यांत डोळे मिळवून गोड हसत होत्या.

"आज आपण वर्गात लिहिण्याच्या दैनंदिनी (डायरी) बद्दल शिकणार आहोत." जोन्सबाईंनी मृदू आवाजात सांगितलं. त्यांच्याजवळ सुगंधी साबणाचा, लिलीच्या फुलांचा असा मंद सुगंध येत होता. "तुझ्याकडे एखादी वही आहे का जास्तीची, जी तू जर्नल म्हणून वापरू शकशील?

पूर्ण वर्गाच्या उत्सुक नजरा 'या नव्या मुलीवर' खिळलेल्या मला जाणवत होत्या. वर्गात समोरच्या रांगेत बसलेली सोनेरी केसांची मुलगी तिच्या शेजारच्या मुलीला माझ्या 'घेतल्या गेलेल्या आवाजाच्या खास चाचणी'बद्दल मुद्दामच वरच्या आवाजात सांगत होती.

"कृपा करून आपापलं काम करायला घ्या बरं प्लीज." जोन्सबाईंनी सर्वांना उद्देशून सांगितलं. 'प्लीज'... मी विचार केला. 'प्लीज' हा शब्द एखाद्या शिक्षिकेनी मुलांशी बोलताना वापरलेला ऐकण्याची ती माझी पहिलीच वेळ होती!

मी दप्तरातून हिरव्या रंगाची एक वही बाहेर काढली. जोन्सबाईंनी त्यांचा प्रेमळ हात माझ्या हातावर ठेवला व आश्वासक सुरात हळूच म्हणाल्या, "माझ्या वर्गात तुला घातलं गेलेलं बघून मला खरंच खूप आनंद झालाय."

त्या जर्नलमध्ये मी जे लिहून काढलं, त्यामुळेच माझं डोकं शाबूत राहिलं होतं, असं आता मला वाटतंय. मी माझ्या आयुष्यातल्या त्या काळ्याकुट्ट दिवसाबद्दल आणि त्या दिवसानंतरचा सगळा अहवाल, माझ्या मनात साठलेली सगळी मळमळ त्या हिरव्या वहीवर उतरवली होती. माझी आई ज्या तऱ्हेनं चिकनच्या सूपमध्ये तळलेल्या ब्रेडचे तुकडे पटापट सोडत असे, त्याप्रमाणे डोक्यातल्या एकेक दुःखद घटना त्या वहीच्या कागदावर एकापाठोपाठ एक करत लिहिल्या गेल्या होत्या. मी 'त्या' मुलांबद्दल लिहिलं, त्यांची नावं लिहून त्यावर फुली मारली, परत लिहिली, परत खोडली असं अनेकदा केलं आणि मग त्यामुळे आता त्या नावांचा मनात होणारा उच्चार सहन करण्याची शक्ती मला मिळत गेली. त्यामागचा संताप, वेदना, दुःखाची भावना यांची तीव्रता थोडी तरी कमी झाली. मी 'बलात्कार' हा शब्द लाल अक्षरात लिहिला. कारण त्यामुळे मला रागाने पेटून उठल्याचा भास झाला आणि ती जखम अजूनही ओली असल्याचं माझ्या लक्षात आलं. मी त्याकडे कितीही दुर्लक्ष करायचं ठरवलं असलं, तरी ती सहजासहजी माझा पिच्छा सोडणार नव्हती.

कोर्टामधल्या जज लोकांप्रमाणे जोन्सबाईंनी मी लिहिलेल्या शब्दांचा कीस काढला नव्हता. मानसोपचार तज्ज्ञांप्रमाणे मला बारकाईनं, जबरदस्तीनं टोचण्या

देत माहिती काढून घेतली नव्हती, की हॉस्पिटलमधल्या नर्सने माझी तपासणी करताना जसं मला छळलं होतं, तसं काही केलं नव्हतं. माझी आई सुरुवातीला जशी किंचाळून मलाच दोषी ठरवून माझा अपमान करत होती – किंवा माझे वडील जसे मूकपणे सतत रुदन करत असत, तशा प्रकारे जोन्सबाईंनी काहीच प्रतिक्रिया दर्शवली नव्हती. केवळ इंग्रजी भाषेच्या शिक्षिका एवढंच त्यांचं माझ्याशी नातं न राहता, त्याही पलीकडे त्या माझ्यासाठी एक महत्त्वाच्या व्यक्ती बनून गेल्या होत्या. माझ्या आंतरिक, मानसिक लढ्यात त्या सतत माझ्या पाठीशी होत्या. जर्नलमध्ये मी लिहिलेल्या मजकुरावर अधून-मधून लाल शाईने शेरे लिहून – 'मी नेहमी वाचतेय तुझे विचार,' 'मला समजतयं तुला काय म्हणायचंय.' त्या मला मार्गदर्शन करत राहिल्या होत्या.

१९९१ मध्ये मी परत त्याच शाळेत येऊन पोहोचले होते. नुकतीच शाळेची घंटा झालेली होती आणि मी व्हरांड्यामधील गर्दीतून जात असताना बघत होते की सगळे विद्यार्थी-विद्यार्थिनी किती कोवळे तरुण दिसत होते. पाचच वर्षांपूर्वी मीदेखील इतकी तरुण दिसत होते का? नाही, नाही. मला उगाचच वाटतंय की माझं वय तेव्हा नक्कीच जास्त असावं. कर्मधर्मसंयोगाने तेव्हाच जोन्सबाई त्यांच्या वर्गातून बाहेर पडत होत्या आणि मी तिथे जाऊन पोहोचले. त्यांच्या हातात जर्नलनं भरलेलं पुठ्ठ्याचं, फाटायला आलेलं एक खोकं दिसत होतं. पहिल्यांदा मला बघून त्या साधंच हसल्या. ओळख न पटल्याचं, गोंधळून गेल्याचं, पण प्रेमळ असं हास्य होतं ते आणि अचानक त्यांना आठवलं, "टॅली, अगं तूच आहेस की काय आलेली?"

मला कोणीतरी सांगितलेलं आठवतंय, की इंग्रजी भाषा शिकवणारे शिक्षक किंवा केवळ भाषा शिकवणाऱ्या शिक्षकांचाच विद्यार्थ्यांशी खूप जवळचा, जिव्हाळ्याचा संबंध येत असतो. ते मुलामुलींच्या समस्या (प्रॉब्लेम्स) समजून घेऊन, त्यांना प्रोत्साहित करून त्यांचा सर्वांगीण विकास करण्यात फार मोठा हातभार लावत असतात. कारण लेखन कार्यामुळेच (जर्नल लिहून) मनात खोलवर रुजलेली भीती, वाईट गुपितं बाहेर पडत असतात. गणित, शास्त्र या रुक्ष विषयांचे शिक्षक या प्रांताबद्दल अनभिज्ञच असतात. शास्त्रीय माहिती शिकवणारे भावनिक आधार कसे देऊ शकणार?

मीही इंग्रजी भाषेचीच शिक्षिका होण्याचं ठरवलं. माझ्यापुढे दुसरा पर्यायच नव्हता.

जोन्सबाईंनी माझ्यासाठी जे काही केलं, त्याचं मला कधीच विस्मरण होणं शक्य नाहीये. माध्यमिक शाळेतून मी उत्तीर्ण होऊन आता दहा वर्षं उलटून गेली आहेत. आता मी विद्यार्थ्यांच्या एका ग्रुपची काळजी घेत असते आणि

मीदेखील आता जर्नलनी भरलेला पुठ्ठ्याचा जुनाट खोका हातात घेऊन वावरत असते आणि विद्यार्थ्यांचं मानसिक बळ वाढवण्याचं काम करत असते.

टॅली व्हिटले

The Dustpan Carrier

टीप : मूळ गोष्टीत अशा शिक्षकांना 'डस्टपॅन कॅरियर' असं म्हटलेलं आहे. शब्दश: अर्थ घेतल्यास – 'जमिनीवर पडलेली धूळ अलगदपणे सुपलीवर घेऊन टाकून दिली जाते,' त्याचप्रमाणे भाषेचे शिक्षकच मुलांच्या मनातील समस्या शोधून, बाहेर काढून त्याचं निरसन करण्यास समर्थ ठरत असतात.

क्षुल्लक गोष्टीचा अचूक परिणाम

हॅझेल नावाची एक अतिशय सुस्वभावी स्त्री होती. येशू ख्रिस्ताची शिकवण सांगणारी अशी साधी, सरळ गाणी गाण्याची तिला मनापासून आवड होती. चर्चमध्ये अशा प्रकारची गाणी गाणाऱ्या गायकांच्या समूहाबरोबर गाणं म्हणायचा तिने निर्णय घेतला. त्या समूहाच्या संगीत दिग्दर्शकाला तिने सांगितलं, की ती गाणं शिकलेली नव्हती. त्यावर तो म्हणाला, "तू या सगळ्यांबरोबर गाऊ शकतेस, पण सुराला धरून गा. तो सोडू नकोस." पण ती बिचारी योग्य सूर पकडू शकत नव्हती. त्यामुळे शेवटी तिला त्या गायकांच्या समूहातून काढून टाकलं गेलं. हेझलच्या आयुष्याला काही अर्थच उरला नव्हता. तिच्या आईचं नुकतंच निधन झालेलं होतं. तरुणपणी आनंदात, मजेत आयुष्य जगण्याऐवजी, मुलांशी मैत्री करण्यापेक्षा आजारी आईची सेवा करता करताच तिचं तारुण्य ओसरून गेलं होतं. परिणामी ती अविवाहितच राहिली होती.

आता वयाची साठी आल्यावर तिला वाटू लागलं, की जीवनात आनंद शोधून तो उपभोगण्याच्या प्रयत्नात ती पूर्णपणे असफल ठरली होती. ना जोडीदार, ना मुलंबाळं, ना गाणं म्हणायची तिची साधी इच्छादेखील पुरी होऊ शकली. तुम्ही कल्पना करू शकता की, नैराश्य व काळजीने ग्रस्त अशी ती त्या मोठ्या शहरातल्या हमरस्त्यावरच्या इमारतीमध्ये तिसऱ्या-चौथ्या मजल्यावर एका बेडरूमच्या लहानशा फ्लॅटमध्ये कशी वास्तव्य करत असेल. आई वारल्यामुळे आता तर ती अगदी एकाकी अवस्थेतच त्या जुनाट, मोडकळीला आलेल्या इमारतीमध्ये आयुष्य कंठत होती. त्या इमारतीमध्ये राहणारी जवळजवळ सगळीच वयोवृद्ध मंडळी सरकारी आर्थिक मदतीवरच जगणाऱ्यांपैकी होती.

एके दिवशी हॅझेल बाहेर जाण्यासाठी निघालेली असताना एक हिप्पी माणूस (जाणूनबुजून अस्वच्छ, अव्यवस्थित राहणारी माणसं) त्यांच्याच इमारतीमधल्या एका घरात राहायला आल्याचं तिला दिसलं. केस बरेच वाढलेले व लांबलचक दाढी असलेला तो माणूस विचित्रच दिसत होता. ती परत आल्यावर बघते तर काय, तिथले तिच्या ओळखीचे सगळेजण त्या भाडेकरूबद्दलच

बोलत होते, "अशामुळे आपल्याला आता धोका निर्माण होणारेय," एक बाई म्हणाली. "ही असली दांडगट माणसं इथे राहायला येऊ लागली, की बघता बघता ते सगळं ताब्यात घेतात बरं का!" त्यानंतर त्या इमारतीतल्या सगळ्या वृद्ध लोकांनी जास्तच काळजीपूर्वक राहण्यास सुरुवात केली. तो अनोळखी माणूस एखादा चोर वगैरे असला तर असा विचार करून दारा-खिडक्यांवर प्रत्येकानं जास्तीचं एकेक कुलूप लावण्याची सवय केली. कोणीही त्याच्यावर विश्वास टाकण्यास तयार नव्हतं.

त्या भीतीयुक्त वातावरणात अनेक आठवडे उलटले. एकदा रात्री नेहमीपेक्षा उशिरा हॅझेल घरी परत आली. आवाज न करता ती सावकाश व्हरांडा ओलांडत होती, कारण रात्रीच्या वेळी त्या मजल्यावरच्या रहिवाशांना त्रास होऊ नये असं तिला वाटत होतं. दोन जिने वर चढून गेल्यावर तिला तोच संशयित माणूस तिथल्या व्हरांड्यात दिसला. जोरात किंचाळून जिन्यावरून खाली पळत जाण्याऐवजी ती गाणं म्हणायला लागली. तोंडात आलेलं पहिलंच गाणं ती तिच्या बेसूर आवाजात गाऊ लागली. "समोर संकट चालून आलं तरी त्याला घाबरू नका, तर उलट ताठ मानेनं त्याला सामोरं जा." त्या वेळी नेमकं तेच गाणं तिला आठवलं होतं आणि गाण्यातले शब्द तरी ती बरोबर म्हणत होती की नव्हती याचीही तिला खात्री वाटत नव्हती. तिने गाणं म्हणणं चालूच ठेवलं... "ताठ मानेनं राहिलात तर आयुष्याच्या मार्गावर एकट्यानं चालण्याची पाळी तुमच्यावर कधीही येणार नाही. चल, चल, चल!! हृदयात आशा बाळगलीत तर वाटेत कधीच तुम्ही एकटे पडणार नाही." असं गात गात ती तिच्या फ्लॅटपर्यंत येऊन पोहोचलीही होती. घाईघाईनं दार उघडून आतमध्ये जाऊन तिनं ते नीट बंद

करून घेतलं व दाराबाहेर कोणाची चाहूल लागते का याचा ती अंदाज घेऊ लागली. परंतु काहीच आवाज न आल्यामुळे ती शांतपणे पलंगावर आडवी झाली आणि सुखरूपपणे घराच्या आत येता आल्याबद्दल तिने देवाचे आभार मानले.

दुसऱ्या दिवशी सकाळी तिला तिच्या घराच्या दाराखाली एक फाटका, चुरगळलेला कागदाचा तुकडा मिळाला. ज्याची सगळ्या रहिवाशांनी खूप धास्ती घेतलेली होती, त्याच दांडगट, हिप्पी माणसाने ती चिठ्ठी तिच्या घराच्या दाराखाली सरकवली होती. चिठ्ठीत लिहिलं होतं. 'तुम्ही कोण आहात हेही मला माहिती नाहीये. पण काल रात्री तुम्ही मला बघितल्यावर जे गाणं म्हटलं होतं, त्याबद्दल अगदी मन:पूर्वक आभार. मी त्या वेळी आत्महत्या करून आयुष्य संपवण्याचा पक्का निर्णय घेतलेला होता... आणि... तेवढ्यात तुम्ही गाणं गाण्यास सुरुवात केली. 'समोर संकट चालून आलं तरी त्याला घाबरून जाऊ नका. तर उलट ताठ मानेनं, आत्मविश्वासानं त्याचा सामना करा, म्हणजे आयुष्याच्या मार्गावर एकट्यानं चालण्याची पाळी कधी येणार नाही तुमच्यावर.' केवळ तुमच्यामुळेच माझा जीव वाचला आहे, हे तुम्हाला कळावं अशी माझी इच्छा आहे. मी इथून निघून दुसऱ्या शहरात जाऊन राहणार आहे व मला खात्री आहे की तिकडे मला हवं तसं काम नक्कीच मिळेल. खूप-खूप धन्यवाद. मी अत्यंत ऋणी आहे तुमचा. गुड बाय.'

रॉबर्ट एच. शूलर

The Influence of the Insignificant

अनोखा शेजार

तेव्हा मी बहुतेक नऊ वर्षांचा होतो. दहा वर्षांपेक्षा जास्त वय तर नव्हतंच. एक वयोवृद्ध दांपत्य आमच्या घराजवळच्या भागात समोरच्याच बाजूला नुकतंच राहण्यास आलेलं होतं. ते दोघं खूप शांत स्वभावाचे होते. त्यांच्या मूळ इटालियन वंशाला साजेसा असाच त्यांचा पेहराव असायचा आणि घरातली मांडणीही इटालियन धर्तीचीच होती. त्या जोडप्यामधल्या त्या बाईंची मला खूप धास्ती वाटे. त्यांचे काळेभोर डोळे एखाद्या थंडगार पाण्याच्या झऱ्यामधल्या गारगार गोट्यांसारखे भावनाशून्य दिसत असत. त्यातून जोडीला लेसची पांढऱ्या रंगाची कॉलर असलेले गडद रंगाचे ड्रेस त्या घालत. त्यांच्या पायात चमकणाऱ्या लेदरचे काळेभोर बूट कायम चढवलेले असत व एका पट्ट्याच्या साहाय्याने ते पावलावर बांधलेले असत. पट्ट्याच्या कडेला मोठं मोत्यासारखं बटण लावलेलं दिसायचं. त्यांची केशरचना बघून, तर मला पक्षाच्या घरट्याचीच उपमा द्यावीशी वाटे.

१९३० च्या काळात मूळ इटालियन वंशाच्या लोकांचं नाव भीतिदायक गुंडांच्या टोळ्यांशी सहसा जोडलं जात असे. शेजार-पाजारच्या कोणीच त्या बाईंना फारसं जवळ केलं नसल्यामुळे त्या अधिकच एकाकी भासत असत. पण पक्ष्यांचं मात्र त्यांना खूप वेड होतं. पक्ष्यांना रोज खायला घालून ते तरी मैत्री करतील का, याचा त्या अंदाज घेत असत. घराच्या अंगणात सावकाश चालत चालत त्या इकडेतिकडे धान्य टाकून ठेवत. पक्ष्यांशी मृदू भाषेत बोलताना त्यांची भीतिदायक नजर मात्र जमिनीकडेच वळलेली असायची. पक्ष्यांना जरी त्यांची भीती वाटेनाशी झाली होती, तरी माझ्या मनातली त्यांच्याबद्दलची भीतीची भावना मुळीच कमी झालेली नव्हती.

त्यांचे पती मात्र स्वभावाने त्यांच्यापेक्षा पूर्ण वेगळे होते. सर्वांशी मिळूनमिसळून, मैत्रीनं वागण्याचा त्यांचा स्वभाव होता. त्यांनी कधी मला दुरूनही पाहिलं, तरी ते हात उंच करून जोराजोरात हलवत असत. चेहऱ्यावर हास्य पसरवत त्यांनी बघितलं की त्यांचे लांबलांब व पांढरे शुभ्र दात नजरेस पडत. त्यांच्या डोक्यावरचे

पांढरेशुभ्र केस मानेपर्यंत रुळत. ते बघून मला एखाद्या संगीतकाराचीच आठवण येई. अंगापिंडाने त्यांना लठ्ठच म्हणता आलं असतं. त्यांचा चेहरा सान्ताक्लॉजसारखा वाटे व काही महिन्यांच्या काळानंतर तर ते माझ्यासाठी एक पौराणिक किंवा काल्पनिक व्यक्तीसारखे बनून गेले होते.

त्यांच्याकडे १९२८ साली बनलेली ब्युईक कंपनीची मोटार होती. कदाचित त्या मोटारीच्या आकर्षणामुळेच मी श्री. कॉन्टी यांच्याकडे जरा जास्तच लक्ष देऊन बघू लागलो होतो. एकदा सकाळच्या छान, प्रसन्न वेळी त्यांनी अंगणातून मोटार बाहेर काढल्याचं बघून मला राहावलं गेलं नाही आणि मी रस्ता ओलांडून धावतच त्यांच्या घराच्या अंगणात जाऊन गॅरेजची लाकडी दारं बंद केली. कारण मला शक्य तेवढ्या जवळ जाऊन ती मोटार बघण्याची इच्छा झाली होती. गलेलठ्ठ शरीरामुळे तेही आरामात मोटारीतच बसून राहिले होते आणि शेजारच्या एका लहान मुलाने आपणहून येऊन त्यांची मदत केल्यामुळे कौतुकमिश्रित नजेरनं माझ्याकडे बघत होते.

''अरे ए बाळा, काय नाव रे तुझं?''

''जॅक.'' मी उत्तर दिलं.

''अच्छा. थँक्यू हं जॅकी. हे घे तुला बक्षीस म्हणून च्युईंगगम.''

त्यांच्या भल्यामोठ्या लांबरुंद तळहातावर त्यांनी पाच च्युईंगगमचं पाकीट धरलेलं होतं. १९३२ सालच्या त्या काळात एवढी मोठी बक्षिसी मिळणं म्हणजे, केवढं अप्रूप होतं! त्यानंतर कधीही मी त्यांची मोटार निघताना पाहिली, की धावत धावत जाऊन दार बंद करत असे अन् दर वेळी न चुकता ते मला च्युईंगगम देत असत.

काही महिन्यांसाठी आमच्या दोघांमधली मैत्री तेवढ्यापुरतीच राहिलेली होती. नंतर मग काही काळानंतर त्या वृद्ध दांपत्यावर दु:खाची कुऱ्हाडच कोसळली. सौ. कॉन्टीबाई खूप आजारी राहू लागल्या. बिच्चारे पक्षी भुकेले राहू लागले. चिवचिवाट करून ते त्यांच्या मैत्रिणीला बराच वेळ हाका मारत राहत, पण त्यांच्याशी भेट होणं शक्य नव्हतं आता.

एके दिवशी त्या प्रशस्त घराभोवती अचानक स्तब्धता पसरली. काळ्या कुळकुळीत लांबलचक मोटारी आल्या व थांबून श्री. कॉन्टींना घेऊन कुठेतरी पटकन निघून गेल्या. थोड्या वेळानंतर त्यांना परत घरी आणून सोडलं होतं. त्या काही दिवसांत त्यांची स्वत:ची ब्युईक मोटार मात्र गरिबासारखी त्या दमट व अंधाऱ्या गॅरेजमध्ये पडून राहिली होती. मी तेव्हा काही मदत करू शकलो असतो का, हे समजण्याइतकं माझं वय मोठं नव्हतं. त्यामुळे मी नुसतीच प्रतीक्षा करत राहिलो होतो. हळूहळू काळ पुढे सरकला. शेवटी अखेर एके

दिवशी गॅरेजची दारं उघडली गेली व श्री. कॉन्टींनी मला हात केला. त्यांच्या कोटाच्या बाहीवर शोकप्रदर्शक काळी रिबिन लावलेली दिसत होती. मी न हलता एका जागी चुपचाप उभा होतो. त्यांनीच मला हाक मारली, "ये, इकडे ये असा जॅकी. तुझ्यासाठी च्युईंगगम आणलंय बघ." मला खूप संकोचल्यासारखं झालं, पण तरी पिवळ्या फरशा बसवलेला तो रस्ता ओलांडून मी कसातरी तिकडे जाऊन पोहोचलो. माझ्या मित्राच्या आयुष्यावर दुःखाची छाया पडली होती हे मला समजत होतं, पण त्याहून अधिक असं काही परिस्थितीचं आकलन होत नव्हतं माझ्या बालबुद्धीला.

"जॅकी, मी आता दफनभूमीकडे जाण्यास निघालोय. तिथे माझ्या पत्नीच्या थडग्याभोवती असलेल्या झाडा-फुलांची निगराणी करणार आहे मी. तुला जर मोटारीतून चक्कर मारायला यायचं असेल, तर पटकन जाऊन आईची परवानगी घेऊन ये." आईने क्षणाधार्तच विचार करून मला हवी असलेली परवानगी दिली देखील.

गॅरेजमधून ती हिरवी मोटार बाहेर येईपर्यंत मी थांबून राहिलो आणि नंतर गॅरेजची दारं मी बंद करून घेतली. ज्या मोटारीबद्दल मला इतके दिवस आकर्षण वाटत होतं, त्याच मोटारीत मी टुणकन उडी मारून, खूश होऊन बसलो. आतमधल्या मखमली कापडाच्या मऊमऊ सीटवर मी हळुवारपणे हात फिरवला – किती छान नरम स्पर्श होता तो. चमचमणारं लाकडी स्टिअरिंग इतकं गुळगुळीत होतं की मला ते हातांनी धरावंसं वाटलं. इंजिनाचा आवाज सुरू होऊन आमची मोटार रस्त्यावरून धावू लागली. श्री. कॉन्टी खूपच दुःखी वाटत होते आणि मी मात्र एवढा खूश त्यापूर्वी कधीच झालो नव्हतो.

स्मशानभूमीतल्या अरुंद रस्त्याच्या कडेला आम्ही मोटार लावली आणि नंतर कच्च्या रस्त्यावरून पुढे पायी पायी निघालो. रस्त्याच्या आजूबाजूला कोमेजलेली तर काही पूर्ण सुकलेली फुलं पडलेली दिसत होती. मला वाटलं की त्यांना त्यांच्या मृत पत्नीला त्रास होणार नाही अशा प्रकारे शांतपणे काम करावंसं वाटत असावं. ते वाकून उसासे टाकत काम करत होते व त्याच वेळी त्यांनी मला काहीतरी काम करण्याची विनंती केली, पण मला नीट ऐकू न आल्यानं परत सांगा असं मी त्यांना म्हणालो. "बाळा, मोटारीत पाण्याची झारी ठेवलेली आहे. तेवढी घेऊन ये आणि हो, येताना तिथल्या पंपावरून त्यात पाणीही भरून आणतोस का प्लीज? मला या रोपट्याला पाणी घालायचंय, म्हणजे मग ते जगेल." त्यांनी 'म्हणजे हे रोपटं मरणार नाही,' असे शब्द वापरण्याचं टाळलं होतं. तेव्हा त्या क्षणी त्यांनी मला जीवनातली एक मोठी शिकवण दिली होती. जीवनाकडे नेहमी सकारात्मक नजरेनं बघावं.

पंपाच्या नळाचं भलंमोठं हँडल खालीवर करून मी ताजं-ताजं थंड पाणी त्या झारीत भरलं. पाण्यामुळे झारी चांगलीच जड झाली होती. म्हणून ती हाताने उचलून थडग्याकडे जाताना माझ्या पायावर आपटत होती. सगळं नीट, मनासारखं, व्यवस्थित पार पडलेलं बघून श्री. कॉन्टींना समाधान वाटलं आणि त्यांनी शांतपणे त्या जागेचा निरोप घेतला. माझ्या खांद्यावर हात टाकून ते मला घेऊन परत मोटारीपाशी पोहोचले.

"जॅकी, चला आता आपण थोडी मजाही करायला हवी. परत जाताना आपण रस्तामध्ये 'ड्राइव्ह-ओ-लिंक्स'पाशी थांबू आणि तिथे गोल्फ खेळाचा थोडा सराव करू या. चालेल ना?"

"हो, हो, का नाही?" आनंदाने ओरडताना माझे डोळे चमकत होते. त्या जागी पोहोचताना वाळूच्या रस्त्यावर आमच्या मोठ्या मोटारीच्या चाकांखाली वाळू चिरडली जाण्याचा आवाज येत होता. तिथे त्यांनी एक डबा भरून गोल्फचे बॉल खरेदी केले आणि कोपऱ्यात ठेवलेले गोल्फचे दोन क्लब्ज (बॅट सदृश) उचलून घेतले. नंतर ते एका लाकडी चौकोनी पेटाऱ्यावर उभे राहिले. त्याच्यावर उभं राहिल्यामुळे ते जास्तच उंचेपुरे व अजस्त्र दिसत होते. हातातला क्लब जोरदारपणे गोलाकार फिरवून त्यांनी बॉलला असा काही जबरदस्त फटका मारला की २००... २५०... करता करता ३०० यार्डांचं अंतर पार करून बॉल तिथल्या खुणेच्या खड्ड्यात जाऊन पडला होता. "हं जॅकी, आता तुझी पाळी."

बॉल काही यार्डांपर्यंत तरी पोहोचावा असं वाटत असूनही माझा प्रयत्न पूर्ण असफल झाला. न चिडता, शांतपणे त्यांनी चित्त एकाग्र कसं ठेवावं, क्लब कशा तऱ्हेनं पकडावा हे मला प्रत्याक्षिकासह दाखवलं. पुढे जाऊन मी कधी गोल्फर बनलो नसतोही, पण तेव्हा, त्या वेळी मात्र मला खूप मज्जा येत होती. नंतर दर आठवड्यात प्रत्येक रविवारी न चुकता स्मशानभूमीत जाऊन रोपट्यांची, फुलांची काळजी घेऊन मग परत येताना वाटेत गोल्फ खेळण्यासाठी आवर्जून थांबणं, हा आमचा ठरलेला कार्यक्रम असे. त्या दिवसाची मी आतुरतेनं वाट बघत असायचो आणि रविवार उजाडण्यास किती दिवस शिल्लक असायचे त्याचा हिशेब ठेवायचो.

श्री. कॉन्टी हे अनेक खाणींचे मालक होते. राज्यसरकारशी त्यांचा करार झालेला होता की, जेव्हा जेव्हा कधी रस्तेबांधकामाचं काम सुरू करायचं असेल तेव्हा त्याच्या एखाद्या खाणीमधून दगड विकत घेतले जात. उन्हाळ्याच्या सुटीत मी दर वेळी त्यांच्याबरोबर खाणींवर जात असे. त्या काळात त्यांनी मला स्वाभिमानानं जगण्याचे अनेक धडे दिले होते.

एका खाणकामगाराच्या मुलाचा नुकताच मृत्यू झाला होता. तेव्हा त्या कामगाराला त्यांनी अत्यंत प्रेमाने जवळ घेतलेलं मी बघितलं होतं. लग्न होऊन

काही दिवसच झालेल्या एका तरुण कामगाराच्या हातात वीस डॉलरची (त्या काळात प्रचंड किंमत असलेली) नोट ठेवताना माझ्या नजरेनी ते टिपलं होतं. एका वयोवृद्ध कामगाराची पत्नी मृत्युपंथाला लागलेली होती हे समजल्यावर, त्यांनी तिच्या सोबतीसाठी व तिची सेवा-शुश्रूषा करण्याकरिता त्याला घरी राहण्याचा सल्ला तर दिलाच आणि शिवाय तितक्या दिवसांचा पगारही मिळेल असं त्याला आश्वासनही दिलं होतं. एका कामगाराचा लहान मुलगा त्यांच्या लाकडी झोपड्यासमोर खेळताना बघून, आपला अगडबंब देह कसाबसा वाकवून त्या मुलाच्या डोक्यावर त्यांनी मायेनं थोपटलं होतं व खिशातून च्युईंगगमचं अख्खं पाकीट काढून त्याला बहाल केलं होतं. प्रत्येक व्यक्तीला त्यांच्याबद्दल अतिशय जिव्हाळा वाटे, हे मी प्रत्यक्ष बघितलं होतं.

बालवयातच माझ्या जिवाभावाच्या लोकांच्या मृत्यूचं दुःख सोसण्याचं माझ्या नशिबी आलं होतं. श्री. कॉन्टी एके दिवशी त्यांच्या काही मित्रांसमवेत वाईन (द्राक्षांपासून बनवलेलं मद्य) पीत बसले असताना अचानकच मृत्यूने त्यांच्यावर झडप घातली. माझं हृदय दुःखाने इतकं विदीर्ण झालं, की मी पुरता कोलमडून गेलो होतो. खेदाची गोष्ट म्हणजे, मी त्यांच्या अंत्ययात्रेलाही हजर नव्हतो. कारण मलाही तिकडे घेऊन जावं, हे एकाच्याही लक्षात आलं नव्हतं. आता त्यांचं घर खूप उदास नि भयाण वाटू लागलं होतं. तिथे येणारे पक्षी तर फार पूर्वीच तिथून निघून गेले होते. त्यांनी एखादी आनंदी, प्रसन्न जागा नव्यानं शोधूनही काढलेली असणार. एके दिवशी कोणीतरी त्यांच्या मोटारीचं गॅरेज उघडलं आणि दिवसाढवळ्या त्यांची भलीमोठी ब्युईक मोटार बाहेर काढली. माझ्या सन्मित्राला त्या दिवशी मी खऱ्या अर्थाने अखेरचा निरोप दिला होता. साश्रुनयनांनी ती मोटार दृष्टिआड होताना मी स्तब्ध उभा राहून बघत होतो. ती मोटार तर दूर निघून गेली – अगदी कायमचीच, परंतु एका सहृदय, प्रेमळ, हसऱ्या माणसाचं चित्र मात्र माझ्या मनावर कायमचं कोरून गेली होती. ज्यानं मला दुसऱ्यांसाठी जगण्याची, परोपकार करण्याची शिकवण दिली. ते मी कधीच विसरू शकणार नाही.

जॅक अलेक्झांडर

A Neighbour I'll Never Forget

५

अडचणींवर मात

"मनापासून इच्छा असेल, तर काहीही अशक्य नसतं."

जॉन हेवुड

माझी आदर्श व्यक्ती

बालपणी माझ्यासाठी कोणी एखादी आदर्श व्यक्ती होती, असं काही मला आठवत नाहीये. आदरणीय व्यक्ती तशा बऱ्याच होत्या, परंतु ज्या व्यक्तीचा आदर्श मी माझ्या डोळ्यांपुढे ठेवावा, अशी व्यक्ती मात्र मला जीवनात खूप उशिरानं सापडली आणि ती व्यक्ती, म्हणजे मी कल्पिलेल्या आदर्श व्यक्तीप्रमाणे अजिबातच नव्हती. अतिशय सुप्रसिद्ध, धनाढ्य किंवा एखादा कुशल खेळाडू वा सिनेमातल्या हिरोप्रमाणे प्रसिद्धीच्या झगमगाटात वावरणारी ती व्यक्ती नव्हती. तर ती होती एक सर्वसामान्य व्यक्ती, ज्याला मी आयुष्यभर गृहीत धरूनच वागत होतो. मी आता तुम्हाला जी काहाणी सांगणार आहे ती आहे, माझ्याकरिता आदर्श असलेल्या माझ्या सख्ख्या भावाची!

माझा मोठा भाऊ टोनी वैद्यकीय महाविद्यालयात शिकत असताना, त्याच काळात त्याच्या होणाऱ्या पत्नीला – शीलाला भेटला होता. डॉक्टर म्हणून उत्तीर्ण झाल्यावर, त्याच्या पदवीदान समारंभाच्या वेळी मी पहिल्यांदा तिला भेटल्याचं मला आठवतंय. ती मूळची इंग्लडमध्ये राहणारी होती. उत्साहाने सळसळणारी अशी ती एक तरुणी होती. अतिशय हसऱ्या व्यक्तिमत्त्वाची शीला, जिथे जाई तिथलं वातावरण प्रसन्न करून टाकत असे. व्यवसायानं ती नर्स (परिचारिका) होती आणि नर्सेसना खूप मागणी असणारा असा तो काळ होता. अमेरिकेतल्या हॉस्पिटलकडून तिला नोकरीवर रुजू होण्यासाठी म्हणून आपणहून आमंत्रण आलं होतं आणि अमेरिकेत कामासाठी म्हणून वास्तव्य करण्याकरिता लागणारा परवाना (व्हिसा) तिला त्या हॉस्पिटलतर्फेच मिळालेला होता. तेव्हा ती टेक्सास राज्यातल्या डलास या शहरात स्थायिक झाली होती. तिथल्याच पार्कलँड हॉस्पिटलमध्ये ती माझ्या भावाला भेटली होती, कारण तिथेच ती नर्स म्हणून काम करीत होती व तो वैद्यकीय शाखेचा विद्यार्थी होता.

शाळेत असेपर्यंत टोनी त्याच्या अभ्यासातच इतका मग्न असायचा की एखाद्या मुलीशी मैत्री करून, ती वाढवत प्रेमात पडण्यास त्याला सवडच नसायची. पण तिला बघितल्यावर मात्र मी ओळखलं, की प्रकरण जरा वेगळंच

होतं. काहीतरी पाणी नक्कीच मुरत होतं. त्या दोघांना कॉलेजच्या सभागृहात जवळ जवळ बसून, हातात हात गुंफून प्रेमालापात मग्न असलेलं मी पाहिलं होतं. पदवी मिळाल्यावर त्याने केंटकी राज्यामधील लुईसव्हिल शहरात जाऊन कामाचा अनुभव घेण्याचं ठरवलं. तेव्हा शीलाही त्याच्याबरोबर तिकडे गेली होती, मग ते एकत्र राहू लागले होते. काही दिवसांनी सुटीवर म्हणून शीला केंटकीहून कॅनडाला गेली. मात्र तिथून परत केंटकीला येताना तिला अमेरिकन सरकारने व्हिसा देण्याचं नाकारलं. कारण तेव्हा तिचा नोकरीसाठी मिळालेला व्हिसा संपलेला होता. त्यामुळे तिची रवानगी सरळ तिच्या मायदेशी (इंग्लंड) केली गेली. परिस्थिती पूर्ववत होईपर्यंत एक महिन्याचा काळ निघून गेला. त्या काळात शीलाच्या विरहात टोनी फारच व्यथित झाला होता. ती लुईसव्हिलला परत आल्याआल्या त्या दोघांनी तातडीनं लग्न करून टाकलं. एक वर्षानंतर ते दोघं इंग्लंडला गेले आणि नंतर आमचे आईवडील, काही नातेवाईक व मित्रमंडळी विमानाने तिकडे जाऊन पारंपरिक पद्धतीने साजऱ्या केलेल्या त्यांच्या विवाहसमारंभाला हजर राहिले होते.

लग्नानंतर काही वर्षांचा काळ त्यांनी दोघांनी मिळून खूप आनंदात घालवला, पण केंटकीपासून न्यू मेक्सिको, न्यू मेक्सिको ते टेक्सास की परत शेवटी न्यू मेक्सिको अशी त्यांची भ्रमंती मात्र चालू होती. दरम्यानच्या काळात कॅमेरॉन व शेल्डन या त्यांच्या दोन मुलांचा तीन वर्षांच्या अंतराने जन्म झाला होता. युनिव्हर्सिटी ऑफ न्यू मेक्सिको मेडिकल स्कूल (कॉलेज) मध्ये माझ्या भावाने नोकरी धरली होती आणि तिथल्याच हॉस्पिटलच्या अति-दक्षता विभागात शीला नर्सचं काम करायला लागली होती. १९८९ साली न्यू मेक्सिको राज्यातल्या कोरॅलेस या गावी त्यांनी एक सुंदर, प्रशस्त असं स्वतःचं घर विकत घेतलं. घरासमोर दूरवर डोंगर पसरलेले असल्याने विहंगम दृश्य दिसत असे. घराला लागूनच त्यांच्या मालकीचं गायरान (कुरण) व स्वतःचे घोडे, गायी ठेवायला छानसे तबेले, गोठेदेखील होते. शीलाला पहिल्यापासूनच अश्वपालनाचं अतिशय वेड होतं आणि त्या नव्या घरामुळे तो छंद जोपासण्यास तिला छान संधी मिळालेली होती.

न्यू मेक्सिको राज्यात वसंत ऋतूमध्ये खूप छान हवा असते. १९८९ साली २२ एप्रिलची सकाळ उगवली तीच अतिशय स्वच्छ व प्रसन्न वातावरणाची. त्या वसंत ऋतूमधला तो दिवस सर्वोत्तम हवेचा होता, असंच वाटत होतं. त्यामुळे बाहेर जाऊन मस्त मजा करावी असं प्रत्येकालाच वाटत होतं. टोनीनं त्यांच्या दोन्ही मुलांना घेऊन मासेमारी करण्यासाठी जाण्याचा बेत ठरवला. शीलानं नुकताच एक घोडा विकत घेतलेला होता व त्याला प्रशिक्षण देऊन

शीलाला त्याला तयार करायचं होतं. त्या दिवशी नंतर खरं काय घडलं होतं ते कोणालाच सांगता आलं नव्हतं की कळलंही नव्हतं. पण तरीदेखील जी काही थोडी फार माहिती गोळा करता आली होती, त्यावरून अनुमान लावलं गेलं की शीला त्या घोड्यावर बसून कुरणामध्ये रपेट मारत असताना अचानक घोडा खाली पडला. शीला तोंडावरच आपटली व तिचा चेहरा जमिनीवरच्या गवता-चिखलात पालथा झाला आणि तो घोडा तिच्या अंगावर कोसळला होता. त्याच्या वजनामुळे तिचं तोंड चिखलात जास्तच रुतायला लागलं; त्यामुळे तिला श्वासोच्छ्वास करता येईनासा होऊन तिला अधिकच गुदमरायला लागलं. कुरणाच्या पलीकडच्या घरात राहणारा एक डॉक्टर त्या वेळी त्याच्या अंगणात काहीतरी काम करत होता. त्याने शीलाला घोड्यावरून पडताना बघितलं. तो धावतच तिच्याजवळ जाऊन पोहोचला, तेव्हा ती बेशुद्ध झालेली होती व तिची श्वासोच्छ्वासाची क्रियाही बंद पडली होती. त्याने तातडीने प्राथमिक उपचार सुरू करून; हेलिकॉप्टरने येणाऱ्या वैद्यकीय मदतगटाला फोन केला. ज्या हॉस्पिटलमध्येच माझा भाऊ व ती नोकरी करत होते; त्याच हॉस्पिटलमध्ये तिला लगेच हलवण्यात आलं. टोनीनेही मासे पकडताना वरती आकाशातून रुग्ण घेऊन जाणारं हेलिकॉप्टर बघितलं होतं, पण त्यात रुग्ण म्हणून त्याची शीलाच होती, असा विचारही त्याच्या मनाला शिवला नव्हता. अपघाताची बातमी कळल्यावर टोनी व मुलांना घरी परतण्यास संध्याकाळ झाली होती.

मी माझ्या गावी घरात बसून कुठेतरी सहलीला जाण्याच्या तयारीतच होतो आणि तेवढ्यात माझ्या आईचा फोन आला व तिने घडलेल्या घटनेबद्दल मला सगळं सांगितलं. मग माझ्या कुटुंबातले आम्ही सगळेच ताबडतोब अल्बुकर्क गावी जाण्यास निघालो. तेव्हा भावाजवळ हजर असण्याची आत्यंतिक गरज होती. शीलाच्या कवटीला फ्रॅक्चर झालेलं होतं आणि मशीनद्वारे कृत्रिमरित्या तिचा श्वासोच्छ्वास चालू ठेवलेला होता. ती खोल बेशुद्धावस्थेत गेलेली होती. किती काळासाठी ती तशाच बेशुद्धावस्थेत राहाणार होती की परत शुद्धीवर येणार होती, त्याबद्दल आम्हाला कळत नव्हतं. अपघातामुळे तिच्या मेंदूला दुखापत होऊन कितपत नुकसान झालेलं होतं, त्याचाही अंदाज येत नव्हता. मला आठवतंय की त्या वेळी तिच्याजवळ बसून, तिचा हात हातात घेऊन, हळुवारपणे टोनी तिच्याशी बोलताना बघून, त्याला कोणत्या शब्दात धीर द्यावा हेच मला सुचत नव्हतं. आदल्या दिवसापर्यंत शीलाबरोबर काम करणाऱ्या इतर नर्सेस आता तिच्या बेशुद्धावस्थेत तिची कशी काळजी घेत होत्या, हे मी मूकपणे बघत होतो. बघता बघता, एका क्षणात आयुष्य होत्याचं नव्हतं होऊन जातं आणि जर ती त्यातून सुखरूपपणे बाहेर आली नाहीतर माझ्या भावाच्या

आयुष्याचं काय होणार, याबद्दल माझ्या मनात विचारांचं काहूर उठलेलं होतं. अपघात होऊन अनेक महिने उलटून गेल्यावर एका रात्री टोनीनं मला सांगितलं की, ती जर कृत्रिम श्वासोच्छ्वासावरच जिवंत राहाणार होती, तर त्यापेक्षा देवानं तिची लवकरात लवकर सुटका करावी अशी त्याने सुरुवातीच्या काळात परमेश्वराला विनंती केली होती. आणि तसं केल्यावर त्याच्या मनाला एक वेगळीच शांती लाभली होती व नंतर सगळं व्यवस्थित पार पडणार असं खात्रीपूर्वक त्याला वाटायला लागलं होतं आणि खरोखरच, शीलाने अपघातानंतर पंधरा दिवसांनीच डोळे उघडले होते व परत एकदा जोडीनं त्याचं नव्यानं आयुष्य सुरू झालं होतं.

अपघातामुळे झालेलं नुकसान अर्थातच खूप जबरदस्त होतं. शीला तिची स्मरणशक्ती गमावून बसली होती. चालणं, बोलणं, स्वत:च्या हाताने अंघोळ करणं, जेवणं असं काहीही करण्यास ती समर्थ नव्हती. साध्या-साध्या कामासाठी तिला दुसऱ्याची मदत घ्यावी लागायची. काही काळानंतर थोड्याफार गोष्टी करण्याची शक्ती व थोड्या प्रमाणावर तरी स्मृती परत मिळण्याची शक्यता होती, असं डॉक्टरांना वाटत होतं. पण पुढचा प्रवास मात्र अतिशय कठीण आणि खडतर होता हे निश्चित! दिवसभर हॉस्पिटलमध्ये काम करून तो रोज काही तासांसाठी तिच्याजवळ बसून, तिला वेगवेगळे फोटो दाखवायचा, प्रत्येकाची नावं सांगायचा. तो त्याचा दैनंदिन कार्यक्रमच होऊन गेला होता. नंतर एकदा घरी परतला की मग मात्र दोन्ही मुलांबरोबर खेळण्यात, स्वयंपाक करण्यात, मुलांना गोष्टी सांगून झोपवण्यात त्याचा पूर्ण वेळ जात असे. अतिशय थकवा येऊनही एका शब्दानेही त्यानं कधी तक्रारीचा सूर काढला नव्हता. त्यानंतर हॉस्पिटलमधून शीलाला पुनर्वसन केंद्रात हलवलं गेलं, तरीही टोनीचा रोजचा परिपाठ त्याच प्रकारे चालू होता. तिथे शीलाला बऱ्याच महिन्यांसाठी ठेवावं लागलं होतं. अखेर जेव्हा शीला घरी परत येण्याइतपत बरी झाली, तेव्हाही तिला एकटीला चालता येत नव्हतं. तिचं बोलणं इतरांना खूप प्रयत्नांती समजत असे. लिहिण्याची क्षमता व स्मरणशक्ती अजूनही तिला प्राप्त झालेली नव्हती. टोनीची व तिची पहिली भेट, प्रियाराधनाचे ते दिवस याबद्दल तिला काही आठवत नव्हतं. एवढंच काय, तर त्यांचा विवाह, दोन मुलांचा जन्म याबद्दलच्या आठवणीही तिच्या मनातून नाहीशा झालेल्या होत्या. बरेच दिवस तिचा असाच समज झालेला होता, की टोनी एक मोटार मेकॅनिक म्हणूनच काम करत होता. एवढं सगळं असूनही टोनी तिला अंघोळ घालून, तिचे केस छान व्यवस्थितपणे विंचरत असे. भेटवस्तूंची वरचेवर तिच्यावर खैरात करत असे. तिच्यासाठी आवर्जून वेळ काढत असे. तिच्यामध्ये त्या मानाने अगदी नावालाच प्रगती चालू होती. काळ जसा पुढे पुढे सरकत होता तसं ती करू शकलेल्या लहान-सहान

गोष्टींचंही आम्हाला खूप अप्रूप वाटायला लागलं होतं – तिची एखादी जुनी स्मृती जागृत झाली, घरातल्या सदस्यांपैकी एखाद्याचं नाव तिला आठवलं किंवा काटा-सुरीची मदत घेऊल तिला एखादा पदार्थ कापून खाता आला, स्वत:चे केस विंचरता आले किंवा आधार घेऊन चार पावलं चालली तरीदेखील!

काही गोष्टींमध्ये स्वावलंबी होण्यात शीलाची प्रगती चालू होती, पण रोजचा दैनंदिन व्यवहार करताना तिची काळजी घेणं, हे काम टोनीचंच असे. असं दुसऱ्यावर अवलंबून राहणं शीलाला अतिशय क्लेशदायक व्हायचं व त्यामुळे तिला अतिशय नैराश्य येत असे. त्यांचं लग्न टिकणं कठीण होतं अशी मला मनोमन भीती वाटत असे. पूर्वीचं प्रेम, हास्याचा खळखळाट आणि त्यांचं एकत्रित वैवाहिक जीवन तर संपुष्टातच आलं होतं – उरली होती ती फक्त रोज होणारी धडपड, आटोकाट प्रयत्नांची शर्थ!

आणि अखेर ते अद्भुत घडून आलं. त्या क्षणीच माझा भाऊ माझ्यासाठी एक आदर्श बनून गेला होता. शनिवार-रविवारच्या सुटीच्या दिवशी मी त्याच्या घरी गेलो होतो. शीला तिच्या चाकांच्या खुर्चीत बसलेली होती. स्वयंपाकघरातली साफसफाई, स्वयंपाक करण्यात टोनीची धावपळ चालू होती. मुलं टीव्ही बघत बसलेली होती, स्टिरिओवर गाणी लागलेली होती. एकंदरीत शनिवारच्या सकाळी घराघरांतून दिसणारं दृश्य होतं ते. अचानक टोनीनं स्टिरिओचा आवाज खूप वाढवला. बोटांच्या हालचाली करत तो एकटाच नृत्य करू लागला. आम्ही सगळे आश्चर्याने त्याच्याकडे बघू लागलो. मग काय, मुलंही हसत-खिदळत त्याच्या जोडीनं नाचायला लागली. टोनी व मुलं मनापासून जोरजोरात हसत नृत्याचा भरपूर आनंद लुटत होती. टोनीनं सहज शीलाकडे नजर टाकली, तर तिच्या गालांवरून अश्रू ओघळताना दिसले. शीलाला नृत्य करण्याची खूपच आवड होती आणि जणू त्या क्षणी तिला त्यांच्या पूर्वायुष्यातल्या घटना आठवू लागल्या होत्या. काहीही न बोलता टोनी तिच्याजवळ गेला व त्याने तिला चाकांच्या खुर्चीमधून अलगदरित्या उचलून घेतलं. तिला घट्ट धरून त्याने तिचे पाय त्याच्या बुटांवर टेकवले आणि तिच्यासह तो खोलीभर फिरत नृत्य करू लागला. जणू काळ एका जागी स्तब्ध झालेला होता. आम्ही सगळे नि:स्तब्ध होऊन त्या अनोख्या घटनेकडे आ वासून पाहात होतो. त्या दोघांना नृत्य करताना बघून हरखून गेलो होतो. मुलं भानावर येऊन आनंदाने खिदळू लागली आणि मग आम्ही सगळे उत्साहाने त्या दोघांबरोबर नृत्यात सामील झालो. शीलाच्या चेहऱ्यावर हास्य पसरलं व ती चक्क मोठ्याने हसू लागली. तिला असं हसताना बघून बराच काळ गेलेला होता. जणू तिचं हास्य त्या आधी आम्ही कधीच ऐकलेलं नव्हतं व तेव्हा पहिल्यांदाच ऐकत होतो असं वाटलं.

टोनीच्या फक्त डोळ्यांतच तिच्याबद्दलचं प्रेम स्पष्ट दिसत होतं असं नसून, त्या खोलीमध्ये दूर उभं राहूनही मला त्या प्रेमाचं अस्तित्व चक्क जाणवत होतं. त्या दोघांच्या प्रेमानं ती खोली न्हाऊन निघाली होती व बरोबर त्याच क्षणी मला माझ्या जीवनामधली आदर्श व्यक्ती सापडली होती.

एप्रिल महिन्यामधल्या त्या भयानक दिवसाला आज दहा वर्षं पूर्ण झालीत. आणि आजही कोरॅलेसमधील त्या घरात टोनी, शीला व त्यांची दोन्ही मुलं राहात आहेत. टोनी डॉक्टर म्हणून अजूनही कार्यरत आहे. मुलं आता तेरा व अकरा वर्षांची झालेली असून दोघंही अभ्यासात व खेळात खूप हुशार आहेत. शीलाच्या तब्येतीत अजूनही सुधारणा होणं चालूच आहे, आणि आता ती खूपच स्वावलंबी झालेली आहे. आता काठीच्या आधाराने तिची ती चालू शकते, मोटार चालवते, घरातलं सगळं बघते आणि परत नर्सचं काम सुरू करण्यासाठी आवश्यक असलेली परीक्षा देऊन ती त्यात उत्तीर्णही झाली आहे. गतकाळातल्या तिच्या सर्व स्मृती जरी परत आलेल्या नसल्या, तरी आता तिची एकंदरीत स्मरणशक्ती पूर्वीपेक्षा बरीच वाढली आहे. गंभीर अपघातानंतर पूर्ववत होण्याकरिता ज्या ज्या संकटांचा सहसा सामना करावा लागतो, तो करण्याची त्यांची क्रिया अजूनही अव्याहतपणे चालूच आहे; पण एकमेकांना दिलेली वचनं, घेतलेल्या आणाभाका मात्र तशाच अबाधित राहिल्या आहेत. आयुष्याच्या मार्गावर आलेल्या प्रत्येक आव्हानाला त्यांनी तोंड देण्याची जी धडपड केली आहे, ती मी माझ्या डोळ्यांनी बघितलेली आहे व त्या सर्वांचा माझ्या जीवनावर किती मोठा परिणाम झाला आहे, याची मला पूर्ण जाणीव आहे. मला आता समजतंय की आपल्या साध्याशा कृतीमुळे दुसऱ्याच्या जीवनात किती मोठा फरक पडू शकतो. अकरा वर्षांपूर्वी माझ्या मनाला आदर्श वाटणारी अशी एकही व्यक्ती नव्हती, पण अखेर ती मला लाभली एका सर्वसामान्य माणसाच्या रूपात! मला अभिमान आहे की ती आदर्श व्यक्ती म्हणजे दुसरी-तिसरी कोणी नसून प्रत्यक्ष माझा भाऊच आहे!

शॉन ब्लेसिंग

Everday Heroes

दुसऱ्याच्या दुःखात सहभागी

"दुसऱ्यास मदत करणं, हे स्वतःला मदत करण्यासारखंच असतं. कारण आपण केलेल्या सत्कार्याची परतफेड होतच राहते, व सत्कार्यांची साखळी बनून वर्तुळ तयार होतं."

फ्लॉरा एडवर्ड्स

जिनीला जेव्हा प्रथमच भेटत होतो, त्या वेळी एका चर्चेसाठी आम्ही एका टेबलाभोवती बसलेलो होतो. तिला येण्यास उशीर झाला होता. आत येताना ती डुलत-डुलत आली व पाठोपाठ तिचा पती बॉबही दिसत होता. मी मुद्दामच 'डुलतडुलत' आली असं म्हणाले, कारण की तिला सहावा महिना चालू होता. त्यामुळे त्या पद्धतीने तिचं चालणं स्वाभाविकच होतं. बॉब आमच्याबरोबर बसला व जिनी सावकाशपणे, प्रयत्न करत खुर्चीवर टेकू बघत होती, पण शेवटी तिला खुर्ची टेबलापासून दूर सरकवून बसणं भाग पडलं होतं, व टेबलावर हात टेकून बसता आलं नव्हतं.

ज्या व्यक्तींच्या घरातल्या अगदी जवळच्या कोणाचा मृत्यू झालेला असला, तर तिला त्या दुःखातून बाहेर येण्यासाठी मानसिक आधार देणारं, असं आमचं ते मंडळ होतं. त्यापूर्वी आमच्या मंडळात अशी गर्भारपणाने थकलेली स्त्री कधीच मदतीसाठी आली नव्हती. मंडळातील वयस्कर विधवा स्त्रिया जिनी व बॉबचं स्वागत करताना किंचित हसलेल्या मी बघितलं. आमचा हा ग्रुप गेले कित्येक महिने एकत्र जमत होता, मी कामाचं संचालन करत असे. माझ्याबरोबर त्या वेळी एकूण आठ ज्येष्ठ नागरिक विधवा महिला होत्या. त्या दिवशी जिनी तिच्या झालेल्या अपरिमित हानीबद्दल चर्चेमध्ये बोलली. तिचं बोलणं ऐकूल हॉलमधल्या प्रत्येकीच्या डोळ्यात अश्रू आले होते. त्यांची छोटी मुलगी ज्या दिवशी स्वर्गवासी झाली होती, त्या दिवसाचं वर्णन करून सांगताना बॉबने व तिने एकमेकांचे हात घट्ट धरून ठेवले होते.

जिनी सांगत होती की रोजच्यासारखाच तो दिवस उजाडला होता. ती व

तिची छोटी मुलगी शॉना, खरेदी करण्यास दुकानात गेल्या होत्या. घरी परत येताना हॅमबर्गर (मांसाहारी पदार्थ) घेण्यासाठी वाटेत त्या थांबल्या. दोन वर्षांची शॉना एक छान सुदृढ मुलगी होती. दुपारी परी येताना तिला झोप येऊ लागल्यामुळे ती थोडी चिडचिडी झाली होती. गाडीमधून सामान काढल्यावरती जिनीने शॉनाला झोपण्यासाठी आडवं केलं. तिला जास्तच प्रेमाने जवळ घेतल्यावर शॉनानेही तिचे चिमुकले हात लाडाने आईच्या गळ्यात टाकले होते.

काही मिनिटांनंतरच जिनीने शॉनाला जोरात किंचाळताना ऐकलं. असा भयंकर आवाज तिने त्यापूर्वी कधीच ऐकला नव्हता, हे आम्हाला सांगतानादेखील जिनीच्या अंगावर सर्रकन काटा आला होता. जिनी पेशाने एक नर्स आहे. त्यामुळे शॉनाच्या घशात काही अडकलं होतं का, हे तिने ताबडतोब तपासून पाहिलं आणि मग ती तिला कृत्रिम श्वासोच्छ्वास पुरवू लागली. शॉनाला बरं वाटून ती परत स्वत:हून श्वास घेऊ लागल्यावर जिनीने फोन करून वैद्यकीय पथकाला बोलावून घेतलं.

हाती आलेल्या रिपोर्टवरून असं सांगण्यात आलं, की पुढच्या काही तासांत शॉनाचा श्वासोच्छ्वास वारंवार थांबत होता, पण दर वेळी तिला कृत्रिम श्वासोच्छ्वास पुरवल्यावर ती ठीक होत होती. अखेर तो त्रास थांबला व तिच्यावरचा धोका टळला. हॉस्पिटलमध्ये तिला खास देखरेखीखाली ठेवण्यात आलं, परंतु काही मिनिटं जात नाहीत तोच तिचा श्वास परत थांबला व त्या वेळी मात्र तिला वाचवता आलं नाही. अवघ्या चार तासांच्या वेळात इतकं सारं घडून सगळं संपलं होतं.

त्या वेळी बॉब नेमका परगावी गेलेला होता. त्या आणीबाणीच्या प्रसंगी जिनी त्याला साधा फोनही करू शकली नव्हती, कारण तो तेव्हा परतीच्या प्रवासाला विमानात होता. त्या रात्री जिनीच स्वत: विमानतळावर जाऊन बॉबला भेटली व तिने ती भयानक घटना त्याला सांगितली.

तेव्हा झालेलं दु:ख ते आम्हाला शब्दात वर्णन करू शकले नव्हते. ते दोघं म्हणाले, की त्या रात्री त्यांची काय अवस्था झाली होती, दु:खाचा डोंगर कोसळल्यामुळे त्यांची मन:स्थिती कशी होती हे शब्दातीत होतं.

त्या नंतरच्या काही आठवड्यांच्या काळात आमच्या ग्रुपमध्ये जो काही सकारात्मक बदल घडला होता, तो बघण्याचा मला योग आला. ग्रुपमधल्या विधवा महिला स्वत:च्याच दु:खात गढून न राहता जिनी व बॉबचा विचार करू लागल्या व त्या दृष्टीने काही कृतीही करू लागल्या. एक स्त्री जिनीच्या येणाऱ्या नव्या बाळासाठी मोजे विणू लागली, तर दुसरी लाळेऱ्यावरती छानसं भरतकाम करीत होती. रोजच्या सभेला घरून येताना त्या तऱ्हेतऱ्हेची बिस्किटं घेऊन येत, पण आता त्या चांगले, जीवनसत्वांनी युक्त असे पदार्थ आणू लागल्या.

एका संध्याकाळच्या सभेत जिनीने सांगितलं, की तिचा प्रसूतीकाल जवळ येऊ लागला होता. बाळंतपणाची वेळ कोणत्याही दिवशी येण्याची शक्यता होती. ज्या हॉस्पिटलमध्ये शॉनाचा मृत्यू झाला होता, त्याच हॉस्पिटलमध्ये परत जाण्याची वेळ येणार म्हणून जिनीला भीती वाटे, असं ती सांगत होती. त्यापेक्षा घरीच प्रसूती करावी असाही जिनीचा विचार होता. पण डॉक्टर त्यासाठी तयार नव्हते. बॉब बिचारा सहानुभूतीच्या भावनेनं डोकं हलवत बसला होता.

बाकीच्या इतर बायका तेव्हा काहीतरी गहन चर्चेमध्ये मग्न असल्याचं मी बघत होते व अचानक एका दिव्य प्रकाशाने, अद्‌भुत शक्तीने ती खोली भरून गेल्याचा मला भास झाला. त्या दिवशीचं चर्चासत्र संपल्यावर बॉब व जिनी वगळता कोणीही घरी जाण्यासाठी उठलं नव्हतं. ते दोघं दारातून बाहेर पडताक्षणी सर्व महिलांनी माझ्याभोवती जमून जोरजोरात चर्चा सुरू केली.

"आपण कशा प्रकारे मदत करू शकतो बरं या दोघांना?"

"जिनीच्या मनातली भीती निघून गेलीच पाहिजे. म्हणजेच मग ती तिच्या नव्या बाळाच्या आगमनाचा पुरेपूर आनंद उपभोगू शकेल."

"आपण नं जरा आधीच जिनीला घेऊन हॉस्पिटलमध्ये जावं, म्हणजे अप्रत्यक्षरित्या तिची भीती जाईल."

"आपण बॉब व जिनीसाठी देवाची प्रार्थना करूयात का?"

आणि केवळ तेच आम्ही करू शकणार होतो आणि त्याच वेळी सर्वांनी देवाची करुणादेखील भाकली होती.

पुढच्या आठवड्यात मी अनेक डॉक्टर व मानसोपचारतज्ज्ञांशी चर्चा केली. जिनी प्रसूत होण्याच्या आधी हॉस्पिटलमध्ये गेल्यास काही नुकसान होणार नव्हतं, असं त्या सर्वांचं मत होतं. मग मी त्या हॉस्पिटलमध्ये फोन केला व सगळ्या परिस्थितीची कल्पना दिली व त्यांनीही सहज परवानगी दिली.

मी आमच्या ग्रुपमधल्या तिघींना फोन केला. त्यांनी जिनीबद्दल विशेष चिंता व काळजी व्यक्त केलेली होती. जिनीला जर पटलं, तर आम्ही परस्पर हॉस्पिटलमध्ये भेटण्याचं ठरवलं व नंतर शॉनाला ज्या खोलीत ठेवलं होतं, तिथे जाऊन मग प्रसूती वॉर्डमध्ये जाऊन नवजात बालकांना जन्म झाल्या-झाल्या जिथे ठेवतात (नर्सरी), ती जागा बघायला जायचं असं नक्की केलं.

नंतर जिनीला फोनवरून मी ती कल्पना सांगितली. क्षणभरासाठी फोनवर स्तब्धता पसरली. मग तिच्या बाजूने सूंऽऽ सूं असा आवाज आला आणि मग दाटून आलेल्या, तरीही शांत आवाजात ती माझ्याशी बोलली.

“किती योग्य वेळी तुम्ही अशी इच्छा व्यक्त केली आहे. कारण आजच्या दिवशी शॉना तीन वर्षांची झाली असती. दिवसभर मी येणाऱ्या माझ्या बाळासाठी देवाची प्रार्थना करत बसलेय व त्याच्या वा तिच्या आगमनासाठी, स्वागतासाठी मला बळ दे अशी मनापासून त्याला विनवणी करतेय.”

दुसऱ्या दिवशी जेव्हा आम्ही भेटलो, तेव्हा जिनी बरीच भेदरलेली व बेचैन वाटत होती. आम्ही जिन्याने वरती आलो आणि पुढे जाण्याआधी तिथेच थांबावं लागलं. कारण जिनी म्हणू लागली, की तिच्या हृदयाची धडधड कमालीची वाढली होती व तिला चहूबाजूंनी कोंडल्यासारखं आणि घुसमटल्यासारखं वाटत होतं. आम्ही लगेचच तिथून बाहेर पडलो. दुसऱ्या वेळी मात्र शांतपणे जर ती तिथे परत येऊ शकली असती, तर आम्ही तिला आईस्क्रीमचा कोन घेऊन देऊ असं आश्वासन दिलं. मला नाही वाटत की कोणतीही गर्भार स्त्री आईस्क्रीम खाण्यास नकार देत असेल आणि जिनीही त्याला अपवाद नव्हतीच. त्यामुळे मग दर आठवड्याला हॉस्पिटलच्या वारीबरोबर आईस्क्रीमचं आश्वासन असा आमच्यात एक करारच होऊन गेला होता.

आठवड्यातून एक दिवस आम्ही जिनीबरोबर हॉस्पिटलच्या आवारात चकरा मारण्यासाठी जात राहिलो. जिनीची हिंमतही वाढू लागली होती. क्वचितच ती माझा हात पकडत असे व तिच्या ओठावर जमलेले घर्मबिंदू माझ्या दृष्टीस पडत. परंतु हॉस्पिटलच्या पहिल्या वारीप्रमाणे तिने आम्हाला ताबडतोब परतण्यास नंतर कधीच भाग पाडलं नव्हतं. केवळ आईस्क्रीमच्या अपेक्षेपेक्षा नक्की दुसरी एखादी शक्ती तिचं बळ वाढवत होती!

करत-करता एक दिवस असा उगवला, की तिने माझा हात घट्ट पकडलाच

नाही. एके दिवशी ती चक्क माझ्याकडे बघून गोड हसलीदेखील होती. त्या दिवशी बक्षीस म्हणून आम्ही तिच्या आवडीचं, चॉकलेट-पुदिना स्वादाचं दुप्पट आईस्क्रीम तिला खाऊ घातलं होतं.

पुढच्या आठवड्यात मंडळात बॉब एकटाच आला. त्याच्या एका हातात निळ्या रिबिनीने बांधलेला पांढऱ्याशुभ्र गुलाबांचा गुच्छ व दुसऱ्या हातात त्याच्या नवजात मुलाचा फोटो दिसत होता. त्याने सांगितलं की, आदल्या रात्री जिनी पूर्ण आत्मविश्वासाने व खंबीरपणे हॉस्पिटलला गेली व प्रसूती झाली. काहीतरी अद्‌भुत घडल्यासारखं त्याला व आम्हालाही वाटलं. पण फक्त मला माहीत होतं, की खरं म्हणजे दोन अद्‌भुत घटना घडल्या होत्या.

त्यानंतर काही आठवडे त्या महिला समुपदेशनसाठी येत राहिल्या, पण आता त्याची गरजच नव्हती. त्या आठही जणी ज्या क्षणी जिनीच्या सान्निध्यात आल्या, तेव्हापासूनच हळूहळू त्या दुःखातून बाहेर येऊ लागल्या होत्या. नंतर त्यांनी जी काही मनापासून मदत केली, तिला जीव लावला, त्यांच्या त्या कृतीमधूनच त्या स्त्रियांचं स्वतःच आयुष्यही सावरलं गेलं होतं!

जून सेर्झा कोल्फ

Weep with Those Who Weep

(संपादकीय टीप : गुप्तता राखण्याकरिता गोष्टींमधील नावे त्या व्यक्तींच्या विनंतीवरून बदललेली आहेत.)

सँडी, अशक्य आहे गं!

"गाठीला अगदी नावाला पैसा असला किंवा नावालाच चैनीच्या वस्तू असल्या तरी हरकत नाही, जर तुम्ही एखादा कुत्रा पाळला असेल, तरच तो खऱ्या अर्थानं तुम्हाला श्रीमंत बनवत असतो."

लुईस सॅबिन

किती तरी दिवसांपासून जेरेमीला एक कुत्र्याचं पिलू हवं हवंसं वाटत होतं. त्याच्या अकराव्या वाढदिवसाला आईवडिलांनी त्याला एक मोठं खोकं दिलं. आतमध्ये वळवळणाऱ्या हालचालींमुळे ते खोकं हलत होतं व आतमधून भुंकण्याचा आवाजही येत होता.

"अरे व्वा, कुत्रा आहे का? नक्की कुत्राच असणार. मला माहितेय!"

अलगद बंद केलेलं ते खोकं जेरेमीनं घाईघाईने उघडलं व टुणकन उडी मारून, शेपटी हलवत, जीभ बाहेर काढत कॉकर स्पॅनियल जातीचं एक गोजिरवाणं कुत्र्याचं पिलू बाहेर येऊन जमिनीवर कोलमडलंच. त्याची शेपटी इतकी जोरजोरात व पटापट हलत होती, की जणू त्याचा पूर्ण पार्श्वभागच उंच उड्या मारत होता, असं दिसत होतं.

"हे नर पिलू आहे का मादी पिलू?" जेरेमीनं विचारलं. ते छोटंसं पिलू एकाच वेळी त्याच्या मांडीवर चढायला बघत होतं, तोंडही चाटत होतं आणि ते पुठ्ठ्याचं खोकंही दातांनी चावायला बघत होतं.

"हे ना, मादी पिलू आहे."

"किती छान आहे ही दिसायला! हिचा रंग समुद्रकिनाऱ्यावरील वाळूच्या रंगाची आठवण करून देतोय, म्हणून मी तिला सँडी (सँड म्हणजे वाळू) या नावानेच हाक मारणारेय."

जेरेमी त्याच्या सायकलवर बसून बागेत चकरा मारायचा आणि तेव्हा सँडी त्याच्या सायकलबरोबर धावत राहायची. त्या दोघांचा तो आवडीचा खेळ होता. ती मध्येच थबकायची, वास घ्यायची, कान उंच करून टवकारायची आणि परत

जेरेमीच्या पुढे सुसाट पळत सुटायची. पुढे जाऊन थांबून ती जेरेमी तिथे पोहोचण्याची वाट बघत थांबून राहायची आणि तो आला की, परत वेगाने धावायला लागायची. तिच्या मते तोच खेळ सर्वांत मस्त होता. जेरेमी थांबून सायकलवरून उतरला, की ती धावत त्याच्याजवळ जाऊन आनंदाने जोरजोरात भुंकायला लागे आणि मग खाली बसून, जीभ बाहेर काढून त्याच्याकडे एकटक बघत राहात असे. ते तिचं रूप खूप मजेशीर दिसे आणि ते बघून जेरेमीला हसू आवरेनासं होई. लगेच ती मोठ्या ऐटीत त्याच्या मांडीवर चढून गडाबडा लोळायला लागे, जणू काही तिने त्याला नुकताच एखादा विनोदी किस्साच ऐकवलेला होता.

अशा प्रकारे एक वर्ष सरलं. त्या वर्षीच्या उन्हाळ्याच्या दिवसांमध्ये एकदा संध्याकाळी समुद्रकिनारी जेरेमी पोहोत असताना त्याने आईजवळ तक्रार करीत सांगितलं की त्याचं डोकं प्रचंड दुखायला लागलं होतं व मानही धरली होती. दुसऱ्या दिवशी सकाळपर्यंत त्याची तब्येत जास्तच बिघडली. त्याला गादीवरून उठताही येत नव्हतं. जेव्हा डॉक्टरांना बोलावणं पाठवलं, तेव्हा तर त्याचं शरीर इतकं ताठरून गेलं होतं की, त्याला थोडी देखील हालचाल करता येईनाशी झाली होती.

“मला काळजी वाटतेय. जेरेमीला पोलिओ झाल्याची शंका येतेय मनात.” डॉक्टर म्हणाले.

तीन महिने जेरेमीला हॉस्पिटलमध्येच राहावं लागलं होतं. नंतर जेव्हा तो घरी परत आला तेव्हा त्याच्या एका पायावर लोखंडी पट्ट्या (ब्रेसेस) लावलेल्या होत्या व त्याला कुबड्यांच्या आधाराने चालावं लागत होतं. त्याला बघून सँडी इतकी खूश झाली की ती त्याच्या जवळून दूर जाण्याचं नावच घेत नव्हती.

“इतर कोणाला सायकलवरून जाताना पाहिलं की सँडी आपली भुंकायला लागते आणि मागच्या अंगणात इकडेतिकडे धावत सुटते. नंतर कूंऽ कूं आवाज करत, दुःखी होऊन एका जागी बसून राहते.” जेरेमीच्या वडिलांनी सांगितलं.

“पण, आता मी तर कधीच सायकल चालवू शकणार नाहीये ना,” जेरेमी तोंडातल्या तोंडात पुटपुटला.

दुसऱ्या दिवशी सकाळी उठून हातात कुबड्या घेऊन जेरेमी लंगडत-लंगडत अंगणातल्या गॅरेजपर्यंत गेला व त्याच्या लालचुटुक रंगाच्या चमचमणाऱ्या क्रोमच्या सायकलीकडे डोळे भरून बघू लागला. तर सँडी लगेचच लाडात येऊन उड्या मारायला लागली, जोडीला भुंकायलाही लागली व जोरजोरात शेपटी हलवू लागली.

“नाही गं सँडी, मी नाही चालवू शकत. खरंच अशक्य आहे गं आता.” जेरेमी कळवळून म्हणाला. सँडी आपली तोंडातून कूंऽ कूं आवाज काढत राहिली, कारण तिला काहीच समजत नव्हतं.

त्यानंतर दररोज सँडी धावत धावत गॅरेजजवळ जाऊन उभी राहायची, की लगेच परत धावत-धावत जेरेमीजवळ यायची व भुंकत-भुंकत शेपटी हलवत राहायची.

'शक्य नाहीय', या शब्दांचा अर्थ मात्र तिला काही केल्या कळायचा नाही.

शेवटी जेरेमी तिला म्हणाला, ''बरं बाई, ठीक आहे. पण माझा एक पाय तर किती कमकुवत होऊन गेलाय बघ की.''

जेरेमी कसाबसा सायकलवर चढला आणि ते बघून खूश होऊन सँडी भुंकायला लागली, सायकलच्या भोवती गोलागोल फिरू लागली आणि पंख्याप्रमाणे शेपटी हलवू लागली. जेरेमी सायकल चालवू लागला व पुढच्याच क्षणी धपकन खाली पडला. त्याने रडायला सुरुवात केली. ते बघून तो गवतावर जिथे पडला होता, तिथे सँडी धावत धावत येऊन पोहोचली व त्याचा चेहरा जिभेनं चाटू लागली. जेरेमीच्या रडण्याचं हसण्यात रूपांतर झालं, कारण सँडीच्या जिभेच्या स्पर्शामुळे त्याला खूप गुदगुल्या होत होत्या.

''चल, ठीक आहे. परत एकदा प्रयत्न करून बघतो!'' दुसऱ्या वेळीही तो परत खाली पडला. पण पहिल्या वेळेइतकं जोरात नाही. अशा तऱ्हेनं तिसऱ्या, चवथ्या वेळी तो पडला आणि शेवटी जोरजोरात हसायलाच लागला.

''सँडी, हसून हसून आता वेड लागणारेय मला!''

शेवटी 'प्रयत्नांती परमेश्वर' म्हणत बऱ्याच प्रयत्नांनंतर तो खाली न पडता सायकल चालवू शकला होता.

सँडी जमिनीवर अशा थाटात बघत बसलेली होती, की जणू तिला बोलता आलं असतं तर ती कदाचित असंच म्हणाली असती, ''मला खात्री होतीच की तू नक्की सायकल चालवू शकशील.'' सावकाश, थोडी थोडी सुधारणा होत होत, तीन महिन्यांनंतर जेरेमी शेवटी हळूहळू का होईना पण परत सायकल चालवू लागला. त्यानंतर चार महिन्यांनी कुबड्या दूर सारून, त्या ऐवजी काठीच्या आधाराने व पायावर लोखंडी पट्ट्याही न लावता त्याने चालण्यास सुरुवात केली होती.

आज जेरेमी पूर्णपणे बरा होऊन इतर मोठ्या मुलांप्रमाणे खेळू-बागडू लागलाय. आता चालताना तो किंचितही लंगडत नाही. त्याच्यामध्ये झालेल्या आश्चर्यकारक प्रगतीला सँडी हेच महत्त्वाचं कारण होतं, पण त्यात आपला मोठा वाटा होता याची सँडीला स्वतःला मात्र कधीच कल्पना आली नव्हती. कारण ती कुत्र्याच्या जातीत जन्मली होती, त्यामुळे तिला काही समजणं शक्यच नव्हतं.

की तिला सगळं समजत होतं?

लॉरेन्स ए. क्रॉस

Sandy, I Can't

परफेक्टली नॉर्मल

ते १९६३ चं साल होतं.

त्या वर्षी माझा जन्म झाला होता... एका 'पूर्णपणे योग्य' (perfectly normal) पालकांच्या पोटी, क्लिव्हलँडमधल्या 'पूर्णपणे योग्य' अशा एका हॉस्पिटलमध्ये.

मला सांगण्यास आनंदच झाला असता, की मीही 'पूर्णपणे ठीकठाक' गुटगुटीत बाळ होतो आणि जगातल्या आव्हानांना तोंड देण्यास समर्थ होतो. परंतु त्या ऐवजी अनेक प्रकाराची व्यंगं घेऊनच मी जन्माला आलो होतो. माझे डोळे डोक्याच्या दोन टोकांपाशी होते. तर ज्या जागी नाक असायला हवं होतं, तिथे त्या ऐवजी फक्त दोन भोकं होती. माझं एक पाऊल पूर्णत: आतमध्ये दुमडलेलं होतं आणि त्यावर केवळ एकच बोट होतं (अर्थात त्याला बोट म्हणता आलं असतं तरच), माझ्या उजव्या हातावरची तीन बोटं उपजतच नव्हती. तसंच चिरलेल्या टाळूची भेग वरच्या ओठातून बाहेर येऊन पार उजव्या डोळ्यापर्यंत जाऊन पोहोचलेली होती. दुर्दैवाने माझा एक पायही दुसऱ्या पायापेक्षा लांबीनं कमीच होता.

मला नंतर असं समजलं होतं, की मला बघून हॉस्पिटलमधल्या कर्मचाऱ्यांना असंच वाटलं होतं, की इतक्या सगळ्या व्यंगांसह मी जगूच शकणार नव्हतो. डॉक्टरांनी तर माझ्या पालकांना मला बघूही दिलं नव्हतं. विश्वास बसणार नाही, पण उलट डॉक्टरांनी माझ्या पालकांना एका फॉर्मवर सही करून परवानगी देण्यास सांगितलं होतं, ज्यात लिहिलं होतं – 'शास्त्रीय संशोधनासाठी म्हणून आम्ही आमचं अर्भक दान करत आहोत.'

परंतु माझ्या आईवडिलांनी माझ्यासाठी वेगळेच बेत आखलेले होते व त्यासाठी मी परमेश्वराचे फक्त आभारच मानू शकतो. मी त्यांच्या व परमेश्वराच्या स्वाधीन झालो होतो. मी जसा होतो तसाच माझा स्वीकार करून माझ्यावर प्रेमाचा वर्षाव करण्याचा त्यांचा मनसुबा होता. या सगळ्यासाठी दीर्घ काळाचा खडतर प्रवास करावा लागणार होता, याची जाणीव असूनही त्यांनी कधीच

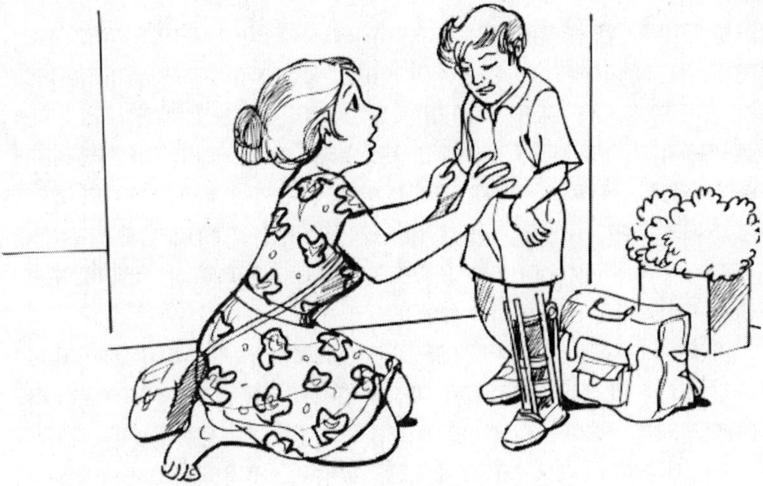

तसा विचार केला नव्हता.

मी सात महिन्यांचा झाल्यावर एका पाठोपाठ एक असं शस्त्रक्रियांचं सत्रच माझ्या शरीरावर सुरू झालं होतं. पहिल्या सात शस्त्रक्रिया तर अयशस्वी झाल्यातच जमा होत्या. शल्यचिकित्सक एकाच वेळी बरंच काही पार पाडायला बघत होते असं दिसत होतं. सोप्या भाषेत सांगायचं झाल्यास, माझं शरीर हे अनेक तुकड्यांचं मिळून बनलेलं कोडंच होतं. त्यामधला एकेक तुकडा काळजीपूर्वक योग्य जागेवर बसवून (शरीराला सामान्य स्थितीत आणून) ते कोडं डॉक्टरांनीच सोडवायचं होतं.

नंतरच्या काही शस्त्रक्रिया थोड्याफार प्रमाणात यशस्वी होऊ लागल्या असल्या, तरी माझं रूप मात्र सर्वसामान्यांप्रमाणे होणं, ही तेव्हा फारच दूरची गोष्ट होती. मी तिसरी इयत्तेत जाणार होतो, त्या वेळीदेखील खूप कमी लोकांना कल्पना होती की माझ्यावर सोळा शस्त्रक्रिया पार पडलेल्या होत्या.

शाळेमध्ये नर्सरीच्या वर्गात मला घालण्याची वेळ आली होती, तेव्हा मला 'विशेष शिक्षण' (स्पेशल एज्युकेशन) देणाऱ्या खास वर्गात घातलं गेलं. कारण माझं अस्पष्ट बोलणं व विद्रूप शरीर बघूनच मला सामान्य वर्गात बसू दिलं नव्हतं. 'विशेष शिक्षण घेणारा मुलगा' असा शिक्का तर मिळाला होताच, पण जोडीला शाळेमधल्या इतर मुलांकडून मला अतिशय हीन वागणूकही मिळत असे. माझ्या कुरूपतेमुळे ती मुलं मला 'मूर्ख,' 'कुरूप,' 'मतिमंद' असं काय-काय चिडवायची. विशिष्ट प्रकारचे बूट व पायांवर लोखंडी पट्ट्या (ब्रेसेस) अशा अवतारात मी लंगडत लंगडत चालत असे. शाळेच्या दीर्घ सुट्ट्यांचा काळ मला

हॉस्पिटलमध्ये शस्त्रक्रिया करवून घेण्यासाठी घालवावा लागे. शाळा चालू असतानाही अधूनमधून शाळा बुडवणं भागच पडे. त्या 'खास' वर्गातून माझी कधी सुटका होणार होती का नाही, असा विचार माझ्या मनात येई. मला 'सर्वसामान्य' मुलगा होऊन जगण्याची तीव्र इच्छा होती. माझ्या त्या इच्छेसाठीच माझ्या आईवडिलांनी खूप कष्ट घेऊन मला सामान्य शिक्षण देणाऱ्या वर्गात पाठवायचंच असा निश्चय केला होता. त्या चाचणी परीक्षेसाठी उन्हाळ्याच्या सुट्यांत त्यांनी माझी खूप तयारी करवून घेतली आणि माझी चाचणी परीक्षा घेतली गेली.

परीक्षेचा निकाल जाणून घेण्यासाठी माझे आईबाबा हेडमास्तरांच्या ऑफिसमध्ये गेलेले होते व मी बाहेर व्हरांड्यात वाट बघत उभा होतो. तो दिवस मी कधीही विसरणार नाही. जसजसा वेळ पुढे सरकत होता तसं-तसं माझ्या व त्यांच्यामध्ये असलेलं ते लाकडी दार आकाराने मोठं, खूप मोठं होतं चाललंय असा मला भास होत होता. घड्याळाचे काटे मुंगीच्या गतीने पुढे सरकत होते. दाराला कान लावून आतमध्ये चाललेलं बोलणं ऐकण्यासाठी माझा जीव खाली-वर होत होता.

बरोब्बर एक तासानंतर माझी आई बाहेर आली. तिच्या गालावरून वाहणाऱ्या अश्रुधारा बघून मी विचार केला, "अरे बापरे! नको रे बाबा, अजून एक वर्ष त्या 'खास' वर्गामध्येच काढावं लागणार आहे की काय?' पण माझ्या खांद्यावर हात ठेवून मास्तर म्हणाले, "मुला, तिसरी 'ब' या तुकडीत तुझं स्वागत आहे!" ते शब्द कानावर पडताच मी सुटकेचा निःश्वास सोडला. माझ्या आईनं मला घट्ट मिठी मारली.

चवथीच्या वर्गात असताना अजून एक मैलाचा दगड मला पार करायचा होता. मी व माझे आईवडील त्या 'अद्भुत' घटनेची वाटच बघत होतो. माझ्या शरीरावर एक नव्या पद्धतीची प्रयोगात्मक शस्त्रक्रिया करून बघितली जाणार होती. माझ्या संपूर्ण चेहऱ्यावरच्या हाडांची, पेशींची पूर्ण जडणघडण करून नव्याने चेहरा बनवला जाणार होता. जिवावर बेतणारी ती शस्त्रक्रिया तब्बल दहा तास चालू होती. त्या अठराव्या शस्त्रक्रियेमधून मी सुखरूपपणे बाहेर आलो व माझं आयुष्यच पालटून गेलं. अखेरीस माझ्या नाकाला योग्य आकार मिळाला. (नवं नाक लाभलं असंच म्हणायला पाहिजे.) फाटलेला ओठ शिवून टाकला गेला. दोन्ही डोळे योग्य जागी बसवले गेले व जवळजवळ सर्वसाधारण माणसाच्या डोळ्यांसारखे ते दिसू लागले.

शारीरिकदृष्ट्या माझं आयुष्य नव्यानं सुरू झालं होतं खरं, पण तरीदेखील माझ्यापुढची आव्हानं मात्र अजूनही संपायचं नाव घेत नव्हती.

काही वर्षांनीच माझ्या आईला कॅन्सर झाला व त्यातच तिचा मृत्यू झाला. परंतु जाण्याआधी तिने माझ्या मनात स्वत्वाची जाणीव निर्माण करून दिली होती आणि कोणत्याही परिस्थितीत हार न मानण्याची अमूल्य शिकवणही ती देऊन गेली होती.

इतर मुलं जेव्हा मला चिडवत, हिणवत असत, तेव्हा ती मला समजावत असे. "त्यांच्या वागण्याचा तू नको त्रास करून घेऊस. उलट त्या मुलांवरच चांगले संस्कार झालेले नाहीत हे त्यांचं दुर्दैव, असा विचार कर आणि त्यांच्याप्रती सहानुभूतीच व्यक्त कर."

इतके चांगले संस्कार करून परत जोडीला माझे पालक हे ही सांगत की, माझ्यापेक्षाही जास्त दुर्दैवी लोकं असू शकतात. ईश्वरानं माझ्या पदरात जे काही चांगलं घातलंय, त्याबद्दल मी कृतज्ञता बाळगायला हवी. मी जेव्हा कधी अशा लोकांना हॉस्पिटलमध्ये वगैरे बघायचो किंवा कधी मानसिक तोल बिघडलेल्या मुलांसाठी विनामूल्य काम करायचो, तेव्हा माझ्या पालकांच्या तोंडातून बाहेर पडलेल्या अशा मौलिक शब्दांचा माझ्या मनावर किती खोलवर परिणाम झाला होता, ते माझ्या लक्षात येई.

तरुणपणीच मला माझ्या जीवनातलं ध्येय गवसलं होतं. इतरांमध्ये जे काही जन्मजात चांगले गुण, सामर्थ्य असतं, पण तरी त्यांच्यामधल्या शारीरिक कमतरता किंवा व्यंगाकडेच समाज बोट दाखवत असतो, तेव्हा अशा लोकांना आयुष्यात यशस्वी होण्यासाठी त्यांची मदत करणं, हेच माझ्या जीवनाचं उद्दिष्ट होतं. माझ्या वडिलांनीही मला हाच सल्ला दिला होता, "माईक, 'विशेष शिक्षण' देणारा असा एक उत्कृष्ट शिक्षक तू नक्कीच बनू शकशील." 'विशेष शिक्षण' घेणारं मूल असण्याचा मला स्वत:ला भरपूर अनुभव होताच.

परंतु त्या वेळी शिक्षकी पेशामध्ये कारकीर्द करण्यासाठी माझ्या मनाची अजिबात तयारी नव्हती. पुढे जाऊन मी बिझनेसमध्ये पदवी प्राप्त केली व एक उत्कृष्ट दर्जाचा विक्रेता म्हणून सात वर्षं काम करून किरकोळीच्या व्यवसायामध्ये नाव कमावलं. त्यानंतर बँकेला कर्ज देणाऱ्या विभागात उच्च अधिकारी म्हणून पाच वर्षं नोकरी केली. परंतु तरीही मला आयुष्यात काहीतरी उणीव भासतच होती.

'विशेष शिक्षण' देणारी एक शिक्षिका मला भेटली व आम्ही दोघांनी लग्न केलं. पण तरी कामाचं माझंही हेच क्षेत्र होतं व माझ्या बाबांचं म्हणणं किती योग्य होतं, हे कळण्यास मला बारा वर्षं लागली.

माझं कॉलेज शिक्षण अजून चालूच आहे व शिक्षण शाखेतच पदव्युत्तर परीक्षा देण्याचं मी ठरवलंय. माझ्या पत्नीप्रमाणेच मीही आता त्याच शाळेत

शिक्षक म्हणून कार्यरत आहे.

माझा वर्ग म्हणजे भावनिक, शारीरिक, मानसिक गरजा असलेल्या मुलांचं शोभादर्शक यंत्रच आहे जणू! नव्या कारकिर्दीची माझी ही निवड अधिकच आव्हानपूर्ण आहे. माझे विद्यार्थी जेव्हा कधी काही नवी गोष्ट शिकतात किंवा काही शब्द बोलू शकतात वा एखादा विद्यार्थी 'खास' ऑलिंपिक्समध्ये एखादं पदक जिंकतो, तेव्हा त्यांच्या चेहऱ्यावर जे निरागस हास्य पसरतं, ते बघून माझं मन आनंदित होतं.

आतापर्यंत, मी एकूण एकोणतीस शस्त्रक्रियांच्या दिव्यातून गेलेलो आहे. त्यातल्या बऱ्याच शस्त्रक्रियांमुळे मला अतिशय त्रास, वेदना सहन कराव्या लागलेल्या आहेत. पण तरी त्यातून माझा जीव वाचावा, याचाच अर्थ असा की परमेश्वरानं माझ्या आयुष्याचं ध्येय ठरवूनच ठेवलेलं आहे. तसंही त्याचप्रमाणे तो आपल्या प्रत्येकाच्या आयुष्यात अशा एखाद्या ध्येयाची पेरणी करतच असतो. एका वेळी एका मुलावर पूर्ण लक्ष केंद्रित करून त्याची प्रगती घडवून आणताना माझी ध्येयपूर्ती होत असल्याचा मला पुरेपूर अनुभव येत आहे.

मी 'पूर्णपणे सामान्य' (परफेक्टली नॉर्मल) असं निरोगी बालक कधीच नव्हतो हे जरी सत्य असलं, तरी आता जगाशी मुकाबला करण्यास, आव्हानं झेलण्यास मात्र मी पूर्णपणे समर्थ आहे. त्यासाठी परमेश्वराचे व माझ्या आईसारख्या व्यक्तींचे मी शतशः धन्यवाद मानतो. तिने शिकवलेल्या बोधवाक्याचा उपयोग आता मी माझ्या वर्गामधल्या विद्यार्थ्यांसाठीही करत असतो; हिंमत कधीच हरू नका, प्रयत्न कधीच सोडू नका.

मायकेल बियॅसिनी
Perfectly normal

जरा विचार करून बघा

''यश मिळवण्याची इच्छा असलेल्या व्यक्तीने उत्तुंग शिखरावर चढत असताना वाटेत येणारं अपयश; हा त्या प्रवासातला एक हितकारक व अपरिहार्य घटक असतो, हे सतत लक्षात ठेवावं.''

डॉ. जॉयसी ब्रदर्स

यावर विचार करा :

सुप्रसिद्ध इंग्रजी चित्रपट 'स्टार वॉर्स' हा हॉलीवुडमधल्या प्रत्येक स्टुडिओकडून नाकारला गेलेला होता. शेवटी 'ट्वेंटिएथ सेंचुरी फॉक्स' या कंपनीने त्या सिनेमाची निर्मिती केली व चित्रपटांच्या इतिहासात प्रचंड फायदा करून देणाऱ्या चित्रपटांपैकी तो एक ठरला.

'ई.टी', 'फॉरेस्ट गम्प', 'होम अलोन,' 'स्पीड' व 'पल्प फिक्शन' या सर्व चित्रपटांना सुरुवातीस मोठमोठ्या स्टुडिओंकडून नकारच मिळत गेला होता, पण शेवटी एका स्टुडिओने होकार दिल्यामुळे या सर्व चित्रपटांना घवघवीत यश मिळालं.

'एम.जी.एम' या हॉलीवुडमधल्या सुप्रसिद्ध स्टुडिओच्या एका वरिष्ठ अधिकाऱ्यानं 'विझार्ड ऑफ ओझ' या चित्रपटाची रिळं बघितल्यावर आपल्या अहवालात लिहिलं होतं, 'या चित्रपटातील 'द रेनबो' हे गाणं अतिशय फडतूस असल्यानं ते गाळलं जावं.' (हेच गाणं नंतर अत्यंत लोकप्रिय झालं.)

'एम.जी.एम.' स्टुडिओच्या अशाच एका वरिष्ठ अधिकाऱ्यानं 'गॉन विथ द विंड' या चित्रपटासाठी पैसा न गुंतवण्याचा सल्ला दिला होता. 'विसरा असल्या प्रकाराचा चित्रपट काढण्याचं, कारण आजवर यादवी युद्धावर काढलेल्या एकाही चित्रपटाने एका निकेलचा (सर्वांत लहान नाणं) देखील फायदा करून दिलेला नाहीये.'

सिल्वेस्टर स्टॅलोनला लहानपणी त्याच्या वडिलांच्या हातचा बेदम मार

पडत असे व तो निर्बुद्ध होता, असं म्हणून ते त्याला हिणवत असत. त्यामुळे त्याचं बालपण फार एकाकी आणि भावनिक संघर्षाचं गेलं होतं. वरचेवर त्याची शाळा बदलली जात असे. त्याचा स्वाभाविक कल कोणत्या कामासाठी होता याची चाचणी परीक्षा घेतल्यावर ड्रेक्झेल युनिव्हर्सिटीचे सल्लागार त्याला म्हणाले होते, की इमारतीमधील लिफ्ट दुरुस्तीचं काम करण्याइतपतच त्याची क्षमता होती.

१८८७ मध्ये 'द म्युझिकल कुरियर' या मासिकाच्या मतानुसार 'ब्रॅहम्स या संगीतकाराकडे अत्यंत उच्च दर्जाची संगीतरचना निर्माण करण्यास आवश्यक असलेल्या क्षमतेचा पूर्ण अभाव आहे.' असं छापलं होतं. (ब्रॅहम्स हा नंतर एक जगप्रसिद्ध संगीतकार बनला होता.)

१९३२ साली मिनिॲपोलिस शहरातल्या एका बँकेवर पडलेल्या दरोड्यात एका माणसाचा खून झाला होता. लिओनार्ड हॅनकिन्स नावाच्या एका भुरट्या चोरावरच खुनाचा आरोप ठेवून त्याला पकडण्यात आलं होतं. त्याच्यावर खटला भरला जाऊन त्याला तुरुंगवासात टाकलं गेलं. नंतर परत इतर साक्षी-पुरावे हाती लागल्यावर हॅनकिन्स निरपराध होता हे स्पष्ट झालं. जॅक मॅकेनी त्याची केस लढवून, पाठपुरावा करून एकोणीस वर्षांनंतर त्याची तुरुंगातून सुटका केली. त्या केसबद्दल परत परत वर्तमानपत्रात लिहून हॅनकिन्सचा तुरुंगवास कसा बेकायदेशीर होता याकडे सर्वांचं लक्ष वेधवून घेतलं होतं. हॅनकिन्सचे ते एकच वकील होते. अखेर १९५१ साली गव्हर्नर सी. एलमोर अँडरसन यांनी एका खास सभेमध्ये राज्यसरकारतर्फे त्याला माफीपात्र ठरवलं व त्याची सुटका करण्याचा आदेश दिला. त्याने कधीच तो गुन्हा केलेला नव्हता, यावर संमती दर्शवली. दीर्घ चिकाटीचं सामर्थ्य म्हणतात ते हे!

'तुम्ही जर एका जागी न हलता नुसतं उभं राहिलात, तर कदाचित तुमच्या पायाच्या बोटांना दुखापत होणार नाही. तुम्ही ठेचकाळणार नाही. परंतु भरभर चालत असताना मात्र अनेक वेळा ठेचकाळण्याची पाळी येत असते. पण तरीही त्यात साध्य जागी पोहोचण्याची शक्यताही अधिक असते, लक्ष्य गाठण्याची संधी अधिक प्रमाणात लाभते.'

चार्ल्स एफ केटरिंग

आय.बी.एम.चे संस्थापक टॉम वॅटसन, यांचा संगणकक्षेत्राच्या नव्या विकासावर, संशोधनावर जास्त भर होता व ते ज्ञान लोकांपर्यंत पोहोचवण्यावर खूप विश्वास असल्यामुळे त्यांनी एकदा कंपनीच्या उपाध्यक्षांना एका प्रकारच्या संशोधनाच्या विकासकार्यासाठी प्रोत्साहित करून भरपूर पाठिंबा दिला होता. ते मोठं जोखमीचं

काम होतं. पण दुर्दैवानं त्यात अपयश हाती पडून एक कोटी डॉलरचं प्रचंड नुकसान कंपनीला भोगावं लागलं होतं. उपाध्यक्षांनी त्यांच्याकडे जाऊन क्षमा मागून आपल्या पदाचा राजीनामा देण्याची तयारी दर्शवली. ते ऐकून वॅटसन म्हणाले, "तू गंमत तर नाही करत ना? अरे, हे एक करोड डॉलर तुझ्या शिक्षणावरती खर्च केले आहेत कंपनीनं."

'नव्याण्णव वेळा अपयश आलं, तरी शंभराव्या वेळी हमखास यश मिळतंच.'

सॉयचिरो होंडा होंडा
मोटार कंपनीचे संस्थापक

पायमोजे न घालणं व डोक्यावरचे केस न कापणं या सवयींमुळे आईनस्टाईनवर नेहमी टीका होत असे. एका निरीक्षकाने तर असंही अनुमान लावलं होतं – 'हे बहुतेक मानसिकरित्या विकलांग असावेत.'

'वय झालं' ही सबब जे कायम पुढे करत असतात, त्यांनी खालील गोष्टींवर जरूर मनन करावं. मोझेस आजींनी वयाच्या शाहत्तराव्या वर्षापर्यंत कधीही चित्रं काढून रंगवण्याचा प्रयत्न केला नव्हता. रूथ गॉर्डननी वयाच्या बहात्तराव्या वर्षी 'रोझमेरी बेली' या चित्रपटासाठी तिचं पहिलं ऑस्करचं पारितोषिक मिळवलं होतं.

गोल्डा मायर या एक्काहत्तराव्या वर्षी इस्त्राईलच्या पंतप्रधान म्हणून निवडून आल्या होत्या.

आणि आता तुमच्या मताला महत्त्वच नसतं, असं जर तुम्हाला वाटत असेल, तर याचा विचार करा.

१६४५ मध्ये एका मताने ऑलिव्हर क्रॉमवेल इंग्लंडच्या निवडणुकीत जिंकून आले होते.

१६४९ साली केवळ एका मतामुळे इंग्लंडचा राजा पहिला चार्ल्स याला फाशीची शिक्षा झाली होती.

१८६८ च्या वर्षी फक्त एका मतामुळे प्रेसिडेंट ॲन्ड्रयू जॅकसन यांची न्यायालयीन चौकशी होण्याचं टळलं होतं.

१८७५ साली एका मतामुळे फ्रान्समधील राजसत्ताक पद्धत संपुष्टात येऊन लोकसत्ताक पद्धतीचा आरंभ झाला होता.

१८७६ च्या वर्षी रुदरफोर्ड बी. हेस हे फक्त एकच मत जास्तीचं मिळाल्यामुळे युनायटेड स्टेट्सचे राष्ट्राध्यक्ष म्हणून निवडून आले होते.

१९२३ साली ॲडॉल्फ हिटलरला एका मतामुळे नाझी पार्टीचं प्रमुख बनवलं गेलं होतं.

१९४१ मध्ये पर्ल हार्बरवर अणुबाँब पडण्यापूर्वी काही आठवडेच आधी सिलेक्टिव्ह सर्व्हिसला केवळ एका मताने जीवदान मिळालं होतं.

जॅक कॅनफिल्ड व मार्क व्हिक्टर हॅन्सन

Consider This

आदर्श व्यक्तिशोध : नवा साचा

फुटबॉल खेळणं जेमीसाठी तशी काही सोपी गोष्ट नव्हती, पण तरीही संघामधल्या खेळाडूंकडून निष्कारण लाड करवून घेण्यास, सवलत मिळवण्यास तो कायम नकार देत असे. खेळाचा सराव चालू असताना इतर खेळाडू बॉलला जोरदार किक मारत एकमेकांकडे बॉल ढकलत, पण जेमीच्या बाबतीत त्यांनी तसं न केल्यास त्याला खूप राग येत असे. मग तो त्यांच्यामागे टुमणं लावायचा, “अरे यार, कसे रे तुम्ही? असल्या साध्या जपून मारलेल्या किकपेक्षा चांगली जोरदार किक मारता येत नाही का तुम्हाला?” त्याचे ताशेरे ऐकून त्या खेळाडूंचा गुरुषी अहंकार दुखावला जायचा व ते त्याच्या आव्हानाला प्रत्युत्तर म्हणून जोरदार किक मारून बॉल कुठच्याकुठे नेत. जेमीची काही हरकत नसायची. तो परत परत तशाच प्रकारे त्यांनी खेळावं म्हणून आग्रह धरायचा. जोरदारपणे जवळ येणाऱ्या फुटबॉलचा काय अनुभव असतो तो जेमीला मिळवावासा वाटे आणि तसा अनुभव घेण्याचा त्यालाही पूर्ण अधिकार होता असं त्याला वाटे – तो सेरिब्रल पाल्सी या व्याधीने ग्रस्त होता म्हणून काय झालं? (ताप व आकडी आल्यामुळे शारीरिक हालचालींवर नियंत्रण ठेवणाऱ्या मेंदूमधील केंद्रावर विपरीत परिणाम होऊन मज्जासंस्था शिथिल होते व हातापायांच्या नीट हालचाली करणं महाकठीण होऊन जातं.)

मी जेमीला पहिल्यांदा पाहिलं तेव्हा तो मला जहिरातीच्या पोस्टरमधला एखादा मुलगाच वाटला होता. दिसायला गोड, नाजूक शरीरयष्टीचा जेमी माध्यमिक शाळेत तिसरीमध्ये शिकणारा मुलगा होता; पण सोनेरी केस, डोळ्याला चष्मा लावणाऱ्या जेमीला चाकांच्या खुर्चीचा वापर करूनच हिंडावं-फिरावं लागायचं.

श्रायनर्स चिल्ड्रन्स हॉस्पिटलमधून जेमी नुकताच घरी परत आलेला होता. त्याच्या पार्श्वभागामधील स्नायूंचा ताठरपणा काढून टाकण्यासाठी, वाकलेले गुडघे सरळ करण्यासाठी, तसंच पायांची बोटं सरळ दिशेनं वळवून नीट करण्यासाठी व चालताना गुडघ्यांची योग्य हालचाल होण्यासाठी अशा निरनिराळ्या

प्रकारांच्या शस्त्रक्रियांमधून पार पडून तो आलेला होता. त्याआधी त्याच्या त्या अवस्थेमुळे अनेक वर्षं त्याने खूप त्रास, वेदना सहन केल्या होत्या आणि त्याच्या हातापायांच्या व एकूण शरीराच्याच विचित्र हालचालींमुळे त्याला चिडवण्यात, हिणवण्यात इतरांच जास्तच फावायचं. दैनंदिन जीवनातल्या सर्वसाधारण हालचाली तरी नीट करता याव्यात, त्यासाठी त्याच्या कोवळ्या शरीरावर अनन्वित अत्याचारच होत होते. पार्श्वभागातले स्नायू कापून टाकणं, टाचांमधील नसा कापणं, तिथे तारा बसवणं, पायातील हाडांची पुनर्रचना करणं इ. इ.

सहावीमध्ये शिकत असताना, त्या वर्षामध्ये चाकांची खुर्ची दूर सारून पायांवर कास्ट घालून कुबड्यांच्या साहाय्याने चालण्याइतपत जिमीची प्रगती झाली होती आणि त्या वेळेचा मी स्वत:च साक्षीदार आहे की, त्याच्या जीवनातली आदर्श व्यक्ती शोधण्यासाठी एक नव्या प्रकारचा साचा तयार होत होता, अन् त्या साच्यामधून असा एक आदर्श मुलगा घडत होता की, ज्याला स्वत:ला त्याच्या आजारावर, त्याच्या कमतरतेवर मात करून जगण्याची दुर्दम्य इच्छाशक्ती लाभलेली होती.

परावलंबी आयुष्य जगत राहण्याचा जेमीचा अजिबात उद्देश नव्हता. परंतु त्याच्या शरीराच्या वेड्यावाकड्या हालचाली व अस्थिरपणा यामुळे अतिशय त्रास होऊन त्याची बिकट अवस्था होऊन जात असे. चालता चालता तो मध्येच अचानक धाडकन खाली कोसळायचा आणि कोसळत असताना त्याच्या हातातली पुस्तकं एकीकडे, तर कुबड्या दुसऱ्या दिशेला आणि शरीर तिसरीकडे असं सगळं विखरून पडत असे. तेव्हा त्याच्या मदतीला जावं असं आमच्यापैकी काहीजणांना वाटायचं, पण तो मात्र अतिशय शांतपणे त्या प्रसंगाला तोंड देताना बघून आम्हाला त्याचं कौतुक करण्याचा मोह आवरता घ्यावा लागे. तो सहजतेनं त्याचं वेडवाकडं झुलणारं शरीर परत स्थिर करून, स्वत:ला सावरून मग पुस्तकं गोळा करून, कुबड्यांचा आधार घेत, ठाकठीक होऊन परत पुढे चालायला लागे. त्याने त्याची मोहीम जिंकलेली असायची.

उन्हाळ्याच्या सुट्यांमध्ये, सातवीत जाण्यापूर्वीच, जेमीनं पायांवर लावलेल्या कास्टविना व कुबड्यांविना चालणं सुरू केलं होतं आणि इतर मुलांसारखं जीवन जगण्याचा त्याच्या मनानं निर्धारच करून टाकला होता. तो निर्धार टिकवण्यासाठी त्याला आता कोणत्याही इतर आधाराची आवश्यकता वाटेनाशी झाली होती. परंतु त्या नव्या परिस्थितीशी जुळवून घेण्यात अनंत अडचणी तर येणार होत्याच, पण त्याचा निश्चय डळमळणार नव्हता हेही तेवढंच खरं होतं!

येणाऱ्या अडचणींची त्याच्या सदसद्विवेकबुद्धीला जाण होती, पण तरी त्याला ती उघडपणे भासवू द्यायची होती, की नव्हती कोण जाणे. पण रोज

नवीन नवीन आव्हानं, अडचणी त्याच्या मार्गावर उद्भवतच होत्या. आधाराशिवाय जेमी चालायला (फरफटायलाच) लागला होता, पण तेव्हा त्याचा पार्श्वभाग पुढच्या बाजूला झुकत असे तर डोकं, छाती व पाय थोडे मागच्या बाजूला पडत. गाईच्या नवजात वासरासारखी त्याची अस्थिर चाल असायची. पण तरीदेखील तशा त्या केविलवाण्या अवस्थेमध्येही त्याची मान मात्र ताठ असायची. शाळेमधल्या व्हरांड्यामधल्या गर्दीतून वाट काढताना अनवधानाने त्याचं शरीर मध्येच कशावर तरी आपटलं गेलं, की तो धाडदिशी जमिनीवर पडत असे. त्याची पुस्तकं व इतर सामान इतस्तत: विखरून पडत असे. अशा प्रसंगी जेमीच्या अवतीभोवती असलेल्या मुलांमध्ये एकाएकी विचित्र शांतता पसरत असे. पण अशा गोष्टींकडे दुर्लक्ष करण्याचं जेमीनं ठरवलेलंच असायचं किंवा एखाद्या प्रसंगी त्याचं त्या नि:स्तब्ध वातावरणाकडे लक्षच जायचं नाही. कारण असा प्रसंग म्हणजे जेमीच्या लेखी, त्याच्या वाट्याला येणाऱ्या हेटाळणी, नैराश्य व शारीरिक जखमांनी व्यापलेल्या त्याच्या अव्याहत धडपडीच्या आयुष्यामधला एखादा क्षुल्लक घटक असायचा. मग त्याने कशाला निष्कारण प्रतिक्रिया दर्शवायची? काय, कोणी कधी खाली पडत नाही का? त्यात असं काय विशेष असतं? मग जेमी जगिनीवर तिखुरलेली पुस्तकं उचलून, हेलकावे घेणारं शरीर कसंबसं स्थिर करून परत पायांवर उभा राहून ताठ मानेनं परत अशा ऐटीत चालू लागे की जणू पुढील क्षण अनुभवण्यास, त्याला तोंड देण्यास तो पुन्हा सज्ज झालाय.

आठवीच्या पूर्ण वर्षभरात पडत, धडपडत, अंदाज घेत, अडाखे बांधत चालण्याची जेमीची जी सवय होती, त्यात आता थोडा-थोडा फरक पडू लागला होता आणि त्याच सुमारास त्याच्यामध्ये इतरही प्रचंड बदल घडू लागले होते. शाळकरी मुलाचं एका पुरुषामध्ये रूपांतर होत होतं. त्यामुळे पौरुषत्वाचं आंतरिक सामर्थ्य व चैतन्य लाभायला नैसर्गिकरित्याच सुरुवात झाली होती. प्रचंड इच्छाशक्तीमुळे त्याला जग जिंकावंसं वाटू लागलं होतं आणि अशा अनेक सुप्त उर्मी तो नववीमध्ये जाईपर्यंत तर आणखी-आणखी वर उफाळून येऊ बघत होत्या.

ॲलेक्स कॅरॅस याने म्हटलेलंच आहे की, कणखरपणा हा तुमच्या आत्म्यामधून आणि शरीरात वाहणाऱ्या चैतन्यामधून येत असतो. ताकद वाढवून किंवा अपरिपक्व मनातून तो येत नाही. कॅरॅसच बोलणं जेमीनं खरं करून दाखवलं. आता त्याने फुटबॉल खेळण्याचं ठरवूनच टाकलं होतं.

खेळाच्या प्रशिक्षकांनी काळजीच्या सुरात जेमीला समजावलं, की खेळण्यापेक्षा त्याने संघाच्या मॅनेजरच्या जागेचा विचार करावा. खेळाच्या मैदानावर त्याच्या

शारीरिक परिस्थितीची चिंता त्यांना वाटत होती. परंतु जेमीचं स्वप्न होतं फुटबॉल खेळाडू बनण्याचं, मॅनेजर बनण्याचं नव्हे. जेमी त्याची अतिकाळजी करणाऱ्यांना शरण गेला नाही. त्यानं खेळाडू संघात स्वत:चा समावेश करून घेतलाच.

जेमी संघामधला वयाने सर्वांत लहान, सावकाश खेळणारा व पटकन दुखापती होऊन जखमी होणारा असा नाजूक खेळाडू होता. पण तरीदेखील पूर्ण संघामधला तोच सर्वांत अधिक साहसी वृत्तीचा खेळाडू होता. शारीरिक कमतरतेमुळे त्याला अधूनमधून कधी निराश झाल्यासारखं वाटलं, तरी त्यामुळे तो मागे न राहता उलट स्वत:चं मनोबल वाढवत राहायचा. स्वत:ची कीव करून खेळायचा नाद सोडून देणं, त्याच्या स्वभावामध्येच नव्हतं. एकदा संघातल्या सर्व खेळाडूंनी धावण्याचा सराव करताना पंधरा यार्डांचं अंतर कापलेलं होतं, तेव्हा मध्येच थांबून ते मागून येणाऱ्या जेमीची प्रतीक्षा करू लागले. कारण तोल सावरत, कधी डोकं मागच्या दिशेला झुकवत, तर कधी मान ताठ ठेवत जेमीने तोपर्यंत अर्धंच अंतर पार केलेलं होतं. विरुद्ध संघामधले खेळाडू, तो कधी येऊन पोहोचणार होता याची वाट बघत, त्याच्याकडे टक लावून बघत होते, हे त्याला कदाचित जाणवलंही असावं; परंतु साहसी वृत्ती व प्रखर मनोनिग्रहाचा तो अद्‌भुत अविष्कार बघताना त्याच्या संघामधला प्रत्येक खेळाडू किती भारावून गेला होता व अविश्वासाने आ वासून त्याच्याकडे बघत होता त्याबद्दल मात्र तो पूर्णपणे अनभिज्ञ होता.

जेमीनं नवशिक्या खेळाडूंबरोबर खेळण्याचा निर्णय घेतला. रोज सगळ्या खेळाडूंबरोबर खेळाचा सराव झाल्यावर तो नंतर उशिरापर्यंत थांबून स्वत:ची प्रगती करण्याचा नेटाने प्रयत्न करीत राहायचा. सराव चालू असताना पुढे येऊन खेळण्यासाठी आपणहून कोण तयार आहे असं प्रशिक्षकाने विचारताच, जेमीचाच हात सर्वांत प्रथम वर होत असे. परंतु प्रत्यक्ष खेळाच्या वेळी त्याला खेळण्याची संधी क्वचितच दिली जात असे. असं बाजूला केलं गेल्यामुळे त्याला निश्चितच दु:ख होत असे, पण तरी मैदानाच्या कडेला उभं राहून सामना खेळणाऱ्या आपल्या संघाला प्रोत्साहन देण्याचं काम तो अगदी आवर्जून करत असे व दु:खात सुख मानत असे. त्याचा संघ छान खेळत असला की ते बघून तो वेडेवाकडे हातवारे करत खुशीत ओरडत राहत असे. पण कधी कधी आनंदाच्या भरात कडेच्या गवतावर धपकन खाली पडत असे. त्या वेळी ते दृश्य बघून इतर कोणाला लाजिरवाणं वाटत असेलही, पण जेमीला त्याबद्दल मुळीच खंत न वाटता, उलट तो स्वत:ला सावरून, परत उभं राहत हात हलवत आनंद साजरा करायला लागत असे.

क्वचित प्रसंगी, नवशिक्या खेळाडूंना संधी मिळावी म्हणून खेळाच्या अखेरीस त्यांना खेळवलं जातं. एकदा जेमीला अशीच एक संधी मिळाली होती. खेळायला लागल्यावर सुरुवातीलाच जेमीला धक्का लागून तो खाली पडला, पण ताबडतोब स्वत:चं शरीर सांभाळत, सावरत तो परत खेळण्यास सिद्ध झाला. ज्या खेळाडूच्या हातामध्ये बॉल होता, तो सरळ त्याच्याच दिशेनं धावत येत होता. जेमीनं धैर्य एकवटून खांदे सैल केले व दोन्ही हात पसरवून त्या खेळाडूला त्याने घट्ट पकडलं व तो त्याला मैदानाकडे ओढत घेऊन जाऊ लागला. मैदानाच्या कडेला बसलेले त्याच्या संघातले जास्तीचे खेळाडू जेमीला प्रोत्साहन देत, टाळ्या-शिट्या वाजवू लागले व मैदानावर प्रत्यक्ष खेळणारे त्याचे मित्र त्याचं कौशल्य वाखाणत आनंदाने जोरजोरात ओरडू लागले. ज्याची तो सतत वाट बघत होता तो क्षण – खरा खेळाडू बननू दाखवण्याचा तो क्षण – जवळ येऊन ठेपला होता. त्या वेळी सामन्यामध्ये जे उत्साहाचं, चैतन्याचं वातावरण निर्माण झालं होतं, त्याला तो निमित्तमात्र होता आणि त्याच्या उत्कृष्ट कामगिरीबद्दल चहूबाजूने टाळ्यांचा जोरदार कडकडाट ऐकू येत होता. तो एक लहानसा प्रयत्न होता, पण तरीही त्यानेच अखेरीस यशश्री खेचून आणली होती व त्यामुळेच त्याचा संघ हरता हरता वाचला होता, ही भावना त्याच्या मनात निर्माण झाली होती. त्यामुळं त्यानंतरही दर वेळी खेळत असताना वारंवार खाली पडण्यात त्याला मुळीच वाईट वाटणार नव्हतं. उलट ते तो अधिकच अभिमानास्पद समजणार होता.

जेरी हार्प्ट

Casting a New Mold for Heroes

अवतीभोवतीची देवमाणसं

डोरोथी राईट हिचा पती, फॉरेस्टनं तिला गदागदा हलवून उठवलं "ऊठ, ऊठ, अगं जागी हो डोरोथी! घरभर धूर झालाय बघ किती!"

डोरोथी खोकत खोकतच जागी झाली व बघते तर काय, त्यांच्या झोपायच्या खोलीत राखाडी रंगाचा धुरळा जमला होता. ती धडपडत पंलगावरून उठत जोरात किंचाळली. "आधी मुलांना बाहेर काढायला हवं!" फोन उचलून तिने तातडीनं ९११ (आपाद्कालीन मदतीचा) नंबर फिरवला आणि त्यांचं घर कोणत्या भागात होतं, हे तिनं सांगायच्या आतच फोनचा संपर्क तुटला होता.

"अरे देवा, आता तूच धाव रे बाबा आमच्या मदतीला." डोरोथीनं देवाची करुणा भाकली आणि ती व फॉरेस्ट घरामध्ये दोन विरुद्ध दिशांना धावून मुलांना उठवायला गेले. सोळा वर्षांचा फॉरेस्ट ज्युनियर, पंधराचा डॅनियल, लिओनार्ड वय वर्षं तेरा, बारा वर्षांची डॉमिनिक, अकरा वर्षांचा ज्यो, अँथनी दहा वर्षांचा, आठ वर्षांचा मार्क्स, सात वर्षांचा व्हिनी, कर्टिस वय वर्षं पाच, तीन वर्षांचा निकोलस आणि जॅमोनी तीन वर्षांचा (ह्या तिच्या भाच्याला त्याच्या जन्मापासून त्यांनी सांभाळलेला होता.)

घाबरून, गोंधळून गेलेली सर्व मुलं डोळे चोळत-चोळत जिन्यावरून धाडधाड उतरत खालती आली व पुढच्या दाराच्या दिशेनं धावली. डोरोथीनं डोकी मोजली.

"एक कोणीतरी मागे राहिलंय!" ती किंचाळली. "कोण? कर्टिस? अरे फॉरेस्ट, कर्टिस कुठे आहे ते बघ तू आधी."

फॉरेस्ट तसाच परत घरामध्ये शिरला आणि वरच्या मजल्यावर गेला. तोपर्यंत घरातला धूर पुढच्या दारातून भसाभस बाहेर पडू लागला होता. पाच वर्षांचा कर्टिस घाबरून त्याच्या पलंगाखाली लपून बसलेला होता. बाबांचा आवाज कानी पडल्यावर तो खोलीमधून धुराने भरलेल्या व्हरांड्यात आला. दाट धुरात त्याला फॉरेस्ट दिसत नव्हता, पण तरी तो अंदाजानं बाबांच्या जवळ येऊन त्यांच्या मिठीत शिरला. त्याला तसाच पटकन कडेवर घेऊन फॉरेस्ट धडपडत जिन्यावरून मार्ग काढत खाली उतरत असताना अडखळला व

त्याच्या पायाचा घोटा मुरगळला. जिन्यावरून गडगडत दोघं खाली आले.

डोरोथी शेजाऱ्यांच्या घरी धावली होती. तिथे राहणारी तरुण स्त्री उशिरापर्यंत अभ्यास करून नुकतीच झोपलेली होती आणि लगेचच डोरोथी तिच्या दारावर जोरजोरात थापा मारायला लागली होती. शेजारणीनं बाहेर पाहिलं, तर राईट कुटुंबाच्या घराच्या खिडकीतून नारिंगी रंगाचा धूर बाहेर पडताना दिसत होता. तिने ताबडतोब ९११ नंबरला फोन केला. काही मिनिटांतच अग्निशामक दलाचे बंब येऊन पोहोचले. एव्हाना घराच्या लाकडी भिंतींमधून ज्वाळा पसरत पसरत वरच्या मजल्याकडे चालल्या होत्या.

आजूबाजूचे शेजारी मुलांना त्यांच्या घरी घेऊन गेले. परंतु डोरोथीला मात्र तिथून हलणं महाकठीण झालं होतं. आग विझवणारे लोकं निर्दयपणे तिच्या घराच्या छपरावर कुऱ्हाडींनी घाव घालत असताना, तिचं स्वप्न त्या आगीबरोबर, धुराबरोबर विरून जात असताना ती निःस्तब्ध होऊन, भकास नजरेनं ते भयानक दृश्य बघत उभी होती. घरातली एकूण एक वस्तू, फर्निचर, कपडे, भांडीकुंडी, गाद्या, फोटोंचे अल्बम, दागदागिने, पैसे आणि डोरोथीच्या लहानपणीच स्वर्गवासी झालेल्या तिच्या आईचा एकुलता एक फोटोही आगीत जळून भस्मसात होत होता. सगळसगळं संपून खाक होत होतं.

'आम्हा दोघांचं स्वप्न असं कसं पूर्णपणे भंग पावलं?' डोरोथी मनात विचार करीत होती. फॉरेस्ट व डोरोथीला, शहराच्या मध्यवर्ती भागामंध्ये मुलांसाठी जास्तीच्या सोयी असूनही, त्यांच्या अकरा मुलांना त्याहीपेक्षा जास्त सुखाचं, आनंदाचं आयुष्य मिळावं असं वाटत होतं. त्या विचारानुसार, केवळ चार वर्षांपूर्वीच ते न्यूजर्सीमधील हॅकेनसॅक शहराच्या न्यू मिलफोर्ड या उपनगरात, राहाण्यासाठी आलेले होते. मोठ्या शहरातील बकाल वस्त्या, टोळीयुद्धं, अमली पदार्थांची रेलचेल असलेल्या असुरक्षित वातावरणात मुलांनी मोठं व्हावं, अशी

त्यांची इच्छा नव्हती. त्याचप्रमाणे सुमार दर्जा असलेलं शिक्षण किंवा गरीब वस्तीतलं वास्तव्यही मुलांच्या वाट्याला येऊ नये असंही त्यांना वाटत होतं.

सुदैवानं त्यांना डायना या सहृदयी स्त्रीचं ऐसपैस, चांगलं प्रशस्त घर भाड्यानं मिळालं व दोघांनाही हायसं वाटलं. त्यांनी डायनाला खात्री दिली होती, की ते दोघं कष्टाळू वृत्तीचे होते व त्यांची सगळीच मुलं अतिशय नम्र व सुस्वभावी होती. त्यामुळे तिच्या घराची ते नक्कीच चांगली काळजी घेतील व तिने निर्धास्त राहावं. घरभाडंही परवडण्यासारखं असल्याने राईट कुटुंब त्या घरात राहायला गेलं होतं.

आणि चारच वर्षांनंतर, आज त्यांच्या स्वप्नांचा चुराडा होत असताना हताशपणे डोरोथी ते बघत होती. परंतु तरी त्या संकटकाळी तिच्या मनात दोनच विचार प्रामुख्याने येत होते. 'परमेश्वरा, माझं पूर्ण कुटुंब सुखरूप राहिलंय, याबद्दल तुझे कोटी कोटी आभार!' आणि 'आता परत इतकं प्रशस्त व छान घर आम्हाला कधी मिळेल का?'

मुलांना काही इजा वगैरे झाली तर नाही ना, या शंकेमुळे डोरोथी त्यांना हॉस्पिटलमध्ये घेऊन गेली व तसंच फॉरेस्टच्या मुरगळलेल्या पायावर प्लास्टर घालून, तिथूनच परस्पर ती सामाजिक सेवेच्या (सोशल सर्व्हिसेस) ऑफिसमध्ये गेली. तेव्हा तिच्या अंगावर रात्री झोपताना घालण्याचे कपडे व पायामध्ये शेजारच्या बाईनं दिलेल्या स्लिपर्स होत्या. रांगेत उभी असताना, तिच्या तशा अवताराकडे बघून आजूबाजूची लोकं कुजबुजत होती, "काय झालंय कोण जाणे?"

डोरोथीला मात्र तिच्या त्या अवस्थेबद्दल काहीच लाज वगैरे वाटत नव्हती, कारण ती एका महत्त्वाच्या मोहिमेवर निघालेली होती. त्या केन्द्रातर्फे तिच्या पूर्ण कुटुंबाला तातडीची गरज म्हणून शहराच्या मध्यवर्ती भागातल्या आधारगृहात हलवलं गेलं. लहान-लहान अशा चार खोल्यांमध्ये तेरा जणांच्या त्या कुटुंबावर दाटीवाटीनं राहाण्याची पाळी आली होती.

"काय भयानक प्रकार होता तो." डोरोथीने नंतर एका मैत्रिणीला वर्णन करून सांगितलं होतं. "अशा आधार केंद्रात अजून काय मिळणार म्हणा! रोज तऱ्हेतऱ्हेची माणसं येऊन राहत, तर कोणी सोडून जात असत. त्यातून भरीसभर म्हणजे अमली पदार्थ, दारूचं तिथेच खुलेआम चालणारं सेवन, रोजचा आरडाओरडा, शिवीगाळ, बायकांना त्यांचे प्रियकर मारहाण करत असायचे. खेळायला मोकळी जागा नाही. मग मुलं करणार तरी काय?"

आणि मग देवाच्या रूपानेच चहूबाजूंनी अनेक जण मदतीला धावून येण्यास सुरुवात झाली. 'अल्फ्रेडो' रेस्टॉरंटची मालकीण लिझा ही डोरोथीची मैत्रीणच होती. सलग चार महिने, पूर्ण कुटुंबासाठी ती रोज रात्रीचं जेवण घेऊन येत होती. पिझ्झा, स्पॅगेटी, ताज्या भाज्या, फळं, ब्रेड, चीज असे मुलांच्या आवडीचे अनेक पदार्थ. त्यांचे जुने शेजारी, जेरी व सिंथिया, दोघांनी त्या आधार केंद्राला

एक टीव्ही विकत घेऊन दिला. अनोळखी लोकही नवेकोरे कपडे घेऊन आले. मुलांच्या शिक्षकांनी मिळून शाळेची पुस्तकं, पेन्स, रंगीत क्रेयॉन्स, दप्तरं असं सगळं सामान दिलं. न्यू मिलफोर्डमधल्या प्राथमिक, माध्यमिक शाळांनी मिळून त्यांच्या कुटुंबासाठी आर्थिक निधी उभा केला होता.

त्या लहानशा गावातल्या सर्व रहिवाशांनी जणू राईट कुटुंबाला दत्तकच घेऊन टाकलं होतं. उन्हाळ्याच्या त्या काही महिन्यांच्या काळामध्ये सर्व बाजूंनी त्यांच्यावर देणग्या व जीवनावश्यक वस्तूंचा वर्षावच चालू होता. परंतु डोरोथीच्या मनाला सतत एकच काळजी लागलेली होती की, त्या आधार केंद्रातून त्यांची कधी सुटका होणार होती आणि चार वर्षांपूर्वी ज्या छानशा भागात घर मिळवण्यासाठी त्यांनी जी धडपड केली होती, त्याच भागात त्यांना कधी परत जाण्यास मिळणार होतं. त्यांच्या खिशाला परवडेल इतक्या किमतीच्या भाड्याचं एखादं प्रशस्त असं दुसरं घर कसं काय मिळवणार होते ते?

एके दिवशी व्हिनीच्या वर्गातला त्याचा एक मित्र भेटायला म्हणून त्या आधार केंद्रावर आला होता. जेव्हा मायकेल कॉन्टोमॅनोलिस व व्हिनी एकमेकांना भेटले, तेव्हा गळ्यात गळे घालून त्यांनी रडायलाच सुरुवात केली. मायकेल म्हणाला, "ममी, व्हिनी आपल्या घरी राहाण्यास येऊ शकतो का? आपण त्याला मदत करायला पाहिजे, हो ना? माझा मित्र आहे तो!"

मायकेलचे आईवडील, पॉलिन व निकोलस त्या दोन लहान मुलांची घट्ट मैत्री बघून इतके भारावून गेले होते की, नंतर उन्हाळ्यात दर शनिवार-रविवारच्या सुट्यांच्या दिवशी राईट कुटुंबामधल्या सगळ्याच मुलांना ते त्यांच्या घराच्या जवळपास असलेल्या आपल्या घरी राहायला घेऊन जात असत. आधार केंद्रातल्या बकाल वातावरणापासून मुलांना थोडंफार दूर जाता येत होतं हे बघितल्यावर डोरोथीला जरा हायसं वाटलं, पण तरीही ती पॉलिन व निकोलसला म्हणत असायची, "तुम्हाला तर दोनच मुलं आहेत. मग एकाच वेळी एवढ्या सगळ्या मुलांचा तुम्हाला त्रास तर नाही ना होत?" ते ऐकून हसत-हसत निकोलस म्हणायचा, "उलट आम्हाला खूप आवडतं! ते सगळे आमच्याकडे जमल्यावर जणू काही मोठी पार्टीच चालली आहे, असंच वाटतं आम्हाला."

त्यानंतर एक आश्चर्यकारक घटना घडली. एके दिवशी पॉलिन म्हणाली, "डोरोथी, निकोलसनं आणि मी ठरवलंय की याच भागात एक नवीन घर विकत घ्यायचं आणि चार वर्षांसाठी ते तुम्हाला भाड्यावर द्यायचं. त्यानंतर तुम्ही ते आमच्याकडून विकतही घेऊ शकता. तुमचं स्वत:चं असं घर असावं हीच आमची इच्छा आहे. ज्या भागात तुम्ही चार वर्षं वास्तव्य केलं होतं, तिथेच तुम्ही कायमचं राहावं असं आम्हालाही मनापासून वाटतंय."

ते ऐकून डोरोथी व फॉरेस्टचा तर विश्वासच बसला नव्हता. आगीच्या घटनेआधी विशेष ओळख नसलेलं ते जोडपं त्यांची इतकी मदत कशी काय करू बघत होतं? हसत हसत पॉलिन म्हणाली, "डोरोथी, अगदी मनापासून करावंसं वाटतंय गं आम्हाला. आपले पूर्वजन्मीचे काहीतरी लागेबांधे असणार नक्कीच." नंतर डोरोथी व पॉलिनने एक भलं मोठं दुमजली घर शोधून काढलं. सहा बेडरूम्स, मोठा हॉल, जेवणाची प्रशस्त खोली आणि जोडीला मोठं तळघरही! त्या अपघातानंतर पाचच महिन्यांनी तेरा जणांचं राईट कुटुंब ऑक्टोबर महिन्यात नव्या घरात राहाण्यास गेलंही होतं. घराचं दार उघडताच आतलं दृश्य त्यांच्या नजरेस पडलं. 'सुस्वागतम्,' 'नव्या घरात हार्दिक स्वागत' असे मोठे मोठे फलक ठिकठिकाणी चिकटवलेले होते. आजूबाजूला राहणाऱ्या रहिवाशांनी टूथपेस्ट, टॉयलेट पेपरपासून तर कपडे धुण्याची पावडर, अगदी मुलींसाठी प्रसाधनाच्या वस्तू वगैरे अशा अनेक गोष्टी आणून घर भरून ठेवलेलं होतं.

ॲग्नेस व राल्फ या नवराबायकोनी अकरा मुलांसाठी आठ महागडे जोडपलंग, गाद्या, उशा आणून ठेवलेल्या होत्या. तर इतरांनी रजया, चादरी, अभ्रे असं सगळं सामान आणून घरात जय्यत तयारी ठेवलेली दिसत होती.

त्यानंतर मुलांसाठी झालेले 'पॉलिन काकू व निकोलस काका' यांचं डोरोथी आणि फॉरेस्टबरोबर बहीण-भावांचंच नातं निर्माण होऊन गेलंय. ते एकमेकांसह घरी वरचेवर जेवायला जात असतात. एकमेकांसह सहलींना जाऊन खूप मजा करत असतात. एव्हाना दोन्ही कुटुंबांमध्ये खूप घनिष्ठ संबंध प्रस्थापित झाले आहेत.

मुलं व्हॉलीबॉल, बास्केटबॉलच्या खेळाचा सराव करून घरी येतात तेव्हा डोरोथी रोज देवाचे आभार मानत असते आणि परत एकदा त्यांना चांगले दिवस लाभले याबद्दल कृतज्ञता व्यक्त करीत असते. त्यांच्या मुलांपैकी डॅनियलला आठ भाषा शिकून, हॉवर्ड युनिव्हर्सिटीमधून वकिलीची परीक्षा देऊन वकील बनण्याची इच्छा आहे. दुसऱ्या एकाला लढाऊ विमानाचा वैमानिक, तर इतर तिघांचं डॉक्टर बनण्याचं स्वप्न आहे. डॉमिनिकला नर्स बनून सेवा करायची आहे. लिओनार्डनं नासा (NASA) मध्ये तंत्रज्ञ बनण्याचा निर्धार केलाय.

डोरोथीच्याच शब्दात सांगायचं तर, "या कुटुंबाला इतकी देवमाणसं लाभली आहेत आणि त्यांच्यात व आमच्यात एवढं जिव्हाळ्याचं नात निर्माण झालंय की, आता भविष्यात संपूर्ण राईट कुटुंबाच्या अनेक पिढ्या आपली स्वत:ची स्वप्नं सत्यात उतरवत राहतील, साकार करत राहतील."

पॅट्रिशिया लॉरेन्झ
Angels All Around
'वुमन्स वर्ल्ड'मधला एक उतारा

६

स्वप्नपूर्ती

“जर आपण सर्वोत्कृष्ट दर्जाची गोष्ट सोडून इतर कशाचाही स्वीकार करण्यास नकार दिला, तर आपल्याला सहसा उत्तम दर्जाच्या गोष्टीचाच लाभ होतो. हीच तर आहे मानवी आयुष्याची गंमत!”

डब्ल्यू. सॉमरसेट मॉम

ग्लासभर लिंबाचं सरबत

१९८० साली मी होतो केवळ पंधरा वर्षांचा.

सायगाव शहराच्या जवळच असलेल्या चु-होई या खेड्याच्या बंदराला आमची बोट लागलेली होती. आम्हा सर्वांच्या काळजाची धडधड इतकी वाढली होती की, त्या आवाजात बोटीच्या इंजिनाचा आवाज नाहीसा झाला होता. बोटीच्या केबिन (उतारूंसाठी असलेली खोली) मध्ये आम्ही एकशेवीस जण दाटीवाटीने बसलो होतो. छे, छे! त्यापेक्षा आम्हा सर्वांची शरीरं एकमेकांवर रचलेली होती असं म्हणणंच योग्य ठरेल! त्या दहा डझन माणसांचं एकच स्वप्न होतं – स्वातंत्र्य!

दडपशाही, छळवणूक यापासून मुक्ती. कम्युनिस्ट राजवटीपासून सुटका. स्वातंत्र्य प्राप्तीसाठी आमचा जीव दावणीला लागला तरी बेहत्तर!

परत पकडलं गेलो, तर कामगारांच्या दुष्ट छळछावळीतच रवानगी झाली असती आणि नंतर आमचं नखदेखील कोणाच्याही नजरेला पडलं नसतं.

ती काय भयंकर भीती होती, हे मला चांगलंच माहीत होतं. एका वर्षापूर्वीच मी पळून जाण्याच्या प्रयत्नात असताना सैनिकांनी मला जवळजवळ पकडलंच होतं. पण अंधार होईपर्यंत मी भातशेतातच लपून बसलो होतो व नंतर लपतछपत बाहेर येऊन, बस पकडून घरी परतलो होतो. तरी बरं, मातीनं मळलेले माझे कपडे सरकारी सैन्याच्या मळकट पिवळ्या रंगाच्या गणवेशासारखेच दिसायला लागले असल्यानं मला कोणी ओळखूच शकलं नव्हतं.

रात्रीच्या अंधारात बोट बंदरावरून चुपचापपणे सुटली. आम्ही केबिनमध्ये शांतपणे गप्प बसून होतो. ज्या देशात जाऊन आम्हाला पोहोचायचं होतं, तो थायलंड देश जेमतेम काही तासांच्या अंतरावरच होता. पण तेवढा काळही अनंत काळासारखा भासत होता. काही तासांपूर्वीच मी माझ्या घरच्यांचा निरोप घेऊन निघालो होतो. त्याबद्दल मी विचार करू लागतो. सगळ्या भावंडांतला मोठा मुलगा म्हणून फक्त माझ्याच सुटकेचा खर्च करण्याची माझ्या आईवडिलांची ऐपत होती आणि अचानकच मनात विचार चमकून गेला की – पळून जाण्यात

मी जरी यशस्वी झालो असतो, तरी कदाचित माझ्या घरच्या लोकांना मी परत कधीच दिसलो नसतो.

केबिनच्या आतमध्ये अतिशय तंग वातावरण पसरलेलं होतं. श्वासोच्छ्वास करण्याचीही भीती वाटत होती. कारण आम्ही अजूनही सैन्याच्या बंदुकीच्या माऱ्याच्या टप्प्यात होतो. बंदूकधारी सैनिक त्या द्वीपकल्पावरून टेहळणी करत होते. पूर्ण एक दिवस उलटल्यावरच आम्ही त्यांच्या दृष्टिआड होणार होतो.

दोन दिवस पुरेल एवढा शिधा आमच्याजवळ होता. एक पोतं तांदूळ, थोडं दूध, दोन लोखंडी पिंपं भरून पिण्याचं पाणी. हो, समुद्राचं खारं पाणी आम्ही पिणं अशक्यच होतं, कारण पाण्यातील मिठाच्या भरपूर प्रमाणामुळे आमच्या शरीरातलं पाणी पूर्णपणे शोषलं जाण्याचा धोका होता. आतल्या बाजूनं गंजलेली पिंपं व पाण्यातील माती यामुळे पाणी मळकट रंगाचं होऊन गेलं होतं. पण ते तेवढंच पाणी आमच्याजवळ होतं. माझ्या आईच्या हातच्या लिंबाच्या सरबताची चव त्या पाण्याला होती अशी मी कल्पना करत होतो. नाहीतर ते पाणी पिणं शक्यच नव्हतं.

बंदुकींच्या गोळ्यांच्या टप्प्यातून एकदाचं बाहेर पडल्यावर आम्ही सुटकेचा नि:श्वास टाकला – निदान मानसिकदृष्ट्या तरी.

व्हिएतनाम देशामधल्या हवेत प्रचंड प्रमाणावर आर्द्रता असते आणि त्यात एकशेवीस लोक टीचभर आकाराच्या केबिनमध्ये कोंबून बसलेले! यावरून तुम्हाला नक्कीच कल्पना येईल की आतमध्ये आमचा जीव कशा प्रकारे गुदमरत असेल. त्यात त्याच रात्री आम्हाला प्रचंड अशा मोठ्या समुद्री वादळालाही तोंड द्यावं लागलं, त्यामुळे तर आमची अतिशय दयनीय अशी अवस्था होऊन गेली होती. सोसाट्याचा वारा व पर्वतासारख्या उंच-उंच लाटांचा मारा सतत दोन दिवस चालूच होता. आम्हा सर्वांचं मलमूत्र व ओकाऱ्यांचा दर्प इतका असह्य झाला होता, की श्वास घेणंदेखील महाकठीण होऊन बसलं होतं. केबिनमधून बाहेर येऊन मी बोटीच्या वरच्या मजल्यावर मोकळी हवा खात उभा होतो. तेव्हा अचानक एखादी लहानशी वस्तू माझ्या डोक्याजवळून जोरात निघून गेल्यासारखं वाटलं आणि तेवढ्यात एक प्रचंड लाट बोटीवरती येऊन आदळली व त्यामुळे मी परत केबिनच्या दिशेला फेकला गेलो, अन् माझी शुद्ध हरपून गेली. नंतर शुद्धीवर आल्यावर मी बघतो तर काय, मला एका स्त्रीनं धरून ठेवलेलं होतं. माझं नशीब बलवत्तर म्हणूनच मी वाचलो असं ती म्हणत होती. "ती अजस्त्र लाट जर तुझ्या पाठीमागून वेगाने आली असती ना," ती स्त्री म्हणाली, "तर तू थेट समुद्रातच फेकला गेला असतास."

मी त्या कल्पनेनं डोळे बंद करून घेतले. लहानपणी आई मला रोज रात्री आठवण करून देत असे, की आकाशातून देव सतत आपल्या प्रत्येकावर लक्ष

ठेवून असतो आणि त्या क्षणी तो तेच करत असावा. तुफानी वादळामुळे आमचे अतिशय हाल होत होते. परंतु जिवंत पकडलं जाऊन जी अवस्था होण्याची शक्यता होती, तिच्यापेक्षा आमची ती अवस्था हजारपटीनं बरी होती.

वादळ जरा शमत नाही, तोच दुसरं संकट आ वासून समोर उभं राहिलं होतं. वादळामध्ये बोटीच्या कॅप्टनचा कंपासच कुठेतरी हरवून गेला होता. दोन दिवसांपूर्वी जी वस्तू माझ्या डोक्याजवळून वेगाने गेली होती, बहुदा तो कंपासच असावा. त्यामुळं निराश होऊन आम्ही बोटीबरोबर कुठेतरी भरकटत चाललो होतो. पण भरीस भर म्हणून जवळ बाळगलेला विजेचा आणि इंधनाचा साठाही संपून गेला होता.

चारी बाजूंनी संकटांनी आम्हाला वेढून टाकलं होतं. आमची सर्वांत मोठी भीती खरी ठरणार असं वाटू लागलं होतं. सरकारी सैन्याच्या हातून क्रूर मृत्यू येण्याऐवजी आम्ही आता तळपत्या उन्हात हळूहळू खंगत जाऊन मरून जाणार होतो हे स्पष्ट दिसत होतं.

काही दिवस आमची बोट तशीच दिशाहीन स्थितीत भरकटत चाललेली होती. कधीतरी दूर क्षितिजावर एखादं मालवाहू जहाज नजरेस पडत असे, पण मदतीला धावून येण्यासाठी आम्ही त्यांना खुणावूही शकत नव्हतो. कारण आमची फ्लेअर गन (संकटात ही बंदूक हवेत उडवून जाळ निर्माण करून मदतीसाठी खूण करण्यास वापरली जाते.) देखील वादळाच्या काळात समुद्रात पडून गेली होती. दिवसाच्या उजेडात आमची बोट नजरेस पडूनही, दुसरी एकही बोट आमच्या मदतीला आली नव्हती. कदाचित दोन बोटींमधलं अंतर जास्त असावं. मला वाटतं की नक्की हेच कारण असणार. एखाद्या बोटीत संकटात सापडलेल्या, मरणाच्या वाटेवर असलेल्या दुर्दैवी लोकांकडे दुर्लक्ष करून काही मदत न करता निघून जाणं या गोष्टीचा मला तिरस्कार वाटतो.

एव्हाना तर आमचा सर्व शिधाही संपून गेला होता. आमची शरीरं इतकी खंगून गेली होती, की शरीरातील पाण्याचा अंश पूर्णत: नाहीसा झाला होता आणि त्यामुळे अंगावरचे कपडे कातडीला चिकटून बसले होते. काही दुर्दैवी लोकांच्या अंगावरचे कपडे तर बोटीच्या तळालाच चिकटून गेलेले होते. समुद्राच्या पाण्यात चारी दिशांना शार्क मासे फिरत होते. तरीही आमच्यापैकी काही जणांनी बोटीवरून पाण्यात उड्या टाकल्या – पोहण्यासाठी नव्हे, तर शरीराच्या रंध्रामधून अंगात थोडं तरी पाणी आत शिरावं या उद्देशाने!

काही स्त्रियांनी समुद्रातून पाणी घेऊन त्यात जवळची साखर मिसळली, पण तरी ते अतिशयच खारट असल्याने कपभर पाण्यापेक्षा अधिक पाणी आम्ही कोणी पिऊ शकलो नव्हतो. तहानभुकेने आम्हा सर्वांचा जीव व्याकूळ होत होता आणि लहान मुलांचे तर खूपच हाल होत होते. कोणी बघत नाहीये बघून एका

नऊ वर्षांच्या लहान मुलाने सगळंच्या सगळं पाणी पिऊन टाकलं आणि त्या रात्रीच त्याचा मृत्यू झाला. त्याचं मृत शरीर एका ब्लँकेटमध्ये गुंडाळून आम्ही त्याचं समुद्रामध्येच दफन केलं. त्याच्या मृत्यूमुळे आमचं धाबं दणाणून गेलं होतं. त्याचे वडील अमेरिकन सैन्यात होते. त्यामुळे तो जर सुखरूपपणे अमेरिकेला पोहोचू शकला असता, तर त्याचं तिकडे भलंच झालं असतं.

एव्हाना आम्ही जरी स्वत:ला दैवाच्या हवाली करून टाकलेलं होतं, तरी त्या संकटकाळी आम्ही एकमेकांना आधार देण्याचाही प्रयत्न करत होतो. माझा मित्र, डॉननी मला विचारलं, ''मरण येण्यापूर्वी तुला फक्त एकच गोष्ट मिळणार असेल, तर ती कोणती गोष्ट असेल?''

मला जास्त कशाची इच्छाही नव्हती. जरी माझं कुटुंब मला परत मिळू शकणार नव्हतंच, पण कदाचित त्यांची एखादी आठवणही मला चालली असती. ''एक ग्लास भरून लिंबाचं सरबत,'' मी उत्तर दिलं, ''खरंच, स्वर्गीय सुख मिळेल मला त्यामुळे.''

त्या रात्री आम्ही दोघं बोटीच्या वरच्या मजल्यावर बसलेलो असताना दूर क्षितिजावरती एका प्रकारचा झगझगीत प्रकाश माझ्या नजरेस पडला. मी डॉनला कोपरानं ढोसून त्या दिशेनं निर्देश केला, ''ते बघ! ते बघ!'' आम्ही आरडाओरडा करून ती बातमी सर्वांपर्यंत पोहोचवली आणि लगेचच बोटीवर आशादायक, उल्हासित वातावरण पसरून गेलं.

समुद्रातील विहिरीतून तेल काढणारा कारखाना (ऑईल रिग) होता तिथे.

तिथल्या काही माणसांनी पाण्यात लाकडाचे ओंडके टाकून आमच्या बोटीला जवळ आणण्याचा प्रयत्न केला, पण पाण्याला खूप वेग असल्यामुळे त्यांनी तो नाद सोडून दिला. दिवस उजाडल्यावर आमच्यापाशी एकच मार्ग शिल्लक उरला होता आणि तो म्हणजे त्या जागेपर्यंत पोहत जाणं. अर्थात ते अंतरही बरंच होतं. पाण्यात असंख्य शार्क मासे दिसत होते आणि आमची बोट त्या जागेपासून अनेक मैल दूर होती.

आमच्यातल्या तीन माणसांनी प्रयत्न करण्याचं ठरवलं. पहिला गेलेला परत आलाच नाही. म्हणजे कदाचित तो बुडून मरण पावला असावा किंवा शार्क माशांनी त्याला खाऊन टाकलं असणार. दुसरा माणूस समुद्रात उतरला तर होता, पण पाण्याचा जोरदार प्रवाह त्याला सतत मागेमागे ओढत राहिल्यामुळे तासाभरातच त्याने नाद सोडून दिला व तो बोटीवर परत आला. तिसरा होता व्यवसायाने मच्छीमार. डोकं लढवून तो तिरक्या दिशेनं पोहू लागला आणि त्यामुळे तो प्रवाहाबरोबर पुढे पुढे ढकलला जाऊन कारखान्याच्या दिशेनं जाऊ लागला. थकून पायात गोळे आल्यामुळे त्याला वरचेवर थांबावं लागत होतं.

पण बारा तासांच्या अथक परिश्रमांनंतर शेवटी तो ऑईल रिगपाशी जाऊन पोहोचलाच.

दुसऱ्या दिवशी सकाळी रिगवरच्या कर्मचाऱ्यांनी आम्हाला वाचवलं. बंदर सोडून निघाल्यानंतर तब्बल आठ दिवसांनी आम्ही सुरक्षित ठिकाणी पोहोचलो होतो. आमचे ओठ शुष्क पडल्यामुळे रक्ताळले होते. अंगावरची कातडी सोलवटून निघून त्यात रोगजंतूंचा प्रादुर्भाव झाला होता. पोटं फुगून टम्म झाली होती. कोणताही खाद्यपदार्थ खाणं अशक्य झाल्याने अखेरीस आम्हाला भाताची साधी पेज प्यायला दिली गेली. पण त्या पेजेइतकं रुचकर अन्न मी आजवरच्या आयुष्यात कधीही जेवलो नाहीये.

आम्ही चक्क अजून जिवंत होतो. अनेक संकटांतून तावून-सुलाखून बाहेर पडलो होतो. नंतर तिथून आम्हाला बोटीने मलेशियामधल्या निर्वासितांच्या छावणीत नेलं जाणार होतं व मग तिथून अमेरिकेला जाण्याची परवानगी मिळणार होती. आम्ही बघितलेलं स्वातंत्र्याचं स्वप्न अखेरीस साकार होणार होतं.

१९९० मध्ये मला अमेरिकन नागरिकत्व मिळालं. रुटगर्ज युनिव्हर्सिटीमधून मी इंजिनियर झालो आणि १९९१ पासून माझा स्वत:चा व्यवसाय चालू आहे. माझ्या कुटुंबाला माझा सार्थ अभिमान वाटतो.

ते आठ दिवस फार भयंकर व भीतिदायक होते आणि अशा परिस्थितीमधून, दिव्यातून जाण्याची कोणावर पाळी यावी अशी मी इच्छाही करणार नाही. त्या अनुभवामुळे मला आयुष्याची नव्याने ओळख झाली, हेही काही कमी महत्त्वाचं नाहीये. त्यानंतरचं माझं आयुष्य नेहमीच पूर्णत: सुरळीतपणे चाललंय असं नाही. आजही केव्हातरी माझं मन पूर्वग्रहदूषित होत असतं आणि इतरांप्रमाणे माझेही काही दिवस अतिशय ताण-तणावाचे जातात. परंतु एकदा मृत्यूच्या दारात जाऊन परत आल्यामुळे आता अशा प्रकारचे ताण-तणाव त्या भयानक अनुभवापुढे काहीच वाटत नाहीत.

माझ्या आईच्या बोलण्यात खरंच खूप तथ्य होतं. आपण हाताळू न शकणारी परिस्थिती देव कधीच आपल्या पदरात घालत नसतो. न जाणो, उद्या माझा व्यवसाय बुडीत निघू शकतो, पण त्यामुळे खरंच काही फरक पडणार नाहीये. मला खात्री आहे, की मी अतिशय चिवट प्रवृत्तीचा आहे आणि त्यामुळेच मी यशस्वी होत असतो. यश माझ्या पदरात पडतच जातं.

जेव्हा कधी मी ग्लास भरून लिंबाचं सरबत पितो, तेव्हा प्रत्येक वेळी मला ते सर्व आठवत असतं.

एड. रॉबर्टसन, व्हिन्सेंट लुआँग आणि मेरी गार्डनर.

A Glass of Lemonade

व्याधींवर मात

“छोटी-छोटी पावलं टाकतच आपण ताऱ्यांपर्यंत जाऊन पोहोचू शकतो. आकाशाला गवसणी घालू शकतो.”

जॅक लीडस्ट्रॉम

“एक संपूर्ण हत्ती खाऊन टाकणं शक्य असतं – पण ते एका घासात (बैठकीत) नव्हे, तर एका वेळी फक्त एकेकच घास घेत घेत तो संपवता येतो.”

माझ्या एका मित्राच्या तोंडून निघालेल्या त्या मौलिक शब्दांमुळेच सर्वांत कठीण व अतिशय श्रमपूर्वकतेनं हाती घेतलेल्या धाडसी प्रयोगाचा मी सफल अनुभव घेऊ शकलो होतो. असा प्रयोग मी आजवर कधीच केलेला नव्हता.

१९९४ साली सुरुवातीच्या काही महिन्यांत मी अतिशय गंभीररित्या आजारी पडलो होतो. माझं वजन तब्बल वीस पौंडांनी घटलं होतं.

त्या फेब्रुवारी महिन्यात कॅन्सरतज्ज्ञ डॉ. जॅक क्रिटचले यांनी मला सांगितलं की कॅन्सर झाल्यामुळे माझा मृत्यू अटळ होता. त्यांचं ते निदान ऐकल्यानंतर काळजी व भीतीने गर्भगळीत होऊन जाण्याऐवजी मला एक प्रकारची अभूतपूर्व शांती लाभल्याचा अनुभव मिळाला होता. कदाचित परमेश्वराशी असलेली माझी आध्यात्मिक पातळीवरची जवळीक हे त्यामागचं कारण असावं. परंतु माझ्या कुटुंबीयांचा विचार मनात आल्यावर मात्र माझं धाबंच दणाणून गेलं होतं. त्यांना असं मध्यावरच सोडून जाण्याच्या विचारानेच मला कापरं भरून माझ्या हृदयाची धडधड वाढली होती. शेवटी मी माझ्या पत्नी – कॅरोलिनला ती बातमी सांगितली.

मग त्याच दिवशी रात्री जेवताना, वाढीच्या वयातल्या आमच्या दोन्ही मुलांच्या कानावरही आम्ही ती गोष्ट घातली. ज्योडी, ही पंधराच वर्षांची व दहावीच्या वर्गात शिकणारी, तर तिचा भाऊ, क्रिस हा तिच्यापेक्षा दोन वर्षांनी मोठा आणि कॉलेजच्या दुसऱ्या वर्षात शिकणारा.

ते ऐकून दोघं तर एकदम नि:शब्दच झाले. डॉ. क्रिटचले यांना हॉजकीन

या रोगाबद्दल शंका वाटतेय, असं मी त्यांना शांतपणे, नीट समजावून सांगितलं.

नंतर त्या रात्री मी आरामखुर्चीत विसावून टीव्ही बघत असताना ज्योडी हळूच माझ्याजवळ आली. तिच्या काळ्याभोर डोळ्यांत भरलेलं दुःख मला स्पष्ट दिसत होतं. तिने मला विचारलं, "बाबा, तुम्ही... तुम्ही खरंच आम्हाला सोडून जाणार?" ते ऐकून मला वाटलं की कोणीतरी माझं हृदय चिरत होतं.

मी तिला केवळ एक आणि फक्त एकच उत्तर देऊ शकत होतो. तिला जवळ घेऊन, माझे अश्रू तिच्या डोक्यावर पडत असताना मी तिला आणि मलाही – ते उत्तर दिलं.

"नाही राणी, मी नाही मृत्यू पावणारेय."

त्या नंतर एक महिन्याच्या वैद्यकीय तपासण्या झाल्यावर मला हॉजकीन रोग झाल्याचं डॉ. क्रिटचले यांनी खात्रीपूर्वक सांगितलं.

दर महिन्यात दोन वेळा अशा प्रकारे आठ महिने केमोथेरपीच्या तीव्र उपचारांतून जाण्याची शिक्षाच जणू त्यांनी माझ्यावर ठोठावली होती. पहिल्या उपचारानंतर तीन आठवड्यांनीच माझे केस गळायला लागले. केसांचे बुचकेच्या बुचके माझ्या अंगावरून खाली पडून नंतर अंघोळीच्या टबच्या पाण्यात गोल गोल फिरताना बघून मी अचंबित होत होतो.

माझं सारं जीवनच खोल गर्तेत ओढलं जातंय अशी मी कल्पना करू लागलो. त्यानंतर काही दिवसांतच माझी नोकरी गेली. कारण अचानक घाम येणं, आशानिराशेच्या भोवऱ्यात अडकवणारी स्टिरॉईड्स (औषधं) आणि जोडीला इतरही ढीगभर औषधं घेऊन मला काम करणं अशक्य झालं होतं.

वसंत ऋतू सरून उन्हाळा सुरू झाला आणि केमोथेरपीमुळे मी हळूहळू जास्तच अशक्त होऊ लागलो होतो. माझ्या शरीरातील स्नायू शिथिल पडू लागले. प्रतिकारशक्ती कमी झाल्यामुळे अंगावर कोणत्याही प्रकारची जखम,

ओरखडादेखील उद्भवण्याचा धोका मी पत्करू शकत नव्हतो. साधं सर्दी-पडसं होण्यातही धोका संभवत होता.

त्यानंतर दरवर्षी उन्हाळ्यात पेंटिक्टनला होणारी 'आयर्नमॅन कॅनडा' ही तिहेरी (तीन खेळांची) स्पर्धा मी व कॅरोलिनने ऑगस्टच्या महिन्यात बघितली. जगभरातून अठराशे खेळाडूंनी या स्पर्धेत भाग घेतला होता. त्या तिहेरी स्पर्धेत २.४ मैल पोहणं, ११२ मैल सायकल चालवणं आणि २६.२ मैल धावणं, या तिन्ही गोष्टी सतरा तासांच्या आत संपवून क्रीडापुरस्काराचं मेडल मिळवायचं असतं.

अश्रूभरल्या नजरेनी कॅरोलिनकडे बघत मी हळूच, पण किनऱ्या आवाजात म्हणालो, ''एक दिवस मीदेखील हे सगळं करणार आहे बघ.''

ऑक्टोबरच्या अखेरीस माझी सोळावी केमोथेरपी आटोपली होती.

अथक परिश्रम करून मी स्वतःला पूर्ववत करण्याचा प्रयत्न करीत होतो. केमोथेरपीचे दुष्परिणाम म्हणून माझे दोन्ही खांदे, पार्श्वभाग आणि पायांच्या टाचा सतत हुळहुळत राहायच्या.

जानेवारी १९९५ मध्ये मी ठरविल्याप्रमाणे खरोखरच नवाच उद्योग सुरू केला. मी शर्थीनं व्यायाम करण्यास सुरुवात केली. सप्टेंबर महिन्यात कॅरोलिन आणि मी, तीन वेळा 'आयर्नमॅन' स्पर्धेत भाग घेतलेल्या डेव बुलक यांना भेटलो. ती स्पर्धा जिंकण्यासाठी कोणती जबाबदारी घेणं आवश्यक असतं आणि मी हे करू शकेन का याबद्दल आम्ही त्यांना विचारलं आणि त्यांच्याकडून आश्वासनात्मक उत्तर मिळालं, ''हो, हो, तुम्ही हे नक्कीच करू शकाल!''

आता माझ्या पुढे एकच मोठ्ठा प्रश्न होता की – मी पोहण्याचं शिक्षण कधीच घेतलेलं नव्हतं. म्हणजे तयारी करताना हे सर्वांत मोठं काम सुरू करणं भाग होतं.

१९९५ च्या ऑक्टोबरमध्ये मी धावण्याचा सराव करू लागलो. नोव्हेंबरच्या सुरुवातीला मी पोहण्याच्या क्लासला नाव घातलं.

नंतर थंडीच्या दिवसांत मी बंद जागेत व्यायाम करीत राहिलो व जोडीला पोहायलाही शिकलो. एका सुटीच्या दिवशी मी एक छोटी स्पर्धा दोन तास दोन मिनिटांत पूर्ण करून दाखविली. त्याआधी एका वेळी न थांबता सलगपणे तेरा मैल अंतर मी कधीच धावलो नव्हतो.

कधीकधी माझ्या मनावर अनिश्चिततेचं सावट पसरायचं. त्याला तोंड देणं मला भाग पडायचं. शारीरिक शिक्षणाएवढंच हे मानसिक दडपण, ताण मला कठीण वाटायचं. शरीरावर प्रचंड ताण पडत असल्यामुळे मला एकच भीती वाटत होती की माझ्या शरीरातल्या कॅन्सरने परत डोकं वर काढू नये.

नुसत्या त्या भयानक विचारानेही माझं रक्त गोठून जात होतं. इयॅन मॅंडिन

हा माझा जवळचा मित्र कॅन्सरच्या रोगाचा सामना करत होता. एका संध्याकाळी मी त्याला फोनवरून माझ्या मानसिक अस्वस्थतेबद्दल सांगितलं. ते ऐकून त्याने मला कळकळीच्या भावनेनी सांगितलं.

"तू जर एखादं आव्हान स्वीकारलंस आणि त्यामुळे येणाऱ्या ताणामुळे तू विव्हल झालास, तर एकच गोष्ट कर – ते आव्हान म्हणजे एखादा हत्ती आहे असंच समज."

"अं, काय म्हणालास?" मी अविश्वासानं विचारलं.

त्यावर स्पष्टीकरण देत तो पुढे म्हणाला, "तू एका घासात संपूर्ण हत्ती खाऊ शकत नाहीस, पण एका वेळी एकेक घास घेऊन मात्र तू पूर्ण हत्ती खाऊ शकतोस."

तो पुढे असंही म्हणाला की, मी एकेक करून केमोथेरपीची सत्रं पूर्ण करून माझ्या कॅन्सरवर मात केली होती ना, तसंच!

म्हणजे आता मी 'आयर्नमॅन'चं मेडल मिळवून दाखवणारच होतो – पाण्यात एका वेळी एकच सूर मारून, सायकलला एका वेळी एकच पॅडल मारून आणि धावताना एका वेळी एकच ढांग टाकून!

जुलैमध्ये मी 'पीच क्लासिक' या ऑलिम्पिक डिस्टन्स तिहेरी स्पर्धेत भाग घेतला. ती स्पर्धा होती सलग एक मैल पोहणं, पंचवीस मैल सायकल चालवणं व सहा मैल धावणं अशा पद्धतीची. त्या स्पर्धेचा मला एक फायदा होणार होता आणि तो म्हणजे त्यामुळं माझ्या मनातल्या खोल पाण्याच्या भीतीच्या ब्रह्मराक्षसाला मी पराभूत करू शकणार होतो.

पाण्यातल्या स्पर्धेत मी शेवटच्या तीन विजेत्यांमध्ये आलो. गडद निळ्या, हिरव्या रंगाचं पाणी असलेल्या ओकॅनगॅन सरोवराच्या पाण्यात उडी घेतल्यावर जेव्हा मी माझ्या आंतरिक भीतीच्या लाटा मागे सारण्यास सुरुवात केली, तेव्हाच माझ्या लक्षात आलं होतं की किनारा मागे पडत चाललाय – अन् मी ओरडत स्वत:लाच बजावत होतो, "अरे शक्य आहे तुला. तू तर हत्तीचा अजून एक घास घेतला आहेस बघ!"

बत्तिसाव्या मिनिटाला मी परत किनाऱ्यावरच्या स्पर्धेच्या सुरुवातीच्या जागी परतही येऊन पोहोचलो होतो. जिवणी रुंदावत, एका गालापासून दुसऱ्या गालापर्यंत हसत मी दोन्ही हात हवेमध्ये उंचावले. मी त्या सरोवरावरच विजय प्राप्त करून दाखवला होता.

नंतर भर दुपारच्या तळपत्या उन्हात, घामाने चिंब होत मी धावण्याची शर्यत तीन तासांनंतर पूर्ण करून तिथे उभ्या असलेल्या कॅरोलिन व डेव्हच्या बाहुपाशात शिरलो होतो.

एव्हाना माझा आत्मविश्वास बहरून आला होता.

२४ ऑगस्टच्या पहाटे चार वाजता माझ्या घड्याळाचा गजर वाजला.

तो रविवार होता – 'आयर्नमॅन संडे!'

आम्ही चौघं जण त्या दिवशी उठून घराच्या बाहेरच्या खोलीत एकत्र जमलो आणि प्रेमभराने एकमेकांना जवळ घेतलं. मला लाभलेल्या सामर्थ्यासाठी आम्ही देवाचे परत-परत आभार मानले व हाही एक दिवस असाच यशस्वीरित्या पार पडू दे – आम्हा सर्वांसाठी अशी प्रार्थना करू लागलो. प्रार्थना करीत असताना आम्हा प्रत्येकाचे डोळे परत परत भरून येत होते.

पहाटेच्या अंधारातच साडेपाच वाजता स्पर्धेच्या जागी पोहचून मी माझ्या नावाची नोंदणी केली. साडेसहा वाजता सूर्योदय झाल्यानंतर मी पोहण्याचा पोशाख घालून सरोवराच्या पाण्यात उतरून अंगाला ऊब मिळवू लागलो होतो. बरोब्बर सात वाजता, लवकरच बनणाऱ्या एका 'आयर्नमॅन'साठी स्पर्धा सुरू झाल्याचा पिस्तुलातून बार उडवला गेला. ''मी चक्क 'आयर्नमॅन' होण्यासाठी पोहतोय की मस्तपैकी!'' पाण्यात सुळकी मारताना माझं मन अत्यानंदानं चीत्कारत होतं.

एक तास व चाळीस मिनिटांनंतर मी परत येऊन किनाऱ्यावरच्या वाळूवर पाय टेकले. तसाच पटकन उठून पळत-पळत मी समाप्तीरेषेच्या दिशेने हिरवळीवरून धावू लागलो.

अचानक वाटेत मी मध्येच थांबलो.

माझ्या समोर उभे होते माझे डॉक्टर क्रिटचले. मी आवेगानं त्यांना मिठी मारली. मला निरखत ते म्हणाले, ''गेली पस्तीस वर्षं कॅन्सरच्या उपचार क्षेत्रात माझी कारकीर्द चालू आहे, पण तुझ्यासारखा एके काळी इतका आजारी असलेला पण उपचार घेऊन स्वश्रमाच्या बळावर खेळात भाग घेतलेला दुसरा कोणी मी आजवर बघितलेला नाहीये.''

लगेचच मी सात तासांच्या कालावधीच्या सायकल शर्यतीसाठी तयार झालो.

अकरा वाजता माथ्यावर सूर्य तळपत होता आणि मी ऑसोयूस मागे टाकलं होतं आणि पुढील रिश्टर खिंडीचा अवघड पल्ला पार करण्याच्या मार्गावर होतो. दुपारच्या भगभगत्या उन्हात तासावर तास उलटत चालले होते. कॉस्टन आणि केरेमिऑस ओलांडून मी यलो लेकच्या दिशेनं जाणाऱ्या उताराला लागलो होतो. अर्धं अंतर पार केल्यावर अचानक माझ्या डाव्या गुडघ्याच्या बाहेरच्या बाजूला तीव्र कळ आली.

उतारावर सायकलचं पॅडल मारताना प्रत्येक वेळी माझ्या वेदना वाढत चालल्या होत्या. शेवटचे बावीस मैल तर फक्त उजव्या पायानेच पॅडल मारण्याची

वेळ आली होती.

वैद्यकीय उपचार करणाऱ्या तंबूमध्ये डॉ. क्रिटचले व इतर दोन डॉक्टरांनी माझ्या गुडघ्याचं परीक्षण केलं. अखेरीस त्यांनी माझा गुडघा क्रेप बँडेजने बांधून मला बऱ्याच टायलेनॉल (वेदनाशामक) च्या गोळ्या दिल्या व म्हणाले, "जा, आता तू पुढे जाऊ शकशील."

धावण्याची शर्यत सुरू झाल्यावर मला धावणं कठीण झालं होतं. मी घड्याळात वेळ पाहिली. संध्याकाळचे पाच वाजून पंचवीस मिनिटं. मध्यरात्र सुरू होण्यापूर्वी नेमलेल्या जागी पोहोचण्यासाठी, मला धावण्याचा वेग ताशी चार मैल ठेवणं प्राप्त होतं.

बरेच मैल ओलांडल्यानंतर मला वाटेत एक दुसरा स्पर्धक भेटला. पीटर डिगिन्स हा ऑस्ट्रेलियन खेळाडू लंगडत-लंगडत चालला होता. मी माझी ओळख करून दिली. लवकरच आम्ही दोघं ईस्ट साईड रोडच्या दक्षिणेच्या भागाला लागून, फळबागा ओलांडून स्काहा नावाच्या एका सरोवरापासून काही फुटांवरच येऊन पोहोचलो होतो. रात्री ८:३० वाजता पश्चिमेकडच्या डोंगरामागे सूर्य अस्ताला जात असताना आम्ही ओकॅनगॅन धबधब्याच्या दक्षिण दिशेला दीड मैलापर्यंत आलो होतो. मी माझ्या पाठीवरच्या बॅगेमधून जाडसर टी-शर्ट काढून तो कमरेला बांधून घेतला. कारण रात्रीच्या वेळी लवकरच डोंगराळ भागात हवेमध्ये चांगलाच गारठा पडणार होता. पीटरकडे बघत मी म्हणालो, "चल मित्रा, केवळ तेरा मैलच उरले आहेत आता – मोकळ्या हवेतली एक छोटीशी सफर!"

डोंगराळ भागात बघता बघता अंधार पडू लागतो. तिथून चालत असताना एक अद्‌भुत, अविश्वसनीय अनुभव येत होता. एकीकडे माझ्या गुडघ्यातून मरणाच्या वेदना येतच होत्या. प्रत्येक पावलागणिक प्रचंड त्रास होत होता, माझ्या तळपायांवर नक्की मोठमोठे फोड येत होते, हे मला समजत होतं.

सतराव्या मैलाचा दगड आला आणि मी उजव्या पायातील बुटामध्ये शिरलेले लहान-लहान खडे काढायला म्हणून खाली बसलो. नंतर मी उठून उभं राहण्याचा प्रयत्न केला.

पण माझे पाय हलायचं नावच घेत नव्हते. हे बघितल्यावर माझ्या डोळ्यांसमोर काजवे चमकू लागले. जणू माझे पाय एका जागी खिळूनच गेले होते. माझ्यापुढे साधारण चाळीस यार्डांवर धावत असणाऱ्या पीटरला मी जोरजोरात ओरडून हाक मारली, "अरे मला मदत कर रे!" तो मागे फिरून धावतच माझ्या जवळ आला. मी त्याला सांगितलं की, मला जमिनीवरून अजिबात उठता येत नव्हतं.

त्याने माझा हात हातात घेऊन, जोर लावून मला पायांवर उभं केलं. माझे

पाय शिसं भरल्यासारखे जड होऊन गेले होते. परंतु काही मिनिटांतच तो परिणाम कमी झाला. आता त्यापुढे उरलेलं अंतर मला पायी पायी चालतच पार करावं लागणार होतं हे मी समजून चुकलो होतो.

रात्री अकरा वाजता आम्ही पेंटिक्टनच्या दक्षिण दिशेस येऊन पोहोचलो होतो. म्हणजे अजून दोन मैल तंगडतोड करणं भाग होतं.

शेवटच्या दहा मैलांच्या रस्त्यात आम्ही डझनभर ॲम्ब्युलन्स गाड्या बघितलेल्या होत्या. प्रकृती अस्वास्थ्यामुळे जे शेवटपर्यंत स्पर्धा पूर्ण शकत नव्हते त्यांना परत घेऊन जाण्याचं काम त्या गाड्या करीत होत्या.

त्या गाड्यांचे लाल दिवे लागलेले बघून वातावरणात गांभीर्य पसरलेलं होतं. दर वेळी ॲम्ब्युलन्स दिसली की ओठ घट्ट मुडपून शर्यत अर्धवट न सोडण्याचा निश्चय करत होतो.

मी घड्याळावर नजर टाकली. ११ वाजून १५ मिनिटं झाली होती. आणि एक मैल अंतरच उरलं होतं.

मला अश्रू आवरेनासे झाले. माझं स्वप्न सत्यात उतरणार होतं. आता फक्त तीन चौकच ओलांडायचे उरले होते. मी पीटरच्या डाव्या खांद्याभोवती हात टाकला आणि आधीच्या सव्वीस मैलांच्या वाटेवर त्याने मला जी मदत केली होती त्याबद्दल त्याचे मनापासून आभार मानले.

आता तर केवळ एकच – शेवटचा एकच चौक ओलांडणं राहिलं होतं. शहराच्या मुख्य रस्त्याच्या शेवटी डावीकडे वळून तिथे स्पर्धेची समाप्ती होणार होती. शंभर यार्ड पार केले की झालं!

स्टीव्ह किंग या अनाउन्सरचा आवाज माझ्या कानावर पडू लागला होता. तिहेरी स्पर्धा जिंकणाऱ्या अजून एका विजेत्याला तो हाताला घेऊन येत होता.

कोपऱ्यावरती सहा हजार लोकांचा अथांग समुदाय जमलेला मला दिसत होतं. 'आयर्नमॅन कॅनडा'ची ती भली मोठी इमारत स्पर्धेच्या अखेरच्या पॉईंटवर ताऱ्यांप्रमाणे चमचमत होती.

माझ्या मनातला भावनांचा कल्लोळ, खारट अश्रू या सर्वांमुळे मला माझ्या पुढचं सगळं अस्पष्ट दिसू लागलं होतं. मी धावायला सुरुवात केली.

अचानक, मी स्टीव्हला आनंदानं ओरडताना ऐकलं, *"बंधुभगिनिंनो, आता आपला हा स्थानिक हिरो, ज्याने मागच्याच वर्षी केमोथेरपीचे उपचार करवून हॉजकीन रोगासारख्या महाभयंकर दुखण्याला तोंड दिलेलं आहे आणि त्या जीवघेण्या व्याधीवर मात करून आज त्याने 'आयर्नमॅन'ची ट्रॉफी जिंकली आहे – हाच तो वॅली हिल्ड!"*

गर्दीतून येणारा जोरदार आरडाओरडा व टाळ्यांच्या कडकडाटात त्याचा

आवाज कुठल्याकुठे लुप्त झाला होता. सगळे लोक पुढे सरसावले होते व त्यामुळे शेवटच्या पॉईंटवर पोहोचण्यास माझ्यासाठी अगदी लहानशी अरुंद वाट शिल्लक राहिली होती. शेकडो हात माझ्या दिशेनं समोर झेपावले आणि मी जमेल तेवढ्या हातांना स्पर्श केला होता.

मी मुसमुसत होतो. भावना अनावर होऊन माझ्या घशामध्ये आवंढा येत होता. मला गुदमरल्यासारखं वाटत होतं. शब्दात न सांगता येणाऱ्या भावनांनी माझ्या मनावर पूर्णपणे कब्जा केला होता. 'आयर्नमॅनचा शेवटचा थांबा' असं लिहिलेल्या फलकापाशी पोहोचण्यासाठी मी त्या रिबिनीजवळ आल्यावर हवेत हात उंच केले होते.

मी तिथल्या फलकावर नजर टाकली. सोळा तास, चौतीस मिनिटं आणि सतरा सेकंदं एवढा वेळ मला लागला होता. शेवटाला पोहोचल्यावर मी माझ्या कुटुंबीयांच्या कवेतच जाऊन धडकलो होतो. काही क्षणातच माझ्या गळ्यात ते मेडल विराजमान झालं होतं. आमच्या अवतीभोवती चाललेला आरडाओरडा, गोंधळ या सगळ्याचा आम्हाला विसर पडलेला होता.

मला विजेत्याचा 'आयर्नमॅन' टी-शर्ट मिळाला व मी तो ताबडतोब अंगात चढवूनही टाकला. नंतर आम्ही सावकाश चालत चालत तंबूपाशी पोहोचलो. तिथे माझ्या शरीराचं छानपैकी मर्दन करून दिलं जाणार होतं. माझं पूर्ण शरीर आता वेदनांनी भरून गेलं होतं.

पण मला कशाचीच फिकीर वाटत नव्हती. माझ्या चेहऱ्यावर फुललेलं हास्य मावळण्याचं नावच घेत नव्हतं.

शरीर मर्दन केंद्रात शिरण्याआधी मी परत एकदा मागे वळून पाहिलं – ती भली मोठी इमारत परत डोळे भरून बघून घेतली आणि बघता बघता ती अंधारात अंतर्धान पावली.

मी संपूर्ण हत्ती खाऊन फस्त केला होता!

वॅली हिल्ड

From Hodgkin's to Ironman

पहिलं पाऊल

पहिलं पाऊल टाकायचं म्हणजे,
खरं तर भीतिदायकच असतं.
अज्ञाताला सामोरं जाणंच असतं ते
अनिश्चितता वाटणारच.
पण लहानशा बालकाकडे बघा,
ते उलट केवळ रांगत राहण्यास कंटाळून जातं,
त्याच्यासाठी पहिलं-वहिलं पाऊल टाकणं
हेच असतं सर्वांत महत्त्वाचं.

त्यामुळं तुमची क्षितिजं रुंदावतात
तुम्ही नवा प्रकाश बघू शकता.
शोध घेण्याचा आनंद म्हणजे,
जणू हवेमध्ये उड्डाण करण्यासारखाच तर असतो.
तू पहिलं पाऊल तर टाक,
सगळी दारं उघडतील तुझ्यासाठी.
स्वत:ला निरखताना तुला त्या वेळी असं वाटेल,
जणू तू स्वत:ला असं पूर्वी कधीतरी बघितलंय.

अगदी लहानग्या बालकाप्रमाणे
जे, त्याची पूर्ण क्षमता पणाला लावतं.
कधी ते अडखळतं,
कधी धडपडतं, आपटतं,
पण तिथेच त्याला सांभाळण्यासाठी मजबूत हातही असतात,
ते त्याला आधार देतात आणि
त्याला परत उभं करतात.

त्याला उभं करतात.
पुन्हा पाऊल टाकण्यासाठी.

दूर दूर जायचंय,
एका वेळी एकच पाऊल टाक,
अन् एकदा का तू मार्गक्रमण करू लागलास
की सगळं कसं मग सुरळीत होईल
माझा हात पकड, मित्रा
मी मदत करीन तुला
मी तुझ्या सोबतच चालत असेन...
एकाला दोघं झालो म्हणजे आपलं सामर्थ्य आणखी वाढणार आहे.

हो, उचललेलं ते पहिलं पाऊल नक्कीच धाडसी असतं,
अन् सर्वांत महत्त्वाचंदेखील.
– जरी तू अडखळलास, पडलास
तरी मी आहे ना तुला सावरण्यासाठी.
आपण दोघं मिळून ध्येयाकडे नजर लावू
आणि निग्रहाने पुढे-पुढे चालत राहू...
मार्गाचा शेवट जेव्हा दृष्टीच्या टप्प्यात येईल,
तेव्हा चालणं सोडून आपण धावायला लागू.

तू मला खूप आवडतोस, मी तुला मदत करेन,
संपूर्ण प्रवासात तुझ्याचबरोबर राहीन.
पण ते पहिलं पाऊल उचलणं मात्र,
खरंच... खरंच फक्त तुझ्यावरच आहे अवलंबून.

रॅबोना टर्नर गॉर्डन
The First Step

आई, मी वचन देते

"दुसऱ्यास केवळ वचन देणं; हे ऋण न फेडल्यासारखंच असतं, कारण दिलेलं वचन पाळल्यानंतरच ऋण फिटत असतं."

रॉबर्ट डब्ल्यू सर्व्हिस

'जीन ऑलिव्हर डायर' हे नाव पुकारलं गेलं आणि ताठ मान ठेवत, वाऱ्याने उडणारा आपला गाऊन सावरत जीन स्टेजवरती मध्यभागी येऊन पोहोचली.

डोळे फडफडवत जीन अचानक झोपेतून जागी झाली, आळसावलेल्या मनाने तिने झोपेचा अंमल झटकून टाकला आणि एक मोठा उसासा सोडला. पदवी नाही की डिप्लोमा नाही. कशाचीच प्राप्ती नाही. *"केवळ एक स्वप्नच राहिलं होतं ते – कधीही खरं न ठरणारं,"* जीन दुःखी होत स्वतःलाच म्हणाली. *"दिलेलं वचन मी नाही पाळू शकत. मला क्षमा कर आई!"* ती रडू लागली.

व्हर्जिनिया राज्यामधल्या रिचमंड गावात वाढलेली जीन वयाच्या चवथ्या वर्षी वाचण्याची सुरुवात करू शकली होती. गृहपाठ करताना ती अनेक वेळा आईची मदत मागत असे आणि प्रत्येक वेळी ॲमंडा म्हणत असे, "अगं, तू किती हुशार आहेस. बघ, बघ, येईल करता तुला अभ्यास!"

खरोखरच जीनला तल्लख बुद्धी लाभली होती. ती चांगले गुण मिळवत होती आणि आई किती काबाडकष्ट करे याची तिला पूर्ण जाणीवही होती. ॲमंडाने शालेय शिक्षण अर्धवट सोडून, कामं पत्करून घरच्यांना मदतीचा हात दिला होता आणि आताही ती भांडी घासण्याचं काम करून घर चालवत होती. परंतु ती जीनला मात्र नेहमी सांगत असे, "तू मात्र एक ना एक दिवस कॉलेजमध्ये जाणारच!"

जीन दहावीच्या वर्गात गेल्यावर पहिल्या दिवशी तिच्या गादीवर ठेवलेला एक नवा स्कर्ट व स्वेटर तिला दिसलं. *'कित्ती मस्त आहे'* तिने विचार केला. *'पण आईने तिची महिनाभराची कमाई याच्यासाठी नक्की खर्च केली असणार!'* या विचाराने शरमेने तिचा चेहरा लाल झाला. *"आईने इतके कष्ट करणं योग्य नाहीये.*

खरं म्हणजे, मला शाळेत जाऊन शिकण्यास तर खूप आवडतंय, पण आता आईला माझ्या मदतीची जास्त आवश्यकता आहे.'' लवकरच तिने आपणहूनच शाळेतून नाव काढूनही घेतलं. ते बघितल्यावर ॲमंडाच्या डोळ्यांत नैराश्याचे अश्रू तरळले होते.

केलं ते चांगल्यासाठीच केलं असं जीन तिच्या मनाला सतत बजावत असे. लाँड्री, हॉटेलमध्ये तिने लहान-सहान नोकरी करण्यास सुरुवात केली. एके दिवशी एका लाजाळू तरुणाने तिला त्याच्याबरोबर फिरायला जाण्यासाठी विचारलं. अन् तिला जाणीव होण्याच्या आतच त्या दोघांनी लग्नही करून टाकलं.

विवाहनंतर सात वर्षांत तिला सहा वेळा मातृत्व लाभलं होतं. शिवणकाम आणि इतर काम करत, मधल्या फावल्या वेळात ती एका शाळेतल्या शिक्षिकेची मदतनीस म्हणूनही नोकरी करत असे. पण पैशाची चणचण फारच जास्त भासू लागली होती. *'माझ्या हातात साधा डिप्लोमा असता, तरी मी यापेक्षा जास्त पैसे नक्कीच कमावू शकले असते.'* तिच्या मनात विचार येई.

नंतर जीनने रात्रीच्या शाळेत प्रवेश घेतला. ''आईला आता शाळेत जायचं आहे बरं का,'' मुलं हसून म्हणत. सहा लहानग्यांच्या पाप्या घेऊन ती शाळेकडे कूच करत असे.

अठ्ठविसाव्या वर्षी जीनने G.E.D. (General Educationl Development) चा डिप्लोमा प्राप्त केल्यावर तिच्या आईला आकाश ठेंगणं झालं होतं.

''मला खात्री होतीच की तुला हे शक्य होणारच म्हणून!'' तिने आंनदाने उद्‌गार काढले होते. जीनने व्हर्जिनिया कॉमनवेल्थ युनिव्हर्सिटीमध्ये प्रवेश घेतला आणि पहिल्या परीक्षेत सर्वांत वरची 'A' श्रेणी मिळवली.

''पहिलं, किती हुश्शार मुलगी आहे माझी!'' ॲमंडा म्हणाली होती.

दुसऱ्या परीक्षेची तयारी करतेवेळी मात्र अभ्यासावर लक्ष केन्द्रित करणं तिला खूप कठीण जाऊ लागलं. *'एरव्हिनला गणितात मदत हवी आहे का?' 'डॅनाने अंघोळ केली का?'* असले विचारच तिच्या मनात पिंगा घालत असत.

''हे मला आता अतिच होतंय. माझ्या मुलांना आत्ता माझी जास्त गरज आहे.'' जीन कळवळली. एका गृहसंकुलात तिला सुपरवायजरची नोकरी मिळाली आणि मग अभ्यासासाठी ती मुलांना खूप प्रोत्साहन देऊ लागली. ''आई, बघ आता, माझी सहाही मुलं अभ्यासात किती छान प्रगती करताहेत.'' ती मोठ्या अभिमानाने ॲमंडास सांगत असे.

''पण तू तुझं शिक्षण कधी परत सुरू करणारेस?'' ॲमंडा तिच्या मागे लागून म्हणे. *'माझ्या शिक्षणाला का एवढं महत्त्व द्यायचं?'* जीन मनातल्या मनात संतापून म्हणे. *'मी किती कष्ट करतेय – मातेची उत्तम भूमिका वठवतेय*

– *एवढं पुरेसं नाहीये का?’* करता-करता तिची मुलं कॉलेजला जाऊ लागली आणि इकडे जीनचं वैवाहिक आयुष्य भंग पावलं. एकाकी पडल्यामुळे ती परत दुसऱ्या नोकरीच्या शोधात लागली. एक रिकामी जागा होती. पण तिथे कॉलेज शिक्षणाची पदवी आवश्यक होती.

“आई, मी परत कॉलेजमध्ये जायचं म्हणतेय.” ती ॲमंडाला म्हणाली.

“खूपच छान. मला खूप आनंद होईल गं!” ॲमंडा प्रेमाने म्हणाली.

अतिशय कष्टदायक असा काळ होतो तो. जीनला तीन-तीन नोकऱ्या करून घरखर्च आणि तिच्या शिक्षणासाठी पैसे कमवावे लागत होते. मग थकून अभ्यास करताना ती पुस्तकांवर डोकं टेकवून झोपून जात असे. त्या तिमाही परीक्षेत तिच्या नावापुढे नापास झाल्याचा शिक्का बसला होता.

“अगं होईल, पुढच्या वेळी नीट अभ्यास कर. माझ्याकडून होईल तितकी घरकामात मी मदत करेन.” तिचा उत्साह वाढावा म्हणून ॲमंडा म्हणाली.

ॲमंडाने अभ्यासासाठी सतत तिच्यामागे लकडा लावणं, कधी कधी खूप कटकट करणं यामुळे जीन वैतागून जात असे. *‘कॉलेजची पदवी न मिळवताही आमचं बऱ्यापैकी व्यवस्थित चालू होतंच की... मग कशाला हे...?’* ती विचार करे.

पण लवकरच तिच्या प्रश्नाचं उत्तर मिळालं. चर्चच्या मंडळावरती ॲमंडाला एका नोकरीसाठी विचारणा केली गेली, पण तिने ती विनंती चक्क नाकारली.

“पण का नाही म्हणतेस तू?” जीनने कळकळीने विचारलं.

ॲमंडा पायाकडे बघत उभी होती. “त्या कामासाठी खूप साऱ्या कागदपत्रांचं वाचन करावं लागतं... आणि मी... मी तर वाचूही शकत नाही...” ती एकदम बोलून गेली.

ते शब्द ऐकून जीनला तोंडात मारल्यासारखं झालं. ‘पण मला कसं हे माहिती नव्हतं?’ तिला आश्चर्य वाटलं. तिला बालपणातले दिवस आठवले. तेव्हा जीनला एखादी पाककृती ॲमंडासाठी मोठ्याने वाचून दाखवावी लागे, गृहपाठात ॲमंडा तिला कधीच मदत करत नसे. *‘हं, म्हणूनच मी शिकून खूप मोठं होणं, हे आईसाठी किती महत्त्वाचं आहे हे आता मला उमगतंय.’* जीनला साक्षात्कार झाला.

“अगं आई, मी आहे ना, मी शिकवेन तुला लिहायला-वाचायला,” जीन प्रेमाने म्हणाली.

पण ती संधी जीनला मिळालीच नाही. काही दिवसांनीच ॲमंडाला मेंदूचा कॅन्सर झाल्याचं निदान झालं.

“मी नाही तिला गमावू शकत!” असं म्हणून जीन रडू लागली. दबक्या

पावलांनी ती आईच्या खोलीत गेली. आईने पुढे केलेला हात जीनने हातात घेतला.

"काय गं आई, काय झालं?" जीनने विचारलं.

"मला एक वचन दे – वचन दे की तू कॉलेजचं शिक्षण पूर्ण करशील." ॲमंडा क्षीण आवाजात म्हणाली.

जीनने दुःखाने ओठ चावला. कितीतरी काळापासूनचं तिचं ते स्वप्न होतं. *"मग का नाही मी पुरं करू शकत?* आई-आई मी वचन देते तुला." जीन पुटपुटली.

त्यानंतर मात्र जीनने स्वतःला अभ्यासात पूर्णपणे झोकून दिलं होतं. तास संपले की ती धावत येऊन आईजवळ बसत असे. "आई, आई मी आलेय बघ." ती हळुवारपणे म्हणे.

"अगं, असं काय करतेस, जा बरं, तू खूप अभ्यास केला पाहिजेस." ॲमंडा रागे भरत म्हणत असे.

अखेर ॲमंडा या जगाचा निरोप घेऊन निघून गेली आणि दुःखामुळे जीनच्या हृदयात मोठी पोकळी निर्माण झाली. आता एकच ध्येय समोर होतं. वचनपूर्तीचं!

एके दिवशी जीनला जाग आली ती छातीत येणाऱ्या तीव्र कळांमुळेच. तिच्या हृदयावर शस्त्रक्रिया करणं भाग होतं. नंतर ती घरी विश्रांती घेत असताना सतत विचार करत असे, की ॲमंडाचं स्वप्न ती पुरं करू शकणार नव्हती. *"आई, मी अयशस्वी ठरले गं, तुला दिलेलं वचन पूर्ण करण्यात. मी कधीच पदवीधर नाही होऊ शकणार."* असं म्हणत ती बराच वेळ रडत राहिली होती.

आणि त्या क्षणीच तिला तो नेहमीचा ओळखीचा आवाज ऐकू आला, असं ती शपथेवर सांगत होती. "हो, हो, तू नक्की माझं स्वप्न खरं करणार

आहेस!'' तो आवाज तिला निग्रहाने म्हणत होता.

''बरोबर आहेस तू आई. तुझं म्हणणं कधीच चुकीचं नसतं.'' जीन पुटपुटली.

काही दिवसांतच जीन पूर्ववत झाली. परत कॉलेजला जाऊ लागली. पोलीस विभागाच्या तपासकेंद्रात नोकरी करताना जेवण्याच्या सुट्टीतही ती अभ्यासाची पुस्तकं वाचत असे. रात्र-रात्र जागून उत्तरं सोडवत असे.

१९९६ च्या वर्षी मातृदिनाच्या खास दिवशी जीनने पदवीदान समारंभाचा खास गाऊन घातला होता. अभिमानाने तिचा ऊर भरून आला होता. *''आई मी वचन पाळलंय.''* ती मनात म्हणाली. *''आज हवी होतीस तू!''*

जीन जेव्हा सेंट पॉल्स कॉलेजचं स्टेज ओलांडून पदवी स्वीकारण्यासाठी तिथे पोहोचली, तेव्हा तिच्या नातवंडांनी जोरदार टाळ्या वाजवत 'अभिनंदन आजी!'चा जयघोष केला. जीन आकाशाकडे बघत हसून म्हणाली, *''आई, तू मला बघत आहेस नं आता, हो नं?''*

आज जीन अठ्ठावन्न वर्षांची आहे आणि पदव्युत्तर शिक्षणातलं तिचं फक्त एकच वर्ष उरलेलं आहे. खालच्या आर्थिक स्तरावरच्या मातासांठी तिने पालकत्वाच्या कार्यक्रमाची स्थापना केली आहे.

''मला स्वत:ला त्यांच्यासाठी बलस्थान बनण्याची मनीषा आहे. ज्याप्रमाणे माझी आई माझं स्फूर्तिस्थान, माझी शक्ती बनून राहिली होती.'' ती सांगत असते.

रोज रात्री अभ्यास करत असताना अभिमानाने तिची नजर समोरच्या भिंतीवर फ्रेममध्ये लावलेल्या डिप्लोमाकडे जात असते. परंतु तिला खरी स्फूर्ती मिळत असते, ती समोरच्या टेबलावरती ठेवलेल्या ॲमंडाच्या फोटोतून! *''आई, अखेर मी जिंकले – तुझ्यासाठी आणि माझ्यासाठी!''* जीन मनातल्या मनात म्हणत असते.

जीन ऑलिव्हर डायर 'वुमन्स वर्ल्ड'मधला एक उतारा
I Promise, Mama

'खऱ्या अर्थानं' सुंदर व्यक्ती

सुंदरतेची व्याख्या काय? वेबस्टरच्या शब्दकोशानुसार – 'सुंदरता म्हणजे एखादी गोष्ट, वस्तू वा व्यक्तीमधील उत्कृष्ट गुणांचा मिळून झालेला अनोखा संगम. जो दृष्टीस अत्यंत सुख, आनंद देतो.'

माझ्या स्वत:साठी सुंदरतेची व्याख्या माझ्या एका लहान विद्यार्थी मित्राच्या आयुष्यातून प्रतीत होते. तो माझा विद्यार्थी, माझा मित्र होऊन गेला हे माझं भाग्यच म्हणायचं – लॅरी क्लाऊपेक. वयाच्या सातव्या वर्षीच लॅरीला हाडांचा कॅन्सर झाल्याचं निदान झालं होतं. अस्थिविशारदांनी (ऑर्थोपेडिक सर्जन) ऑपरेशन करून त्याचा एक पूर्ण पाय कापून टाकला होता आणि तो पूर्णत: बरा होण्याबद्दल केवळ पाच टक्केच आश्वासन दिलं होतं. या गोष्टीला आज तब्बल तीस वर्षं उलटून गेली आहेत.

शारीरिक व्यायाम व शिक्षण देणाऱ्या माझ्या वर्गात प्रथमच जेव्हा लॅरी आला होता, तो दिवस मला चांगला आठवतोय. "हा मुलगा माझ्या वर्गात कसा काय शिकू शकणारेय?" मी मनात विचार केला होता. मला स्वत:लाच त्याच्या कलानं घ्यावं लागणार, त्याची सोय बघावी लागणार असंच मला वाटलं होतं. परंतु लॅरीमुळे कसलाही प्रश्न उद्‌भवला नाही. उलट प्रश्न माझ्याच मनाला पडत असत. मी एक अननुभवी शिक्षक होतो आणि मला सतत काळजी वाटे की त्याला कुठे दुखापत होईल, लागेल, जखम होईल; पण त्याला स्वत:ला मात्र कसलीच चिंता वाटत नसे.

एकदा आम्ही बास्केटबॉल खेळत होतो आणि मला असं वाटलं, की दर वेळी लॅरी पुढे येऊन उत्तम तऱ्हेने खेळायच्या प्रयत्नात असला, की नेमकं त्याच क्षणी त्याचा पूर्ण संघ बरोब्बर विरुद्ध दिशेला वळत होता. असं वारंवार घडू लागलं. "तू फक्त एका जागी शांतपणे उभा राहा." असं त्याला सांगण्याची मला अतोनात इच्छा होत होती. पण तो मात्र बेफिकिर होता. एकदाही तो त्याच्या मनासारखं खेळू शकत नव्हता आणि माझ्याच मनाला अतिशय त्रास होत होता आणि कसंही करून त्याने त्याचं ईप्सित साध्य करावं अशी माझी

तीव्र इच्छा होती. प्रत्येकाने आपल्या ध्येयाच्या दिशेनं यशस्वी वाटचाल करावी, असं मला वाटणंदेखील अगदी साहजिक होतं.

लॅरीनं 'द प्रेसिडेंट्स फिजिकल फिटनेस टेस्ट' (उत्तम शरीरस्वास्थ्याची चाचणी) मध्येही भाग घेण्यासाठी नाव घातलं. पहिली टेस्ट होती दंडबैठकांची. त्याने थोड्याफार दंडबैठका काढल्याही – नक्की किती ते मलाही माहिती नाही. पण पंचाण्णव टक्के मार्क मिळवण्याइतपत आवश्यक असा त्यांचा आकडा होता. 'द प्रेसिडेंट्स फिजिकल फिटनेस ॲवॉर्ड' मिळवण्यासाठी तेवढ्या मार्कांचं किती महत्त्व होतं, याची मला तेव्हा माहिती नव्हती.

पुढील टेस्ट होती एका जागी उभं राहून (दुरून धावत न येता.) लांब उडी (लाँग जम्प) मारण्याची. लॅरीनं माझ्याजवळ येऊन विचारणा केली की ती टेस्ट त्याने घरी दिली तर चालू शकेल का? मी त्यामागचं कारण विचारल्यावर लॅरी मला म्हणाला की, स्पर्धेत चांगले मार्क मिळवण्यासाठी त्याला त्याचा कृत्रिम पाय काढून मगच उडी मारावी लागणार होती. तो पुढे असंही म्हणाला, "कॅरुथर्स सर, शाळेमध्ये सगळ्यांसमोर मी माझा पाय काढून टाकताना बघून तुम्हालाच खूप कानकोंडं झाल्यासारखं होईल ना?" मी त्याच्या मताशी सहमत झालो आणि ती टेस्ट घरूनच दिली. त्याला किती गुण मिळाले ते दुसऱ्या दिवशी शाळेत आल्यानंतर त्याने मला सांगितलं होतं. सहा फुटांपेक्षा जास्त लांब उडी त्याने मारली होती. त्यामुळे त्या टेस्टमध्येही त्याला पंचाण्णव टक्के मार्क मिळाले. त्याच्या मनाने कोणता निग्रह केला होता, ते मला आत्ता कुठे समजू लागलं होतं. 'द प्रेसिडेंट्स फिजिकल फिटनेस ॲवॉर्ड' मिळवून दाखवण्याचा त्याचा मनोनिग्रह होता!

पुढील दोन टेस्ट होत्या – तीनशे यार्ड अंतर धावणं आणि शटल टेस्ट. दोन्ही टेस्ट देताना वाटेत दिशा बदलणं, वाकणं या क्रिया आवश्यक होत्या. कृत्रिम पाय बसवलेल्या व्यक्तीसाठी हे सगळं फारच कठीण होतं. त्यामुळे लॅरीच्या मनात काय वादळ निर्माण झालं होतं याची कल्पना येऊन मी, 'द प्रेसिडेंट्स फिजिकल फिटनेस प्रोग्रॅम'च्या संचालकांना फोन केला आणि कृत्रिम पाय लावलेल्या खेळाडूसाठी त्यांचे काही वेगळे निकष होते का असं विचारलं. पण त्यांनी नकारात्मक उत्तर दिलं. परंतु पुढे असंही सांगितलं की आम्ही आमचा निर्णय घेण्यास स्वतंत्र होतो. तीनशे यार्डांची शर्यत आणि शटल टेस्ट या दोन्ही गोष्टी आम्ही लॅरीच्या केसमध्ये वगळण्याचं ठरवलं, कारण लॅरी इतर सर्व टेस्टमध्ये उत्तमरित्या उत्तीर्ण झालेला होता.

शेवटची टेस्ट होती सॉफ्ट बॉल दूर फेकण्याची. मी लॅरीला मोजमापाची पट्टी दाखवली आणि ती बघून लॅरीने होकारार्थी मान हलवली. त्याच्या पहिल्या

प्रयत्नात बॉल आवश्यक अंतराच्या थोडा आतच पडला. काळजीनं माझ्या पोटात गोळाच आला. कारण लॅरीने ती टेस्ट चांगल्या प्रकारे पुरी करावी, अशी माझी इच्छा होती. दुसऱ्या वेळी मात्र त्याला यश मिळालं. मी एकदम सुटकेचा नि:श्वास टाकला. माझा ऊर भरून आला होता. लॅरीबद्दल मला अतिशय अभिमान वाटला. त्याने अखेरीस ते ॲवॉर्ड मिळवूनच दाखवलं होतं.

एका दुसऱ्या प्रसंगी लॅरी फुटबॉल खेळत होता आणि मध्येच केव्हातरी त्याच्या कृत्रिम पायाचं पाऊलच तुटलं. बरोबरच्या एका विद्यार्थ्यानं त्याला उचलून शाळेच्या इमारतीमध्ये नेलं आणि दुसऱ्या एका शिक्षकांनी तुटून पडलेलं ते कृत्रिम पाऊल उचलून नेलं होतं. काय विचित्र, अविश्वसनीय अवघड प्रसंग निर्माण झाला होता! आता आम्हाला त्या आठवणीने हसू येतं. त्या वेळी वाढीच्या वयाचा एक मुलगा इतर सर्वसामान्य मुलांप्रमाणे बनू पाहत होता. पण त्या क्षणी त्या प्रसंगामुळं आपण इतरांपेक्षा खूप वेगळे आहोत, याची त्याला तीव्र जाणीव झाली होती.

ते वर्ष संपल्यानंतर फिजिकल एज्युकेशन डिपार्टमेंटतर्फे लॅरीला 'फिजिकल एज्युकेशन स्टुडंट ऑफ द इयर' (शारीरिक शिक्षण विभागाचा त्या वर्षीचा सर्वोत्तम विद्यार्थी) म्हणून निवडलं गेलं होतं. माध्यमिक शाळेतली मुलं सहसा त्यांच्या बरोबरीच्या दुसऱ्या एखाद्या विद्यार्थ्याच्या यशाचं कौतुक करत नाहीत आणि शिवाय सर्वसामान्यांपेक्षा वेगळ्या असणाऱ्या व्यक्तीला योग्य तो मानही देत नाहीत. परंतु आजही ती घटना डोळ्यांसमोर आली की माझ्या अंगावर रोमांच उभे राहतात. बक्षीस स्वीकारण्यासाठी म्हणून लॅरी त्याच्या विशिष्ट लकबीनं व्यायामशाळेच्या फारशीवरून चालत-चालत येत होता. विद्यार्थ्यांच्या जमावानं एकाच वेळी उभं राहून त्याचं उत्साहाने स्वागत केलं होतो. वाढीच्या वयातल्या मुलांना इतका उत्स्फूर्त प्रतिसाद देताना मी पहिल्यांदाच बघत होतो.

लॅरी आता 'नॅशनल कॅन्सर इन्स्टिट्यूट'चा व्यवस्थापक म्हणून 'नॅशनल इन्स्टिट्यूट ऑफ हेल्थ'मध्ये काम करत आहे. त्याचप्रमाणे कॅन्सरग्रस्त व ज्यांचा हात वा पाय कापून टाकावा लागलाय, अशा रुग्णांसाठी तो समुपदेशकाचं कामही करतोय. खेळाच्या क्षेत्रातही त्याने लक्षणीय कामगिरी केली आहे. नऊ मिनिटांमध्ये एक मैल धावण्याचा वेग ठेवून, पाच व दहा मैलांच्या शर्यतीत त्याने भाग घेतला, तसंच पाच मैलांच्या धावण्याच्या शर्यतीमध्ये सोन्याचं पदकही त्याने मिळवलंय. मागच्या ऑलिम्पियाडमध्ये त्याने ऑलिम्पिकची मशाल घेऊन प्रवास केलाय आणि अटलांटामधल्या पॅरा-ऑलिम्पिक टीमचा सदस्य म्हणून व्हॉलीबॉलच्या (खुर्चीत बसून) स्पर्धेतही त्याचा सहभाग होता. त्याला पाण्यावरचं व बर्फावरचं स्किईंग (घसरण्याचा खेळ) आणि गोल्फ या खेळाचीदेखील

प्रचंड आवड आहे. कोणताच अडसर त्याला अडवू शकत नाही. मी शिक्षक म्हणून काम करत असलेल्या एका हायस्कूलला लॅरीने नुकतीच भेट दिली होती. त्यासाठी मी त्याचा खरंच खूप आभारी आहे. त्याने विद्यार्थ्यांना स्वतःचे अनुभव सांगून मोलाची शिकवण दिली आणि त्यांच्याबरोबर काही वेळासाठी तो बास्केटबॉलचा खेळही खेळला होता. खरंच त्या दिवशी आमच्यापैकी प्रत्येकाला धन्य झाल्यासारखं वाटलं होतं.

लॅरीला शिकवण्याची व त्याला समजून घेण्याची, त्याची चांगली ओळख होण्याची मला जी संधी मिळाली होती, त्याबद्दल मला अतिशय समाधान वाटतंय व आनंदही होतोय. माझ्या दृष्टीनं 'सुंदरतेची' व्याख्या म्हणजे लॅरीच!

डेव्ह कॅरुथर्स

A 'Real Beautiful' Person

चौथीच्या वर्गातली 'ढ' विद्यार्थिनी

१९७४ मधला तो थंडीचा दिवस होता. सौ. फॉक्सबाई या बिअर्डस्ले एलिमेंट्री शाळेमध्ये चवथीच्या वर्गाला शिकवत असतात. शाळेची सकाळची पहिली घंटा वाजते. एकेरी रांग करून चुळबुळी मुलं त्या कोंदट वर्गामध्ये शिरतात आणि रोजच्या शिरस्त्याप्रमाणे 'आपापल्या जागेवर जाऊन बसा', या आज्ञेचं पालन करतात. सर्वांची हजेरी घेतली जाते. ध्वजवंदन होतं आणि नंतर फॉक्स बाईंना वर्गाला उद्देशून काहीतरी सांगायचं असतं. त्या त्यांच्या वैशिष्ट्यपूर्ण आवाजात सांगतात, "आज आपण सगळ्यांच्या बसायच्या जागा बदलून टाकणार आहोत. पहिल्या ओळीमधल्या, सर्वांत समोरच्या बाकावर बसणारेय सर्वांत हुशार मुलगा किंवा मुलगी. यादीमधला दुसरा विद्यार्थी पहिल्या ओळीतल्या दोन नंबरच्या बाकावर जाऊन बसेल आणि मग अशा क्रमवारीनुसार सगळे बसतील. हं, नीट ऐका, बसण्याची ही व्यवस्था कायमस्वरूपी नसणारेय. तुम्ही जर अभ्यासात चांगली प्रगती केलीत तर, त्याप्रमाणे एकेक बाक पुढे पुढे असं करत नवी जागा तुम्हाला मिळत राहील." सर्वांत मानाचं स्थान असलेल्या बाकावर बसण्यास वर्गातल्या एका मुलीला बोलावलं जातंय. त्या बाकावर बसणाऱ्या आधीच्या मुलीला फॉक्सबाई तिचं दप्तर उचलून मागच्या बाकावर जाऊन बसण्यास सांगत आहेत. त्याप्रमाणे मीही माझी वह्या पुस्तकं उचलून मला जसं सांगितलं गेलं त्यानुसार करत होते.

प्रत्येकाचं नाव मोठ्यानं उच्चारून त्याला नवी जागा दिली गेली. मी एकेक बाक मागे टाकत टाकत भिंतीच्या दिशेनं जातच राहिले. शेवटी एका जागी नुसतीच उभी राहिल्यावर त्या दुर्दैवी दिवशी, वर्गातल्या सर्वांच्या नजरा माझ्याकडे लागल्या होत्या असं मला वाटत असतानाच, फॉक्सबाई नावांच्या यादीच्या जवळजवळ शेवटी येऊन पोहोचलेल्या होत्या. मी कानात प्राण गोळा करून माझं नाव लवकरात लवकर घेतलं जाऊन, ते ऐकण्यासाठी आसुसले होते. यादीच्या तळाशी माझं नाव नक्कीच नसणार अशी मला खात्री वाटत होती. शेवटी एकदाची ती मानहानी संपुष्टात आली. पण केव्हा? तर फॉक्स बाईंनी

जेव्हा जोरदार आवाजात जाहीर केलं की मी 'चवथीच्या वर्गातली सर्वांत ढ विद्यार्थिनी' होते.

जेव्हा पुढे मला शाळेतून काढूनच टाकण्यात आलं, तेव्हादेखील मी चवथीच्या वर्गातून पास होण्याचा प्रयत्नच करीत होते, यात एवढं आश्चर्य वाटण्यासारखं काही नव्हतंच म्हणा. पण त्या दिवशी मात्र फॉक्स बाईंनी माझ्या मनात स्वत:बद्दल कमीपणाच्या भावनेचं बीज रोवून टाकलं होतं. त्यानंतर माझ्यामधल्या शैक्षणिक कमतरतेची, त्रुटीची भावना मुळापासून उखडून काढण्यासाठी आणि काहीतरी साध्य करण्याच्या ध्येयानं फुललेलं आयुष्य नव्याने सुरू करण्यासाठी तब्बल अकरा वर्षांचा काळ जावा लागणार होता आणि ते घडण्यास एक दु:खद घटनाच कारणीभूत ठरणार होती.

एकून गोळा-बेरीज काय, तर अशा प्रकारच्या शिक्षणपद्धतीचा असा इतका सखोल परिणाम होतो की, तुम्हाला आवडो अथवा न आवडो, पण तशाच प्रकारे शिक्षण घेणं तुम्हाला भाग पडतं. अगदी त्याची क्षमता तुमच्या अंगात नसली तरीही. खऱ्या अर्थाने मला शिक्षण मिळण्याची सुरुवात झाली ती हेलिकॉप्टरच्या एका प्रवासामध्ये. मी सात महिन्यांची गरोदर स्त्री होते व माझ्या नाजूक परिस्थितीमुळे मला तातडीने हेलिकॉप्टरमधून U C LA या मेडिकल सेंटरवर हलवण्यात आलं होतं. अन् त्या घटनेनंतर माझं अवघं आयुष्यच पालटून गेलं होतं.

हॉस्पिटलमधील शिशुरुग्णांच्या अतिदक्षता वॉर्डमधला विशिष्ट वास व आवाज ज्यांच्या परिचयाचा असतो, त्यांनाच ही कल्पना येऊ शकेल, की

तिथल्या वास्तव्यात कशी एका प्रकारची अनोखी, अकल्पित, अद्‌भुत भावनेची जाणीव होत असते. सतरा महिन्यांच्या काळात त्या वॉर्डमध्ये वरचेवर जा-ये करण्याची पाळी माझ्यावर आली होती. माझा अनमोल ठेवा – माझा तान्हुला डेरेक – जन्मत:च एका प्रकारची जीवघेणी शारीरिक कमतरता (दोष) घेऊन आलेला होता. तो जगण्या-वाचण्याचा खूपच कमी संभव होता.

बायबल (ख्रिश्चन लोकांचा धर्मग्रंथ) मध्ये एक सुविचार दिलेला आहे की, 'ज्यांची परमेश्वरावर नितांत श्रद्धा असते, त्यांच्या आयुष्यात जे घडतं ते सगळं त्यांच्या भल्यासाठीच घडत असतं.' हो, मी परमेश्वराची भक्ती करत असते आणि माझ्या त्या अनुभवातून मला मिळालेली एक चांगली गोष्ट म्हणजे – माझ्यातल्या मातेच्या प्रेमाच्या प्रबळ शक्तीमुळेच माझं मन प्रेरित होऊ शकलं आणि माझाच माझ्यावर नव्यानं विश्वास बसू लागला, की मी काहीतरी करू शकते, काहीतरी बनू शकते आणि काहीही प्राप्त करू शकते. अगदी कोणतीही गोष्ट!

सतरा महिने मी जिवाभावाने डेरेकची काळजी घेत होते. जगातील उत्कृष्ट दर्जाच्या शिशु शल्यचिकित्सकांच्या बरोबरीने मी काम करत होते. ते बुद्धिमान, निष्णात डॉक्टर माझे सदुपदेशकच बनून गेले होते. एक चांगली डॉक्टर बनण्यासाठी आवश्यक असलेले सर्व गुण नैसर्गिकरित्याच माझ्यात होते, असं त्यांचं म्हणणं होतं. त्यांनी मला काही प्रकारच्या वैद्यकीय कार्यपद्धतीचं शिक्षण दिलं आणि वॉर्डमध्ये हिंडून इतर लहान मुलांच्या पालकांना भेटून त्यांचं मानसिक बळ वाढवण्याचं मौलिक काम करण्यास सुचवलं. एका छोट्या सामाजिक फिल्मचा मी मुख्य विषय बनले होते आणि सुप्रसिद्ध मानसोपचार तज्ज्ञांनी माझी मुलाखत घेऊन अशा संकटप्रसंगी मी तग धरण्यासाठी कोणत्या उपायांचा, पद्धतींचा अवलंब केला होता, याबद्दल चर्चा केली होती. मी त्या वेळी हे उमजू शकले नव्हते, की माझ्या मुलाच्या आजारपणाचा तो अनुभव माझ्या पुढच्या प्रवासात इतका महत्त्वपूर्ण ठरणार होता!

माझ्या त्या तीव्र वेदनांमध्येही आशावादाचं बीज कुठेतरी खोलवर लपून बसलेलं होतं, त्यासाठी मी देवाची कायम आभारी असेन. दुसरा वाढदिवस साजरा होण्याआधीच डेरेकचा मृत्यू झाला. तेव्हा त्या धक्क्याने मी इतकी कोलमडून गेले होते की मला वाटलं, जणू खरोखरच माझं हृदय जखमी होऊन गेलंय. त्याची छकलं-छकलं उडली होती. सर्व दु:खावर काळ हाच रामबाण उपाय असतो, असं म्हणतात. पण मला मात्र त्यात तथ्य वाटत नाही. या मातेच्या हृदयाचा एक हिस्साच हरवून गेलाय आणि त्या जागी जखम होऊन टोकाला जणू एक गळू होऊन ते सतत ठसठसत राहिलंय.

वर्षभरात हळूहळू देवाने माझ्या मनावर प्रेमाची फुंकर घालत, माझं सांत्वन करीत, माझ्या विदीर्ण हृदयाला बरं केलं. परमेश्वर माझ्या मनाला उभारी देत होता, तेव्हा मी परत माझ्या तब्येतीची काळजी घेऊ लागले होते. प्रचंड व्यायाम करून माझे स्नायू परत चांगले बलवान तर होतच होते. जोडीला माझं मानसिक बळही वाढत होतं, हे माझ्या लक्षात आलं होतं. नव्यानं लाभलेली हिंमत, ताकद व स्वच्छ विचारशक्ती यामुळे मी परत एकदा शिक्षण घेण्याचा निर्णय घेतला.

आज मला त्या शिक्षकांचं नावही आठवत नाहीये. प्रौढ शिक्षणशाळेत ते माझे मार्गदर्शक आणि समुपदेशकही होते. जरी त्यांचं नाव माझ्या आठवणीतून नाहीसं झालेलं असलं, तरी त्यांच्या तोंडून निघालेले ते शब्द मी कधीही विसरू शकणार नाहीये. "काय, तुला सार्वजनिक वक्ता बनण्याची मनीषा आहे? पण कोण ऐकेल तुझं भाषण? आणि तू बोलणार तरी कोणत्या विषयावर? अरे देवा, तू फक्त चवथीपर्यंतच शिकलेली आहेस हो? त्यामुळं माध्यमिक शालेय शिक्षण पूर्ण करण्यासच तुला अनेक वर्षं घालवावी लागतील. मग कॉलेज शिक्षणाचा तर विचारच करू नकोस." त्यांच्या त्या वक्तव्यावर मी रागाने काय उत्तर दिलं होतं ते तसंच्या तसं शब्दात मांडता येत नाहीये. पण मी अशा प्रकारे काहीतरी बोलले होते, "तुम्ही मला ओळखत नाही आहात, तेव्हा कृपा करून गप्प बसा!" पण खरं सांगू, त्या दिवशी माझे सदुपदेशक जे काही बोलले होते त्यात बरंच तथ्य होतं – माध्यमिक शालेय शिक्षण आणि कॉलेजमधून मानसशास्त्र विषयात घेतलेल्या दुहेरी पदवीचं शिक्षण संपवण्यास मला पुरी सात वर्षं लागली होती.

माझं बोलणं ऐकण्यास इच्छुक असलेल्या कोणालाही मी आशावाद आणि प्रोत्साहन पुरवत असते. दुःखातही लपलेली काहीतरी चांगली देणगी शोधून काढण्याचं आव्हान मी त्यांच्यापुढे ठेवते. कोणत्याही वाईट अनुभवातून काहीतरी चांगलं निघतंच, पण त्या चांगल्या गोष्टीच्या अस्तित्वावर आपल्याला विश्वास, श्रद्धा ठेवावी लागते आणि आपण जर ज्या चांगल्याचा शोध घेण्याचा कसून प्रयत्न केला, तर ते नक्की आपल्या हाती लागतं यात काही शंकाच नाही!

क्रिस्टा बकनर

This is Not a Permanent Situation

गोष्टी – ज्या तुम्ही केल्याच पाहिजेत

मी अगदी लहान असल्यापासून माझी आजी मला वरचेवर एक प्रश्न विचारत असे. "तुला काय हवंय?" मी माझ्या वयाला अनुसरून त्या क्रमाने उत्तर देत राहायचो. पाचव्या वर्षी 'चॉकलेट' तर बाराव्या बर्षी 'सायकल' हे माझं उत्तर असायचं, तर 'असल्या निरर्थक, फालतू प्रश्नाचं मी नाही उत्तर देणार', हे वयाच्या पंधराव्या वर्षातलं ठरलेलं उत्तर असायचं. आजी दर वेळी लक्षपूर्वक उत्तर ऐकून मग मला विचारायची, "पण तुला 'खरंच' काय हवं आहे?" ते ऐकून मला खूप राग येई, कारण अशा प्रश्नावर डोकं खाजवून विचार करणं भाग पडत असे – आणि विचार-बिचार करत बसणं म्हणजे मला नुसतं वैतागच वाटायचा. मी जे काही खरं हवं ते मागत असे, त्यापेक्षा मला मनातून दुसरंच काहीतरी हवंसं वाटायचं. तिचा शेवटचा प्रश्न मात्र ठरलेला असायचा, "मग ते मिळवण्यासाठी किती किंमत मोजायला तयार आहेस तू?"

मी सोळा वर्षांचा तरुण मुलगा झाल्यावर तिनं माझं काम जास्तीच कठीण करून टाकलं होतं. तिनं विचारलं, "तुझ्या या पूर्ण आयुष्यात कोणत्या वीस गोष्टी तू केल्या पाहिजेस असं तुला वाटतं?" प्रत्येक वर्षी 'थँक्स-गिव्हिंग डे'ला (परमेश्वराचे आभार मानण्याचा दिवस. दर वर्षी नोव्हेंबर महिन्यातल्या चवथ्या गुरुवारी साजरा करतात.) माझी बुद्धी आणि आचार-विचाराच्या परिपक्वतेनुसार तशी यादी ती माझ्याकडून लिहून घेत असे. ओळीने अठ्ठावीस वर्षं मी तशी यादी तिला लिहून दिल्याखेरीज मला तिच्या हातचं बनलेलं टर्कीचं चविष्ट जेवण मिळत नसे. परंतु माझी एकोणतिसावी यादी मात्र मी तिला देऊ शकलो नाही, कारण 'थँक्स-गिव्हिंग डे'च्या दोन दिवसच आधी तिचं निधन झालं होतं. पाच वर्षांच्या चिमुकल्या मुलाला केवळ चॉकलेट मिळण्याचीच इच्छा असायची आणि त्याच मुलाने एकोणतिसाव्या वर्षी केलेली सुधारित यादी बघून माझ्या आजीला नक्कीच माझा खूप अभिमान वाटला असता, कारण तिने तशा प्रकारेच माझी मानसिक वाढ, विचारांची परिपक्वता होण्यास अमूल्य मदत केलेली होती.

१. जगाचा निरोप घेण्यापूर्वी माझ्या इथल्या अस्तित्वामुळे जगात थोडाफार तरी सकारात्मक बदल घडेल अशाप्रकारे वागणं.
२. निरपेक्ष प्रेम करत राहाणं.
३. मोठी मोठी स्वप्नं बघून ती खरी करून दाखवण्याठी आवश्यक ती किंमत मोजण्याची तयारी असणं.
४. प्रेसिडेंट अब्राहम लिंकन याचं स्मारक अरुणोदयाच्या रम्य वेळी बघणं.
५. मुलांचं प्रेम मिळवणं.
६. ग्रँड कॅनियॉन या भव्य पर्वतराशींमधून पायी हिंडणं आणि तळाशी असलेल्या नदीत तराफ्यावरून फेरफटका मारून आनंद लुटणं.
७. मला स्वत:ला कोणत्या क्षेत्रात अधिक गती आहे त्याचा शोध घेऊन, नंतर त्या क्षेत्राबद्दलचं माझं ज्ञान जगाला पुरवणं, त्याचा सर्वांना फायदा करून देणं.
८. उष्णकटिबंधातल्या एखाद्या बेटावर जाऊन तिथल्या सूर्यास्ताचं सौंदर्य निरखणं.
९. बुद्धिमान व्यक्तीकडून कौतुकाची थाप मिळवणं.
१०. घराण्याची वंशावळ अभ्यासून आपल्या मूळ जागेस भेट देणं.
११. सायकलने व मोटारीने हिंडून स्वदेश पालथा घालणं.
१२. एखाद्या अनोळखी गरजवंताला मदत करणं.
१३. जगाचा निरोप घेतल्यानंतरदेखील माझी निशाणी मागे राहील, असं एखादं सत्कार्य करणं.
१४. फक्त जिंकण्यासाठीच नाही, पण कधी शक्य असेल तर हरण्यासाठीही एखादा खेळ खेळणं.
१५. दररोज नेमानं प्रार्थना व ध्यान-धारणा करणं.
१६. इतरांनी अशक्य ठरवलेलं एखादं काम करून दाखवणं.
१७. पौर्णिमेच्या प्रकाशात मध्यरात्रीच्या वेळी समुद्रकिनाऱ्यावर पायी चालण्याचा आनंद अनुभवणं.
१८. एखाद्या व्यक्तीला वा गोष्टीला पाठिंबा देऊन, खंबीर मत दर्शवून नंतर कोणत्याही दडपणाखाली येऊन माघार न घेणं.
१९. मनामध्ये लपलेल्या लहान मुलाचा उत्साह कधीही न मावळू देणं.
२०. कोसळणाऱ्या धबधब्याखाली विवस्त्र अवस्थेमध्ये पोहून बघणं. तुमच्या यादीमध्ये कोणकोणत्या गोष्टी आहेत बरं?

माईक ब्युटेल

Twenty Things You should Do in This Lifetime

७

दूरदृष्टी

"वाट बघा, जरा थांबा, दमानं घ्या. नीट लक्ष ठेवा! काळ त्याच्या मनातील हेतू वा उद्देश नक्कीच उकलून दाखवेल"

मेरीॲन विल्यमसन

हरवलेलं लायसन्स

"मला माफ करा सेंटर मॅडम, तुमच्या सोशल सिक्युरिटी नंबरची (ओळखपत्रावरील नंबरची) तपासणी केल्याखेरीज तुम्हाला आम्ही वाहन चालवण्याचा नवा परवाना (ड्रायव्हिंग लायसन्स) देऊ शकत नाही." माझ्याजवळ सोशल सिक्युरिटी कार्ड नव्हतंच, कारण रेल्वे स्टेशनवर माझ्या पर्समधलं पैशाचं पाकीट चोरीला गेलं होतं आणि त्यात असलेलं ड्रायव्हिंग लायसन्स, पैसे, क्रेडिट कार्ड, बँकेची कार्ड, माझ्या मुलांचे फोटो आणि ओळखपत्र असं सर्वच गायब झालेलं होतं. हे सगळं शांतपणे समजावून सांगण्याची ती माझी तिसरी वेळ होती.

"गर्दीच्या वेळी भरगच्च वाहतुकीमधून गाडी चालवत इथे येऊन, मला त्या लांब रांगेमध्ये उभं राहून नंबर लावून बसून राहणं आणि नेमकं आजच कितीतरी लोकांनी येऊन गर्दी करणं हे सगळं सहन करून आता जोडीला ओळखपत्राच्या मागणीची ही नवीनच कटकट म्हणजे किती वैताग आहे नुसता." मी मनातल्या मनात पुटपुटत काउंटरपाशी जाऊन नंबर लावून माझ्या नावाच्या पुकाऱ्याची प्रतीक्षा करीत बसले होते. मला जेव्हा काउंटरपाशी बोलावण्यात आलं तेव्हा सांगितलं गेलं, "इथल्या संगणकात काहीतरी बिघाड निर्माण झालाय. पण इथून पुढे दहा मैलांवर सिक्युरिटी ऑफ स्टेट्सचं दुसरं ऑफिस आहे. तिथे जाऊन तुम्हाला नवीन लायसन्स मिळवता येईल." माझ्या डोक्यात अजूनही एकच विचार आहे, की माझी काहीच चूक नसताना, मी कोणताही गुन्हा केलेला नसताना, युनियन स्टेशनवरच्या नाताळनंतरच्या भाऊगर्दीत कोणा एका अनोळखी माणसाची कशी काय हिंमत होते माझं पाकीट मारण्याची?

त्या त्रासातून मुक्त होण्यासाठी मी इथे आले, तर आता इथूनही परत मला अर्धा तास गाडी चालवत जाऊन, प्रथम ओळखपत्राचं काम उरकून, नंतर पुढे परत अर्धाएक तास गाडी चालवून दुसऱ्या ऑफिसमध्ये जाणं भाग आहे. अन् तेही मनात एकच आशा बाळगत, की तिथला संगणक तरी काम करीत असावा!

"जणू मी एक रिकामटेकडी बाई आहे आणि माझ्याकडे वेळच वेळ आहे,

हं!'' असं पुटपुटत मी माझं टोकन मिळवून सिक्युरिटी ऑफिसमधल्या तिसऱ्या ओळीत जाऊन उभी राहतेय. अशा प्रकारच्या रांगेत उभं राहणं म्हणजे काही गंमत नाहीये हे मला कळतंय. आजूबाजूला लहान पोरं किरकिरताहेत. मोठी माणसं तक्रारीच्या सुरात बोलताहेत. रांगेत उभ्या असलेल्या थकल्याभागल्या लोकांची एकच अपेक्षा आहे की, नंबर लागल्यावर तरी नीट समजूतदारपणा व सदिच्छेची वागणूक मिळावी.

"असलं उद्धट वातावरण असलेली दुसरी कोणतीही जागा मी आजपर्यंत बघितलेली नाहीये.'' निर्विकार चेहऱ्याचे एक वयस्कर गृहस्थ हातातली काठी फरशीवर जोरात आपटत स्वत:शीच बोलताहेत. "आधी आपल्याला टोकन घ्यावं लागतं, कारण तोपर्यंत ही लोकं आपल्या प्रश्नाला साधं उत्तरही धडपणे देत नाहीत.'' कोणलाही न उद्देशून ते असेच ताशेरे झोडताहेत आणि रांगेमधले आम्ही सगळे जण मान डोलावून मूकपणे त्यांच्याशी सहमत होतोय. त्या ऑफिसमधला थंड कारभार, तुटक वागणं मलाही मुळीच पटत नाहीये. विशेषत: जेव्हा मला कल्पना आहे, की या काउंटरवरचं काम संपलं की मला बऱ्याच गोष्टींना तोंड द्यायचं आहे.

आणि हे सगळं का, तर अशाच कोणा मूर्खानं माझं पाकीट मारण्याची हिंमत केलीय म्हणून केवळ! मी परत परत माझ्या नशिबाला दोष देतेय आणि त्यामुळे माझ्या घशातले स्नायू ताठरून गेलेत. आधीच्या जागी मी हे सगळं भोगून आले आहेच. कोणाचं आमच्याकडे लक्ष नाहीये, मागे-पुढे लोकांची ही गर्दी झालेली, स्वत:चं लक्ष विचलित झालेलं! मी स्वत: माझ्या लेकीला हज्जार

वेळा बजावून सांगितलंय की गर्दीमध्ये पर्स खांद्यावर बाहेरच्या बाजूला न लटकवता समोर पोटावर धरत जा म्हणून. मी स्वत:ला आणि त्या चोराला सहजासहजी माफ करू शकत नाहीये.

केवळ चोरीमुळेच नव्हे, तर दिवसभराच्या गोंधळामुळे, त्रासामुळे मी आत्तादेखील चिडलेली, वैतागून गेलेलीच आहे. माझा नंबर पुकारला जातो आणि मी काउंटरपाशी पोहोचते. तेवढ्यात गुलाबी रंगाचा कोट घातलेली कोणीतरी स्त्री माझ्याजवळ येऊन उभी आहे, हे मला समजतंय आणि आता तिचा नंबर लागलेला नाहीये ह्याचीही मला कल्पना आहे. "मी एवढ्या वेळापासून प्रतीक्षा करत बसलेय. तिनेही आता थांबायला हवं माझ्यासारखं." मी मनाशीच विचार करतेय.

"हे बघा मॅडम, मला माफ करा, पण तुमचा नंबर पुकारला जाईपर्यंत तुम्ही थांबायला हवं." काउंटरवरची कारकून बाई चिडक्या सुरात सांगतेय.

"पण मला फक्त एवढंच हवं होतं..." तिची दोन लहान मुलं तिचा कोट घट्ट धरून तिला ओढू पाहताहेत आणि तिच्या कडेवरचं तान्हं मूल खोकताखोकता रडतंय. ती कारकून बाई चिडून, परत एकदा जोर देऊन, ठासून तिला सूचना देतेय.

"प्लीज मॅडम, माझं जरा ऐका हो." ती तरुण माता आपला हेका चालूच ठेवतेय.

परंतु या वेळी तिच्या तोंडातून बाहेर पडणाऱ्या शब्दांपाठोपाठ एक हुंदकाही बाहेर पडतोय. "मला फक्त एवढंच विचारायचंय की... माझ्या नवऱ्याच्या मृत्यूचा दाखला मला इथे कुठे मिळेल?"

ती कारकून बाई व मी दोघीही क्षणभर स्तब्धच होऊन गेलोत. काय बोलावं हे आम्हा दोघांपैकी एकीलाही कळत नाहीये. त्या मातेला जवळ घेण्याची मला इच्छा होतेय, तिथे अश्रू पुसावेसे वाटताहेत. तिच्या रडणाऱ्या बाळाला कडेवर घ्यावं, बेचैन झालेल्या दोन्ही लहान मुलांना शांत करावंसं वाटतंय. पण तसं काही करण्याऐवजी मी काउंटरजवळून बाजूला सरकतेय. मला खूप वाईट वाटतंय असं काहीतरी पुटपुटत मी तिला, "ये. तू पुढे होऊन तुझं काम कर आधी," असं सांगतेय. आता ती कारकून बाई त्या दु:खी स्त्रीशी नम्र आवाजात, नरमाईनं बोलतेय. एकीकडे मला हवे असणारे फॉर्म्सही माझ्या हवाली करतेय. मी बाजूला होऊन, एका जागी बसून ते भरतेय. एव्हाना मीपण एकाएकी गप्प झालेय आणि घडलेल्या प्रसंगानं शांत झालेय. "माझं तर फक्त पैशाचं पाकीटच हरवलं होतं आणि हिनं बिचारीनं तर तिचा नवराच गमावलाय." फॉर्म भरता भरता मी विचार करतेय. झालेलं माझं नुकसानच आतापर्यंत मला फार मोठं

वाटत होतं. माझ्यावरचं महासंकट वाटत होतं.

मी मनातल्या मनात परमेश्वराचे आभार मानून गाडीने पुढच्या ऑफिसच्या दिशेनं निघतेय. मनात मात्र अजूनही ती गुलाबी कोट घातलेली स्त्रीच दिसतेय.

तिचा तो हुंदका कानात घुमतोय. गाडी चालवत असूनही मी एकीकडे, तिच्या झालेल्या अपरिमित हानीबद्दल दु:खी होऊन देवाची प्रार्थना करतेय आणि माझ्या लहानशा नुकसानाबद्दल विसरून जाण्याचा प्रयत्न करतेय.

रुथ सेंटर

When Social Security speaks

सत्कृत्यांचं फळ

"वर्तमानात केल्या जाणाऱ्या सत्कृत्यांचं एकत्रित फळ भविष्यात हमखास मिळतच असतं."

अलेक्झांड्रा स्टोदार्ड

तेवीस वर्षांच्या तरण्याबांड छडच्या आयुष्याची आता कुठे खऱ्या अर्थाने सुरुवात झाली होती. अत्यंत देखण्या व्यक्तिमत्त्वाचा छड हा शालेय जीवनापासूनच उत्कृष्ट धावपटू आणि कुशल कुस्तीगीर म्हणून सुप्रसिद्ध होता. सुंदर तरुणींचा त्याच्याभोवती कायम गराडा पडलेला असे. प्रथम भेटीतच कोणालाही आवडण्यासारखाच होता छड! तोंडभरून हसण्याची त्याची लकब समोरच्या व्यक्तीच्या चेहऱ्यावरतीही सहजपणे हास्य पसरवत असे. त्याची विनोदबुद्धी आणि मित्राला गरज पडल्यास हातातलं काम टाकून मदतीसाठी धावत जाण्याची त्याची वृत्ती यामुळे तो अतिशय लोकप्रिय होता.

दोन ठिकाणी नोकरी करत असल्यामुळे त्याने मोटारसायकल (फटफटी) विकत घेतली होती. दोन निरनिराळ्या नोकऱ्या करून त्याला जास्त पैसे साठवून त्या पैशातून घर विकत घेणं, कदाचित गाडी आणि स्वतःचं फर्निचरही विकत घेणं शक्य झालं असतं. पण एका रात्री पहिलं काम आटोपून तो दुसऱ्या ठिकाणच्या कामावर जात असताना, दारू पिऊन गाडी चालवणाऱ्या एका माणसाने – ज्याने विमाही उतरवलेला नव्हता – त्याने छडच्या मोटारसायकलवर गाडी घातली. मोटारसायकल जागीच गरागरा फिरली आणि छडचा एक पाय जबरदस्त जखमी झाला. तेविसाव्या वर्षीच आयुष्य संपतंय की काय अशी छडवर पाळी आली होती.

पूर्ण सात महिने छड दुःख सहन करत हॉस्पिटलच्या पंलगावरती पडून होता. त्याच्या त्या जखमी पायामधून अनेक ठिकाणी लोखंडी सळ्या घुसवून तो पाय कसाबसा जोडलेला होता. त्या पायाकडे तो एकटक बघत पडून असे. त्याच्या पायाच्या हाडांचे तुकडे व चुरा रस्त्यावर चौखूर पसरला होता. पाय

वाचवण्याच्या प्रयत्नात त्याला एकापाठोपाठ एक अशा अनेक शस्त्रक्रियांना तोंड द्यावं लागलं होतं. शस्त्रक्रियेच्या वेळी लागणाऱ्या रक्ताचा बंदोबस्त छडच्या मित्रांनी केला होता. आणि त्याच्या दोन्ही कामांच्या ठिकाणी वरिष्ठांनी तो कधी ना कधी कामावर रुजू होईल या आशेने त्याची जागा राखून ठेवली होती.

डॉक्टरांनी जेव्हा सांगितलं की पाय कापून टाकण्याखेरीज गत्यंतर नव्हतं, तेव्हा नैराश्याच्या प्रचंड भोवऱ्यात छड सापडला. केवळ एका पायाने तो कसं काय अवघं आयुष्य कंठणार होता? तरुण मुली त्याचा तिटकारा, घृणा करतील आणि मग लग्न करून घर वसवण्याचं त्याचं स्वप्न कधीच पुरं होणार नव्हतं का? आणि आतापर्यंत झालेलं हॉस्पिटलचं प्रचंड बिल तो कसं काय भरू शकणार होता? मोठं घर विकत घेण्यास लागणाऱ्या किमतीपेक्षा कितीतरी पटीने त्याच्या बिलाचा आकडा फुगला होता.

आम्ही कितीही प्रयत्न केले तरी छडची मन:स्थिती पूर्ववत होत नव्हती आणि खोलवर मनात रुजलेलं नैराश्यही नाहीसं होत नव्हतं. त्याच्या पायामध्ये संसर्गदोष (इन्फेक्शन) आढळल्यामुळे त्यातून तो बरा होईपर्यंत त्याचा पाय कापता येणं अशक्य होतं. त्यामुळे प्रतीक्षा करत राहण्याचा तो काळ खूप कठीण होता. नंतर जर छडने पायाची नीट काळजी घेतली नाही, तर शस्त्रक्रिया करण्यात काही अर्थ नव्हता.

एका रात्री मी माझ्या सहकारी मैत्रिणीच्या पतीला – जिनीला बरोबर घेऊन छडला भेटण्यास गेले होते. जिनी लगेचच हसत-खेळत छडशी गप्पा करू लागला आणि त्याला म्हणाला, "मलाही एकच पाय आहे बरं का आणि मी त्याच्यावरच उभा आहे आज."

छडचा संताप अनावर झाला. "माझ्या खोलीत येऊन तू असं कसं बरळू शकतोस रे, काय माझा पाय कापून टाकण्याचं निश्चित ठरलंय?" त्याने विचारणा केली.

जिनीने केवळ खांदे उडवले. मग खाली वाकून त्याने त्याचा कृत्रिम पाय काढला आणि छडच्या पलंगावर टाकला. त्या दोघांनाच खोलीत सोडून मी तिथून बाहेर सटकले.

एका तासानंतर मी परत आले तर जिनी निघून गेलेला होता आणि छडच्या डोळ्यात पुन्हा पूर्वीची तीच चमक मला आढळून आली.

"तू त्याची कहाणी ऐकायला हवी होतीस!" छड मला म्हणाला, "तो एका रात्री हाय-वेवरून जात असताना त्याच्या गाडीचं चाक पंक्चर झालं, म्हणून ते बदलण्यासाठी वाटेत थांबला होता. मागची डिकी उघडून तो दुसरं चाक आतून

बाहेर काढत असतानाच मागून ताशी पासष्ट मैलाच्या वेगाने येणाऱ्या एका मद्यपी माणसाने त्याच्या गाडीला मागून धडक दिली. जिनीने शेवटच्या क्षणी शक्य होती तेवढी उंच उडी मारली, पण तसं करताना त्याचा एक पाय गुडघ्याखाली पूर्णपणे कापला गेला व दुसरा पाय जबरदस्त जखमी झाला – इतक्या तीव्रपणे जखमी झाला होता की, तोही त्याला गमवावा लागेल की काय अशी परिस्थिती निर्माण झाली होती. त्या मद्यपी माणसाने त्याचा विमा उतरवलेला नव्हता. जिनी तर बायको आणि तीन मुलांचा पालनकर्ता होता आणि आता मलाच बघ, मला तर असं वाटत होतं, की फक्त माझ्यावरच इतका गंभीर प्रसंग उद्भवला होता! आता जिनी सॅन डिएगोमधल्या क्रीडासंकुलाचा संचालक म्हणून काम करतोय आणि हो, शस्त्रक्रियेनंतर मी पूर्ण बरा होऊन कृत्रिम पायावर चालण्यास शिकलो, की तो मला माझ्या आवडीच्या संगीताच्या बँडच्या कार्यक्रमाचं पहिल्या ओळीतलं तिकीट देणार आहे!'' असं सांगत असताना आता त्याच्या डोळ्यात शांत भाव होते. पुढे तो असंही म्हणाला, ''जिनी सांगत होता की, दुसऱ्याला जर काही चांगलं दिलंत तर दामदुपटीने तुमच्याकडे परत येत असतं. तो मला म्हणाला की भविष्याची काही काळजी करू नकोस. काही ना काही चांगलं घडेलच बघ. त्याने सर्वांत महत्त्वाचं हे सांगितलं की प्रयत्नांची कास कधीही सोडू नकोस.''

चार महिने उलटल्यावर छड कामावर रुजू झाला. त्याच्या लंगड्या चालीमुळे तो किंचित बुजल्यासारखा होई. दिवसाच्या अखेरीस थकून गलितगात्र होऊन जाई. कृत्रिम पाय ज्या जागी जोडला होता, त्या नाजूक जागी घर्षण होऊ फोड आले होते. सातत्याने तो जिनीचे शब्द आठवत असे. त्याच्या कृत्रिम पायासह तो परत सायकल चालवण्यास शिकला. घोड्याच्या उघड्या पाठीवरती स्वार होऊन त्याने प्रथमच फेरफटका मारून पाहिला. कृत्रिम पाय बाजूला काढून ठेवून एकाच पायाने समुद्रात मनसोक्त पोहला. रात्रीच्या वेळी कोणी बघत नाहीये असं पाहून तो सावकाश धावण्याचा सराव करू लागला. शाळेच्या धावपट्टीवरती अडथळ्याची शर्यत खेळण्याचाही सराव करण्यास त्याने सुरुवात केली.

कामावर रुजू होऊन एक महिना झाल्यावरती छडने सगळं धैर्य एकवटून ऑफिसमधल्या एका गोड तरुणीला त्याच्याबरोबर बाहेर फिरायला जाण्याबद्दल विचारून पाहिलं. तिने होकार दिलेला बघून तो आश्चर्यचकितच झाला होता. तेव्हा त्याला कल्पना नव्हती, की त्याने त्याच्या होणाऱ्या पत्नीला व त्याच्या तीन मुलांची आई होणाऱ्या मुलीलाच विचारलं होतं. छडला किती पाय होते त्याच्याशी जेनला काही देणंघेणं नव्हतं. त्याचं हृदय अतिशय विशाल होतं हेच

तिच्यासाठी अतिशय महत्त्वाचं होतं.

आर्थिकदृष्ट्या तो खऱ्या अर्थाने त्याच्या 'पायावर' कधी उभा राहणार हीच छडसमोर फार मोठी समस्या होती. हॉस्पिटलच्या प्रचंड बिलाचे पैसे चुकते करता करता त्याला तीस वर्षं लागली असती. स्वत:चं घर किंवा गाडी घेणं तर त्याला शक्यच होणार नव्हतं. पण त्याने हार मानली नाही की प्रयत्न करणं सोडलं नाही. जिनीचे बोल आठवून तो महिन्यातून दोन वेळा बिलाचे हप्ते होतील तेवढे भरत राहिला होता.

जेनशी त्याची जास्त ओळख होऊ लागल्यावर काही दिवसांतच हॉस्पिटलच्या एका डॉक्टरांनी त्याला फोन केला होता. हॉस्पिटलमध्ये एखादी जखमी व्यक्ती दाखल झाली आणि तिचा हात व पाय कापून टाकण्याची पाळी आल्यास छडला फोन येई आणि लवकरात लवकर तिकडे जाऊन त्या जखमी व्यक्तीला धीर व आधार देण्यासाठी विनंती केली जाई. अशा वेळी छड कितीही का दमलेला असला किंवा त्याला पायात असह्य वेदना होत असल्या वा दिवस-रात्र अशी कोणतीही वेळ असली, तरी त्याने कधीही अशा विनंतीला नकार दिला नव्हता. हातातलं काम तसंच टाकून तो जखमी व्यक्तीच्या मदतीस धावून जात असे. पण त्या दिवशी आलेला फोन मात्र वेगळ्याच कारणासाठी आलेला होता.

"छड, तुझा पाय वाचवण्याच्या उद्देशाने, तो कापून टाकण्याचं ठरण्याआधी आम्ही तुझ्यावर अनेक वैद्यकीय प्रयोग करत असतानाच्या काळात तुझ्या केसबद्दल बऱ्याच जणांना कळलेलं होतं. आता मी तुला एवढ्यासाठीच फोन करतोय की एका निनावी व्यक्तीने तुला आलेल्या हॉस्पिटलच्या खर्चाची सर्व बिलं भरून टाकलेली आहेत."

जिनीचं म्हणणं किती शंभर टक्के खरं होतं. मुक्तहस्ताने, मनापासून जे दुसऱ्याची मदत करण्यास धावून जातात, त्यांना कधी ना कधी त्याचं कल्पनातीत फळ मिळतंच!

अनिता ग्रिम

Never Give Up

राहू दे टोप डोक्यावरच!

"माणसाला दोन पाय असतात व एकच विनोदबुद्धी असते आणि जर तुमच्यावर कधी एखादी वाईट वेळ आली; अशा वेळी निवड करण्याचा प्रश्न उद्‌भवला, तर दोनातला एक पाय गमावणं हे केव्हीही योग्यच!"

चार्ल्स लिंडनर

१९९७ सालामधला २६ जानेवारीचा तो दिवस म्हणजे, आतापर्यंत माझ्या आयुष्यातला सर्वांत मजेशीर दिवस!

नव्यानं झालेला माझा मित्र, जिमने मला त्या दिवशी 'सुपरबॉल' पार्टीचं आमंत्रण दिलं होतं. आमच्या आधीच्या भेटीमध्ये त्याच्या व माझ्या मनाच्या तारा छान जुळतात असं वाटलं होतं. आता हे आमंत्रण म्हणजे सहजसाध्या मैत्रीमुळे एकत्र येण्यासाठी होतं, का प्रियकरानं आपल्या प्रेयसीला दिलेलं खास आमंत्रण होतं? त्यातलं नक्की खरं काय याची मला कल्पना येत नव्हती आणि खात्रीही वाटत नव्हती. बॉस्टन शहरातल्या हार्ड रॉक कॅफेमध्ये आम्ही दुपारचं जेवायला म्हणून गेलो होतो आणि नंतर संध्याकाळी पार्टी सुरू होण्याआधी मधल्या रिकाम्या वेळात काय करावं, याचा आम्ही विचार करीत होतो. शेवटी आम्ही ठरवलं की काही चौक ओलांडून हॅनॉक बिल्डिंगपर्यंत पायी-पायी जायचं आणि तिथल्या सर्वांत वरच्या मजल्यावर जाऊन तिथून दुर्बिणीमधून दिसणाऱ्या विहंगम दृश्याचा आनंद लुटायचा.

तेव्हा वारं सुटलं होतं – म्हणजे मला म्हणायचंय की खूप जोरदार, भन्नाट वारं होतं ते. मी मनात विचार करत होते, "अशा वेळी डोक्यावर बसवलेला माझा केसांचा टोप (विग) घट्ट धरून ठेवावा का? नको, नको, मग त्याला समजेल की मी टोप घातलेला आहे." शेवटी त्या वाऱ्याला तोंड देत-देत चालत राहण्याचंच मी ठरवलं. पण माझा निर्णय कधीच इतका चुकीचा ठरला नव्हता. माझ्या लक्षात आलं, की तेवढ्या वेळात सोसाट्याच्या वाऱ्यानं माझ्या

डोक्यावरून केसांचा टोप उडवून लावला होता. माझ्या डोक्याच्या छानपैकी, तुळतुळीत गोट्यावर थंडगार वाऱ्याचा स्पर्श होताच मी थिजून रस्त्यात मध्येच उभी राहिले. काही दिवसांपूर्वी कोणीतरी माझ्या डोक्याच्या गोट्याकडे कौतुकाने बघत म्हटलं होतं, की मला 'खरोखर अतिशय छान, सुबक आकाराचं डोकं' लाभलेलं होतं. ती आठवण माझ्या मनात चमकून गेली. स्वत:च्या डोक्यावरती भरपूर केस असलेल्या लोकांना असं बोलणं किती सोपं जातं ना? मी हळूच मान वळवून मागे पाहिलं तर, वाळवंटातल्या धुळीच्या वादळात एखादं काटेरी झाड मुळापासून उखडलं जाऊन वाऱ्याच्या वेगाबरोबर गडगडत जावं, त्याचप्रमाणे माझा केसांचा टोप फुटपाथवरून गडगडत पुढे-पुढे चालला होता. जिम त्याच्याच तारेत पुढे चाललेला होता आणि मीही त्याच्याबरोबरच चालत होते असं वाटून त्याची बडबड चालूच होती. त्याच्या पाठीमागे काय गोंधळ उडाला होता, याची त्याला सुतराम कल्पना नव्हती. काही क्षणांनंतर जिमनं मागे वळून पाहिलं, तर मी त्याच्याशेजारी नसल्याचं त्याच्या लक्षात आलं. आम्हा दोघांची नजरानजर झाली आणि त्या क्षणी जिम माझं गुपित समजून चुकला होता.

मी मागे वळून माझा टोप पकडण्यासाठी पळणारच होते, कारण तो टोप माझ्यापासून अधिकच दूर दूर चालला होता. अचानक मला आठवलं, की मागच्या वर्षीच झालेल्या ऑपरेशनमुळे (हिप रिप्लेसमेंटचं) मला धावण्याची परवानगी नव्हती. मी जिमला विचारलं, "अरे, माझा तो केसांचा टोप आणून देशील का?" लगेचच जिम त्याच्या मागे पळू लागला. कचऱ्यामधून पळणाऱ्या खारीप्रमाणे तो भुऱ्या रंगाचा टोप दिसत होता असंच मला वाटत होतं. "देवा, प्लीज आता तो टोप फुटपाथवरून रस्त्यावर जाऊन न पडो रे बाबा! मी पुरे शंभर डॉलर खर्च केलेत तो घेण्यासाठी आणि आज तर मला पार्टीलाही जायचंय." अखेर तो टोप पकडण्यात जिमला यश आलं. त्याने त्याच्या डोक्यावर ट्रॉफी धरावी त्याप्रमाणे तो टोप धरला होता आणि माझ्याकडे बघत तो ओरडून म्हणाला, "बघ, बघ, पकडलाच की नाही शेवटी?" 'फार छान' मी जरा कुत्सितपणेच मनाशी बोलत त्याला हात केला. तो सगळा प्रकार जर कोणी व्हिडिओ कॅमेऱ्यावर चित्रित केला असता ना, तर मला नक्कीच दहा हजार डॉलरचं भलं मोठं बक्षीस मिळालं असतं.

टोप हातात घेऊन जिम माझ्याजवळ येऊन पोहोचला, तेव्हा त्याच्या डोळ्यांमध्ये भाव तरळत होते, "नको काळजी करूस. हा घे तुझा टोप आणि मी काहीही बघितलेलं नाहीये. माझं कुठेच लक्ष गेलेलं नाहीये." माझ्यावर जीव ओवाळून टाकावा अशा भावनेनं तो बघत होता आणि मला अशा दिव्यातून पार जायला नको होतं, असं त्याच्या मनात नक्कीच आलं असावं. तेव्हा त्याची

जी अवस्था झाली होती, त्यात स्वत:ला कल्पून, त्याच्या भावना समजून घेऊन मी त्याची मनापासून माफी मागितली. टोपावरची धूळ हाताने झटकून मी आरशात न बघताच, तिथेच उभं राहून तो डोक्यावर चढवला. तो सगळा ओशाळवाणा प्रकार खरंच घडत होता, यावर माझा विश्वास न बसून एकीकडे माझ्या डोळ्यांत अश्रू जमा होऊ लागले होते आणि दुसरीकडे मला अनावर हसू येत होतं. मी जिमला विचारलं, "काही काळापूर्वी मला कॅन्सरचं दुखणं झालेलं होतं, याची माहिती होती तुला?" त्यावर तो म्हणाला, "हो." आम्हा दोघांच्याही ओळखीच्या एका मित्राने त्याला आधीच माझी कहाणी सांगितलेली होती. मी म्हणाले, "मी केसांचा टोप वापरते हेही कळलेलं होतं तुला?"

"नाही," तो उत्तरला.

"काय पण लोणकढी थाप मारतोयस?" मी म्हणाले.

पुढे हॅनॉक बिल्डिंगपर्यंत आम्ही चालत जाऊन पोहोचलो. त्या बिल्डिंगवर बाहेरच्या बाजूने परावर्तित होणारी काचेची तावदानं लावलेली आहेत. त्यातल्या एका काचेत पडलेल्या माझ्या प्रतिबिंबावर माझी नजर गेली आणि झटकन माझ्या लक्षात आलं, की तो टोप उलट बाजूनेच डोक्यावर बसवला होता आणि ज्याप्रमाणे व्यवस्थित बसावा तसा तो बसलेलाच नव्हता. तिथे असलेल्या स्त्रियांच्या प्रसाधनगृहात पटकन जाऊन मी तो व्यवस्थित करू शकले नाही. त्यामुळे बाहेरच्या थंडगार फरशांवरच बसकण मारून मी पोट भरून हसून घेतलं. घरी जाऊन, घरच्यांना माझ्या फजितीबद्दल कधी एकदा सांगते, असं मला झालं होतं. घरी गेल्यावर मी इतका वेळ घेतला की जिमला वाटलं होतं, मी कधी बाहेर येणारच नव्हते.

घरी मला एक जुनी गोष्ट आठवली की स्वर्गवासी झालेल्या माझ्या जिमी मावशीचा स्वभाव खूप विनोदी होता आणि तीदेखील कॅन्सरशी झुंजली होती. नुकत्याच घडलेल्या या प्रसंगाचा व तिचा काहीतरी संबंध निघेल, असं मला वाटू लागलं. मी कल्पना करू लागले की वरून स्वर्गातून ती माझ्याकडे बघत मला सांगतेय, "आता हा वेडेपणा सोडून दे!" मी खरी जशी होते ते लपवून दुसऱ्या इतर कोणा व्यक्तीसारखी असल्याचं भासवत होते आणि मागील काही वर्षांमध्ये घडलेल्या कटू सत्यपरिस्थितीला लपवण्याचा प्रयत्न करीत होते.

मग मी एक छानसा ड्रेस परिधान केला. चेहऱ्याची रंगरंगोटी केली. माझा टोप खरंच किती छान होता आणि यापुढे मला पूर्वी काहीही न झाल्यासारखं राहायचं होतं, वागायचं होतं. अठ्ठावीस वर्षांच्या तरुणीप्रमाणे मला माझ्या 'खास' दोस्ताबरोबर बाहेर जायचं होतं. तेही अजिबात काळजी न करता, की एके काळी मला स्तनांचा कॅन्सर होऊन मी त्यातून वाचले होते. नुकतंच माझ्या

शरीरात 'बोन मॅरोचं' प्रत्यारोपण केलं गेलं होतं. हे सगळं कळल्यावर त्याची काय प्रतिक्रिया होईल

याबद्दलही विचार करायचा नव्हता. जिमनी दिलेलं ते आमंत्रण स्वीकारण्यापूर्वी

मला खूप धैर्य एकवटावं लागलं होतं. मी घेतलेला तो निर्णय आजवरचा माझ्या आयुष्यातला सर्वोत्तम निर्णय ठरला होता. जिमनं खऱ्या अर्थानं माझा स्वीकार केला होता आणि इतका सारा जिव्हाळा, एवढी आपुलकी मला दिली होती, की खरंच असं क्वचितच पाहायला मिळत असतं. बोलता-बोलता मी माझी ही सर्व काहाणी जिमला सांगून टाकली. तेव्हा आता तोही मोकळ्या मनाने हसतोय. मला वाटतं काही काळासाठी तरी का होईना, पण त्याला जबरदस्त धक्का मात्र नक्कीच बसला असणार आणि खरंच, कोणाला नाही बसणार?

कॅथलीन एम. केली
Hold On to Your Hair

व्हॅनिला आइस्क्रीमसारखं आमचं आयुष्य!

"लहानशा गोष्टीतूनच आयुष्यात अपार आनंद, अमाप सुख मिळत असतं."

मे रायले स्मिथ

एखाद्या सर्वसाधारण रात्रीसारखीच तीही रात्र होती – जसं साध्या चवीचं व्हॅनिला आइस्क्रीम असतं ना, तश्शीच! माझा नवरा कामानिमित्त परगावी गेलेला होता आणि रोजच्या शिरस्त्यानुसार आम्हाला 'शुभरात्री' चिंतण्यासाठी म्हणून त्याचा फोन आला होता. बोलणं झाल्यानंतर रिसिव्हर खाली ठेवण्याआधी आम्ही नेहमीचा आमचा 'किसी फेस' (Kissy Fase) हा खेळ खेळलो. म्हणजे काय, तर एकमेकांना गमतीगमतीची गोड-गोड वचनं द्यायची, पण पाळलीच पाहिजेत असा कधीच आमचा उद्देश नसतो. नंतर मी रिसिव्हर खाली ठेवून फोनकडे एकटक बघत, त्याच्यामधून माझ्या नवऱ्याच्या अस्तित्वाच्या भासाचा जरा वेळ आनंद घेऊ बघत होते. तो कोणत्या जागी राहाणार होता, ते नाव आणि तिथला फोन नंबर कागदावर लिहून मी तो रेफ्रिजरेटरवरच्या इंद्रधनुष्याचं चित्र असलेल्या लोहचुंबका (मॅग्नेट) खाली लावून ठेवला. नेहमी मी फक्त तेच मॅग्नेट वापरत असते. 'साधंसरळ (प्लेन) व्हॅनिला आइस्क्रीमसारखं आमचं आयुष्य.' मी मनात विचार केला.

घड्याळाकडे नजर गेल्यावर मी भानावर आले आणि लक्षात आलं की दुसऱ्या दिवशी सकाळी शाळा होती. सहा वर्षांची आमची लेक ज्येड ही एव्हाना अंथरुणात हवी होती. मी उठून वरती जाण्यासाठी हॉल ओलांडत निघाले. चालताना हॉलच्या लाकडी जमिनीवरची नेमकी कोणती लाकडी पट्टी कर्ऽऽ कर्र आवाज करत होती. हे रोजच्या सवयीनं मला समजत होतं आणि ज्येडलाही ते पाठ झालेलं होतं. कारण वरच्या खोलीत होणाऱ्या हालचालींच्या आवाजवरून मला कळलं, की आई वरती तिच्या खोलीत पोहोचण्यापूर्वी आमची चिमुरडी गादीत शिरून झोपायचं नाटक करण्याच्या गडबडीत होती.

जिना चढून वर जाताना मी मुद्दामच हळूहळू एकेक पायरी चढून तिचं नाटक खरं वाटण्याइतपत तिला वेळ देऊ बघत होते. चौदा-पंधरा आणि सोळा या पायऱ्या मी आजवरती लाखो-करोडो वेळी मोजलेल्या आहेत – जिना चढताना व उतरताना नेहमी त्या बरोब्बर सोळाच पायऱ्या असायच्या. जिना चढून वर आल्यावर बाजूच्या खिडकीतून चंद्र बघण्यासाठी मी जरा थबकले, कारण घरातल्या इतर कोणत्याही जागेपेक्षा तिथूनच चंद्र जास्त सुंदर दिसतो. साधं सरळसोट (प्लेन) व्हॅनिला आइस्क्रीमसारखं आमचं आयुष्य, पण व्हॅनिलाची जरा अधिकच छान चव असलेलं 'हॅगेन डॅझ' या ब्रँडच्या आइस्क्रीमसारखं वाटलं मला तेव्हा!

ज्येडच्या खोलीत शिरताना मी कौतुकाने सगळीकडे नजर फिरवत होते. तिच्या खोलीच्या भिंतींना दिलेला फिकट हिरवा रंग आणि त्याला साजेशा तिच्या पलंगावरच्या फिकट हिरव्या चादरी व त्यांच्या चारी कडांवर गुलाबी रंगाच्या हृदयाकृतीचं डिझाईन आणि जोडीला हृदयाच्या आकाराच्याच गुलाबी उशा ठेवलेल्या. तिच्या छपरी पलंगाच्या पायथ्याशी असलेली भारी कपडे ठेवलेली नक्षीदार लाकडी पेटी. जी तिच्यासाठी एक अमूल्य ठेवाच असते. अशा सुंदर, शांत वातावरणात दिवसा एखादी राजकुमारी, तर रात्रीच्या अंधारात एकटी झोपणारी गोष्टींमधली निर्भय लुटारू अशा वेगवेगळ्या बालसुलभ भूमिकांमध्ये ती सहजतेनं शिरू शकते. तिने संग्रहित करून ठेवलेल्या बाहुल्या सुंदर सुंदर कपडे घालून जणू बॉलरूममधल्या नृत्याच्या प्रतीक्षेत असलेल्या, तर तिच्या बार्बी डॉल्स त्यांच्या खेळघरात अर्धवटपणे घातलेल्या कपड्यात बसून, अजून दुसरे कोणते कपडे घालायचे या विचारात पडलेल्या. एका लहानग्या मुलीची

ती खोली, बालपणातलं खास जादूचं, अद्‌भुत रूप घेऊन सजलेली दिसत होती.

मी ज्येडच्या पलंगाजवळ गेले, तेव्हा ती तिच्या बाबांनी एकदा परगावाहून तिच्यासाठी आणलेल्या खेळातल्या पांढऱ्या वाघाला जवळ घेऊन बसलेली होती. ''चला, चला, देवाची प्रार्थना करायची आहे ना आपल्याला?'' मी तिला विचारलं, लहान मुलाच्या निष्पाप भावनेनं तिनं देवाला विनंती केली, की तिच्या लाडक्या प्रत्येक व्यक्तीला व गोष्टींना त्याने भरपूर आशीर्वाद द्यावे. ''आणि हो, बरं का बाप्पा, खास करून माझ्या बाबांना खूप खूप आशीर्वाद दे, कारण एवढ्या मोठ्या विमानामध्ये त्यांना झोपावं लागतं ना म्हणून. तथास्तु! म्हण ना, देवबाप्पा!'' प्रार्थना संपल्यावर मी तिला गादीवर झोपवून अंगावर पांघरूण घातलं आणि तिच्या कपाळावर ओठ टेकत कुजबुजले, ''झोप हं आता राणी. उद्या शाळा आहे ना?''

खोलीमधून बाहेर येण्यापूर्वी मी आठवणीने मंद प्रकाशाचा दिवा लावला आणि खोलीचा दरवाजा अर्धवट उघडा ठेवून, लोटून घेतला. अगदी तिला जसं आवडतं तसंच. तिच्या वाघाशी ती दबक्या आवाजात बोलताना मला ऐकू आलं, ''आपल्याकडे ना, जगातली सगळ्यात छान आई आहे, हो ना?''

''ए ज्येडी-वेडी, झोप बरं आता,'' मी तिला म्हटलं, तिचं गोड आवाजातलं खुदखुदणं माझ्या कानावर पडलं.

अरे व्वा – हे म्हणजे तर व्हॅनिला आइस्क्रीमवरती चॉकलेट आणि सुकामेवा भुरभरल्यासारखंच, माझ्या मनात विचार चमकला आणि मी मनाशीच खुदकन हसले.

ॲड्रिन सी. रेनॉल्ड्स

Make Mine Vanilla

८

वाईटातून चांगलं शोधण्याची कला

"केवळ वेगवान आयुष्य जगण्याखेरीज आयुष्यामध्ये करण्यासारखं, कमावण्यासारखं खूप असतं."

महात्मा गांधी

कसं जगायचं – स्वतःच ठरवा

"मनाची विचारशक्ती आणि मनाला वाटणारा विश्वास याच्या जोरावर कोणतीही गोष्ट साध्य करणं, प्राप्त करणं शक्य असतं."

नेपोलियन हिल

कल्पना करा की कोणी तरी तुम्हाला एखादं नवंकोरं पेन भेट म्हणून दिलंय – एकदाही न उघडलेलं गडद रंगाचं पेन.

त्या पेनमध्ये किती शाई भरलेली आहे, हे तुम्हाला दिसू शकत नाहीये. कदाचित दोन-चार शब्द लिहिल्यावर शाई संपून जाईल किंवा जगात काही बदल घडवून आणणारा कायमस्वरूपी लेखनकौशल्याचा एखादा (किंवा अनेकही) उत्तम नमुना लिहून होईपर्यंत त्यातली शाई पुरेलही. परंतु सुरुवात करण्याआधी ह्यातलं तुम्हाला काहीच नक्की असं समजू शकणार नाहीये.

या खेळाच्या नियमांनुसार ते तुम्हाला कधीच कळत नसतं. तुम्हाला केवळ धाडस करून दाखवायचं असतं!

खरं म्हणजे, तुम्ही काहीतरी केलंच पाहिजे असा या खेळाचा एकही नियम सांगत नसतो. पेन हातात उचलून त्याचा योग्य उपयोग करण्याऐवजी तुम्ही ते नुसतंच शेल्फवर किंवा ड्रॉवरमध्ये ठेवूनही देऊ शकता आणि तिथे पडल्या-पडल्या त्यातली शाई वाळून जाऊन ते निरुपयोगीही होऊ शकतं.

पण समजा, तुम्ही जर पेनचा उपयोग करण्याचं ठरवलंत, तर त्या पेनच्या साहाय्याने तुम्ही काय कराल? कोणत्या प्रकारे हा खेळ खेळाल?

एखादा तरी शब्द लिहिण्याची सुरुवात करण्यापूर्वी एकापाठोपाठ एक अशा नुसत्या योजनाच बनवत राहाल? का एखादी इतकी विशाल, दूरगामी योजना बनवत राहाल, की प्रत्यक्ष लेखनाची सुरुवात कधीच करू शकणार नाही?

हातात पेन धरून, सरसावून, मनामध्ये भडिमार करणाऱ्या शब्दांशी कसरत करीत, त्या शब्दप्रवाहाला तोंड देता-देता, तो जिकडे जाईल त्याच्याबरोबर

वाहात जाऊन जे सुचेल ते लिहित जाल?

पेनातली शाई पुढच्या क्षणात वाळून जाईल या भीतीने नीट, काळजीपूर्वक, जागरूकतेनं लिहाल, का पेनातली शाई अनंत काळापर्यंत संपणारच नाही, अशा भ्रमात राहून वा विश्वास ठेवून (विश्वास असण्याचं नाटक करूनही) न थांबता लिहितच सुटाल?

आणि लिहाल, तर कोणत्या विषयावर लिहाल? प्रेम? द्वेष? दु:ख-कष्ट? विनोद? आयुष्यावर? मृत्यूविषयी? कशावरच नाही? का सगळ्याच विषयांवर?

केवळ स्वत:च्याचं आनंदासाठी लिखाण कराल? का इतरांच्या आनंदासाठी? का इतरांसाठी लेखन करून स्वत:ला आनंद मिळवण्याकरता?

हाताला कंप सुटून तुमचं अक्षर वेडंवाकडं येईल का, आत्मविश्वासने स्वच्छ, सुंदर, वाचनीय हस्ताक्षरात लेखन कराल? भाषा कशी – अलंकारिक असेल का साधी, सरळ, सोपी, समजण्यासारखी?

पण खरंच लिहाल का कधी? हातात पेन मिळालं म्हणजे काहीतरी लिहिलंच पाहिजे असा कोणताही नियम नसतो. का एखादं रेखाचित्रं काढाल? किंवा नुसतंच काहीबाही खरडून ठेवाल? काढायचं म्हणून वेड्यासारखं एखादं चित्रं काढाल की नीट, सुबक छानपैकी चित्रकलेचा आविष्कार कराल?

कागदावरच्या रेषेवर का रेषेखाली शब्द लिहाल, का कागदावरच्या रेषा दिसत असूनही त्यांच्या दिशेनं बघणारही नाही की रेषा आहेत तरी का, खरंच कागदावर, याच कोड्यात पडणार?

आहे की नाही खूप विचार करण्यास प्रवृत्त करणारं सगळं हे?

आता, कल्पना करा की पेनाच्या जागी तुम्हाला कोणीतरी जीवनच भेट म्हणून बहाल केलंय....!

डेव्हिड ए. बरमॅन

Write Your Own Life

सुंदर योगायोग

"मानवी जीवन म्हणजे जणू बूमरँगचा (कौशल्यपूर्वक दूर फेकून परत स्वत:कडे परत येणारं लाकडी हत्यार (सोटा) – मूळ ऑस्ट्रेलिया) खेळच असतो. आपल्या मनात येणारे विचार, तोंडातून बाहेर पडणारे शब्द व केलेली कृती – ताबडतोब किंवा उशिरा का होईना – पण आश्चर्यजनक अशा नेमक्या पद्धतीने ती परत येतेच."

फ्लॉरिन्स शिन

पीएच.डी.चा प्रबंध लिहिण्यासाठी मी पाच वर्षं अतिशय मेहनतीत घालवलेली होती. आता मी शेवटी होणाऱ्या तोंडी परीक्षेच्या तयारीला लागलो होतो. तोंडी परीक्षा घेतली जाणार होती; कॅलिफोर्निया राज्यामध्ये. माझं विमान दुसऱ्या शहरावरून येऊन मग मी त्यानं मिनिॲपोलिसपर्यंत जाऊन, तिथून मग जॉनवेन एअरपोर्टकडे जाणारं दुसरं विमान पकडणार होतो. पण येणाऱ्या विमानालाच खूप उशीर झाला. त्यामुळे पुढे सगळाच उशीर होत गेला आणि मग कॅलिफोर्नियाला जाणारं विमान पकडण्यासाठी मी विमानतळावरून अक्षरश: धावत सुटलो होतो. विमानतळावर एका जागेवरून दुसऱ्या जागी नेऊन सोडणाऱ्या विजेच्या ट्रेनसदृश (कन्कोर्स) वाहनांमध्ये अगदी थोडे प्रवासी बसलेले दिसत होते. त्यातून उतरून पुढे सरकत्या पट्ट्यांवरून जाण्याआधी मोकळा श्वास घेण्यासाठी म्हणून मला थांबावंच लागलं. दमछाक होऊन मी एका जागी उभा असताना माझं लक्ष शेजारी उभ्या असलेल्या, साधारण पन्नाशीकडे झुकलेल्या एका स्त्रीकडे गेलं. ती बिचारी तिची हँडबॅग उचलून त्या सरकत्या पट्ट्यावर चढवण्याच्या प्रयत्नात होती.

कसं कोण जाणे, पण तिच्याकडे बघत माझ्या तोंडून अचानक शब्द बाहेर पडले. "तुम्ही देखील ५६७ नंबरच्या विमानाने कॅलिफोर्नियालाच चालल्या आहात का?"

"हो, हो." तिने उत्तर दिलं.

"मी पण त्याच विमानानं जातोय. तुमची बॅग द्या मला. मी धावत पुढे जातो आणि तुम्ही पोहोचेपर्यंत विमानाचं उड्डाण जरा थांबवायला सांगतो." असं म्हणत मी तिची बॅग हातात घेतली आणि पुढे निघालो.

मी घाईघाईनं विमानात चढलो आणि तिथल्या मदतनिसाला सांगितलं की मागून एक स्त्री प्रवासी येत आहे, तेव्हा कृपा करून तिच्यासाठी जरा थांबा. तिची बॅग माझ्याजवळ घेऊन मी माझ्या सीटवर येऊन बसलो. काही मिनिटांतच ती येऊन पोहोचली. विमानामध्ये आत शिरणारी ती शेवटची प्रवासी होती. नंतर लगेचच विमानाची दारं बंद केली गेली आणि विमान सुटलं. विमानानं हवेत झेप घेतल्यावर, जरा स्थिरस्थावर झाल्यानंतर माझ्याजवळ असलेली तिची बॅग मी तिला परत दिली. तिने मनापासून माझे आभारही मानले.

विमानतळावर उतरल्यानंतर मी हॉटेलला जाऊन पोहोचलो. रात्री माझा डोळ्याला डोळा लागला नाही. कारण दुसऱ्या दिवशीच माझी तोंडी परीक्षा होती. सकाळी सातलाच उठून तयार होऊन मी विद्यापीठात जाऊन पोहोचलो. परीक्षा घेणाऱ्या परीक्षक मंडळानं (बोर्ड) मला तासभर बाहेर प्रतीक्षा करायला लावून मगच माझ्या प्रबंधावर बोलण्यासाठी म्हणून मला आत बोलवलं. मी बोर्डरूममध्ये शिरलो आणि तिथे बसलेल्या परीक्षकांना बघितल्यावर मी जरा घाबरूनच गेलो. काही क्षणांनंतर मी प्रत्येक परीक्षकाच्या चेहऱ्याकडे ओझरती नजर टाकत असताना, सगळ्यांच्या मध्यभागी बसलेल्या एका बाईंचा तजेलदार चेहरा माझ्या दृष्टीस पडला. त्या बाई माझ्याकडे बघून, एखाद्या अल्लड शाळकरी मुलीप्रमाणे खट्याळपणे हसल्या आणि पटकन त्यांनी डोळे मिचकावले. आदल्या रात्रीच ज्यांची बॅग घेऊन मी धावत धावत जाऊन विमान गाठलं होतं, त्याच बाई माझ्यासमोर बसलेल्या होत्या. अर्थातच नंतर मला विचारल्या गेलेल्या एखाद्या प्रश्नावर मी जेव्हा जरा अडखळलो, तेव्हा त्यांनीच मला सावरून घेतलं होतं, हे सांगण्याची काही आवश्यकताच नाही मुळी!

थॉमस डी. पाओली

Nice Timing

जरूर वेळ काढा

जीवन पथावरून चालताना;
पुष्पगंध घेण्यासाठी मुद्दाम वेळ काढा.
समोर येणारी आव्हाने, वादावादी, तंट्यातून
येणारा ताण घालवण्यासाठी वेळात वेळ काढा.

पक्ष्यांचं संगीत ऐकण्यासाठी आवर्जून थांबा;
तेच तर पहाटेची ओळख करून देतात ना!
जरी नुकताच दिवस उजाडतोय तरी,
बघता बघता तो संपूनही जाईल लक्षात ठेवा.

सूर्योदयाचं अनुपम सौंदर्य न्याहाळण्यासाठी वेळ काढा
अधून-मधून सूर्यास्ताचीही शोभा जरूर पहा.
केवळ क्षणिक, भौतिक, सुखांच्या
पाठीमागे धावू नका.

परमेश्वराच्या आठवणीसाठी वेळ काढा,
जरी तुम्हाला तेवढं ते महत्त्वाचं वाटत नसलं.
तुमच्या लक्षात येईलच की तो अनंत
हातांनी सुखांची उधळण करीत असतो.
ज्याचा तुम्ही कधी विचारही केलेला नसतो.

हेवा, द्वेष, शत्रुत्वाच्या भावनांचं उच्चाटन करा.
त्यासाठी कुठेही, केव्हाही मुद्दाम वेळ काढा.
माणसामधल्या दुष्टाव्याचा तिरस्कार करा,
मात्र माणसाचा तिटकारा कधीही करू नका

आपल्या लेकरांच्या कोडकौतुकासाठी वेळ काढा,
मग बघा, तुमचा प्रत्येक क्षण आनंदमय होऊन जाईल.
त्यातून मिळणाऱ्या लाभाला तोड नसेल,
तोच असेल तुमचा मोठा बहुमान.

शेजाऱ्यावर प्रेम करण्यास, काढा थोडी सवड
अन् त्याहूनही आणखी मोलाचं म्हणजे,
स्वत:वरती प्रेम करण्यास आधी वेळ काढा.
नाही लाभलं दुसऱ्याकडून तरी सुखाने जगाल!

समोरच्या व्यक्तीच्या मनातली तुमची प्रतिमा
नसेल उतरत जर तुमच्या पसंतीस,
तर काढा आवर्जून सवड – जमेल तेवढा
चांगला बदल करण्यासाठी स्वत:मध्ये!

मदतीसाठी वेळ काढा,
ज्याला तुमच्या मदतीची गरज आहे.
आणि मग तुम्हाला लाभेल जे समाधान
त्याने तुम्ही होऊन जाल – तृप्त, संतुष्ट.

जीवनात मूल्यांच्या जपणुकीसाठी जरूर वेळ काढा,
योग्य मार्ग कोणता तो जाणा.
स्वहक्काच्या जाणिवेइतकाच;
दुसऱ्याच्या हक्कांचा सन्मान करा.

या भूतलावरील तुमच्या अस्तित्वाची
आणि त्या सर्वोच्च ईश्वरशक्तीची;
निर्भयपणे कृतज्ञता दर्शवण्यासाठी
व्यस्त दिनक्रमातून काढा, आवर्जून सवड.
परिश्रम करून सातत्याने प्रयत्नशील राहा,
अखेरीस 'फळे गोमटी' पदरी पडतील.
मात्र प्रयत्नांचीच असेल मोठी उणीव,
तर पश्चात्तापाची वेळ येईल.

यात शंकाच नाही की,
सुखसमृद्धी मिळवण्यासाठी
तुमच्यावर असते वेळेची मर्यादा.
पण मग एक प्रश्न राहतो अनुत्तरीत;
त्या प्रयत्नात राहील का, तुमचं आरोग्य अबाधित.

कदाचित नाही लाभणार ऐहिक सुबत्ता,
नाही उभी राहणार दारी भव्य गाडी,
परंतु उमजून चुकाल – इतर विविध प्रकारे
झाला आहात तुम्ही अधिकच गर्भश्रीमंत!

लिऑन हॅनसेन
Take Some Time

मला नाही जमणार हे यापुढे!

मी शाळेमध्ये जाण्यास सुरुवात करण्याआधीच्या वर्षी हिवाळ्यातल्या एका सकाळी बाबांनी माझ्या खोलीत येऊन मला विचारलं होतं की, त्यांच्याबरोबर गाईंना चारा घालण्याचं काम करण्यास मला आवडेल का? ते ऐकून मला खूप गंमत वाटली. म्हणून मग मी अंगावर भरपूर गरम कपडे चढवले, हातात लोकरीचे हातमोजे घातले. त्या हातमोज्यांना एक नाडी होती, जी माझ्या जॅकेटच्या बाहीतून वरपर्यंत नेऊन बांधून टाकली. त्यामुळे हातमोजे सरकण्याचा प्रश्नच उद्‌भवत नव्हता. आयुष्यात प्रथमच काहीतरी काम करण्यास म्हणून मी बाबांबरोबर बाहेर पडलो.

ती सकाळची छान, प्रसन्न वेळ होती. सूर्याची किरणं चमचमत होती, पण तरी हवेमध्ये खूप गारठा होता आणि नुकताच बर्फ पडून जमिनीवर त्याचा थर पसरलेला होता. बेल आणि ब्लू ही घोड्यांची जोडी आम्ही सामान वाहून नेणाऱ्या गाडीला जोडली. गाडीत मागे भरपूर कडबा टाकला आणि टेकडीच्या दिशेनं निघालो. गाई दिसल्यावर आम्ही गाडीतून कडबा ओतून त्यांच्या पुढ्यात टाकला आणि घराकडे परतण्यासाठी निघालो. थोड्या वेळानंतर बाबांच्या डोक्यात एक भन्नाट कल्पना आली. "तुला चालवायचीय का गाडी?'' त्यांनी मला विचारलं. मी खास पुरुषी थाटात प्रतिसाद दिला. मला कोणतंही वाहन चालवायला आवडतं. गाड्या, ट्रक, गोल्फच्या खेळाच्या छोट्या गाड्या, गाढवं जोडलेल्या गाड्या इ. इ. मला वाटतं की वाहन चालवण्याचं मुख्य आकर्षण म्हणजे, सामर्थ्य हेच असणार. माझ्यापेक्षा आकारानं मोठ्या असलेल्या एखाद्या वस्तूवर माझं नियंत्रण असणं, यातच सामर्थ्याची भावना दडलेली असते आणि असं वाटणं, माझा पुरुषी अहंकार जोपासण्यासाठी उत्तमच आहे की! – माझं मन सांगत होतं.

मी बाबांच्या हातातले घोड्यांचे लगाम माझ्या हातात घेतले आणि त्यांनी दाखवल्यानुसार त्या लगामांचा फास बनवून माझ्या हाताभोवती गुंडाळला आणि आम्ही धीम्या गतीनं घराकडे निघालो. मी तर खूपच हरखून गेलो होतो. कारण

दुसऱ्या कोणावर तरी नियंत्रण ठेवून होतो. मी चक्क गाडी चालवत होतो! पण असं हळूहळू, कमी वेगानं गाडी चालवणं माझ्या मनास काही पटत नव्हतं. एवीतेवी मी घोड्यांवर ताबा ठेवून तर होतोच, मग आता वेग वाढवला तरी चालण्यासारखं होतं. म्हणून मी तोंडातून चक्ऽ चक् आवाज करून घोड्यांना जोरात धावण्याचा आदेश दिला. सुरुवातीला ते दुडक्या चालीत पळू लागले. मी ठरवलं की तेवढा वेग ठीक होता. आमची गाडी बऱ्यापैकी भरभर धावू लागली होती आणि त्यामुळे आम्ही घरी लवकर पोहोचणार होतो. पण बेल आणि ब्लू या जोडगोळीला नवीनच कल्पना सुचली. त्यांनी विचार केला की ते जर वेगाने पळू लागले, तर आम्ही अधिकच लवकर घरी पोहोचू शकतो.

त्या योजनेनुसार घोडे आपणहूनच अधिक वेगाने पळू लागले. सहसा ज्या वेगाने घोडे पळताना मी पाहिलेलं होतं, तेवढेच भरधावपणे आमचे घोडे धावत होते असं मला अजूनही आठवतंय. कदाचित माझ्या वाटण्यात अतिशयोक्तीचा थोडाफार अंश असेलही, पण ते वेगात धावत होते एवढं मात्र नक्की! रस्त्यावरच्या मातीच्या ढिगाऱ्यांवरून उसळ्या मारत आमची घोडागाडी वेगात पुढे पळत होती. मात्र माळजमिनीवरची कुत्र्यांची बिळं जशी जशी वेगानं मागे पडताना दिसू लागली, तशी मात्र माझी खात्री पटली की आम्ही चांगलेच संकटामध्ये सापडलो होतो. मग मी त्या पळपुट्या घोड्यांच्या जोडीचा धावण्याचा वेग काबूत आणण्याच्या प्रयत्नात लागलो. हाताने लगाम घट्ट पकडून मी ते जोरात, सर्व शक्तीनिशी माझ्या दिशेनं ओढत होतो. त्यामुळे माझ्या हातात गोळे येऊ लागले होते. घाबरून मी रडू लागलो, घोड्यांची विनवणी करू लागलो. पण छे! कश्शाचा फायदा होत नव्हता. बेल आणि ब्लू या वयस्कर घोड्यांनी त्यांच्याच तालात धावणं चालूच ठेवलं होतं.

बाजूला बसलेल्या बाबांकडे मी नजर टाकली. ते निर्विकारपणे, शांत बसून आजूबाजूच्या कुरणांकडे बघत होते आणि झपाट्यानं मागे पडणाऱ्या जगाला न्याहाळत होते. एव्हाना माझी पाचावर धारण बसली होती. जिवाची शर्थ करत मी करकचून लगाम पकडले होते, की त्यामुळे माझ्या हातांवर रुतून कापलं जाऊ लागलं होतं. चेहऱ्यावरून ओघळणारे अश्रू प्रचंड थंड हवेमुळे जवळजवळ गोठायलाच लागले होते. नाकातून पाणी, शेंबूड वाहू लागला होता आणि तरीही माझे बाबा मात्र शांतपणे बाजूला नजर लावून मागे पडणारं जग बघत बसले होते.

अखेरीस घाबरून, निराश होऊन मी त्यांच्याकडे वळून बघत, जितक्या शांतपणे बोलता येईल तितक्या शांत सुरात म्हणालो, "बाबा, हे घ्या तुम्ही लगाम. मला नाही गाडी चालवायची."

आता माझं वय झाल्यावर लोक मला 'आजोबा' म्हणून संबोधत असतात. मी दिवसातून एकदा तरी तो प्रसंग साभिनयानं लोकांना करून दाखवत असतो. आपण कोणीही असलो, आपलं वय कितीही असलं, आपण कितीही हुशार, सामर्थ्यवान असलो, तरी आपल्या प्रत्येकाच्या आयुष्यामध्ये एकदा तरी असा क्षण येतो, जेव्हा आपण आपल्या पितृसमान परमेश्वराकडे वळून म्हणतो, "घे रे बाबा ही सूत्रं तुझ्या हाती. मला नाही जमणार हे यापुढे."

क्लिफ शिमेल्स
The Runaways

यशाचा प्रवास

कोणत्या मार्गाने जावं हे ठरवल्यावर,
पश्चिमेला जाणाऱ्या मार्गाची निवड मी केली.
तो मार्ग सुरू झाला होता, बालपणाच्या वनातून,
व संपला होता, यशाच्या शहरापाशी जाऊन ॥

माझी पेटी भरली होती ज्ञानाच्या भांडाराने,
अर्थात त्या जोडीला होती; आत थोडी भीती व ताण,
परंतु सर्वांत अमूल्य गोष्ट होती पेटीत,
शहराच्या प्रकाशित द्वारातून प्रवेश करण्याचं माझं स्वप्न ॥

आडवी आली मार्गात, ओलांडण्यास कठीण अशी नदी,
स्वप्नं आता दुरावणार या विचाराने भयभीत झाले मी.
नजरेस पडला एक धारदार, अणकुचीदार दगड,
तो उचलून कापलं एक झाड व तयार केला पूल
पाहता पाहता पूल ओलांडलादेखील मी ॥

पडू लागला पाऊस व थंडीने गेले मी गारठून.
लागले मी कुडकुडू, मनाला वाटू लागली शंका,
मग पानांची बनवली छानशी छत्री,
आणि केली सुटका कोसळणाऱ्या पावसापासून ॥

ठरवल्यापेक्षा प्रवासास लागला जास्त वेळ
बरोबर घेतलेलं अन्नदेखील गेलं संपून,

स्वप्नपूर्तीच्या आतच भुकेने का ओढविला मृत्यू ?
विचारांती आत्मसात केली मासेमारीची कला ॥

चालून-चालून झाले गलितगात्र आणि मग,
आठवल्या सामानातील 'ताण' नामक वस्तू
दिल्या 'त्या' फेकून व केली सुरू आगेकूच,
उरलेली भीतीच तेवढी ओढत होती मला मागे ॥

झाडांपल्याड दिसत होतं यशाचं शहर,
म्हणजे पोहोचणारच होते माझ्या ध्येयापाशी;
आता जग करणार का माझा हेवा?
शहर तर गाठलं, पण प्रवेशद्वार बंद.
संतप्त द्वारपाल कपाळी आठ्या घालत खेकसला,
"किती हा वेळेचा अपव्यय केलास तू.
मी नाही तुला प्रवेश देऊ शकत ॥

तुझं नावही नाहीये माझ्या या यादीत,
मी अश्रू ढाळले, किंचाळले, थरथरत;
संतापाने पायही आपटून पाहिले,
जगणंच संपल्याची भावना आली मनी ॥

पूर्ण प्रवासानंतर प्रथमच फिरवली मी मान,
व प्रथमच पूर्व दिशेच्या रोखाने पाहिलं आयुष्यात ॥

प्रवासात मी काय केलं, अडचणींना कसं दिलं तोंड,
ते सगळं पडलं माझ्या दृष्टीस,
तरीही मला यशाच्या शहरात नव्हता प्रवेश,
पण त्याचा अर्थ असा नव्हता की मी जिंकलेच नव्हते ॥

मी स्वत:हून शिकले होते नदी ओलांडण्यास,
पावसापासून माझं रक्षण करण्यास,
विदीर्ण झाल्यास कसं स्वत:ला सांभाळायचं;

मनाला दिली होती तशीही शिकवण
समर्थपणे पूर्वायुष्य बघण्यास शिकले होते मी,
व उमजलं होतं आयुष्य म्हणजे केवळ 'जगणं'च नाही,
तर त्या पलीकडेही आहे जीवनास अर्थ,
माझ्या प्रवासातच लपलं होतं माझं यश
ते नव्हतं केवळ प्रवेश मिळवण्यात ॥

नॅन्सी हॅम्मेल

The Journey of Success